இந்தியாவில் இடதுசாரியம்

எஸ்.ஜனார்த்தனன்

படி வெளியீடு

எண்: 9, பிளாட் எண்: 1080A, ரோஹிணி பிளாட்ஸ்
முனுசாமி சாலை, கே.கே.நகர் மேற்கு,
சென்னை – 600 078. பேச: 99404 46650

வெளியீட்டு எண்: 0331

இந்தியாவில் இடதுசாரியம் (கட்டுரை)
INDIAVIL IDADHU SAARIYAM (ESSAYS)

ஆசிரியர்: ச.ஜனார்த்தனன்©
Author: S.JENARTHANAN©

Printed in India
First Edition: Dec - 2023
ISBN: 978-81-19541-96-6
Pages: 388

Rs. 400

Publisher • Sales Rights

Padi Veliyeedu
(A Division Of Discovery Publications)
No: 9, Plot:1080A, Rohini Flats,
Munusamy Salai,
K.K.Nagar West, Chennai - 78.
Tamilnadu, India.
Mobile: +91 99404 46650

Discovery Book Palace (P) Ltd
No:1055-B, Munusamy Salai,
K.K.Nagar West,
Chennai - 600 078.
Tamilnadu, India.
Ph: (044) 4855 7525
Mobile: +91 87545 07070

discoverybookpalace@gmail.com
WWW.DISCOVERYBOOKPALACE.COM

இந்த நூலில் பிரசுரமாகியுள்ள எந்த ஒரு பகுதியையும் பதிப்பாளரின் எழுத்துபூர்வமான முன்அனுமதி பெறாமல் எடுத்தாள்வதோ, மறுபிரசுரம் செய்வதோ, மொழியாக்கம் செய்வதோ, அச்சு மற்றும் மின்னணு ஊடகங்களில் மறுபதிப்பு செய்வதோ, காப்புரிமைச் சட்டப்படி தடை செய்யப்பட்டுள்ளது. இந்த நூலிலிருந்து குறிப்பிட்ட பகுதிகளை மேற்கோள் காட்டி புத்தக விமர்சனம் செய்ய, ஊடகங்களுக்கு மட்டும் அனுமதி உண்டு.

உங்கள் மொபைல் போனிலிருந்து ஸ்கேன் செய்து டிஸ்கவரி புக் பேலஸின் மொபைல் ஆப்பை டவுன்லோடு செய்து, புத்தகங்களை வாங்குங்கள்.

என்னுரை

இந்தியாவில் இடதுசாரியம் என்னும் பெயரில் ஒரு தொடரை புதுச்சேரியின் உள்ளூர் பத்திரிக்கையான பாண்டி வாய்ஸ் என்னும் வாரப்பத்திரிக்கையில் எழுதுவதற்கு நானும், அதன் அசிரியர் சிவாவும் தீர்மானித்தபோது நிச்சயமாக அத்தொடர் இவ்வளவு பெரிய ஒரு ஆய்வு நூலாக வரும் என்கிற எண்ணம் எனக்கில்லை. ஆனால், இந்தியாவில் இடதுசாரியம் என்னும் தலைப்பில் எழுதிய தொடருக்கு ஒவ்வொரு ஆய்வுக் கட்டுரையாக எழுதிய போதே எனக்குள் ஒரு பிரமிப்பு வரத்தான் செய்தது. என்பதை என்னால் உணரமுடிந்தது. ஆனால் அதைவிட ஆச்சரியங்களை அதன் புத்தக வடிவம் எனக்கு கொடுத்திருக்கிறது. ஒவ்வொரு வாரமும் தனித்தனி உள்ளீட்டு தலைப்பில் எழுதப்பட்ட ஆய்வு கட்டுரைகள் புத்தக வடிவில் வரும்போது, அதன் தொடர்ச்சியை ஒவ்வொரு கட்டுரையும் அடுத்த கட்டுரையுலும் பெற்றிருந்து ஒட்டுமொத்த புத்தகமும் ஒரு தொடர்ச்சியான கருத்தையே தொடர்ந்து வலியுறுத்தி வந்திருப்பது என்னால் நம்ப முடியாத அளவிற்கு ஆச்சரியங்களை எனக்குள் ஏற்படுத்தியது.

ஒரு தொகுத்துவார்த்த நூல் சுமார் 400 பக்கங்கள் கொண்ட அய்வு நூல் ஒரே நேர்கோட்டில் நூலை பிடித்து செல்வது போல் கடந்த 50 வருடங்களில் எழுதப்பட்டிருப்பதற்கான வாய்ப்புகள் இருக்கிறதா என்கிற மற்றொரு ஆய்வை எனக்குள் ஏற்படுத்தும் அளவிற்கு இந்த நூலின் ஒவ்வொரு கட்டுரையும் அதற்கு அடுத்த கட்டுரையுடன் ஒன்றிணைந்து செல்வதையும் அதே நேரம் ஒரு மர்ம நாவலுக்குரிய விறுவிறுப்புடன் நம் மனதில் அழமாக பதிந்த இடதுசாரியம் தொடர்பான பல கேள்விகளுக்கு பல புதிய தேடல்களை கொண்டிருந்ததை நான் அறிய முடிந்தது. அத்தகைய முடிவு, இந்த புத்தகத்தை எழுதிய எழுத்தாளராக இருந்து நான் எழுத வேண்டிய என்னுரையை, ஒரு வாசகனாக இருந்து எழுதும் அளவிற்கு இதன் புத்தக கருத்தியல் எனக்கு வாய்ப்பு அளித்திருப்பதாகவே உணர

முடிகிறது. இந்த நூல் நூறு சதவிகிதம் (100%) ஆய்வுகளின் ஊடே எழதப்பட்டிருப்பதால் இன்னும் எதிர்காலத்தில் பல திருத்தங்களை கொள்ளும் வாய்ப்பு இருக்கிறது.

இந்த நூலை வாசிக்கும் எவரேனும், இது காங்கிரஸ் தரப்பில் அல்லது எந்த ஒரு முற்போக்கு இயக்கத்தின் சார்பில் எழுதப்பட்டிருப்பதாக கருதினால், அது அவ்வாறு இல்லை என்பதை தெளிவாக புரிந்துகொள்ள வேண்டும். இந்த நூல் ஒரு நேர்கோட்டில் பயணம் செய்கின்றபோது, பழங்கால காங்கிரஸ் பேரியக்கம் ஆற்றிய பணிகள் எவைகள் எல்லாம் இந்த ஆய்விற்கு பொருத்தமானதாக இருந்ததோ, அதையெல்லாம் தவறாமல் எடுத்துக்கொண்டதாகவே கருத வேண்டும், அதே நேரம் நவீன காங்கிரஸ் அரசாங்கங்கள் செய்திருக்கும் சில சில மாற்றங்கள், இந்தியாவின் இடதுசாரிய தன்மைக்கு எவ்வாறு ஏற்புடையதாக இருந்துள்ளது என்பதை மட்டுமே இந்த நூல் எடுத்திருக்கிறது. அதன் உண்மைத் தன்மையை நீங்கள் அறிந்துகொள்ள வேண்டும் என்றால் இன்றைய பா.ஜ.க. அரசின் மத்திய நிதியமைச்சர் நிர்மலா சீத்தாராமனின் கணவர் காங்கிரஸ் அரசின் பிரதமர் பி.வி.நரசிம்மராவின் பொருளாதாரக் கோட்பாட்டின் சிறப்பான செயல்பாடுகளை ஒரு கட்டுரையில் வெளிப்படுத்திருப்பது எவ்வளவு ஆய்வக்குரிய விஷயமோ, அதே அளவிற்கு தான் நான் எடுத்துக் கொண்டதாகவே கருதவேண்டும். இன்னும் ஒரு நிலை மேலாக விளக்க வேண்டும் என்றால், இந்திய முற்போக்கு இயக்கங்கள் கொண்டாட மறுக்கும் இந்திய ஆன்மீகத்தையும், காந்தியத்தையும் இந்த நூல் இடதுசாரிய தரப்பிலிருந்து எடுத்துரைப்பதையும் கவனத்தில் கொள்ள வேண்டும். அதன்பொருட்டு இந்நூல் பா.ஜ.க.விற்கோ அல்லது பிற்போக்கு இயக்கங்களுக்கோ வாதிடுவதாக கருதிட கூடாது. இந்நூல் எந்நிலையிலும், எந்த இயக்கத்திற்கும் ஆதரவாகவோ அல்லது எதிராகவோ எந்த நிலைப்பாடும் கொள்ளவில்லை. அதனால், அதன் வழியில் இந்த ஆய்வின் நேர்கோட்டில் எவையெல்லாம் எடுத்தக்கொள்ளப்பட வேண்டுமோ அவையெல்லாம் பாரபட்சமற்ற முறையில் கையாளப்பட்டதாகவே கருத வேண்டும்.

ஓரிரு இடங்களில் பா.ஜ.க.வின் முகத்தையும், இன்றைய உலகில் மாறிக்கொண்டிருக்கும், உலக வலதுசாரிய முகத்தையும் ஒப்புமைப்படுத்த வேண்டியது இந்த நூலின் தேவையாகிப்போனது. அதே நேரம், அத்தகைய முகம்கொண்ட பா.ஜ.க. கூட அதிகாரத்திற்கு வந்த பிறகு இந்தியாவிற்கே உரிய இடதுசாரிய தன்மையை பெற்றதையும், உலகத்தின் மற்ற வலதுசாரிய முகம் கொண்ட

தேசங்களில் நடந்த வன்முறைகள் இந்தியாவில் அரங்கேறாமல் சர்வாதிகாரம் தலைதூக்காமல் இருப்பதையும், காரணங்கள் காட்டி பா.ஜ.க.வும் இந்தியாவின் இடதுசாரிய தன்மையை அதற்கரியாமல் பெற்றிருப்பதையும், அது இந்திய மக்களுக்கே உரிய இயற்கையான இடதுசாரிய சிந்தனை என்பதையும் இந்நூல் எடுத்துரைத்திருக்கிறது. இதன் அடிப்படையில் இந்தியாவின் இடதுசாரிய தன்மையை ஒரு அங்குலம் கூட விடாமல் தனது ஆய்வை நிறைவு செய்வதற்கே இந்நூல் முன்வந்திருப்பதாகவே நீங்கள் கருத வேண்டும்.

அதே நேரம் இந்த நூலை வரவேற்க வேண்டிய இந்திய கம்யூனிஸ்டுகள் எதிர்க்கும் சூழ்நிலை உருவாகுமோ என்கிற ஐயம் எனக்குள் இருக்கிறது. அடிப்படையில் இந்த நூல் காரல் மார்க்ஸ், எங்கெல்ஸ், லெனின், ஸ்டாலின் ஆகியோரின் பேச்சுகளையும், எழுத்துக்களையுமே இடதுசாரியத்திற்கான வாய்பாடாக கொண்டிருப்பதையே வலியுறுத்தி அதிலிருந்து இந்தியாவிற்கான இடதுசாரிய தேடலை முன்னிருத்தி கேள்வி கேட்பதாகவே இந்திய கம்யூனிஸ்டுகள் உணர வேண்டும். அதன் போக்கில் எதிர்காலத்தில் கொள்ள வேண்டிய மாறுதல்களையும் கவனத்தில் கொள்ளலாமே தவிர இதன் ஒட்டமொத்த கருத்திணையும் கண்ணை மூடிக்கொண்டு எதிர்ப்பதில் பயனில்லை என்றே கருதுகிறேன். ஆக இந்த நூல் காங்கிரஸ் தரப்பிலான நூல் என்று பா.ஜ.க.வும், பா.ஜ.க. தரப்பிலான நூல் என்று காங்கிரஸும், இல்லையில்லை இவர்கள் இருதரப்பினருக்கான நூல் என்று கம்யூனிஸ்டுகளும் மாறி மாறி கூறிக்கொள்ளும் நிலைமை இந்நலில் இருப்பதிலிருந்து நாம் அறிந்துகொள்ள வேண்டிய ஒன்று. இந்நூல் இந்தியாவில் இடதுசாரியம் எவ்வாறு இருந்தது என்பதை நேர்மையான முறையில் ஆய்வு செய்திருப்பதையே அறிய வேண்டும். அத்தகைய இந்நூலை எவ்வித தயக்கமும் இன்றி மிக தைரியமாக வெளியிட முன்வந்திருக்கும் படி வெளியீடு பதிப்பகத்திற்கு எனது நன்றியை தெரிவித்துக்கொள்கிறேன்.

ச.ஜனார்த்தனன்
16-12-2023
புதுவை

உள்ளே...

1. இந்தியாவில் இடதுசாரியம் — 11
2. மதமும் மார்க்சீயமும் — 16
3. மார்க்ஸ் கூறிய அறிவியல் சார்ந்த மதம் — 20
4. எங்கெல்சின் பார்வையில் சோஷலிசம் — 24
5. இந்தியாவின் சாதிய அமைப்பைக் கூறிய மார்க்ஸ் — 28
6. மதத்தை மற, மனிதனை நினை உருவான லெனினின் கொள்கை — 34
7. பெரியார் மார்க்ஸியம் பேசினார் அண்ணா லெனினிஸ்டாக மாறிப்போனார் — 38
8. மார்க்ஸ் கூறும் மத்தியத் தர வகுப்பினர் பாட்டாளி வர்க்கமே — 42
9. நேரு இடதுசாரியத்தலைவர் இல்லையா? — 50
10. காந்தியிசமும் சோஷலிஸமே — 53
11. மார்க்ஸியத்தின் வழிவந்ததா காந்தியம் — 57
12. பாட்டாளி வர்க்கம் உருவாவதை விரும்பாத மகாத்மா(1) — 61
13. பாட்டாளி வர்க்கம் உருவாவதை விரும்பாத மகாத்மா (2) — 66
14. பாட்டாளி வர்க்கம் உருவாவதை விரும்பாத மகாத்மா (3) — 71
15. கம்யூனிஸ்டுகள் மகாத்மாவை வெறுத்ததில் நியாயம் இருக்கிறதா — 76
16. தொழிலாளர்களுடனே வாழ்ந்து தொழிலாளர்களாலேயே அடையாளம் காட்டப்பட்ட மகாத்மா — 80
17. அம்பேத்கர் — 84
18. அம்பேத்கரின் சோஷலிசம் ஏற்றுக் கொள்ளப்பட்டதா? — 90
19. அம்பேத்கர் மகாத்மாவைக் குறை கூறினால் நிறைவு, கம்யூனிஸ்டுகளைக் குறை கூறினால் குறைவா? — 94
20. மார்க்ஸுடன் அம்பேத்கர் முரண்பட்டாரா? — 97

21. இந்தியாவில் வர்க்கப் போராட்டத்தின் அடித்தளம் மதம் என்பதை உணர்ந்த அம்பேத்கர் 101
22. அம்பேத்கரிசம் மார்க்ஸியத்தை வலியுறுத்தவில்லையா? 105
23. இடதுசாரிகள் அம்பேத்கரிடம் தவறவிட்டது எது? 110
24. அம்பேத்கரைவிட சிறந்த மார்க்ஸியவாதி உண்டா? 114
25. இயற்கையான இந்திய இடதுசாரி நேரு 119
26. சந்தேகமற்ற இடதுசாரியர் நேரு 124
27. சோஷலிசத்தின் மாமேதை நேரு 128
28. நேரு அஹிம்சையை ஏற்றுக் கொண்டது குற்றமா? 133
29. கம்யூனிஸத்தை காங்கிரஸில் கண்ட நேரு 137
30. இந்தியாவின் இயற்கையான இடதுசாரியர் நேரு 142
31. பழைய மரபுகளை ஏற்றுக்கொள்ளும் நேரு 150
32. ஜனநாயகத்தை இடதுசாரியமாகப் பார்த்த நேரு 156
33. மதம் கம்யூனிஸத்திற்கு எதிரானது என்றால்? கம்யூனிஸ்டுகள் நேருவை விமர்சிப்பதில் நியாயமில்லை 160
34. புதிய சோஷலிச ஜனநாயகத்தை தேடிய நேரு 165
35. புதிய கண்டுபிடிப்புகளின் வழிகாட்டி இடதுசாரியம் நவீன இந்தியாவின் தந்தை நேரு ஓர் ஒப்புமை 169
36. நேரு மார்க்ஸ் தத்துவத்தை ஏற்கவில்லை என்றால் லெனின் ஏற்றுக் கொண்டவரா? 175
37. ரெட்டியாரும் முதலியாரும் சூத்திரர்களா? 181
38. இருட்டில் மறைந்த இடதுசாரியர்கள் 188
39. நவீன இந்தியாவின் முதல் சோஷலிஸ்டு ராம்மோகன் ராய் 194
40. இந்தியாவின் சிறந்த இடதுசாரியத் தலைவர் இந்திராகாந்தி 200
41. கம்யூனிஸ்டுகள் ஏன் காங்கிரஸ்காரர்களாக மாறினார்கள்? 205
42. இடதுசாரியத்தின் திறவுகோல் எமர்ஜென்சி 210
43. ஜெயபிரகாஷ் நாராயணனின் கருத்தில் எமர்ஜென்ஸி 214

44. எமர்ஜென்சியும் ஜெயபிரகாஷ் நாராயணனும் — 220

45. எமர்ஜென்சிக்கும் இடதுசாரியத்துக்குமான தொடர்பு — 225

46. கம்யூனிஸ்ட் கட்சி அறிக்கையின் பத்து அம்சத் திட்டமும், இந்திராகாந்தியின் இருபது அம்சத் திட்டமும் – ஒரு ஒப்பீடு — 231

47. எமர்ஜென்சிக்கு வழி கூறும் கம்யூனிஸ்ட் கட்சி அறிக்கை — 237

48. இடதுசாரியத்திற்கும் வலது சாரியத்திற்குமான வேறுபாடு — 242

49. இந்திய இடது சாரியத்தின் எதிர்ப்பாளர் பூர்ஷ்வா சமகமா? — 245

50. ஒடுக்கப்பட்ட சமூகங்களின் எழுச்சி — 250

51. முதலாளித்துவம் இல்லாத இடுதுசாரியமா? — 255

52. சமூக சமன்நிலையில் பொருளாதார வளர்ச்சி — 260

53. பொருளாதாரத்தில் முன்னேற்றம் ஏற்பட P.V.நரசிம்மராவைப் பின்பற்றக் கூறும் பாஜகவின் பொருளாதார நிபுணர். — 266

54. சமஸ் இடதுசாரியத்தைச் சரியாகக் கணித்தாரா? — 272

55. சமஸ் தேடிய பொதுவுடைமை இயக்கம். — 276

56. ரஷ்யாவில் முதலில் ஏற்பட்டது நவீன முதலாளித்துவப் புரட்சியா? நவீன பாட்டாளி வர்க்கப் புரட்சியா? — 282

57. ஜாரிசத்தை எதிர்த்தது நவீன முதலாளித்தத்துவமே — 287

58. லெனினும் ஒப்புக் கொண்ட நவீன முதலாளித்துவப் புரட்சி — 290

59. இடதுசாரியத்தின் முழுமையான கருத்தியல் முதலாளித்துவம் — 294

60. திட்டமிட்டுக் களங்கப்படுத்தப்பட்ட நவீன முதலாளித்துவம் — 299

61. லியோ டால்ஸ்டாயின் இடதுசாரியத் தன்மையும், ஸ்டாலினின் சோஷலிசமும் — 304

62. இடதுசாரியம் நவீன பாட்டாளிக்கு மட்டுமே சொந்தமானதா? — 309

63. நவீன முதலாளித்துவம் சிறுபான்மையினரா? — 316

64. இடதுசாரியத்தின் உண்மையான பொருள் என்ன? — 322

65. பொதுவுடைமை தத்துவம் இந்தியாவை பூர்விகமாக கொண்டது — 329

66. பிராந்தியங்களின் தேவைகளுக்கேற்ற இடதுசாரியத்தை
    வலியுறுத்திய மார்க்ஸ் — 334
67. மார்க்ஸியத்தின் குடும்ப வகையைச் சார்ந்ததே
    காந்தியமும், காங்கிரஸியமும் — 337
68. இடதுசாரியத்தின் புதிய தேடலில்
    இந்திய தேசிய காங்கிரஸ் — 342
69. நேருவின் இடதுசாரியம் — 349
70. ஆன்மிக இடதுசாரியம் — 357
71. இடதுசாரியத்தில் மதத்துக்கும்
    ஆன்மிகத்துக்குமான வேறுபாடு — 365
72. காந்தியம் ஆன்மிக இடதுசாரியத்தைத் தேடியதா? — 370
73. காந்தியவழியில் காங்கிரஸ் இடதுசாரியத்தைத் தேடியது? — 375
74. இந்தியாவில் உலர்ந்து உதிர்ந்த அரசின் அதிகாரம் — 381

01

இந்தியாவில் இடதுசாரியம்

'இந்தியாவில் இடதுசாரியம்' என்னும் இவ்வாய்வு கட்டுரைகளை எழுத நினைத்தபோதும் சரி, எழுதிக்கொண்டிருக்கும் இந்த நேரம் வரையிலும் கூட நாம் அதற்குத் தயாரானவனாக மாறிவிடவில்லை. ஆனால், ஒரு உள்ளுணர்வு மட்டும் எனக்குச் சொல்லிக் கொண்டேயிருக்கிறது. இந்தியாவில் இடதுசாரிக் கொள்கை என்னும் தலைப்பு இந்த மண்ணுக்கே உரிய கோட்பாடு. ஆனால், அக்கோட்பாடு கூட நமக்கு வெளிதேசங்களில் இருந்து வந்ததைப் போன்ற ஒரு மாயத்தோற்றத்துக்கு நாம் உள்ளாக்கப்பட்டிருக்கிறோம். என்ற உள்ளுணர்வு உண்மையானதே என்பதை நிரூபிக்கும் வகையில் வான சாஸ்திரங்களையும், மருத்துவ முறைகளையும், நாம் மிக நீண்ட காலத்துக்கு முன்பே கற்றறிந்திருந்த போதும் நவீன யுகத்தில் அவை மேலை நாடுகளில் இருந்து நமக்கு எவ்வாறு இறக்குமதி செய்யப்பட்டன என்பதை நம்மில் அநேகர் எவ்வாறு நம்புகிறோமோ அதைப் போன்றே இடது சாரியக் கொள்கையும் அதில் சிறிதளவும் குறையாமல், நம் மண்ணில் உதித்த நமக்கே உரிய கோட்பாடு, மிக நீண்ட காலமாக அத்தகைய கோட்பாடுகளுக்கு உட்பட்டே நாம் வாழ்ந்திருக்கிறோம் என்பதையும் நாம் நம்ப வேண்டி உள்ளது. இடதுசாரியக் கொள்கை என்பதின் ஆணிவேர் எது. சமத்துவம், பொருளியல் சமன்பாடு, மதம் என்கிற பெயரில் ஏமாற்று வழியின் ஆணிவேரைக் கண்டறிவது என்பதே மிக முக்கியமானதாக இருக்கிறது.

இதில் சமத்துவம் என்பது என்ன? மனித இனத்தில் கண்டறியப்படும் இன வேறுபாடு சமநிலையில் இருக்குமாறு அமைத்துக் கொள்வது. இடதுசாரியக் கொள்கை நவீன உலகத்தில் தோன்றியதற்கு அடிப்படைக் காரணத்தைத் தேடினால்,

மேலைநாடுகளில் பெண்களையும், சிறுவர்களையும் மிக அதிக நேரம் வேலை வாங்கியதில் ஏற்பட்ட வெறுப்புணர்வில் தான் முதன் முதலாகப் புரட்சி வெடிக்கிறது. அது புரட்சியாக வெடித்தது என்றும் கருத முடியாது. ஏழைத் தொழிலாளர்கள் அதிலும் பெண்களையும், சிறுவர்களையும், மிகவும் சுகாதாரமற்ற சூழ்நிலையில் அதிக நேரம் ஓய்வின்றி வேலை வாங்குவதைக் கண்ட ஒரு முதலாளி மனம் பொறுக்காமல் அவர்களுக்கான நீதியைப் பெறுவதற்கு முயற்சி செய்தததிலிருந்து நவீன இடது சாரியத்திற்கான விதை தோன்றியதாகவே ஆதாரங்கள் தெரிவிக்கின்றன. அந்த முதலாளியின் பெயர் ராபர்ட் ஓவன். இங்கிலாந்தின் மான்செஸ்டர் தொழிற்சாலைகளில் ஒரு தொழிற்சாலையின் முதலாளியாக இருந்தவர். இவர் 1830 ஆம் ஆண்டு முதன்முதலாக சோஷலிசம் என்கிற நிலையில், தொழிலாளர்களுக்கான நலனைச் சட்டப்பூர்வமாக்க முயற்சி செய்த முதல் சோஷலிஸ்டு என்றும் கொள்ளலாம். சோஷலிசத்தின் முதல் பிரதிநிதி ஒரு முதலாளி என்பதை நாம் என்றும் நினைவில் கொள்ள வேண்டும். இவர் தயவில்தான் முதலாளி வர்க்கங்கள் ஒன்றுகூடி தொழிலாளர்களின் வேலை நேரத்தை 12 மணி நேரமாகக் குறைத்தார்கள். இதனைத் தொழிலாளர்களுக்கானதாகப் பொத்தாம் பொதுவாகக் கூறுவதைக் காட்டிலும், அச்சலுகை பெரும்பாலும் பெண்களுக்கும், சிறுவர்களுக்கும் மட்டுமே இருந்தது என்பதையும் நாம் குறிப்பிட்டாக வேண்டும்.

இதற்கு முன்பே, 1825-இல் தொழிற்சங்கங்கள் நிறுவிக் கொள்வதற்கான அனுமதியும் கிடைத்தாலும் கூட சோஷலிசத்தின் முதல்படி ராபர்ட்ஓவனின் முயற்சியே என்றுதான் கொள்ள முடியும். இதற்குப் பிறகு சோஷலிசத்திற்கு முழு உருவம் கொடுத்த மார்க்சியக் கருத்துகளையும், அதிலிருந்து சமகாலக்கட்டத்தில் கம்யூனிசம் தோன்றியதற்குக் காரணகர்த்தாவான பகுனியின் தீவிரக் கொள்கையையும் நாம் பார்ப்பதற்கு முன்பு, பண்டைய இந்தியாவில் இடதுசாரியக் கொள்கை எவ்வாறு இருந்தது என்பதை ஒரு சிறிய முன்னோட்டத்துடன் பார்க்கலாம்.

இந்தியாவில் இயற்கையாகவே நெறிமுறைப்படுத்தப்பட்ட ஒரு வாழ்வியல் முறை இருந்தது. அந்த வாழ்வியல் முறைக்கே இந்துக் கலாச்சாரம் என்னும் பெயரும் ஏற்பட்டது என்பதுதான் உண்மை. உண்மையில் இந்துக் கலாச்சாரம் ஒரு மதமாக இருக்கவில்லை.

கலாச்சாரமாக ஒரு வாழ்க்கை முறையைத்தான் தோற்றுவித்தது. காலப்போக்கில் அது மதமாக அடையாளப்படுத்தப்பட்டிருக்கலாம். ஆனால், அதற்கென்று ஒரு தலைமையிடமோ, கட்டுப்படுத்தும் அரியணையோ இல்லை. இந்துக் கலாச்சாரத்திலிருந்து, தோன்றிய புத்தரின் கருத்துகள், இந்துக் கலாச்சாரத்தில் இடது சாரியத்தை வலியுறுத்தும் முதன்மையான தீவிரத்தன்மை என்று கொள்ளலாம். இன்றைய இடதுசாரிக் கொள்கைகளுக்கெல்லாம் முன்னோடியான திட்டம் புத்தரின் அறிவுறுத்தல்களிலிருந்து பெறப்பட்டது என்பதையும் மற்றொன்றையும் கூட நாம் இத்தருணத்தில் நினைவுபடுத்திக்கொள்ள வேண்டும். உலகத்தில் எந்த ஏனைய தேசத்திலும் தோன்றிய புதிய மதங்கள் அனைத்தும் அதன் பழைய மதங்களைத் தடம் தெரியாமல் அழித்தொழித்திருக்கும் அல்லது சிறுபான்மை மதமாகப் பழைய மதங்களை உருமாற்றியிருக்கும். ஆனால், இந்துக் கலாச்சாரத்தை நாம் உற்று நோக்கினால் அதன் பாதையில் மகாவீர், புத்தர் இன்னும் எத்தனையோ பெரியவர்கள் தோன்றிப் புதிய சிந்தனைகளையும், கருத்துகளையும் உருவாக்கிய போதும் இந்துக் கலாச்சாரம் எவ்வித பாதிப்புகளையும் அடைந்து விடவில்லை. இத்தனைக்கும் அதனைக் காத்திடும் தன்மையில் ஒரு அரசோ, பெரும் மதத் தலைவரோ உருவாகி அதனைக் காத்திடவும் இல்லை என்பதை முக்கியமாக நாம் நினைவில் கொள்ள வேண்டும். இதற்கெல்லாம் மேலாக இந்துக் கலாச்சாரம் சுமார் 700 ஆண்டுகள் அந்நிய மதங்களின் அரசின் ஆட்சிக்குட்பட்ட தீவிரத்தன்மையில் இருந்துள்ளது என்பதையும் நாம் நினைவில் கொள்ள வேண்டும். அவ்வாட்சியாளர்கள், இந்தியா முழுவதையும் ஒரே நிலப்பரப்பில் ஆட்சி செய்திருக்கிறார்கள். மத மாற்றத்திற்கு முக்கியத்துவம் கொடுத்திருக்கிறார்கள். அவ்வாறு மதம் மாறிய மனிதர்களுக்குச் சலுகைகள் அளித்திருக்கிறார்கள் ஆனாலும் இந்துக் கலாச்சாரம் தனது பெரும்பான்மையை விட்டுச் சிறிதளவும் குறையாமல் சென்றதின் காரணம் என்ன? அதன் அடிப்படைக் காரணம் எதுவென்றால், மகாவீர், புத்தரின் காலங்களிலேயே அதன் பக்கத்து தேசங்கள் அம்மகான்களின் கருத்துகளை ஏற்றுக்கொண்டு அதனை மதமாகப் பாவித்து அவர்களின் பழைய மத அடையாளங்களைத் துறந்து புதிய அடையாளத்தை ஏற்றுக் கொண்ட போதும், இந்துக் கலாச்சாரம் அக்கருத்துகளை அதன் வாழ்வியல் முறையில் ஏற்பட்ட புரட்சியான கருத்துகளாக மட்டுமே கருதி ஏற்றுக் கொண்டு அக்கலாச்சாரங்களைத் தனது புதிய உட்பிரிவுகளாகச் சேர்த்துக்

கொண்டதை இதனுடன் நாம் பொருத்திப் பார்க்க வேண்டும். இதன் அடிப்படைத் தத்துவம் எதுவென்றால் இந்துக் கலாச்சாரம் புதிய சிந்தனைகளைக் காலங்காலமாக உள்வாங்கிக்கொண்ட ஒரு அமைப்பைப் பெற்றிருந்தது. ஆனால், உலகம் அதன் மீது பிற்போக்குத் தனத்தின் எடுத்துக்காட்டுகளையே விட்டுச் சென்றது. உலகம் உண்மையில் உணரவில்லை. இந்துக் கலாச்சாரத்தின் ஒரு சில செயல்களைத் தவிர மற்றவை அனைத்தும் உலகமே வியக்கும் புதுமைச் செயல்களை கொண்டிருந்தன என்பதை ஐயாயிரம் வருடங்களுக்கு முன்பே, நடைபெற்ற போரில் சூரியன் உதயத்தில் சங்கொலிகொடுத்துப் போரைத் துவக்கிய கிருஷ்ணர், சூரியன் மறைவில் சங்கொலி கொடுத்து 12 மணி நேரப் போரை நிறுத்திய கிருஷ்ணரின் போர் நெறிமுறைகளை உலகின் வேறு எந்தப் பகுதியிலாவது நாம் கண்டதுண்டா? போர்க் கலைகளில் தேர்ச்சி பெற்ற கர்ணன் ஒரு சூத்திரனாக இருந்தாலும், அவன் நாடாளும் மன்னராவதைத் தடுக்க முடிந்ததா, ஆனாலும், போர்க்கலையில் தேர்ந்தவன் சத்திரியனாகவே இருக்க முடியும் என்பதற்காக அவனையும் சத்திரியனாக மாற்றிய உயர்குடி இனங்களாகச் சிலர் இந்துக் கலாச்சாரத்தில் இல்லையென்றும் நாம் மறுக்க முடியாது. ஆனால், அந்த உயர்குடிகள் பெரும் நிலஉரிமையாளர்களாகவோ, செல்வந்தர்களாகவோ மாறியதற்கான சான்றுகள் பெரும்பான்மை அளவில் அறியப்படவில்லை என்பதுதான் உண்மை. இங்கே கடவுளுக்குப் பன்றி இறைச்சியைப் படையல் போட்ட வேட்டுவனுக்கே இறைவன் காட்சியளித்த புரட்சிச் செய்தியைத்தான் நாம் சிலாகித்து வந்திருக்கிறோம்.

ஆனால், நாகரிக வளர்ச்சி பெற்ற மேலை நாடுகளில் மதம் தனித்துவமாக வளர்ந்தது. புரட்சி ஏற்படுத்தி வளர்ந்த புதிய மதங்கள் கூட அதன் பயணங்களில் ஏற்பட்ட புதிய நிகழ்வுகளைப் பழைய சம்பிரதாயங்களாக உருமாற்றி அதனைக் காப்பாற்றுவதற்கு முயற்சி செய்தன. அதனை ஒட்டுமொத்தமாகக் கட்டுப்படுத்தும் ஒன்றிரண்டு தலைமைகள் உலகம் முழுவதற்குமானதாக ஏற்படுத்தப்பட்டன. அவர்கள் ஆட்சி அதிகாரங்களிலும் தலையிட்டார்கள். கடவுள் என்பதும் அதன் தனித்துவமும், வாழ்வின் கலாச்சாரமும் இயற்கைக்கு அளிக்கும் மரியாதை என்பதும் மாறி அதுவே மனித சமூகத்தை வழிநடத்தும் திறவுகோலாக மாறியது. இடதுசாரியக் கொள்கை உருவாவதற்கு எந்தக் காரணத்தை விடவும் இதுவே முழுமுதற்காரணம் என்பதை மார்க்ஸ் உட்பட எவரும்

மறுக்கவில்லை. ஏனெனில், மதம்தான் அதிகாரத்தைத் தோற்றுவித்து காப்பாற்றும் மாயசக்தி என மார்க்ஸ் நம்பினார். புதியவற்றைத் தடுத்துப் பழையவற்றைக் காக்கும் கருவி என்பதையும் உணர்ந்தார். அது உண்மையென்றால், இந்துக் கலாச்சாரம் இடதுசாரியக் கொள்கையை எப்போது ஏற்றுக்கொண்டது என்பதை நாம் மிகச் சுலபத்தில் உணரலாம். ஏனெனில், இந்துக் கலாச்சாரம் எப்போதும் புதியவற்றை ஏற்றுக் கொண்டே வந்திருக்கிறது. அதுவே அதன் நீடித்த வாழ்நிலைக்குக் காரணம் என்பதை நாம் உணரவேண்டும். அவ்வுணர்வுகளைத் தொடர்ந்து பார்ப்போம்.

02

மதமும் மார்க்சீயமும்

இந்துக் கலாச்சாரம் இயற்கையாகவே இடது சாரியக் கொள்கையைக் கொண்டிருந்தது என்பதற்கான வாதத்தை முன் வைத்தோம். அதற்காக ஒரு சிலர் இடது சாரியத்திற்கும் மதத்திற்குமான தொடர்புகள் என்ன என்கிற ஐயத்தைக் கேள்வியாகக் கொண்டிருக்கலாம். ஆனால், அவர்கள் ஒன்றை நினைவுபடுத்திக் கொள்ளவேண்டும். அவ்வாறு மதத்திற்கும் இடது சாரியத்துக்குமான தொடர்புகள் என்ன என்று நீங்கள் கேட்கும் கேள்விகளுக்கு நாம் பதில் அளிக்கப் போகிறோம் என்றாலும், அந்த மதம் என்கிற பதத்தில் இந்துக்கலாச்சாரம் சேர்க்கப்படக் கூடாது என்கிற உணர்வினையும் நீங்கள் உருவாக்கிக்கொள்ள வேண்டும். நவீன உலகில் இடதுசாரிக் கொள்கை தோன்றியதாகக் கருதப்படும் ஐரோப்பாக் கண்டத்தில் அக்கொள்கையின் முதல் கருத்தாக வெளிவந்தது. மதம் என்பதன் தீவிரத் தன்மையே வலது சாரியத்தின் திறவுகோலாக இருக்கிறது என்று கூறியதை நாம் நினைவில் கொள்ளவேண்டும். இடது சாரியத்தின் புனித நூலை எழுதியவரும் உலகமே கொண்டாடும் இடது சாரியத் தலைவருமான கார்ல் மார்க்ஸ் இதை மிகத் தெளிவாகக் குறிப்பிடுகிறார். “கோல்நிஷே ஜேட்டுங்” என்னும் ஒரு ஐரோப்பியப் பத்திரிகையில் மதங்களின் புனிதத்தைப் போற்றும் விதமாக 179 வது இதழில் ஆசிரியர் திரு.ஹெ எழுதிய ஒரு தலையங்கக் கட்டுரை வெளி வந்தது. அதனை விமர்சித்து மார்க்ஸ் எழுதிய கட்டுரை ஒன்றில் இவ்வாறு குறிப்பிடுகிறார்.

[1]“ஆசிரியரின் நிர்ணயிப்பை அப்படியே திருப்பிப் போட்டுப் பார்த்தால்தான் உண்மை வெளியாகும். அவர் சரித்திரத்தையே

1. (மதத்தைப் பற்றி மார்க்ஸ் - கார்ல் மார்க்ஸ்)

தலைகீழாகப் புரட்டிவிட்டார். புராதன காலத்து மக்களிடையே கிரீசும், ரோமாபுரியும்தான் உச்சபட்சமான சரித்திரக் கலாச்சாரத்தை எய்திய நாடுகள். கிரேக்கத்தின் மாபெரும் உள்நாட்டு வளர்ச்சியின் சிகரம் பெரீக்ளஸின் காலத்தோடு ஒட்டியதே. அதன் புறவளர்ச்சிச் சிகரமோ அலெக்ஸாண்டரின் காலத்ததாகும். பெரீக்ளஸின் காலத்தில் தத்துவத்தின் மூர்த்திகளென சாக்ரட்டீசும், சோபிஸ்டுகளும் இருந்தார்கள். அந்தக் காலத்தில் கலையும், சம்வாதமும் மதத்தைவிட மோலோங்கி நின்றன. அலெக்ஸாண்டரின் காலமோ அரிஸ்டாட்டிலின் காலம். அவரோ தனிநபர் ஆத்மாவின் நித்தியத்துவத்தையும் உறுதிப்பாடான மதங்களின் கடவுளையும் நிராகரித்தவர். பின்னர் ரோமாபுரி சிசரோவைப் படித்துப் பாருங்கள். ரோமாபுரி தனது வாழ்வின் சிகரத்தை எய்திய காலத்தில் எபிகூரஸின் தத்துவம் ஸ்டோயிக் அல்லது அசாத்தியவாத மதமாக இருந்தது. பழைய இராஜ்ஜியங்களின் வீழ்ச்சியோடு பழைய இராஜ்ஜியங்களின் மதங்களும் மறைந்து போகுமென்றால் புராதன காலத்து மக்களின் உண்மையான மதம் அவர்களது தேசியத்தையும் அவர்களது அரசாங்கத்தையும் வணங்குவதுதான் என்பதைவிட வேறு விளக்கம் தேவையில்லை. பழைய மதங்களின் வீழ்ச்சி பழைய இராஜ்ஜியங்களின் வீழ்ச்சியைக் கொண்டு வரவில்லை. மாறாகப் பழைய இராஜ்ஜியங்களின் வீழ்ச்சிதான் பழைய மதங்களின் வீழ்ச்சியைக் கொண்டு வந்தது. அந்தத் தலையங்கத்தில் இத்தகைய அறியாமைதான் தன்னைத்தானே விஞ்ஞானப்பூர்வ ஆராய்ச்சியின் சட்ட நிர்மாணிகர் என்று பிரகடனபடுத்திக் கொண்டு தத்துவத்தைப்பற்றிக் கட்டளைகளை எழுதித் தள்ளுகிறது.

புராதன உலகம் முழுவதும் வீழ்ச்சியடையத்தான் நேர்ந்தது. ஏனென்றால், தங்களது விஞ்ஞான வளர்ச்சியிலே அந்த மக்கள் கண்ட வளர்ச்சி அவர்களது மதக்கருத்துகளின் அடிப்படையிலுள்ள தவறுகளைக் கண்டறிவதை அவசியமாக்கிவிட்டது.

எனவே, அந்தத் தலையங்கக் கட்டுரையின்படி புராதன மதங்களின் தவறுகளை விஞ்ஞான ஆராய்ச்சி அம்பலபடுத்தியதின் விளைவாகத்தான் புராதன உலகம் முழுவதும் அழிந்தது" என்று கூறிய மார்க்ஸின் விளக்கம் மீண்டும் தொடர்ந்து சொல்கிறது. இவ்விளக்கம் இக்கட்டுரையின் நீண்டு போகும் தன்மையை நாம்

மேலும் பார்க்கப் போகிறோம் என்றாலும் இதுவரை மார்க்ஸ் கொடுத்த விளக்கத்திற்கும் இந்திய இடது சாரியத்திற்குமான தொடர்புகளை நாம் சற்று உற்று நோக்க வேண்டும். இதில் கிறிஸ்து மதம் தோன்றுவதற்கு முன்பிருந்த மதங்கள் அழிந்து போனதால்தான் அந்த ராஜ்ஜியங்களும் அழிந்துபோனதாக குறிப்பிடும் திரு. ஹே-வின் தலையங்கக் கட்டுரையின் விளக்கத்திற்குத்தான் மார்க்ஸ் பதிலளித்துக்கொண்டிருப்பதாக நம்மால் உணர முடிகிறது. ஏனெனில், இக்கட்டுரை தோன்றுவதற்குக் காரணமான தலையங்கக் கட்டுரை நமக்கு கிடைக்கவில்லை. அதை எழுதிய ஆசிரியர் திரு.ஹெ என்பது மட்டும் தெரிகிறது. ஆனாலும், மார்க்ஸ் கொடுத்த மறுப்பிலிருந்து நாம் இதனைத் தெளிவாகவும் புரிந்து கொள்ளமுடிகிறது. அதுமட்டுமில்லாமல் அத்தலையங்கக் கட்டுரையில், எத்தகைய விஞ்ஞான ஆராய்ச்சிக்கும் உட்படுத்தினாலும் கிறிஸ்துவ மதம் அழிக்க முடியாமல் இருக்கிறது என்றும் ஆசிரியர் திரு. ஹெ குறிப்பிட்டிருக்கிறார் என்பதையும் நாம் உணர முடிகிறது. மிக முக்கியமாக மதத்தின் அழிவு ராஜ்ஜியத்தின் அழிவோடு தொடர்புடையதாக ஆசிரியர் திரு.ஹே நிருபிக்க முயற்சி செய்வதிலிருந்து மதத்திற்கு ராஜ்ஜியங்களின் ஆதரவை திரு.ஹே பெற முயற்ச்சிக்கும் சூழ்ச்சியையும் மார்க்ஸ் கண்டிக்கிறார். ஆனால், இந்தியக் கலாச்சாரத்திற்கு இக்கருத்தில் நாம் எடுத்துக் கொள்ளவேண்டியது எது? புராதன காலத்து மக்கள் வாழ்க்கையில் நிரந்தரமான கடவுளைக் கொள்ளாத நிலையில் மக்கள் மேன்மையாகத்தான் வாழ்ந்திருக்கிறார்கள் என்பதை மார்க்ஸ் ஆதாரங்களுடன் விளக்கம் அளித்ததும் நமக்குத் தேவைதான். ஆனால், அடுத்ததாக அவர் கூறியதுதான் இந்தியக் கலாச்சாரத்தின் உயர்வை நாம் எண்ணிப் பார்ப்பதற்கான சூழலை உணரமுடிகிறது. ராஜ்ஜியங்களின் வீழ்ச்சியே மதங்களை வீழ்ச்சியடையச் செய்திருக்கிறது என்கிறார். உண்மையில் அவரின் இந்தக் கண்டுபிடிப்பு தற்போதைய ஐரோப்பாவின் ராஜ்ஜியங்களை நாங்கள் வீழ்த்தினால் உங்கள் மதமும் அழிந்து போகும் என்று எச்சரிக்கை கொடுப்பதாகவும் இருக்கலாம். ஏனெனில் மதங்களின் தவறுகளைக் கண்டறிவது ராஜ்ஜியங்களின் வீழ்ச்சிக்கு வழிவகுக்கும். அத்தவறுகளைக் கண்டுபிடிக்க முயற்சி செய்யமாலிருந்தால் இது

நிகழ்ந்திருக்குமா என்று முடிக்கிறார். ஆனால், நாம் இங்கே முக்கியமாகக் காணவேண்டியது எது? இந்தியக் காலாசாரம் அவர்கள் குறிப்பிடும் புராதன காலத்துக்கும் முற்பட்டவை என்பதற்கு நாம் மாற்றுக் கருத்து கொள்ளத் தேவையில்லை. அப்படியானால் பல ராஜ்யங்கள் வீழ்ச்சிக்குப்பிறகும் இந்துக் காலச்சாரம் எவ்வாறு நீடித்தது. புத்தர் மற்றும் மகாவீர், சாய்பாபா, வள்ளலார் ஆகியோரின் வருகைக்குப்பின்பு அதையும் உள்வாங்கிக் கொண்டு தனித்துவமாக நின்றது எப்படி. உலகின் வேறு மதங்களின் ஆதிக்கம் ராஜ்யங்களின் வடிவில் இந்தியாவில் ஆதிக்கம் செலுத்திய போதும் இந்துக் கலாச்சாரம் சிறிதும் பாதிப்படையாமல் எவ்வாறு நீடித்தது என்பதை நாம் உணர்ந்துள்ளோமா! அதன் உண்மையான காரணம் எதுவென்றால் இந்துக் கலாச்சாரத்தை எந்த நவீன ஆராய்ச்சிக்கு உட்படுத்தினாலும் அதில் நவீனம் இருந்தது. புதுமையை உள்வாங்கும் தன்மையைப் பெற்றிருந்தது என்பது உள்ளங்கை நெல்லிக்கனி போல் நமக்குத் தெளிவாகிறது. இதைத் தவிர இடது சாரியம் வேறு எது என்று கேட்க நம்மிடம் மார்க்ஸ் இன்று உயிரோடில்லை. இதில் சாய்பாபா, வள்ளலார், பரமேஸ்வர் ஆகியோர் எவ்வாறு இந்துக் கலாச்சாரத்தில் இருந்து வேறுபட்டவர்கள் என்கிற ஐயத்தை நீங்கள் கேட்கலாம். உண்மையில் இவர்களின் நடைமுறைகளைப் போன்ற தத்துவங்களைக் கொண்டே மற்ற பிரதேசங்களில் மதங்கள் தோன்றின. ஆனால், இந்தியாவில் இவையனைத்தையும் இந்துக் கலாச்சாரம் தனதாக்கிக் கொண்டது. அதனாலேயே மிக நீண்ட காலத்திற்குப் பிறகு பரமேஸ்வரா உருவாக்கிய லிங்காயத் பிரிவினர் தனி மதம் கோருகின்றனர். அவ்வளவு ஏன்? தமிழர்களின் சிறு தெய்வ வழிபாடு கூட இந்துக் கலாச்சாரத்திற்குள் ஐக்கியமானதும் அவ்வாறே. ஏனெனில், மார்க்ஸ் கூறியதைப் போன்று விஞ்ஞான ரீதியாக எவ்வளவுதான் இந்துக் கலாச்சாரத்தை ஆராய்ச்சி செய்தாலும் அதன் தெய்வவழிபாடு என்பது இயற்கையோடு ஒன்றிப்போன பஞ்ச பூதங்களையே சேரும் என்பதிலிருந்து இந்துக் கலாச்சாரத்திற்கும் புதிய விஞ்ஞான யுகத்திற்குமான தொடர்புகளை நாம் அறியலாம்.

03

மார்க்ஸ் கூறிய அறிவியல் சார்ந்த மதம்

நாம் இடது சாரியத்தின் கருத்தியல்புகளைக் குறித்து அதிலும் முக்கியமாக இந்தியாவில் இடதுசாரியம் என்னும் தலைப்பில் அதை ஆய்வு செய்கின்ற போது ஏன் தொடர்ந்து மதம் குறித்த தகவல்களையே ஆய்வு செய்து கொண்டிருக்கிறோம் என்பதும், மிக முக்கியமாக ஒரு குறியீடாகிறது.

எனவே அதற்கான அடிப்படையைக் கூறாமல் நாம் மேற்கொண்டு நம் ஆய்வை செய்வோமேயானால் இவ்வாய்வே அர்த்தமற்றதாகிவிடும் என்று கருதுகிறோம். நவீன சோஷலிசம் அடிப்படையில் ஒரு மதத்தைப் போன்றே தோன்றியது என்றாலும் நம்மில் எத்தனைபேர் நம்புவோம் என்று நாம் அறிந்திருக்கவில்லை. ஆனால், கார்ல் மார்க்ஸை அறிந்த இன்று உள்ள உலகின் ஏனைய அத்தனை சோஷலிசவாதிகளும் எழுதிய நூல்கள் அனைத்தையும் பார்த்தால் அவை அனைத்தும் கிறித்துவத்திற்கு எதிராகதான் சோஷலிசம் உருவாக்கப்பட்டது என்கிற உண்மையை அறிந்து கொள்ள முடியும் இதற்கான எடுத்துக்காட்டுகளாக நாம் எதை எடுத்துக்கூறுவது. அதன் ஒட்டுமொத்த கருத்துகளும் அப்படித்தான் அமைந்திருக்கின்றன. ஆனால், மிகச் சுலபமாக இந்திய கம்யூனிஸ்ட்டுகள் இதிலிருந்து வேறுபட்ட நிலைக்கு இன்றைக்கு உள்ளாக்கப்பட்டிருக்கிறார்களா என்கிற ஐயம் ஏன் உருவானது. இன்றைய கம்யூனிஸ்டுகள் அல்லது முற்போக்கு வாதிகள் அனைவரும் இந்தியாவில் கிறித்துவம் பகுத்தறிவுக்கும், கம்யூனிசத்திற்கும் எதிரானது அல்ல என்று உறுதியாக நம்பினார்கள்.

ஆனால், இந்து மதம் கம்யூனிசத்திற்கும், முற்போக்கிற்கும் எதிராக உள்ளதாக நம்பத் தொடங்கியதுதான் இதில் வேடிக்கையான

ஒன்று. இது எவ்வாறு உருவாக்கப்பட்டிருக்கலாம் என்றால்? கிறித்துவ மதத்திற்கு எதிராக உருவான மார்க்ஸியக் கருத்துகள் எவ்வாறு மதத்திற்கு எதிரான கருத்துகளைக் கொண்டிருந்ததோ அதைப்போன்ற ஒரு நிலைப்பாட்டை இந்தியாவில் ஏற்படுத்த நினைத்தபோது அதற்கு இந்துக் கலாச்சாரம் இந்து மதமாகத் தெரிந்தது. எனவே அதை எதிர்க்கவேண்டிய கட்டாயம் கம்யூனிஸத் தோழர்களுக்கு ஏற்பட்டது. அத்தகைய நிர்பந்தத்தின் அடிப்படையில் உருவான கோட்பாடே, அவர்களின் கோட்பாட்டை உருவாக்கிய எதிர் மறைக் கோட்பாட்டைக் கொண்ட கிறித்துவம் அவர்களுக்குத் தவறாகத் தெரிவதற்கான வாய்ப்புகளைக் குறைத்துவிட்டது. கம்யூனிஸ்ட்களின் கோட்பாடே காலூன்ற முடியாத இஸ்லாம் அவர்களுக்கு முரண்டபாடான ஒன்றாகத் தெரியவில்லை. ஆனால், அவர்களின் கோட்பாட்டையும் விமர்சனங்களையும் உள்வாங்கிக்கொண்டு அவர்களுக்கு ஆதரவளித்த இந்துக் கலாச்சாரம் அவர்களுக்கு விரோதமானதாக மாறியதுதான் விநோதமான ஒரு நிகழ்வாகத் தெரிகிறது. இத்தனைக்கும் அத்தகைய சோஷலிச சித்தாந்தத்தை ஏற்றுக்கொண்ட தோழர்களை ஐரோப்பாக் கண்டத்தில் கிறித்துவ மதம் வெறுத்த அளவிற்கு இந்தியாவில் இந்துக் கலாச்சாரவாதிகள் கம்யூனிசத் தோழர்களை அந்த அளவுக்கு எதிர்க்கவில்லை என்பதை நாம் நினைவுகொள்ள வேண்டும். அதை இன்னும் ஆழமாக உறுதிப்படுத்தவேண்டுமென்றால் உலகில் நாத்திகவாதிகளை அதிகம் கொண்ட தேசம் இந்தியாதான் என்பதை எவரும் மறுக்கமுடியாது. இந்நடைமுறை மிக நீண்டகாலமாக இந்தியாவில் உள்ளது. இந்தியாவின் புராதன காலத்தின் போர்கள் அனைத்தும் கூட நாத்திகத்திற்கும் ஆத்திகத்திற்குமானவை என்பதை ஆழ்ந்து நோக்கினால் நாம் எத்தகைய முடிவிற்கு வரமுடியும் என்பதையும் அறிந்து கொள்ள முடியும். இதன் இறுதியான முடிவானது. எந்த மதம் அறிவியலை ஏற்றுக்கொள்கிறதோ அந்த மதமே இடது சாரியம். எந்தமதம் நவீனகாலத்துத் தோழர்களை ஏற்றுக் கொள்கிறதோ அந்த மதம் இடது சாரியம் விரும்பும் மதம். இடதுசாரியம் விரும்பும் அத்தனை தகுதிகளிலும் பெரும்பாலான தகுதிகளை ஏனைய மதங்களைவிட இந்துக் கலாச்சாரம் கொண்டிருக்கிறது என்பதை

ஓரளவுக்குப் பார்த்துக்கொண்டிருக்கிறோம் என்று நம்புகிறோம். இதில் குறைகளே இல்லாத அமைப்பை இந்துக் கலாச்சாரம் கொண்டிருக்கிறதா என்பதை நம்மால் கூறமுடியாது. ஆனால், மார்க்ஸின் கூற்றுப்படி மிக நீண்டகாலமாக இந்தப் பூமியில் எந்தப் பாதிப்பும் இல்லாமல் இந்துக் கலாச்சாரம் வாழ்ந்திருக்கிறது என்பது மாத்திரமல்ல. மார்க்ஸின் இறுதியான முடிவின்படி இந்துக் கலாசாரம் அறிவியலின்படி ஆராய்ச்சிக்கு உட்படுத்தினாலே எந்தப் பாதிப்புக்கும் உள்ளாகவில்லை என்பதும் அதன் தனிச்சிறப்பு அதனாலேயே முந்தைய கட்டுரைத்தில் கார்ல் மார்க்ஸ் எழுதிய கட்டுரையிலிருந்து ஒரு பகுதியைக் கொடுத்திருந்தோம். அதே கட்டுரையில் அவர் வேறோர் இடத்தில் இவ்வாறு குறிப்பிடுகிறார்.

"[1]திரு.ஹே. விஞ்ஞான ஆராய்ச்சி என்றுதான் கூறுகிறார். ஆனால், கிறித்துவத்துக்கு முரண்பட்டுச்செல்லும் எந்த ஆராய்ச்சியும் இடை வழியில் நின்றுவிடுகிறது. அல்லது தவறான பாதையில் சென்றுவிடுகிறது என்கிறார். இதை விடவும் விவாதத்தைச் சுலபமாக்கமுடியுமா என்ன?

கிறித்துவம் வெற்றி பெறுவது நிச்சயம்தான் என்றாலும் திரு ஹே.வின் கூற்றுப்படி போலீஸின் உதவியைப் புறக்கணித்துவிட்டால் அதன் வெற்றி அத்தனை நிச்சயமல்ல என்றே சொல்ல வேண்டும்." என்று கூறிய கார்ல் மார்க்ஸ் கூறுவது யாது? கிறித்துவத்துக்கு எதிரான எந்த ஆராய்ச்சியும் முழுமையடையவில்லை அல்லது அதனை இவ்வாறும் கொள்ளலாம். கிறித்துவம் அறிவியலைச் சார்ந்து அமையப்பெறவில்லை என்றும், ஆனாலும் அந்த மதம் வளர்ச்சி பெறும் ராஜ்யங்களின் ஆயுத பலம் கொண்டு என்று முடிக்கிறார்.

இதில் அதே கட்டுரையில் வேறோர் இடத்தில் கார்ல்மார்க்ஸ் இவ்வாறும் கூறுகிறார். அதில் மனித சமூகத்துக்கு ஏற்ற ஒரு அறிவியல் சார்ந்த மதம் எவ்வாறு இருக்க வேண்டும் என்றும் கூறுகிறார்.

"பல்வேறு கூற்றுகளைச் சரிசமமான உரிமைகளோடு ஒரு அரசு ஏற்றுக்கொள்ளுமேயானால் எந்த ஒரு குறிப்பிட்ட கூற்றையும்

---

1 (மதத்தைப் பற்றி மார்க்ஸ்)

மறுத்து மீறிச் சொல்லாமல் அந்த அரசு மதச்சார்புள்ள அரசாக இருக்க இயலாது. மற்றொரு கோட்பாட்டைப் பின்பற்றுபவர்களைப் பதர்களென்று கண்டனம் செய்வதும், ஒவ்வொரு துண்டு ரொட்டியையும் விசவாசத்தைச் சார்ந்து நிற்கச்செய்வதும் தனிப்பட்ட நபர்களாகவும் ராஜ்யத்தின் பிரஜைகளாக வாழும் ஸ்திதியையும் இணைக்கும் இணைப்பாகக் கோட்பாட்டை ஆக்குவதுமான ஒன்று ஒரு திருச்சபையாக இருக்க இயலாது. ஏழைப்பட்ட பசிய எரினைச் சேர்ந்த கத்தோலிக்கக் குடியிருப்பாளர்களைக் கேளுங்கள், பிரெஞ்சுப்புரட்சிக்கு முன்னிருந்த ஹ்யூக்னாட்ஸைக் கேளுங்கள், அவர்கள் மதத்திடம் முறையிடவில்லை. ஏனெனில், அவர்களது மதம் அரசாங்கத்தின் மதமாக இருக்கவில்லை. அவர்கள் மனித குலத்தின் உரிமைகளிடம் முறையிட்டார்கள். தத்துவமோ மனித குலத்தின் உரிமைகளை அர்த்தப்படுத்துகிறது. அரசாங்கம் என்பது மனித இயற்கையின் அரசாங்கமாக இருக்கவேண்டுமெனக் கோருகிறது." என்று மார்க்ஸ் அக்கட்டுரையின் மற்றோர் இடத்தில் கூறுகிறார்.

இதில் குடியானவர்கள் மனித குலத்தின் உரிமைகளிடம் முறையிட்டதாகவும், அத்தகையது தத்துவங்களே அறிவியலாக அடையாளப்படுத்தியிருப்பதாக மார்க்ஸ் கூறுகிறார் இதில் அறிவியலாக அவர் பகுத்தறிவைக் கூறியிருக்கலாம் என்றும் ஒரு சாரர் கூறலாம். மற்றொரு தரப்பினரோ மக்களின் அடிப்படை உரிமைகள் என்றும் கொள்ளலாம். ஆனால், மதத்தை ஆய்வுபடுத்தும் அப்பதத்தில் நாம் அக்கூற்றுகளை அவ்வாறு எப்படிக் கொள்ளமுடியும். இந்துக் கலாசாரத்தில் அதன் மக்கள் இயற்கையான நீர், காற்று, நிலம், நெருப்பு, ஆகாயம் ஆகாயத்திலிருந்த ஒன்பது சூரியக் குடும்பக்கோள்கள், ஓடும் நதி, ஆற்றல் தரும் மரங்கள், கடல் முதலிய இயற்கையிடமோ அல்லது அதன் வடிவத்தில் அமைந்த இறைவனிடமோதான் தங்களைக் காக்கும்படி முறையிட்டார்கள் என்பதிலிருந்து இந்துக் கலாச்சாரம் அறிவியலின் ஆராய்ச்சிக்கு உட்படுத்தபட்டாலும் இடது சாரியத்திற்கு ஏற்ற கொள்கைகளைக் கொண்டிருக்கிறது என்பதாகத்தான் இந்த இடத்தில் மார்க்ஸின் கருத்தைப் பொருத்திப் பார்ப்பது அனைத்து தேடல்களிலும் சிறந்ததாக இருக்க முடியும்.

04

எங்கெல்சின் பார்வையில் சோஷலிசம்

மதமே, இடதுசாரியம் என்கிற தத்துவம் தோன்றுவதற்கு மூலகாரணம் என்பதையும்விட இடதுசாரியமே ஒரு மதத்தைப் போன்று மக்களை மாற்றுவதற்கு முயற்சி செய்யும் தத்துவமாக வளர்ந்த ஒரு கலாச்சார வாழ்வு என்பதை நம்மில் அநேகர் நம்ப முடியுமா? ஆனால், நம்பித்தான் ஆக வேண்டும். ஆனால், துரதிருஷ்டவசமாக இடதுசாரியத்தின் மூலத்தை உருவாக்கிய மார்க்ஸும், எங்கெல்சும் நவீன காலத்தில் வாழ்ந்துவிட்டார்கள் என்பதே அதனை ஒரு இயக்கமாக மாற்றியது. இல்லாது போனால், இடதுசாரியம் ஒரு மதத்தைப் போன்றும் அதன் குருவாக மார்க்ஸும், எங்கெல்சும் இருந்து இருப்பார்கள் என்பதே உண்மை. காந்தி கூட நவீன உலகில் தோன்றியதால்தான் அவரின் கருத்தும் கூட காந்தியிசம் ஆனது, இல்லையேல், காந்தியும் புத்தரைப் போன்று ஒரு தனிக் கடவுளாக உருமாற்றப்பட்டிருப்பார் என்பதை நாம் நம்பித்தான் ஆக வேண்டும்.

இதைப்பொறுத்துத்தான் நாம் இதுவரை இந்தியக் கலாச்சாரம் எது என்பது குறித்து ஆய்வின் முடிவுகளை தெளிவுப்படுத்தியிருந்தோம். இறுதியாக நாம் மார்க்ஸின் கருத்துப்படி எந்த மதம், புராணகாலத்திலிருந்து மிக நீண்ட பயணம் செய்திருக்கிறதோ அந்த மதம் நவீன கருத்துகளை உள்வாங்கும் மதம் என்னும் முடிவுக்கும் நாம் வரலாம். அதாவது அறிவியல் பூர்வமான நவீன உலகத் தத்துவங்களை ஏற்றுக்கொள்ளும் எந்தக் கலாச்சார வாழ்வு முறையும், அவ்வளவு சுலபமாக வீழ்ச்சியடையாது என்னும் மார்க்ஸின் கருத்தைப் பொறுத்ததைப் போன்று ஆகவேதான்

அவர்கள் கிறித்துவத்துக்கு எதிராக இடதுசாரியத்தைக் கொண்டு வந்தார்கள். இதன் கருத்தை பிரடெரிக் எங்கெல்ஸ் "ஆரம்பக் காலக் கிறித்தவத்தின்[1] சரித்திரம் பற்றி மதங்களைப் பற்றி மார்க்ஸ்" என்னும் கட்டுரையில் மிகத் தெளிவாகக் குறிப்பிடுகிறார்.

அதில் பிரடெரிக் எங்கெல்ஸ் "ஆரம்பகாலக் கிறிஸ்தவத்தின் சரித்திரமானது நவீனகாலத் தொழிலாளி வர்க்க இயக்கத்தோடு ஒப்புவமையான குறிப்பிடத்தக்க அம்சங்களைக் கொண்டிருக்கிறது. பின்னர் சொல்லப்பட்ட இயக்கம்போன்று கிறிஸ்துவ மூலாரம்பத்தில் அடக்கப்பட்ட மக்களின் ஒரு இயக்கமாகவே இருந்தது. முதலில் அது அடிமைகளின் விடுதலைபெற்ற அடிமைகளின் எல்லா உரிமைகளையும் இழந்த ஏழைமக்களின் ரோமாபுரியினால் அடக்கியாளப்பட்ட அல்லது கலைத்து விரட்டப்பெற்ற மக்களின் மதமாகத்தான் தோன்றியது. கிறித்துவம் தொழிலாளர்களின் இயக்கம் இரண்டுமே அடிமைத்தனத்திலிருந்தும் வறுமையிலிருந்தும் எதிர்காலத்தில் வரப்போகும் விமோசனத்தையே உபதேசம் செய்கின்றன. கிறித்துவம் இந்த விமோசனத்தை மரணத்திற்குப்பின்னர் பரமண்டலத்திலுள்ள அப்பாற்பட்ட வாழ்க்கையொன்றில் காண்கிறது. சோசலிசமோ அது இந்த உலகத்தில் சமுதாயத்தின் ஒரு மாற்றத்தில் காண்கிறது. இரண்டுமே அடக்குமுறைக்கும் சித்ரவதைக்கும் ஆளாயின. அவற்றின் ஆதரவாளர்களும் நிந்தனைக்கு ஆளானார்கள். தனிப்பட்ட சட்டங்களுக்குரிய பொருளாய் ஆக்கப்பட்டார்கள். முன்னவர்கள் மனித இனத்துக்கே எதிரிகளென்றும் பின்னவர்கள் அரசாங்கம், மதம், குடும்பம், சமுதாயமுறை எல்லாவற்றுக்கும் எதிரிகளென்றும் மதிக்கப்பட்டார்கள். எல்லா அடக்குமுறைகளும் இருந்த போதிலும், இல்லை அவற்றாலேயே அவை தூண்டப்பட்டும் கூட அவை தடுக்க முடியாதவாறு வெற்றிகரமாக முன்னேறின. கிறித்துவம்தோன்றி முன்னூறு வருஷங்களுக்குப் பின்னர் அது ரோமானிய உலக சாம்ராஜ்யத்தின் அரசாங்க மதமாக அங்கீகரிக்கப்பட்டது. சரியாக அறுபது வருஷங்களிலேயே சோசலிசம் தானகவே ஒரு ஸ்தானத்தை எட்டிப் பிடித்து விட்டது. அதுவே அதன் வெற்றியையும் சர்வ நிச்சயமாக்குகிறது.

---

1 மதத்தைப் பற்றி மார்க்ஸ்

எனவே, பேராசிரியர் ஆண்டன் மேன்ஜெர் தமது உழைப்பின் பூரண உற்பத்திக்கு உரிமை என்ற நூலில் ரோமானியர் சக்கரவர்த்திகளின் கீழ் ஏராளமான நிலவுடமைச் சொத்து குவிந்திருந்தும் கிட்டதட்ட முழுமையும் அடிமைகளாலேயே ஆன அந்தக் காலத்துத் தொழிலாளர் வர்க்கம் எல்லையற்ற துன்பங்களை அனுபவிக்க நேர்ந்தும் ரோமானிய சாம்ராஜ்யத்தின் வீழ்ச்சியோடு மேலை நாட்டில் சோசலிசம் ஏன் தொடர்ந்து வரவில்லை என்று அதிசயிக்கிறார். இந்த சோசலிசமானது அந்தக்காலத்திலே அதற்குச் சாத்தியமான அளவுக்கு உண்மையில் இருக்கத்தான் செய்தது. அதில் கிறித்துவ மேலாதிக்கம் கூட வகித்தது என்ற உண்மை அவர் காண முடியாததுதான் இதற்குக் காரணமாகும். இந்தக் கிறிஸ்துவமானது சரித்திரப்பூர்வமான நிலைமைகளுக்குக் கட்டுப்பட்டிருந்த நிலைமையில் இந்த உலகத்திலே சமுதாய மாற்றத்தை நிறைவேற்ற விரும்பவில்லை மாறாக அதற்கப்பால் பரலோகத்தில் மரணத்துக்குப் பின்னுள்ள கிறிஸ்தவ வாழ்க்கையில் வரப்போகும் தேவக்குமாரரின் ஆட்சியில்தான் அதனை நிறைவேற்ற விரும்பியது."

என்கிற எங்கெல்சின் இக்கூற்று மிகத் தெளிவாக நாம் கொண்ட கருத்துகு வலுசேர்க்கிறது. இவை மிகத் தெளிவாகவே புரிவதனால் நாம் விளக்கமேதும் கொடுக்கத் தேவையில்லை. ஆனால், மிகத் தெளிவாக ஒன்றை நாம் புரிந்து கொள்ளவும் வேண்டும்தான். எங்கெல்ஸின் இக்கூற்றிலிருந்து இறுதியாக நாம் அறிவது, கிறித்துவ மதம் வளர்ச்சியடைந்தபோது, மக்களை கொடுமைப்படுத்திய ரோமானிய சாம்ராஜ்யம் வீழ்ச்சியடைந்த போதும், ஏன் சோஷலிசம் மேற்கொண்டு வளரவில்லை என்று கேட்டிருக்கிறார். அதற்கான உண்மையான காரணமாக அவர் கிறித்துவம் துன்பப்படும் ஏழைகளுக்குப் பரலோகத்தில் மகிழ்ச்சியான வாழ்க்கை காத்திருப்பதாக நம்பவைத்ததுதான் காரணம் என்று அவர் முடித்திருந்தாலும் அது மட்டுமே காரணமா என்பதையும் நாம் பார்க்க வேண்டும். அதே பத்தியில் அவர் வேறோர் இடத்தில் கூறியதே இதன் உண்மையான காரணமென்று மார்க்ஸ் கூறுகிறார். அதாவது கிறித்துவம் தோன்றிய 300 வருடங்களுக்குப் பிறகு அம்மதம் ரோமானிய சாம்ராஜ்யத்தின் உலக மதமாக அங்கீகரிக்கப்பட்டதாக எங்கெல்ஸ் கூறியதுதான்

கிறித்துவத்தின் வாயிலாக சோஷலிசம் வளர முடியாமல் போனதற்கான உண்மையான காரணம். இதைத்தான் முந்தைய அத்தியாத்தில் மார்க்ஸ் கூறியதாக நாம் பார்த்தோம். அதாவது ராஜ்யங்களே மதங்களை வளர்க்கின்றன என்னும் பதம் அல்லது போலீஸின் உதவியோடு மதம் பாதுகாக்கப்படும் என்கிற எந்த கருத்தானாலும் சரியே.

ஆனால், நாம் வேறொன்றையும் இப்போது உற்று நோக்க வேண்டும். நாம் முதல் கட்டுரையில் கூறிய பழைய கருத்தியல்கள் தான் அவை. இந்துக் கலாச்சாரமோ 700 வருடங்களாக அந்நிய மத ஆட்சியாளர்களின் கைப்பிடியில் இருந்தும் கூட அக்கலாச்சாரம் ஏன் சிறிதளவும் பாதிப்படையவில்லை என்றால் அக்கலாச்சாரம் மக்களின் கலாச்சாரமாக நவீனத்தை ஏற்றுக்கொள்ளும் கலாச்சாரமாக இருந்ததே தவிர ராஜ்யங்களின் பிடியில் இருந்த கலாச்சாரமாக இருக்கவில்லை. அப்படியென்றால் இந்துக் கலாச்சாரத்தில் இடது சாரியத்திற்கான வேலையே இல்லை என்று கூறுகிறீர்களா என்னும் கேள்வி இப்போது நியாயமாக எழுந்து விடும். அது அவ்வாறும் இல்லை என்பதை அடுத்த கட்டுரையில் பார்ப்போம்.

05

இந்தியாவின் சாதிய அமைப்பைக் கூறிய மார்க்ஸ்

இந்தியாவில் இடதுசாரியம் என்னும் இக்கட்டுரைத் தொகுப்பில் மதம் குறித்த ஆய்வினை ஏன் வைக்கிறோம் என்பதற்கான விளக்கத்தினைச் சென்ற கட்டுரையில் நாம் முழுமையாகப் பார்த்தோம். அதே நேரம் இந்துக் கலாச்சாரத்தில் இடது சாரியம் தேவைகளை பெற்றிருக்கவில்லையென்று நம்மால் கூறமுடியுமா. நிச்சயமாக முடியாது. உலகில் இடது சாரியத்தின் பல்வேறு கோணங்களில் உருவான தத்துவங்களில் மார்க்ஸியமே மிக முக்கியமானதாக இருக்கிறது. அத்தகைய மார்க்ஸியம் கூறுவது யாது? மதத்தில் உள்ள கடவுளையே மையப்படுத்தி அனைத்திற்குமான தீர்வுகளாக முன்னிறுத்துவது பகுத்தறிவுக்கு ஒவ்வாத விஷயம் மட்டுமல்ல. இதிலிருந்து மனித சமூகத்தை வெளிக்கொண்டு வருவதிலும் சிரமம் இருப்பதாகக் கூறுகிறது. அதே மார்க்ஸியம் இந்திய அளவிலான கருத்துகளை எவ்வாறு முன்வைக்கிறது என்பதையே இந்துக் கலாச்சாரத்தில் உள்ள பலகீனங்களாக நாம் கொள்ள வேண்டும். அதற்கு அதுமட்டுமே காரணமும் அல்ல. இங்குள்ள பூர்ஷ்வா இனங்கள் நம் இன வேறுபாடுகளை பாதுகாக்கும் வர்ணாசிரமக் கொள்கைகளையும், அதன் தலைமை இனத்தையும் இறுதியாகக் கொள்ள வேண்டிய நிர்பந்தமும் கூட நமக்கு ஏற்படத்தான் செய்கிறது. இந்துக் கலாச்சாரத்தில் இடது சாரியத்தின் எந்தப் பிரிவின் கோட்பாடும் செயல்படுவதற்கான தேவையின் காரணத்தைத் தேடிய போது அதன் கடவுளோ, அதன் வாழ்வு முறையோ நிச்சயமாகக் காரணமாகத் தெரியவில்லை. ஒரு சிலரால், அவ்வாழ்வு முறையில் புகுத்தப்பட்ட இனவேறுபாடு அதற்கு வழிவகுத்தது என்பதே உண்மை.

ஏனெனில், இடது சாரியத்தின் மிகப் பலம் வாய்ந்த மூலக்கூறுகளை உருவாக்கிய மார்க்ஸியத்தில்; நாம் தேடிய வரையில் பெரும்பாலான எந்தப் பகுதியிலும், அதன் கலாச்சார வாழ்வு முறையையோ, அதன் கடவுளமைப்பையோ குறை காணவில்லை. பிரிட்டிஷ் ஏகாதிபத்திய ஆட்சி முறையை மட்டுமே பெரும்பாலும் கூறியிருக்கிறார். ஆனால், அதன் இன வேறுபாடுகளைச் சாதியக் கட்டமைப்பை, பிராமண அதிகார பீடத்தை விமர்சனம் செய்திருக்கிறது. மதத்தைப் பற்றி என்னும் மார்க்ஸின் கட்டுரைகளைத் தமிழாக்கம் செய்து ரகுநாதன் எழுதியிருக்கும் நூலில் நாம் இதற்கு முன்பும் பார்த்த மார்க்ஸின் அதே கட்டுரையில் ஓரிடத்தில் இதனை இவ்வாறு மார்க்ஸ் தெரிவிக்கிறார்.

“[1]உங்களது கருத்துக்கு ஒப்பத்தான் விஞ்ஞான ஆராய்ச்சியும் செல்கிறது என்ற கருத்தை முன்கூட்டியே தீர்மானித்துக் கொண்டுவிட்டால், பின்னர் தீர்க்கதரிசனங்களை வழங்கிக்கொண்டு போவதிலும் உங்களுக்குச் சிரமமிருக்கப் போவதில்லை. ஆனால், வேதங்களைப்படிக்கும் உரிமையைத் தனக்கு மட்டுமே வைத்துக்கொண்டே வேதங்களில் புனிதத்தன்மையை நிருபிக்கும் இந்திய நாட்டுப்பிராமணனைப் பொறுத்தவரையிலும் உங்கள் நிர்ணயிப்பு என்ன பயன் விளைவிக்க இயலும்.”

மார்க்ஸின் இந்தக் கூற்று எதைத் தெரிவிக்கிறது. இந்தியாவில் உள்ள பிராமண பூர்ஷ்வா இனம் அதன் கலாச்சார வாழ்வில் கொண்டிருக்கிற ஆளுமையை அவர் கண்டிக்க விரும்புவதைக் காட்டிலும், கிறிஸ்துவ மதம் விஞ்ஞான ஆராய்ச்சிக்கு உட்படுத்தப்படுவதும், அதன் கொள்கைகளும், அதைப் பொறுத்து நீங்கள் வழங்க விரும்புகின்ற தீர்க்கதரிசனங்களும் நீங்கள் விரும்பியபடியே நடந்தால், அதனால் என்ன பயன் ஏற்படவேண்டும் என்பதைக் காட்டிலும், இவ்வாறு நீங்கள் கிறித்துவ மதத்தை நியாயப்படுத்த விரும்புகின்ற போது இந்தியாவில் பிராமணர்களின் செயல்பாடுகளில் மட்டும் நியாயமிருக்கவில்லை என்கிற உங்கள் கொள்கையில் நியாயமிருக்குமா என்றே அவர் கேட்டிருக்கிறார். அவ்வாறான ஒரு சூழலில் நீங்கள் இந்துக் கலாச்சாரத்தை விட கிறித்துவ மதம் எவ்வகையிலும் நவீனமானது என்று கூறுவதற்கான வாய்ப்பில்லை என்றே வாதிட்டிருக்கிறார்.

1 மதத்தைப் பற்றி மார்க்ஸ்

ஆனாலும், இந்துக் கலாச்சாரத்தில், இடது சாரியத்தின் மூல வேரான மார்க்ஸியம் நுழைவதற்கான வாய்ப்பாக பிராமணியம் இருப்பதை ஒரு வழியாக நாம் ஒப்புக்கொள்ளத்தானே வேண்டும். அதே நேரம், நாம் உண்மையாக நம்மைச் சுயபரிசோதனை செய்து கொள்ளும்போது, அவ்வாறான ஒரு நிலை பிராமணியத்தோடு மட்டும் முடிந்து விடுவதாக ஆகிவிடுமா? கிறித்துவ மதம், பிராமணியத்தைக் குறை கூறுவதில் நியாயமில்லை என்ற மார்க்ஸின் கூற்று எவ்வாறு நியாயமானதாக இருக்கிறதோ, அவ்வாறாக மனுதர்மத்தில் உள்ள மற்ற ஜாதியர், இந்த நவீன யுகத்தில் பிராமணரை மட்டும் குறை காண்பதிலும் இருக்கிறது என்பதுதானே அதன் உண்மை நிலையாக இருக்க முடியும்.

ஆனாலும் கூட இவை இந்தியர்களை சுயபரிசோதனை செய்து கொள்வதற்கான உண்மைநிலையை அறிந்து கொள்வதற்காக நினைவூட்டப்பட்டவைகளே. ஏனெனில் மார்க்ஸ் அந்தக் காலங்களிலேயே, கிறித்துவ மதத்தின் பகுத்தறிவு நிலைதான் கேள்விக்குறியானது என்று உறுதியாக நம்பினார். ஆனால், இந்துக் கலாச்சாரத்தில் உள்ள சாதியக் கட்டுமானத்தை விஞ்ஞானத்தின் வழித்தடம் மாற்றிவிடும் என்றும் நம்பினார். அதனை அவர் இந்தியாவைப் பற்றி மார்க்ஸ் இவ்வாறு பதிவு செய்கிறார். 1853 ஆகஸ்டு மாதம் 8-ஆந்தேதி நியூயார்க், டெல்லி டிரிபியூன் இதழில் இந்தியாவில் எதிர்காலத்தில் ஏற்படப்போகும் விளைவுகள் என்னும் கட்டுரையில் ஓரிடத்தில் இவ்வாறு கூறுகிறார்.

"[1] இந்தியாவின் முன்னேற்றத்துக்கும், இந்தியாவின் அறிவு ஆற்றலுக்கும் மிக முக்கியமான முட்டுக்கட்டையாக இருக்கும் இந்தியச் சாதிகளுக்கு அஸ்திகட்டுரைமாக விளங்கும் பரம்பரைக்குலத்தொழில் பிரிவினைகளை, இருப்புப்பாதைகளை அமைப்பதிலிருந்து உருவாக்கப்படும் நவீன இயந்திரத் தொழில்கள் கலைத்துவிடும்.

எது எப்படி இருந்தாலும் சரி, அந்த மகத்தான, கவர்ச்சிகரமான தேசம் ஏறக்குறைய தூரத்திலுள்ள ஒரு காலத்தில் மறு மலர்ச்சியடைகட்டுரை'கள் என்று நாம் நிச்சயமாக எதிர்பார்க்கலாம். அந்த நாட்டில் கீழ்த்தட்டில் உள்ள மக்கள்

1 இந்தியாவைப் பற்றி மார்க்ஸ் கார்ல் மார்க்ஸ்

உள்பட, நற்குணங்கள் படைத்த சுதேசிகள் சால்டிகோவ் இளவரசர் கூறியதுபோல், இத்தாலியர்களைக் காட்டிலும் அதிகமாகப் புத்தி கூர்மையுள்ளவர்களாகவும் திறமை வாய்ந்தவர்களாகவும் இருக்கிறார்கள்.' அவர்களிடம் பணிந்து போகும் குணம் இருக்கிறதே அதை ஈடுசெய்யும் முறையில் அவர்களிடம் ஒருவிதமான அமைதியான பெருந்தன்மை இருக்கிறது. அவர்களிடம் இயற்கையாகவே சோர்வும் தளர்ச்சியும் இருந்தாலும் கூட, அவர்கள் காட்டிய வீரதீரம் பிரிட்டிஷ் அதிகாரிகளை வியக்கச் செய்திருக்கிறது. அவர்கள் தேசம் நமது மொழிகளுக்கும், நமது மதங்களுக்கும் பிறப்பிடமாகத் திகழ்கிறது. அந்த தேசத்திலுள்ள காட்சிகள் பண்டைய ஜெர்மனியர்களையும், பிராமணர்கள் பண்டைக்கால கிரேக்கர்களையும் பிரதிநிதித்துவப்படுத்துகிறார்கள்.

முடிவுரையில் சில முக்கியமான விஷயங்களைச் சொல்லாமல் இந்தியா பற்றிய பிரச்சனையை விட்டு நாம் பிரியமுடியாது.

முதலாளித்துவ நாகரிகம் தாயகத்தில் கௌரவமான ஆடைகளை அணிந்துகொண்டு, அதே சமயத்தில் காலனிகளில் அம்மணமாக நடமாடுவதால் அதன் ஆழமான கபட நாடகமும், இயற்கையாகவே உள்ள காட்டுமிராண்டித்தன வேஷம் கலைக்கப்பட்டு, அதன் உண்மையான உருவம் நம் கண்களுக்குத் தெரிகிறது. அவர்கள் சொத்துகளின் பாதுகாவலர்கள் என்பது உண்மையே. ஆனால், வங்காளத்திலும், சென்னையிலும், பம்பாயிலும் நடந்ததைப்போன்ற ஒரு விவசாயப் புரட்சியை எந்தப் புரட்சிகரமான கட்சியாவது எந்தக் காலத்திலாவது தோற்றுவித்திருக்கிறதா?" என்கிற மார்ஸ்சின் இந்தக் கருத்தியல் அவர் என்ன கூறினார் என்கிற விளக்கத்தினைப் பார்ப்பதற்கு முன்பு இதே கருத்தினை அவர் வேறோர் இடத்தில் கூறியதையும் பார்ப்போம். 1853-இல் ஜூலை 12-இல் அதே நியூயார்க் இந்தியாவைப் பற்றி மார்க்ஸ் டெய்லி டிரிபினுள் இதழில் எழுதிய 'கிழக்கு இந்திய கம்பெனி பிரச்சனை' என்னும் கட்டுரையில் இவ்வாறு கூறுகிறார்.

"[1]திரு. காம்பெல் கூறியதை நாம் நம்பவேண்டும் என்று நினைக்கிறேன். அதாவது இந்திய சுதேச மன்னர்கள் உயர்ந்த

---

1 இந்தியாவைப் பற்றி மார்க்ஸ்

பதவிகளுக்கு அருகதையற்றவர்கள் என்றும், புதிய தேவைகளைப் பூர்த்தி செய்ய ஒரு புதிய வர்க்கத்தை சிருஷ்டிக்கவேண்டிய அவசியம் ஏற்பட்டிருக்கிறது என்றும், புத்திசாலிகளாகவும், கற்றுக் கொள்வதில் ஆர்வமுள்ளவர்களாகவும் இருக்கிற தரக்குறைவான வர்க்கங்களிலிருந்து இந்தப் புதிய வர்க்கத்தை உருவாக்கலாம் என்றும், இந்தியாவைத்தவிர வேறுஎந்த நாட்டிலும் இத்தகைய ஒரு வர்க்கத்தைச் சிருஷ்டிக்க முடியாது" என்றும் மார்க்ஸ் வேறொரு கட்டுரையின் மூலம் தெரிவிக்கிறார்.

இவ்விரண்டு கட்டுரைகளும் இந்தியாவைப் பற்றி கார்ல் மார்க்ஸ் என்னும் தலைப்பில் வெளிவந்திருக்கும் மொழி பெயர்ப்பில் வெளிவந்திருக்கின்றன. இதில் அவர் என்ன கூறியிருக்கிறார். நாம் முந்தைய அத்தியாயங்களில் வாதாடிய கருத்தைத்தான் மார்க்ஸ் தெளிவாகக் கூறியிருக்கிறார். அதாவது இந்தியாவில் சாதி அமைப்பை நவீன விஞ்ஞானத்தின் வளர்ச்சி அழித்துவிடும் என்கிறார். அதற்குப்பிறகு இந்தியாவின் வளர்ச்சி அபரிதமான ஒன்றாக மாறிவிடும் என்கிறார். அதுமட்டுமல்லாமல் இந்தியாவில் வங்காளத்திலும், பம்பாயிலும், மதராஸிலும் இயற்கையாகவே ஏற்பட்ட விவசாயிகளின் புரட்சியைப் போன்று உலகின் ஏனைய பகுதிகளில் நடந்திருக்கிறதா என்றும் கேட்டிருக்கிறார். அதன் அர்த்தம் எதுவெனில், இந்தியர்கள் எவ்வித தத்துவங்களும் தேவைப்படாமலேயே இயற்கையான போராட்ட குணத்தைக் கொண்டவர்கள் என்பதுதான். அதுமட்டுமல்ல, இந்தியாவில்தான் மிகவும் கீழ்நிலையில் உள்ளவர்களைப் படிப்பறிவைக் கொண்டு மேம்படுத்தும் சூழ்நிலையும் இயற்கையாகவே உலகில் எங்கும் காணமுடியாத அளவில் உள்ளது என்கிறார். அதுமட்டுமல்லாமல், மதத்தைப் பற்றி என்னும் நூலில் திரு.ஹே-விடம் உங்கள் ஆராய்ச்சியைப் பற்றிய நியாயம் இந்திய பிராமண அமைப்பைப் பொறுத்து எவ்வாறு இருக்கிறது என்கிற மார்க்ஸின் கேள்வி 1842-ஆம் ஆண்டில் கேட்கப்பட்டிருக்கிறது. ஆனால், 1853-ஆம் ஆண்டில் அதே கேள்வியின் வேறொரு முகம் ஏகாதிபத்தியத்தை நோக்கித் திரும்பியிருக்கிறது. அதாவது 1842ஆம் ஆண்டில் மதத்தைப் பொறுத்தவரை நீங்கள் இந்திய பிராமண முறையை எதிர்த்தால், கிறிஸ்துவ மதம் ஆராய்ச்சிக்கு உட்படுத்தப்படுகின்ற போது அதன் சாராம்சம் இதிலும் இருப்பது தெரியவில்லையா

என்கிற மார்க்ஸின் கேள்வி 1853-ஆம் ஆண்டில் பிரிட்டிஷர் சொந்த தேசத்தில் நாகரீகமாக வாழ்ந்துகொண்டு நல்லவர்களைப்போல் நடித்துக்கொண்டு இந்தியாவில் காட்டுமிராண்டிகளாக வாழ்கிறார்கள் என்கிறார் மார்க்ஸ். ஆக இதன் இரண்டு கேள்விகளும் ஒரே நேர்கோட்டில்தான் செல்கின்றன. இதனையெல்லாம் ஆதாரமாகக் கொண்டே உலகத்தின் எந்த நவீனத்திற்கும் இந்தியா சில முறைகளைத் தவிர்த்துக் குறைந்துவிடவில்லை என்கிற நமது ஆய்வின் கருத்துகளை இந்துக் கலாச்சாரம் நவீனங்களை மிக நீண்ட காலமாக வரவேற்றிருக்கிறது என்பதற்கான ஆய்வுகளின் முடிவுகளாக வரையறுத்தோம். அதன் உண்மைகளை நாம் ஒருவாறு இப்போது அறிந்திருக்கலாம்.

06

மதத்தை மற, மனிதனை நினை -
உருவான லெனினின் கொள்கை

இந்துக் கலாச்சாரத்தில் இடதுசாரியத்தின் கொள்கை வேர்கள் தேவைப்படுவதற்கான வாய்ப்புகளே இல்லையா என்று இந்நூலை வாசித்துக் கொண்டிருக்கும் எவருக்காவது ஒரு சந்தேகம் எழுந்திருக்கலாம் அல்லது நாம் இந்துக் கலாச்சாரத்திற்கு வக்காலத்து வாங்கிக்கொண்டிருக்கிறோமா? என்கிற ஐயமும் ஏற்பட்டிருக்கலாம். ஆனால், நாம் அவ்வாறு இல்லையென்பதையும் உண்மைநிலைகளை நமது ஆய்வுக்கு எட்டிய வரையிலும் எழுதிக்கொண்டிருக்கிறோம் என்பதை மிகத் தெளிவாக கடந்த கட்டுரையில் கூறியிருந்தோம். ஆம், உண்மையில் வேறெங்கு உள்ளதைக் காட்டிலும், இந்துக் கலாச்சாரத்தின் இந்த உட்பிரிவுகள் இடது சாரியத்தின் தேவையை அதிகரிக்கவே செய்யும் என்பதை நாம் மனசாட்சியின்படி ஒப்புக் கொள்ளவே செய்வோம். அவ்வாறு உள்ள நிலையிலும், இந்துக் கலாச்சாரக் கடவுள் கொள்கை என்பது வேறெங்கு உள்ளதைக் காட்டிலும், இடது சாரியத்தின் சார்பிலான ஒன்றுதான் என்றும் நாம் வாதிடவே செய்வோம். இவ்வாறான ஒரு நிலையில், இந்தக் கருத்தினை இந்தியச் சூழ்நிலைக்கேற்றவாறான முறையில் நாம் கூறிடுவதற்கு முன்பு மதம் தொடர்பான லெனின் கருத்துகள் என்ன என்பதையும் அவ்வாறான முடிவுகளின் தொடக்கம், இந்திய அரசியலில் எவ்வாறு வேரூன்றியது என்பதையும் நாம் சிறிது பார்க்கத்தான் வேண்டியுள்ளது. மார்க்சும், எங்கெல்சும் மதத்தை அழிப்பதால் மட்டுமே, இடதுசாரியக் கொள்கை வலுப்பெறும் என்று அமைத்த கோட்பாட்டு மாறுதல் வேண்டியவர் சோஷலிசமும் மதமும் கட்டுரை மாறுதலைக் கொண்டு லெனின். அவர் சோஷலிசமும்

மதமும் என்ற கட்டுரையை நெவொயாஜிசின் இதழ் 28, டிசம்பர் 3.1.1905 ஆம் ஆண்டு வெளியிட்டிருக்கிறார். அது தொகுப்பு நூல்கள் பாகம் 10இல் பக்கம் 83-87-ல் வெளிவந்திருக்கிறது. அதில் அவர் இவ்வாறு எழுதியிருக்கிறார்.

("[1]மதம் என்பது ஒரு மனிதனின் தனிப்பட்ட விவகாரம் என்று பிரகடனப்படுத்த வேண்டும்.) இந்தச் சொற்களில் சோஷலிஸ்டுகள், மதத்தின்பால் தங்களுடைய மனப்பான்மை என்ன என்பதைப் பொதுவாக வெளிப்படுத்துகிறார்ககள். ஆனால், எத்தகைய தவறான எண்ணமும் ஏற்படாமல் தவிர்ப்பதற்காக இந்தச் சொற்களின் அர்த்தத்தை மிகத்துல்லியமாக வரையறுக்க வேண்டும். அரசாங்கத்தைப் பொறுத்த வரையில் மதம் தனிப்பட்ட விவகாரமாகக் கொள்ளப்பட வேண்டும் என்று நாம் கோருகிறோம். ஆனால், கட்சியைப் பொறுத்த வரையில் மதத்தை ஒரு தனிப்பட்ட விவகாரமாக எந்தக் காரணத்தை கொண்டும் கருதமுடியாது. மதம் அரசாங்கத்தின் சார்புடையதாக, தொடர்பு கொண்டதாக இருக்கக் கூடாது. மத சம்பந்தமான ஸ்தாபனங்கள் சர்க்கார் அதிகாரத்துடன் எவ்விதத் தொடர்பும் கொண்டிருக்கக் கூடாது. (எவருக்கும் எந்த மதத்தைத் தழுவுவதற்கும் பரிபூரண உரிமை உண்டு. எந்த மதத்தையும் தழுவாமல் அதாவது நாத்திகனாக இருக்கவும் உரிமை உண்டு. ஒவ்வொரு சோஷலிஸ்டும் பொதுவாக ஒரு நாத்திகனாகத்தான் இருக்கிறார்கள்.) மதத்தழுவலின் காரணமாய் மக்களிடையில் பாகுபாடு காட்டப்படுவது எந்தக் காரணத்தைக் கொண்டும் ஏற்றுக் கொள்ள முடியாததாகும். அதைச் சிறிதும் சகித்துக் கொள்ள முடியாது" என்னும் லெனினின் கருத்து அதே கட்டுரையின் நீண்ட பகுதியின் வேறொரு பகுதியில் இவ்வாறும் நீண்டு செல்கிறது.

"நாம் நமது கட்சியின் வேலைத்திட்டத்தில் நாம் நாத்திகர்கள் என்று ஏன் பிரகடனம் செய்யவில்லை? கிறித்துவ நம்பிக்கை கொண்டுள்ளவர்களையும், இதர மத நம்பிக்கை கொண்டுள்ள வர்களையும் நமது கட்சியில் சேருவதை நாம் ஏன் தடை செய்யவில்லை. இந்தக் கேள்விக்கு நாம் விடையளிக்கும்போது

1 சோஷலிசமும் மதமும் கட்டுரை லெனின்

பூஷ்வா ஜனநாயகவாதிகளும் சமூக ஜனநாயகவாதிகளும் மதம்பற்றிய பிரச்சனையை எவ்வாறு முன்வைக்கிறார்கள். அதிலுள்ள முக்கியமான வேறுபாடு என்ன என்பதை விளக்குவதற்கு அது பயன்படுகிறது. நமது கட்சியின் வேலைத்திட்டம் முழுமையான அளவில் விஞ்ஞானப்பூர்வமான மேலும் பொருள் முதல்வாத உலகக் கண்ணோட்டத்தின் அடிப்படையில் அமைந்துள்ளது. எனவே நமது வேலைத்திட்டத்தைப் பற்றி விளக்கிக் கூறுவதென்பது மதம் குறித்த உண்மையான வரலாற்றுப் பூர்வமான பொருளாதார வேர்களைப் பற்றிய விஷயமும் அவசியமாகவே அடங்கிய ஒன்றாகும். அதாவது நமது பிரச்சாரத்தில் நாத்திகத்தைப் பற்றிய பிரச்சாரமும் அவசியமாகவே அடங்கிய ஒன்றாகும். அதற்காக நாம் பொருத்தமான விஞ்ஞானப் பிரசுரம் வெளியிடவேண்டும். ஆனால், எந்தச் சூழ்நிலையிலும், மதப்பிரச்சனையை ஒரு மறைபொருளான அருவமான முறையில் எண்ண முதல்வாதப் போக்கில் முன்வைக்கும் தவற்றில் விழுந்துவிடக் கூடாது. வர்க்கப் போராட்டத்துடன் தொடர்பற்ற ஏதோ படிப்பாளிகளின் பிரச்சனை என்று முன்வைத்து விடக் கூடாது. பூஷ்வா வர்க்கத்தினருக்கிடையில் உள்ள தீவிர ஜனநாயகவாதிகள் பெரும்பாலும் அவ்வாறுதான் செய்துவிடுகிறார்கள். உழைக்கும் மக்களுக்கு எல்லையற்ற முடிவில்லாத ஒடுக்குமுறையும், நிர்பந்த முறைகளும் நிறைந்த அவற்றை அடிப்படையாகக் கொண்ட சமுதாயத்தில் மதக்கேடுகளை வெறும் பிரச்சார முறைகளின் மூலமாக மட்டுமே சிதறடித்துவிடமுடியும் என்று கருதுவது மடத்தனமாகும். மதம் என்னும் நுகத்தடி மனித குலத்தை அழுத்திக் கொண்டிருப்பது சமுதாயத்திற்குள்ளேயே உள்ள பொருளாதார நுகத்தடியின் பிரதிபலிப்பு அதன் விளைவுதான் என்பதை மறப்பது பூஷ்வா குறுகிய புத்தியாகும். எத்தனை பிரசுரங்கள் வெளியிட்டாலும் எவ்வளவு போதனைகள் செய்தாலும் அது பாட்டாளி வர்க்கம் முதலாளி வர்க்கத்தின் இருண்ட சக்திகளுக்கு எதிராக நடத்தும் போராட்டத்தில் விழிப்படையாமல் வெறும் பிரச்சாரத்தில் மட்டும் அறிவொளி கிடைத்து விடாது. இந்த உலகத்திலேயே சுவர்க்கத்தை உண்டாக்குவதற்கு ஒடுக்கப்பட்ட வர்க்கத்தை உண்மையான புரட்சிப் போராட்டத்தில் ஒன்றுபடுத்துவது, மேல் உலகத்தில் உள்ள

சுவர்க்கத்தைப் பற்றிப் பட்டாளி வர்க்கத்தின் கருத்தொற்றுமையை உருவாக்குவதைக் காட்டிலும் மிகவும் முக்கியமானதாகும். அதனால்தான் நாத்திகத்தை நமது வேலைத்திட்டத்தில் சேர்க்க வேண்டியதும் இல்லை. அதனால்தான் நமது கட்சியுடன் உள்ள தொடர்பில் தொடர்பு கொள்வதில் இன்னும் பழைய தவறான எண்ணங்களில் மிச்சம் வைத்திருப்பதைக் கொண்டிருக்கும் பாட்டாளிகளை நாம் தடை செய்யவில்லை. தடை செய்யவும் கூடாது. நாம் எப்போதும் விஞ்ஞானப்பூர்வமான உலகக் கண்ணோட்டத்ததைப் பற்றிப் போதனை செய்துகொண்டே இருக்க வேண்டும். பல்வேறு வகையான கிறித்துவர்களின் நிலையற்ற தன்மைகளை எதிர்த்து முறியடிக்க வேண்டியது நமக்கு மிகவும் அவசியமாகும். அதை வைத்து மதப் பிரச்சனைக்கு நாம் முதலிடம் கொடுக்க வேண்டும் என்று எந்த விதத்திலும் அர்த்தப்படுத்திக்கொள்ள வேண்டியதில்லை. மதப்பிரச்சனை நமது இயக்கத்தில் எப்போதும் முதலிடம் பெறுவதில்லை. உண்மையான புரட்சிகரமான பொருளாதார அரசியல் போராட்டத்தில் அரசியல் முக்கியத்துவத்தில் வேகமாக இழந்து வருகிற பொருளாதார வளர்ச்சியின் போக்கிலேயே குப்பைக்கூளங்கள் என வேகமாகத் துடைத்தெறியப்படக்கூடிய மூன்றாம் தர அபிப்பிராயங்கள் அல்லது புத்தியுற்ற கருத்துகள் காரணமாய்ப் பிளவு உண்டாக்கும் சக்திகளுக்கும் இடமளித்துவிடக்கூடாது” என்று கூறும் லெனினின் இவ்விதமான கூற்றுகளிலிருந்து நாம் எதை உணரமுடியும். மிகச் சுலபமாகப் புரிந்து கொள்வது என்றால், தமிழகத்தில் கடவுளை அவமதிப்பதை மட்டுமே அடிப்படைத் தத்துவமாகக் கொண்ட பெரியாரின் திராவிடக் கழகப் பணியிலிருந்து திராவிட முன்னேற்றக் கழகத்தை ஆரம்பித்த பேறறிஞர் அண்ணா 'கடவுளை மற, மனிதனை நினை' என்று கூறிய வாக்கியத்தின் மூலவேர்கள் எதுவென்று இப்போது அறிய முடியும், அதாவது இக்கூற்றை லெனின் தரப்பிலிருந்து இவ்வாறு எடுத்துக் கொள்ளலாம். “மதத்தை மற மனிதனை நினை” என்று கூறியதாகக் கொள்ளலாம் என்றால் இதன் அடுத்த பரிமாணம் தமிழக அளவில் எதனுடன் பொருந்திப் போகிறது என்பதைத் தொடர்ந்து பார்ப்போம்.

07

பெரியார் மார்க்ஸியம் பேசினார் அண்ணா லெனினிஸ்டாக மாறிப்போனார்

இடது சாரியம் என்கிற சொல்லுக்கு மிக நீண்ட காலமாக இப்புவியில் நிலவி வந்த முற்போக்காளர்களின் எண்ணங்களுக்கு வடிவம் கொடுக்க பல்வேறுபட்ட தத்துவங்கள் அதன் தாக்கம் கொண்டவர்களால் சொல்லப்பட்டும், எழுதப்பட்டும், பல்வேறு கருத்துகள் நிலவி வந்த போதும், அதற்கு அழுத்தமான ஒரு தத்துவத்தை ஏற்படுத்தியவர்கள் மார்க்ஸ் மற்றும் எங்கெல்ஸ் என்பதைக் கூட நாம் மேலோட்டமாகத்தான் பார்த்திருக்கிறோம். ஆனால், அவ்வாறு கூறப்பட்ட அவர்களின் தத்துவங்கள் கூட கடவுள் மறுப்பையும், மதம் அரசாட்சி முறையில் ஈடுபடுகின்ற தன்மையின் குறைபாட்டையே மிக முக்கிய எதிர்ப்புக்கான காரணமாகக் கூறியதையும் கூட நாம் ஓரளவிற்குப் பார்த்திருக்கிறோம். இக்கருத்தினைக் கூட இவர்கள் இருவரும் மட்டுமே சொந்தம் கொண்டாடவும் முடியாது. மீக நீண்ட காலமாக இப்புவியில் நாத்திகம் பேசியவர்களே இடது சாரியத்தின் ஆணிவேர்கள் என்பதே இதன் சரியான பொருள் என்றும் கொள்ளலாம். ஏனெனில், இப்புவியில் மனித குலத்திற்கான அனைத்து வேறுபாடுகளையும், பிரிவினைகளையும், துன்பங்களையும் மதம் என்கிற பதம் மட்டுமே உற்பத்தி செய்தது என்பதே இதன் அடிப்படைக் காரணம் என்பதும் கூட இதற்கு மூலகாரணமாக இருக்கலாம். இந்த உலகத்தில் தோன்றிய ஒவ்வொரு புதுத் தத்துவங்களும் இதைப்பொறுத்தே உற்பத்தி செய்யப்பட்டன என்பதையும் நாம் அறிய வேண்டும். புத்த மதத்தில் தோன்றிய புதுக் கருத்துகளும் கூட இதன் அடிப்படையில்தான் என்கிறபோது

இதுவரை நமது விமர்சனத்துக்கு உள்ளான கிறித்துவம் மட்டும் எவ்வாறு வேறுபட முடியும். உண்மையில் கிறித்துவ மதத்தின் ஆரம்பம் என்பதும் ஒரு புரட்சிகர எண்ணங்களை மக்களிடம் கொண்டு செல்வதற்காக உருவானதே என்பதிலும் நாம் மாற்றுக் கருத்துகொள்ள முடியாது. கிறித்துவம் அதன் ஆரம்ப காலத்தில் மற்ற மக்கள் கொண்டிருந்த மூடப் பழக்க வழக்கங்களும், அத்தகைய பகுத்தறிவுக்கு ஒத்துப்போகாத தன்மைகளைக் கொண்டு செயல்பட்ட மதம் தனது ஆளுமையை அரசின் நிர்வாகத்தில் கொண்டு சென்று அதன்மூலம் அடக்குமுறைகளையும் உருவாக்கிய மதத்திற்கு எதிராக உருவானதே கிறித்துவம் என்பதே உண்மையான கருத்து. இதனையே எங்கெல்சும் ஒப்புக் கொள்கிறார்.

அவர் தனது "[1]மதத்தைப் பற்றி ஆரம்பக் காலக் கிறித்தவத்தின் சரித்திரம் பற்றி" என்னும் கட்டுரையில் மிகத் தெளிவாகக் குறிப்பிடுகிறார். அதில் "ஆரம்பகாலக் கிறிஸ்தவத்தின் சரித்திரமானது நவீனகாலத் தொழிலாளி வர்க்க இயக்கத்தோடு ஒப்புவமையான குறிப்பிடத்தக்க அம்சங்களைக் கொண்டிருக்கிறது. பின்னர் சொல்லப்பட்ட இயக்கம்போன்று கிறிஸ்துவ மூலாரம்பத்தில் அடக்கப்பட்ட மக்களின் ஒரு இயக்கமாகவே இருந்தது. முதலில் அது அடிமைகளின் விடுதலைபெற்ற அடிமைகளின் எல்லா உரிமைகளையும் இழந்த ஏழைமக்களின் ரோமாபுரியினால் அடக்கியாளப்பட்ட அல்லது கலைத்து விரட்டப்பெற்ற மக்களின் மதமாகத்தான் தோன்றியது. கிறித்துவம் தொழிலாளர்களின் இயக்கம் இரண்டுமே அடிமைத்தனத்திலிருந்தும் வறுமையிலிருந்தும் எதிர்காலத்தில் வரப்போகும் விமோசனத்தையே உபதேசம் செய்கின்றன" என்கிற இந்த வரிகளை நாம் முன்பே பார்த்திருந்தாலும் ஒரு சிறு குறிப்பாகத் தற்போது பார்க்க வேண்டிய அவசியமும் ஏற்பட்டுள்ளது.

இதில் கிறித்துவ மதம் ஆரம்பத்தில் கம்யூனிசம் போன்றே ஏழைகளுக்கான ஒரு இயக்கமாக வளர்ந்து அதன் பிற்காலத்தில் தனது முகத்தைத் தொலைத்து ரோமானியர்களின் அரச மதமாக மாறியதாக ஒப்புக் கொள்கிறார். அவரின் கூற்றுப்படி பார்த்தால்

---

1 மதத்தைப் பற்றி மார்க்ஸ்

கிறித்துவமும் கூட புரட்சிகர எண்ணங்களோடு உருவான ஒரு இயக்கம் என்றே கொள்ள வேண்டும். எங்கெல்ஸ் போன்ற மூதறிஞர்களும் இயேசுவின் மறைவுக்குப் பிறகு மீக நீண்ட காலத்துக்குப் பிறகே கிறித்துவம் மதமாக உருமாறியது.

அம்மதமோ காலப்போக்கில் இராஜ்யங்களைத் தீர்மானிக்கும் சக்தியாக மாறியபோதும் அதற்கடுத்த நிலையில் ஆளுமை சக்திகளை வளர்த்துக்கொண்ட போதும், காலப்போக்கில் இறுதி கட்டத்தில் இடதுசாரியர்களால் எதிர்ப்புக்குள்ளானதிலும் விநோதம் எதுவென்றால் இந்துக் கலாச்சாரத்தில், புத்தர் எவ்வாறு இடதுசாரியார் என்று கருத வாய்ப்பிருக்கிறதோ, அதற்குச் சற்றும் குறையாத ஒரு இடது சாரியராக உருவெடுத்த இயேசுவின் கொள்கைகள் பிற்காலத்தில் இடதுசாரியத்தின் விமர்சனத்துக்குள்ளானதை ஒரு வேளை இயேசுவின் விருப்பத்திற்கு எதிரானதாகவே கருத வேண்டும்.

இந்தக் கருத்தை நாம் ஏன் இப்போது தொடர்பே இல்லாமலும் முந்தைய கட்டுரையின் தொடர்ச்சியில் இல்லாமலும் முன் வைக்கிறோம். என்ற கருத்தும் ஏற்படலாம். நிச்சயமாக அது அவ்வாறு இல்லை. இதன் சாரம் முந்தைய கட்டுரையுடன் மிகுந்த தொடர்புடையதே.

பொதுவாக இடதுசாரியம் என்பது மிக நீண்டகாலமாக நிலவி வருகின்ற கருத்தினை அல்லது செயலாக்கத்தினை ஒரு குறிப்பிட்ட காலத்துக்குப் பிறகு எதிர்வினைகொண்டு எதிர்ப்பதில்தான் தொடங்குகிறது. அதாவது அதன் ஆரம்பப்புள்ளி என்பது மிக நீண்ட காலமாக நம்மீது சுமத்தப்படும் எந்தச் செயலுக்கும் எதிராக நம்மைச் சிந்திக்கத் தூண்டுவதிலிருந்தே தொடங்குகிறது. ஆனால், அது ஒரு வித்தியாசத்தை பாஸிசத்திலிருந்து மிக நீண்ட காலமாகக் கொண்டிருக்கிறது.

இடதுசாரியம் அவ்வாறு முரண்பாடுகொள்ளும் ஒரு கருத்தினை உலக சமூகம் மொத்தத்திற்கும் கொண்டுள்ளது. அவ்வாறு அது மனித சமுதாயத்திற்கான ஒட்டு மொத்த நலன்களும் அதில் இருப்பதாகக் கருதுகிறது. அக்கருத்து அதன் வேறுபாடு மட்டுமல்ல. அதன் தனிச்சிறப்புமாக அமைந்து விடுகிறது.

இதன் ஒட்டு மொத்த தாக்கத்தின் விளைவுதான் மார்க்ஸ் வகுத்த கடவுள் மறுப்பு என்பதை மிக ஆழமாக வலியுறுத்த வேண்டிய அவசியமில்லை. மதத்தை மற மனிதனை நினை என்று கருதிய லெனினின் கருத்தும் உருவானபோதும் கூட ஒரு கம்யூனிஸ்ட் நாத்திகனாக இருப்பதுதான் சிறப்பு என்றும் அதை மக்கள் மீது திணிப்பதற்கான உரிமை நமக்கில்லையென்றும் கருதினார். இதைப்போன்றேதான் பெரியாரின் கடவுள் மறுப்புக் கொள்கை மட்டுமே தமிழர்களுக்கு இப்போதைய அத்யாவசியத் தேவையில்லை. மனிதனுக்குத் தேவையான மற்ற விஷயங்களிலும் இயக்கம் கவனம் செலுத்த வேண்டும் என்பதற்காக உருவானதே. "கடவுளை மற மனிதனை நினை" கொள்கையும் என்றால், அண்ணா தன்னை தீவிர இடதுசாரியராக நிருபித்தே இருக்கிறார் என்பது ஐயத்திற்கு இடமின்றி நிருபிணமாகிறது. ஆனால், இங்கே கூர்ந்து கவனத்தில்க் கொள்ள வேண்டியது ஒன்றுண்டு. பெரியார் மார்க்சியச் சிந்தனை கொண்டவர் என்றால் அண்ணா லெனினிஸ்ட்டாக வெளிவந்தார் என்பதே அதன் உண்மையான தன்மை என்பதை நாம் இப்போது ஒருவாறு அறிந்திருக்கலாம். இது இத்துடன் கூட முடிந்துவிடவில்லை காலத்திற்கேற்றவாறு மாறவேண்டும் என்பதை மார்க்ஸே வலியுறுத்தியதைத் தொடர்ந்து பார்ப்போம்.

08

மார்க்ஸ் கூறும் மத்தியத் தர வகுப்பினர் - பாட்டாளி வர்க்கமே

இறுதியான இடத்தில் காலத்திற்கேற்றவாறு இடதுசாரியம் தனது கோட்பாட்டின் தன்மைகளை மாற்றிக் கொள்வது காலங்காலமாக நடைமுறையில் இருந்து வருவதையும் அதன் பொருட்டே திராவிடர் கழகத்தின் மார்க்ஸியச் சிந்தனை அறிஞர் அண்ணாவால், லெனினின் பாதைக்கு மாற்றப்பட்டதை ஒப்புமைப்படுத்தியிருந்தோம். இதைப் போன்ற எதிர்கால மாற்றங்களை கார்ல்மார்க்ஸே ஒப்புக் கொண்டிருப்பதற்கான ஆதாரங்களை இந்தக் கட்டுரையில் பார்க்கலாம் என்றுதான் முடிந்திருந்தோம். ஆனால், அதற்கு திராவிடக் கழகத்தினையும், திராவிட முன்னேற்றக் கழகத்தினையும், இடதுசாரியக் கட்சிகளாக ஒரு புது தத்துவத்தை முன்வைக்கும் முயற்சியை இந்த ஆய்வு நூல் முயற்சி செய்கிறதா? என்று கருதுபவரும் இங்கே இருக்கலாம்.

அத்தகையதோர் சந்தேகம் கம்யூனிஸ்டு நண்பர்களிடம் எழப்பட்டது. ஏனெனில் அத்தகையோர் மிகத் தெளிவாக வரலாற்றில் நடந்த மிக முக்கிய நிகழ்வு ஒன்றை இங்கே புரிந்துகொள்ள வேண்டும். திராவிடர் கழகத்துக்கும், திராவிட முன்னேற்ற கழகத்துக்கும் முன்னோடியான கட்சியாக இருந்தது ஜஸ்டிஸ் கட்சி (நீதிக் கட்சி) இவர்கள்தான் முதன் முதலாக சென்னை மாகாணத்தில் ஆட்சியில் இருந்தபோது பெண்களுக்கும் வாக்குரிமை கொடுத்த முதல் இந்தியக் கட்சி என்பதையும் அத்துடன் பல புரட்சிகர திட்டங்களையும் இந்தியாவிற்கே முன்னோடியாக சென்னை மாகாணத்தில் நிறைவேற்றியவர்கள். அத்தகைய ஜஸ்டிஸ் கட்சி என்கிற பெயரில் முதன்முதலாக இயக்கம் நடைபெற்றது இங்கிலாந்து நாட்டில் என்பதை நாம் அறிந்துக் கொள்ள வேண்டும்.

புரட்சிகர சிந்தனைகளுடன் லண்டனில் இயங்கிவந்த ஜஸ்டிஸ் கட்சி (நீதிக் கட்சி) பல புரட்சியாளர்களையும் தங்கள் கட்சியில் சேர்க்க முடிவுசெய்து மார்க்ஸையும், எங்கெல்ஸையும் அவர்கள் கட்சியில் சேர்வதற்கு அழைத்தபோது சில நிபந்தனைகளுடன் அவர்கள் ஜஸ்டிஸ் கட்சியில் சேர்கிறார்கள். அவர்களின் அந்த நிபந்தனையை முன்னிட்டு 1847-ஆம் ஆண்டு நடைபெற்ற ஜஸ்டிஸ் கட்சியின் முதல் மாநாட்டில் அந்தக் கட்சியின் பெயர் கம்யூனிஸக் கட்சியாகப் பெயர் மாற்றம் பெறுகிறது. என்பதை நாம் சிறப்பான கவனத்தில் கொள்ளவேண்டும். ஆக இங்கிருக்கும் ஜஸ்டிஸ் கட்சியின் வழிவந்தவர்களான திராவிடக் கழகத்தினரும், திராவிட முன்னேற்றக் கழகத்தினரும், மார்க்ஸியச் சிந்தனைக்கு அப்பார்பட்டவர்களாகக் கருதுவதற்கு வாய்ப்புகள் ஏதுமில்லை. எனவே நம்மிடம் கேட்கப்பட்ட கம்யூனிஸ்டு நண்பர்களின் சந்தேகம் முற்றிலும் வேறானதாக இருக்கலாம். அவர்கள் அதற்கடுத்து எழுப்பிய சில சந்தேகங்களும் இருப்பதால் அதற்கும் அவர்களின் மார்க்ஸியச் சிந்தனைகளின் அடிப்படையில் பதில் அளிப்பதே சிறந்ததாக இருக்க முடியும் என்று கருதுகிறோம்.

ஏனெனில், அச் சந்தேகத்துடன் அவர் வேறொரு முக்கியமான சந்தேகத்தையும் எழுப்புகிறார். திராவிட முன்னேற்றக் கழகம் ஆரம்பிக்கப்பட்ட அதன் ஆரம்பக்காலங்களில், உழைப்பாளிகளின் ஆதரவை விட மத்திய தரவகுப்பினரின் ஆதரவையே பெரும்பான்மையான அளவில் அவ்வியக்கம் பெற்றிருந்தது என்பதையும், அதற்கு முக்கியக் காரணி அவ்வியக்கம் உழைப்பாளிகளின் நலன்களை முன்னெடுத்துச் சென்றதைக் காட்டிலும், மொழிப் போருக்கும், பிராந்திய உணர்வுகளுக்குமே முக்கியத்துவம் அளித்தது என்னும் காரணத்தையும் நமக்கு ஆதாரமாக கூறியிருந்தார். இவையனைத்திற்கும் பதிலளிக்க வேண்டிய கடமை நமக்கிருப்பதாக நாம் உணர்கிறோம். இத்தாக்குதலின் அடுத்த இலக்காக இந்தியாவின் ஏனைய சோஷலிச சித்தாந்தங்கள் கொண்ட இயக்கங்கள் கூட குறிவைக்கப்படலாம். இடதுசாரியம் என்பது கம்யூனிஸ்டுகளுக்கே சொந்தமான கொள்கை அல்ல. அந்த கொள்கை கொண்டோர் உழைப்பாளிகளின் சார்பிலானவர்களாக மட்டுமே இருக்க வேண்டிய அவசியம்

எஸ். ஜனார்த்தனன் | 43

இல்லை என்பதை முதலில் நாம் அறிய வேண்டும். ஆனால், நவீன இடதுசாரியம் பேசும் எவரும் மார்க்ஸியச் சிந்தனைக்கு அப்பாற்பட்ட நிலையில் தன்னை நிலைநிறுத்தவும் முடியாது. இதில் குழப்பம் ஒன்றுமில்லை. இந்த உலகில் எந்த தேசத்திலும் மார்க்ஸியச் சிந்தனைகளை ஏற்றுக் கொண்டு செயல்படும் அனைத்து இயக்கங்களும் இடது சாரியத்தின் சார்பிலான இயக்கங்களே என்பதை மிகத் துல்லியமாக நாம் உணர வேண்டும். ஏனெனில் இவ்வாய்வின் ன் நோக்கம் எதிர்காலத்தில் இன்னும் சில வகைகளில் உங்களுக்கு விவாதத்தை ஏற்படுத்தினால் அதற்கு நாம் பொறுப்பல்ல. ஏனெனில், அதற்கு கார்ல்மார்க்ஸையே அதிகம் அறிந்திருக்க வேண்டும். அதற்காக இப்போது எழுந்திருக்கும் தி.மு.க. தொடர்பான சந்தேகத்திற்கு கார்ல்மார்க்ஸ் அளித்திருக்கும் தீர்வையே முன் வைக்கிறோம். கார்ல்மார்க்ஸ் மற்றும் எங்கெல்சால் எழுதப்பட்ட இன்றுவரை கம்யூனிஸ்டுகள் மட்டுமல்லாமல், இடது சாரியத்தின் கொள்கையின்பால் ஈர்க்கப்பட்ட அனைத்து தரப்பினருக்குமான சூத்திரமாக விளங்கும் கம்யூனிஸ்ட்டு கட்சி அறிக்கையில் 41ஆவது பத்தியில் இதற்கான விடை இருக்கிறது. அதில்

"[1]இதுவரை இருந்துவரும் சிறு இடைநிலை அடுக்குகளான சிறு தொழில் செய்பவர்கள், வணிகர்கள், வாடகை - வட்டி வாங்குபவர்கள், கைவினைஞர்கள், விவசாயிகள் இந்த வர்க்கங்கள் அனைவருமே படிப்படியாகத் தாழ்வுற்றுப் பாட்டாளி வர்க்கமாக ஆகின்றனர். இதற்குப் பெருவீத தொழில் நுட்பத்திற்கு அவர்களிடமுள்ள சிறு மூலதனம் போதாததாக இருப்பதும், மேலும் பெரிய முதலாளிகளுடனான போட்டியில் அவர்கள் வீழ்த்தப்படுவதும் ஒரு காரணம். புதிய உற்பத்தி முறைகளால் அவர்களது திறன் மதிப்பிழந்து போய்விட்டது மற்றொரு காரணம். இவ்வாறு மக்கள் தொகையிலுள்ள இந்த வர்க்கங்கள் அனைத்திலிருந்தும் பாட்டாளி வர்க்கத்துக்கு ஆள்கள் சேர்க்கப்படுகின்றனர்" என்கிற கம்யூனிஸ்ட் கட்சி அறிக்கைக்குத் தமிழகத்தின் மூத்த கம்யூனிஸ்டாகவும், சிறந்த இடதுசாரிய எழுத்தாளராகவும் உள்ள எஸ்.வி.ராஜதுரை ஒரு விளக்கவுரை கொடுத்துள்ளார். அதனையும் பாருங்கள்.

1 கம்யூனிஸ்ட் கட்சி அறிக்கை

“அறிக்கையின் ஆங்கிலப்பதிப்பில் முந்தைய பத்தியில் 'கடைக்காரர்கள்' பூர்ஷ்வா வர்க்கத்தின் ஒரு பிரிவினர் என்று சொல்லப்பட்டிருப்பதற்கு மாறாக, இந்தப்பத்தியில் அவர்கள் மத்தியத்தர வர்க்கத்தின் கீழ் அடுக்குகளில் ஒருவர் எனச் சொல்லப்படுவது கவனிக்கத்தக்கது.

இந்தப்பத்தி, அதன் ஆங்கில மொழியாக்கம் ஆகியன குறித்து ஹால் ட்ரேப்பர் தரும் விளக்கங்களைப் பார்ப்போம்.

ஜெர்மன் மூலத்திலுள்ள இந்தப் பத்தியை எங்கெல்ஸ் கணிசமான அளவு மாற்றவும், அதைத் திருத்தியெழுதவும் செய்துள்ளார். பூர்ஷ்வா சமுதாயத்தில் மத்தியத்தர வர்க்கம்' முற்றிலுமாக மறைந்துவிடும் என்னும் கோட்பாடு மார்க்ஸிடம் இருந்தது. 'மத்தியத் தர வர்க்கம்' முற்றிலுமாக மறைந்து விடுவதை மார்க்ஸ் முன்கூட்டியே எதிர்பார்த்தார் என்னும் கருத்துகள் உட்புகுவதற்கு இந்தத் திருத்தம் வழிவகுத்தது. இந்தப் பிரச்சனையைக் கீழ்வரும் பத்திக்கான விளக்கக் குறிப்பில் விரிவாகக் காண்போம். இப்போது 1848 ஆம் ஆண்டு ஜெர்மன் பதிப்பிலுள்ள கூற்றுகள் எவ்வாறு மாற்றப்பட்டன, திருத்தியெழுதப்பட்டன என்பதைக் காண்போம்.

ஜெர்மன் மூலத்தில் 'இதுவரை இருந்துவரும்' என்னும் சொற்கள் சமுதாயத்திலுள்ள பழைய நடுத்தர அடுக்குகள் அனைத்தையும் குறிப்பதற்காகத் திட்டமிட்டதாகப் பயன்படுத்தப்பட்டவையாகும். அதாவது, பழைய வர்க்கக் கட்டமைப்பு உடைந்து வருகின்றது என்பதைத்தான் மேற்சொன்ன சொற்களை உள்ளடக்கிய முதல் வாக்கியம் சுட்டிக்காட்டுகிறது. அப்போது சமுதாயத்தில் என்ன நடந்து வருகின்றது என்பதைத்தான் இந்தப்பத்தி சொல்கிறதேயன்றி எதிர்காலத்தில் நிகழப்போவதுப் பற்றிய ('மத்தியத்தர வர்க்கம் முழுமையாக மறைந்துவிடும்') ஆருடத்தையல்ல. ஆங்கிலப் பதிப்பில் இந்தச் சொற்கள் நீக்கப்பட்டுவிட்டன.

Kleinen Mittlestande என்னும் ஜெர்மன் சொற்கள் ஆங்கிலப்பதிப்பில் 'மத்தியத்தர வர்க்கத்தின் கீழ்அடுக்குகள்' (*'lower strata of the middle class'*) என மொழியாக்கம் செய்யப்பட்டுள்ளன. மத்தியத்தர வர்க்கம்' என்னும் பதப்பிரயோகம் பொருள் மயக்கம் தருகிறது. (இது மேலே 14 ஆம் பத்தியில் சுட்டிக்காட்டப்பட்டுள்ளது) எனவே

இந்தப் பொருள் மயக்கத்தைத் தவிர்ப்பதற்காக ஹால் ட்ரேப்பர் மேற்சொன்ன ஜெர்மன் சொற்களுக்குரிய அர்த்தத்தையொட்டி 'இடைநிலை அடுக்குகள்' என மொழியாக்கம் செய்துள்ளார்.

ஜெர்மன் மூலத்தில் 'இடைநிலை அடுக்குகள்' எனச் சொல்லப்படுவனவற்றில் அடங்குபவர்கள் சிறு தொழில் செய்பவர்கள், வணிகர்கள், வாடகை வட்டி வாங்குபவர்கள், கைவினைஞர்கள், உழவர்கள் மத்தியத்தர வர்க்கத்தின் கீழ்அடுக்குகள்' என்று ஆங்கிலப் பதிப்பில் உள்ளவற்றில் மேற்சொன்ன சமூகப்பிரிவினர் அனைவரையும் கொண்டுவர முடியாததாகையால், அந்தப்பட்டியலே மாற்றி எழுதப்பட்டுள்ளது.

ஜெர்மன் மூலத்திலுள்ள *small industries* என்பது ஆங்கிலப்பதிப்பில் *small industrialists* என மொழியாக்கம் செய்யப்பட்டுள்ளது. முந்தைய காலத்தில் *industrial* என்பது கட்டாயம் தொழிலுற்பத்தியாளரை மட்டுமே குறித்தாக வேண்டிய சொல்லாக இருக்கவில்லை (பொருளுற்பத்தி செய்யும் தொழிலாளியைக்கூடக் குறிக்கக்கூடியச் சொல்லாகவும் இருந்தது) மாறாக, ஐயத்துக்கிடமின்றி சிறுபட்டறைத் தொழிலின் உரிமையாளரையோ, கணிசமான தொழிற்கூடத்தை வைத்திருந்த கைவினை விற்பன்னரையோதான் குறித்தது. எங்கெல்ஸூமே கம்யூனிசத்தின் கோட்பாடுகளில் பொருள் தெளிவில்லாத *small industrialists* என்னும் பதத்தைப் பயன்படுத்துவதில்லை. அவர் எழுதுகிறார்: 'உழைப்பின் கிட்டத்தட்ட அனைத்துப் பிரிவுகளிலும், கைவினையும் பட்டறைத் தொழிலும் அகற்றப்பட்டுவிட்டன. இதன் விளைவாக முந்தைய நடுத்தர வர்க்கம் ((*bisherige Mittlelstand*) குறிப்பாக சிறு கைவினை விற்பன்னர்கள், மேன்மேலும் நாசமாகி வருகின்றனர். இதர வர்க்கங்கள் அனைத்தையும் மெல்ல மெல்ல விழுங்கியுள்ள புதிய வர்க்கங்கள் (அதாவது, பெரிய முதலாளிகள் அல்லது பூர்ஷ்வா வர்க்கம், பாட்டாளிவர்க்கம்) தோன்றியுள்ளன.'

இங்கு, சிறு முதலாளிகளைத் தவிர்த்த பெருமுதலாளிகளைக் குறிக்கவே எங்கெல்ஸ் 'பூர்ஷ்வா வர்க்கம்' என்னும் பதத்தைப் பயன்படுத்துகிறார் என்பது தெளிவு. இந்தப் பதம் இவ்வாறுதான் பயன்படுத்தப்படுகிறது என்பதை கம்யூனிஸ்ட் கட்சி அறிக்கையைப் படிக்கும்போது கருத்தில் கொள்ளவேண்டும். தனது பொருளாதார,

அரசியல், சமூகப் பகுப்பாய்வுக் கோட்பாடுகளை நன்கு வளர்க்காதிருந்த காலத்தில் மார்க்ஸ் பயன்படுத்திய மொழியில்தான் அறிக்கையும் எழுதப்பட்டுள்ளது என்பதையும் நாம் நினைவுபடுத்திக் கொள்ளவேண்டும்.

ஜெர்மன் மூலத்திலுள்ள *'kafleute'* (வணிகர்கள்) என்பது ஆங்கிலத்தில் *small industrialists* என மொழியாக்கம் செய்யப்பட்டுள்ளது. அதாவது வணிக முதலாளிகளைக் குட்டி-பூர்ஷ்வா நிலைக்குக் கொண்டு வந்ததுதான் இந்த மொழியாக்கத்தின் விளைவு. மார்க்ஸ், அறிக்கையில் இரண்டாவது முறையாக சிறு முதலாளிகள் *(small capitalists)* என்று குறிப்பிடுவது இந்தப் பத்தியில்தான்.

Rentiers என்னும் பிரெஞ்ச் சொல் அப்படியே அறிக்கையின் ஜெர்மன் மூலத்திலும் பயன்படுத்தப்பட்டுள்ளது. முதலீடுகளிலிருந்தும் உடைமைகளிலிருந்தும் வருவாய் (வாடகை, வட்டி, ஈவுத் தொகை முதலியன) பெறும் இவர்கள் முதலாளிகள் அல்லர் என்றாலும் முதலாளிகளைச் சார்ந்து இருப்பவர்கள். எனவே நிச்சயமாக இவர்களை பூர்ஷ்வா சக்திகள் என கூறலாம். அறிக்கையின் ஆங்கிலப் பதிப்பில் இவர்கள் *tradesmen* என்று பொத்தாம் பொதுவாகச் சொல்லப்படுகின்றனர். அதன் நோக்கம் 'மத்தியத்தர வர்க்கத்தின் கீழ்- அடுக்குகள்' *(lower-strata of the middle class)* என்னும் வகையினத்தில் அவர்களைச் சேர்ப்பதுதான்.

கைவினைஞர்களும் உழவர்களும் 'சிறு இடைநிலை அடுக்குகளைச் சேர்ந்தவர்கள்தாம். இதில் சந்தேகம் இல்லை.

அறிக்கையின் இந்தப் பத்தி, குறிப்பாகச் சமுதாயத்திலுள்ள பழைய இடைநிலை அடுக்குகளைப் பற்றித்தான் பேசுகிறது. அதே வேளை, பெரு முதலாளிகளுடனான போட்டியில் வீழ்த்தப்படும் சிறு முதலாளிகளைப் பற்றியும் பேசுகிறது. அதாவது இவர்களும்கூட பாட்டாளி வர்க்கநிலைக்குத் தாழ்வுறும் போக்கு இருப்பதாக அறிக்கைக் கூறுகிறது. அதனால்தான் 'மக்கள் தொகையில் அனைத்து வர்க்கங்களிலிருந்தும் பாட்டாளி வர்க்கத்துக்கு ஆள்கள் சேர்க்கப்படுகின்றனர்' எனக் கூறுகிறது. ஆனால், 'மத்தியத்தர வர்க்கம்' முழுவதும் அழிக்கப்படுகிறது என்றோ, மறைந்து விடுகிறது என்றோ கூறுவதில்லை.

ஆங்கிலப்பதிப்பில் *Gradually sink into* என்றுள்ளது. ஜெர்மன் மூலத்தில் பசயனரயடட_ல என்று சொல்லப்படுவதில்லை.

ஜெர்மன் மூலத்தில் *larger capitalists* என்னும் பொருளுள்ள பதம் ஆங்கிலப்பத்தியில் *larger capitalists* என்று மாற்றப்பட்டுள்ளது. மேலும் பெரிய முதலாளிகள் என்னும் பதம் சரியானது. போட்டியில் வீழ்த்தப்பட்டவர்கள் சிறு முதலாளிகள்தாம்' என்று இந்தப்பத்தியில் கூறப்படுவதைக் கருத்தில் கொள்கையில் சிறுமுதலாளிகள் அவர்களைவிடப் பெரிய முதலாளிகளால் வீழ்த்தப்படுகிறார்கள் என்றே பொருள் கொள்ளவேண்டும்" என்கிற விளக்கத்தையே கம்யூனிஸ்ட் கட்சியின் 41-ஆவது பத்திக்கான விளக்கமாக எஸ்.வி.ராஜதுரை கூறுகிறார்.

நாம் இதில் மார்க்ஸின் மூலக்கருத்தைப் பதிவு செய்ததோடு நிறுத்தியிருக்கலாம். ஆனால், அந்த மூலப்பதிவுக்கு இந்திய தேசத்தின் ஈடு இணையில்லா ஒரு கம்யூனிஸ்டின் ஆய்வுக் கருத்தை வெளியிட்டிருப்பதின் மூலம் நமது கருத்திற்கான வலுக்குறைவதாக கருதலாம். ஆனால், இவ்விரண்டையும் நாம் வெளிப்படுத்துவதால் மட்டுமே இந்திய கம்யூனிஸ்டுகளின் (இருதரப்பினரையும் குறித்ததுதான்) மனநிலை குறித்த எண்ணத்தையும், அதனால்தான் நம்மிடம் எழும் சந்தேகம் இயற்கையானதே என்பதையும் நம்மால் நிரூபிக்க முடிகிறது. அதாவது மத்தியத் தரவகுப்பினர் பெரும் முதலாளிகளின் வளர்ச்சியால் தன்நிலை இழந்து பட்டாளி வர்க்கமாகவே மாறுவர் என்பதே மார்க்ஸின் மூலக் கருத்து. ஆனால், எஸ்.வி.ராஜதுரை போன்றவர்கள் அது அவ்வாறு இல்லை என்பதற்கான ஆதாரத்தை எங்கெல்ஸ்சிடம் இருந்து எடுத்து வாதிடுகிறார். அவ்வாதத்தில் மத்தியத் தர வகுப்பினரை மார்க்ஸ் பாட்டாளி வர்க்கமாகக் கூறியதை இல்லையென்று மறுத்து அவர்களைச் சிறு முதலாளிகள் என்று கூறி முடிப்பதற்குக் கூட விருப்பப்படாமல் எஸ்.வி.ராஜதுரை பெருமுதலாளிகளால் வீழ்த்தப்படும் சிறுமுதலாளிகள் என்று கூறி இந்திய கம்யூனிஸ்டுகளுக்கு ஏற்றவாறு அழைக்கவே விருப்பப்பட்டுச் செய்திருக்கிறார். ஆனால், மேலைநாடுகளில் சொத்துடைமை நிரூபிக்கும் பூர்ஷ்வா குணாதிசயங்களை இந்தியாவில் சொத்துடைமை தேவைப்படாத வகையில் சாதிய

அமைப்பே அப்போக்கை கொண்டிருந்தது என்பதையும், அப்போக்கு இனங்களுக்கு இடையிலான வேறுபாட்டைபொருளாதார ஏற்றத்தாழ்வுகளின் அடிப்படையில் சமூகப்படிநிலைகளை கொண்டிருக்காமல் சாதிய அமைப்பை ஆதாரமாகக் கொண்டிருந்தது என்கிற இயற்கையான பதத்தை உணர்ந்த தி.மு.க.வின் இடதுசாரிய ஈர்ப்பின் போக்கை எஸ்.வி.ராஜதுரை போன்ற இந்திய இடதுசாரியர்களே உணர்ந்திருக்கவில்லை என்கிற போது நம்மிடம் எழுகின்ற சந்தேகங்கள் குறித்து நாம் வருத்தப்படத் தேவையில்லை. இதனால்தான் இந்திய கம்யூனிஸ்டுகளிடம் இதைப் பற்றியத் தெளிவு இல்லை என்கிறோம்.

09

நேரு இடதுசாரியத்தலைவர் இல்லையா?

நாம் மத்தியத் தர வகுப்பினரும் மற்றும் குட்டி பூஷ்வாக்களும் பாட்டாளி வர்க்கத்தைச் சார்ந்தவர்களே என்னும் மார்க்ஸின் கருத்துகளை பார்த்தோம். அதில் பிராந்தியக் கருத்துகளை உள்ளடக்கிய இயக்கங்கள் அவர்களுக்கான விழித்தெழும் ஆளுமைகளை மார்க்ஸிய சிந்தனைகளிலிருந்தே பெற்றார்கள் என்றும் கூறியிருந்தோம். எனது இந்தக் கருத்துகு நாம் மட்டுமே வாதிடுகிறேன் என்னும் நிலைப்பாட்டிலிருந்து என்னைக் காப்பாற்றியிருக்கிறார் சிறந்த மார்க்ஸியவாதியான கோவை ஞானி அவரின் 20.06.2018 புதன்கிழமை தமிழ் இந்து பத்திரிக்கைப் பேட்டி ஒன்றில், முக்கியமான மற்றும் சிறந்ததொரு கருத்தைப் பதிவு செய்திருக்கிறார். தாம் முதலில் திராவிடக் கழகத்தை நேசித்ததையும் அதன் உண்மையான காரணம் அதிலடங்கிய மார்க்ஸியச் சிந்தனைகளுமே காரணம் என்றும் கூறியிருக்கிறார். அத்துடன் தஞ்சாவூரின் பகுத்தறிவுச் சிந்தனை திராவிடர் கழகத்தை நோக்கித் திரும்பினால், கோவையிலே அவர்கள் மார்க்ஸியத்தை நேசித்தார்கள். ஆனால், இவையிரண்டின் நோக்கமும் ஒன்றே என்றும் கூறியிருக்கிறார். இக்கருத்தின் வெளிப்பாடு முந்தைய இரண்டு கட்டுரைகளின் நமது பகுப்பாய்விற்குச் சிறந்த ஆதாரமாகவும் நாம் கொள்கிறோம். அதனால், இதைக்குறித்து மேலும் செல்ல வேண்டிய அவசிமில்லையென்றே நமக்குத் தோன்றுகிறது.

ஆனால், கோவை ஞானி தெரிவித்துள்ள மற்றொரு கருத்துக்கு நாம் மிக முக்கியத்துவம் கொடுத்து மேலே செல்ல வேண்டிய அவசியம் இருப்பதாகவே நமக்குத் தோன்றுகிறது. அவர் மேலும் அப்பேட்டியில் கேட்கப்பட்ட முக்கியமான ஒரு

கேள்விக்கு இவ்வாறு பதிலளிக்கிறார். அதனை முழுமையாக அவர் கூற்றிலிருந்தே வெளியான பிரசுரத்தின் வாயிலாக பார்ப்போம்.

“[1]விமர்சனங்களைக் கடந்து இந்தியாவில் இதுவரையிலான தலைவர்களில் மகத்தான இடதுச்சாரித் தலைவர் என்று யாரைச் சொல்வீர்கள்? என்ற கேள்விக்கு அவர் தந்த பதில்

காந்தி, அம்பேத்கர், பெரியார் கொடிய சமத்துவ எதிரியான ஒவ்வோர் இந்திய உடலுக்குள்ளும் உறைந்திருக்கும் தீண்டாமையின் ஆகிருதியை நமக்கு உணர்த்துகிறார் அம்பேத்கர். அந்தத் தீண்டாமையைத் தத்துவமாக மாற்றும் இந்தியாவின் வலிய எதிரியான பிரமாணியத்தை எதிர்ப்பதற்காகவே ஒரு இயக்கத்தை உருவாக்கியதன் மூலம் அதனுடைய ஆகிருதியை உணர்த்துகிறார் பெரியார். எந்த அநீதிக்கும் எதிரான போராட்ட வடிவமான சத்தியாகிரகத்தை நமக்குத் தருகிறார் காந்தி. நாம் அத்தனைப் பேரும் சாகத்துணிந்து சாத்விகமாக உட்கார்ந்துவிட்டால் எப்படியான அதிகாரமும் பணிந்துதான் ஆகவேண்டும். ஒரு சாமானிய இந்தியனுக்கு இவர்களைக் காட்டிலும் கைக்கொள்ளப் பற்றுக்கோல்கள் இல்லை” என்ற கோவை ஞானியின் பதிவிலிருந்துதான்,

நாம் இந்தியாவில் இடதுசாரியம் என்னும் தலைப்பிற்கான உண்மையான காரணத்தைத் தேடப்போவதாக உணர்கிறேன். பெரியார் ஒரு இடதுசாரியத் தலைவர் என்னும் போக்கில் கருத்து தெரிவித்திருக்கும் ஞானியின் கட்டுரைகளில் அவ்வளவு வியப்பைப் பெரிதாக எவரும் பெற்றிட முடியாது என்பதை நாம் ஒருவாறு உறுதிப்படுத்திக் கொள்ளலாம். ஆனால், இதில் மகாத்மாவையும், அம்பேத்கரையும் அவர் சேர்த்திருப்பதுதான் அத்தனை பேருக்கும் வியப்பை ஏற்படுத்தியிருக்கும் என்று கருதுகிறோம். ஒரு சிறியப் பத்தியில் அவர் முழுவதுமாகக் கூறிவிட முடியாது என்பதால்தான் அவர் மேலோட்டமாகக் கடந்து விட்டதாகக் கருத முடிகிறது. ஆனால், அதன் உண்மையான ஆழம் மிகப் பெரியது. அடிப்படையில் இங்கே உலாவரும் செய்தி எதுவெனில், இந்த இருவரும் கம்யூனிசத்தை எதிர்த்தவர்கள் என்றே கருதப்படுகிறது. ஆனால், அத்தகையவர்களையே கோவை ஞானி தமக்குப் பிடித்த இடது சாரியத் தலைவர்களாகக் கூறியிருக்கிறார். நாம் இது குறித்து இனி வெகுதூரம் செல்ல வேண்டி உள்ளது. ஆனால், கோவை

---

1 *20.06.2018* தமிழ் இந்து பத்திரிக்கை பேட்டி.

ஞானி இங்கே இந்தியாவின் மிகச்சிறந்த சோஷலிசவாதியாக அறியப்பட்டவரும், இந்தியாவின் ஆட்சி அதிகாரத்திலேயே அதன் தாக்கத்தை கொண்டு வந்தவருமான ஜவஹர்லால் நேருவை ஏன் குறிப்பிடவில்லை என்னும் கேள்வியும் இங்கே எழுகிறது. அதற்கு நாம் காரணத்தைத் தேடினால் இரண்டு வாதங்கள் நம் முன்னே நிற்கின்றன. முதலாவதாக நேருவை நேசித்திருந்தால் அவரை தமது சோஷலிசக் குடும்பத்து உறவினராகக் கருதி, வேறு எந்த சோஷலிசத் தலைவர்களையும் கூறாமல் விட்டதைப் போன்று தவிர்த்திருக்கலாம் அல்லது அவர் நேருவை விரும்பாமல் இருந்திருந்தால் அதற்கான காரணம் இப்படியும் இருக்கலாம் முன்னே கூறிய இரண்டு தலைவர்களும் (காந்தி, அம்பேத்கர்) கம்யூனிஸ்டுகளை எதிர்த்த இடதுசாரியக் கொள்கை கொண்டவர்களாக இருந்ததனால் கம்யூனிஸ்டுகள் தங்களை ஒரு தனி இயக்கமாக வளர்க்க அது காரணமாக இருந்தது. அதனால் அவர்களைக் கூற விரும்பிய ஞானி அதே கம்யூனிஸ்டு கட்சியின்பால் செல்ல வேண்டிய எண்ணற்ற இடதுசாரியக் கருத்துகள் கொண்ட தொண்டர்களை அவர்களுக்கான இயக்கம் காங்கிரஸும்தான் என்னும் தாக்கத்தை ஏற்படுத்தி காங்கிரஸை ஒரு இடதுசாரி இயக்கமாக மாற்றிய நேருவால் கம்யூனிஸ்ட் கட்சி இந்தியாவில் அவ்வளவு பெரிய மாற்றத்தைப் பெறமுடியாமல் போனதின் விரக்தியின் வெளிப்பாடாகவும் நேருவைத் தவிர்த்திருக்கலாம். இரண்டில் எது காரணம் என்று ஞானிக்கே வெளிச்சம். அதனால் இவற்றைக் குறித்த முழுமையான ஆய்வுகளுக்கே நாம் செல்லப் போகிறோம். நேரு குறித்த கோவை ஞானியின் கருத்தியலை இவ்வாறு கொள்கின்ற போது, மத்தியதர விவசாய வகுப்பினர் அதிகமாக வசிக்கம் தஞ்சாவூரில் இடதுசாரிய சிந்தனையுள்ளவர்கள் தி.மு.க.வை நேசித்தால், ஆலை தொழிலாளர்கள் அதிகம் உள்ள கோவையில் அவர்கள் கம்யூனிஸ்ட் கட்சியை தேர்ந்தெடுப்பார்கள் என்பது இவ்விரண்டு இயக்கங்களும் நேர்கோட்டில் பயணிப்பதை உள்ளங்கை நெல்லிக்கனி போல் தெளிவாக்குகிறது.

10

காந்தியிசமும் சோஷலிஸமே

பொதுவாக இந்தியாவில் மட்டுமல்ல உலகெங்கும் கூட மகாத்மாவை ஒரு சோஷலிஸ்டாக எவரும் பார்ப்பதில்லை. ஆனாலும், கோவை ஞானியின் தற்போதைய கருத்துகளை நாம் புதிய காந்தியத்தின் தொடக்கம் என்று கருதலாம். காந்தியின் கோட்பாடுகள் அனைத்தும் காந்தியிசமாகப் பார்க்கப்பட்டது. இக்கருத்து மகாத்மாவிற்கு மட்டும் பொருத்தமானதாகவும் நாம் கருத முடியாது. அம்பேத்கரையும் கூட அவ்வாறுதான் இதே உலகம் வரையறை செய்திருந்தது. ஆனால், உண்மையென்ன? எந்த ஒரு தனித்துவம் பெற்ற கொள்கை முடிவுகளும் பெரும் திரளான மக்களால் ஏற்றுக் கொள்ளப்படுகிறதோ அக்கொள்கையின் அடிப்படை அல்லது அதன் மேலோட்டமான கருத்துகளிலோ சோஷலிசம் கலக்காமல் அக்கொள்கை வெற்றியடைய முடியாது என்பதே உண்மை. கார்ல்மார்க்ஸின் கூற்றுப்படி பார்த்தாலும். முதலில் சோஷலிசம் பூர்ஷ்வா சமூகத்திலிருந்தே தோன்றியதாகத்தான் கருத முடியும். பூர்ஷ்வாக்களின் வெற்றியிலேயே சோஷலிசம் கலந்திருக்கும் போது, காந்தியிசத்தில் இல்லை என்பது எவ்வாறான ஒரு கேலிக்கூத்து என்பதை நாம் அறிய வேண்டும். பூர்ஷ்வாக்கள் சோஷலிசவாதிகளா என்று மார்க்ஸியம் அறியாதவர் எவராவது கேட்டால் அவர்கள் கம்யூனிஸ்ட் கட்சி அறிக்கையில் 19வது பத்தியை படிக்க வேண்டும் அதில் மார்க்ஸ் இரண்டே வரிகளில் அழகாகக் கூறியிருக்கிறார். “கம்யூனிஸ்ட் கட்சி அறிக்கை [1]பூர்ஷ்வா வர்க்கம் வரலாற்றில் மிகப் புரட்சிகரமான பாத்திரம் வகித்திருக்கிறது“ என்கிறார். அவர் பிரஞ்ச் புரட்சியும் கூட

1 கம்யூனிஸ்ட் கட்சி அறிக்கை

பூர்ஷ்வா வர்க்கத்தின் புரட்சியென்றும் மன்னராட்சிக்கு எதிராக பூர்ஷ்வாக்களே முதன் முதலாகப் புரட்சி செய்தனர், ஆட்சியை கைப்பற்றினர். அன்றிலிருந்துதான் பூர்ஷ்வாக்கள் பலம்பெற்ற அரசுகளை உலகம் முழுவதும் தொழிலாளர்களின் உதவியுடன் ஸ்தாபனம் செய்தனர். ஆனால், அத்தகைய புரட்சிக்கு நூறு ஆண்டுகளுக்குப் பிறகு தொழிலாளர்கள் பூர்ஷ்வா வர்க்கத்திலிருந்து பிரிந்து வரத் தொடங்கியவுடன் ஒரு புதுப் புரட்சி வர்க்கம் தொழிலாளர் வர்க்கமாக உருவாகத் தொடங்கியதாக மார்க்ஸும், எங்கெல்சும் கூறுவதை எந்த சோஷலிஸ்ட்டாவது மறுக்க முடியுமா? ஆனால், இக்கருத்துடன் நாம் மகாத்மாவைக் குறித்து ஏன் பதிவு செய்ய வேண்டும்.

காந்தியிசம் குறித்த தவறான புரிதல்கள் தூக்கியெறியப்பட வேண்டியதின் அவசியத்தை உணர வேண்டும் என்றால், இங்கே பூர்ஷ்வாக்களே புரட்சியாளர்களாக ஒரு காலகட்டத்தில் இருந்திருக்கிறார்கள் என்கிற, மார்க்ஸின் மூலக் கருத்துகளையே இன்று வரை தாங்கி வந்திருக்கும் காந்தியிசம் எவ்வாறு சோஷலிசத்திற்கு முற்றிலும் வேறான ஒன்றாக மாற முடியும். நாம் அதைக் குறித்து மிகத் தெளிவாகவே பார்ப்போம். 1909-இல் இந்திய சுயராஜ்யம் என்கிற புத்தகத்தை மகாத்மா எழுதினார். அப்புத்தகத்தில் முற்றிலும் மார்க்ஸின் கருத்துகளை வேறு திசையில் இந்தியத் துணைக்கண்டத்திற்குத் தகுந்தவாறு மட்டுமே காந்தி வரையறை செய்திருந்தார் எனலாம். ஆனால், அது குறித்து முழுமையாக நாம் ஆய்வு செய்வதற்கு முன்பாக அப்புத்தகம் மறுமதிப்பு செய்யப்பட்ட 1937-இல் மகாதேவ தேசாயின் முன்னுரையில், மகாத்மா இயந்திரங்களை வெறுத்தாரா என்பதற்கு விளக்கமளித்தபோது இவ்வாறு கூறுகிறார்.

டில்லியில் நடந்த ஒரு உரையாடலைக் கீழே தருகிறேன். "எல்லா இயந்திரங்களையுமே அவர் எதிர்க்கிறாரா" என்று கேட்ட கேள்விக்கு காந்திஜி கூறியதாவது:

"[1] இந்த உடல் கூட மிகவும் நுட்பமான இயந்திரமே என்பதை நாம் அறிந்திருக்கும்போது எல்லா இயந்திரங்களையுமே எதிர்ப்பவனாக நாம் எப்படி இருக்க முடியும்? நூற்கும் ராட்டினமும்

---

1 இந்திய சுயராஜ்யம் மகாத்மா

ஒரு இயந்திரம் பல் குத்தும் சிறு துரும்பும் இயந்திரம் தான். நாம் ஆட்சேபிப்பதெல்லாம் இயந்திரத்தைப் பற்றிய வெறியையே; வெறும் இயந்திரங்களை அல்ல. உழைப்பைக் குறைக்கும் இயந்திரங்கள் என்பவை மீது அந்தப் பித்து அதிகமாக இருக்கிறது. மனிதர் பல்லாயிரக்கணக்கில் வேலையற்று நடுத்தெருவில் நின்று பட்டினியால் சாகும் வகையில் மனிதரின் உழைப்பைக் குறைத்துக் கொண்டே போகிறார்கள். மனிதவர்க்கத்தில் ஒரு சிறு பகுதியினருக்கு மாத்திரமல்லாமல் எல்லோருக்குமே நேரத்தையும் உழைப்பையும் குறைக்க நான் விரும்புகிறேன். செல்வம் ஒரு சிலருடைய கையில் குவிந்து விடாமல் எல்லாரிடமும் அது இருக்கும்படிச் செய்ய விரும்புகிறேன். இன்று இயந்திரங்கள் கோடானுகோடி மக்களை வருத்தி ஒரு சிலர் மாத்திரமே இன்புற்றிருக்க உதவி செய்கின்றன. இதற்கெல்லாம் பின்னாலிருந்து ஊக்குவிப்பது பேராசையே தவிர உழைப்பைக் குறைக்க வேண்டும் என்ற தர்மசிந்தையல்ல. காரியங்கள் இவ்விதம் அமைந்திருப்பதை எதிர்த்தே என்னுடைய முழுச் சக்தியையும் கொண்டு போராடிக்கொண்டிருக்கிறேன். இதிலெல்லாம் முக்கியமாகக் கவனிக்க வேண்டியது மனிதனையே. உதாரணமாக, புத்திசாலித்தனமான சில விதிவிலக்குகளைப் பற்றியும் கூறுகிறேன். சிங்கரின் தையல் இயந்திரத்தை எடுத்துக் கொள்வோம். மனித சக்தியால் உருவெடுத்த உபயோகமான சிலவற்றில் அதுவும் ஒன்று. அதனுடைய அமைப்பிலேயே ஒரு ரசமான விஷயமும் இருக்கிறது."

கேள்வி கேட்டவர்: "அப்படியானால் இந்தத் தையல் இயந்திரங்களைத் தயாரிப்பதற்கு ஒரு தொழிற்சாலை இருக்க வேண்டும். அதில் நீராவி, மின்சாரம் போன்ற சக்திகளைக் கொண்டு இயக்கும் சாதாரண விசைக்கருவிகள் இருக்க வேண்டும்" என்ற மற்றொரு கேள்வியைக் கேட்கிறார்.

இதற்கு மகாத்மா கூறியதாவது: "ஆம் இத்தகைய தொழிற் சாலைகளை தேச உடைமையாக்கிவிட வேண்டும். சர்க்காரே நிர்வகிக்க வேண்டும் என்று சொல்லும் அளவுக்கு நாம் சோஷியலிஸ்டு...தனிப்பட்டவரின் உடல் உழைப்பைக் குறைப்பதே நோக்கமாக இருக்க வேண்டுமேயன்றிப் பேராசை காரணமாக இருந்துவிடக்கூடாது. உதாரணமாக வளைந்து போய்விடும்

நூற்புக் கதிரை நிமிர்த்துவதற்கு ஒரு இயந்திரம் இருக்க வேண்டும் என்பதை நாம் வரவேற்பேன். கதிர்கள் செய்வதைக் கொல்லன் விட்டுவிடவேண்டும் என்பதல்ல. கதிர்களைக் கொல்லர்களே செய்து கொடுக்க வேண்டும். ஆனால், கதிர்கள் பழுதாகி விட்டால் அவற்றை நேராக்க நூற்பவர் ஒவ்வொருவரிடமும் ஒரு இயந்திரம் இருக்க வேண்டும். ஆகையால், பேராசை இருக்கும் இடத்தில் அன்பு இருக்கும்படிச் செய்துவிட்டால் எல்லாம் சரியாகிவிடும்.

சிங்கரின் தையல் இயந்திரத்திற்கும் உங்கள் கதிருக்கும் நீங்கள் விதிவிலக்குச் செய்வதானால் இந்த விதி விலக்கு எங்கே போய் முடியும்? என்றார் கேள்வி கேட்டவர்.

தனிப்பட்டவருக்கு உதவியாயிருப்பது நின்று, ஒருவரது தன்மையையே அது ஆக்கிரமித்துக் கொள்ளும்வரையில்தான். மனிதனுடைய கையையும் காலையும் முடக்கும் அளவிற்கு இயந்திரங்களுக்கு இடந்தரக்கூடாது." என்ற காந்தியின் மூலக்கருத்து எதைக் குறிக்கிறது. அனைவரும் உழைக்க வேண்டும். செல்வம் ஒருவர் இடத்தில் மட்டுமே குவிந்து செல்வதைத் தடுக்க வேண்டும். அவசியமான தொழிற்சாலைகளையும் தேசிய உடைமைகளாக மாற்றிட வேண்டும் என்கிறார்.

அடிப்படையில் இதைப்போன்ற ஒரு வேலைத் திட்டத்துடன் தான் ரஷ்யாவில் ஏற்பட்ட புரட்சிக்குப் பிறகு உருவான லெனின் அரசு மேற்கொண்டது என்பதிலிருந்து மகாத்மாவிடம் காணப்பட்ட சோஷலிச கோட்பாட்டை அறிய முடியும்.

ஆனால், இதில் அவர் அதிகப்படியான இயந்திரங்களின் வரவை எதிர்க்கிறார். ஆகையால் அவர் தொழிலாளர் வர்க்கம் உருவாவதைத் தடுப்பதாகத் தவறான புரிதல் கொண்டு அவரை எதிர்க்கும் சோஷலிஸ்டுகளுக்குத் தொடர்ந்து பதிலளிப்போம்.

11
மார்க்ஸியத்தின் வழிவந்ததா காந்தியம்

சென்ற கட்டுரையில் மகாத்மா எவ்வாறு இந்திய தேசத்திற்குத் தேவையான இடதுசாரியத்தை விரும்பினார் என்று முடித்திருந்தோம் அவரின் அக்கொள்கைகளுக்கு உண்மையில் இடதுசாரியாம் என்னும் கட்டுரை முழுவதுமாக ஒத்துப்போகுமா என்பதை நாம் தெளிவு படுத்தமுடியவில்லை. ஆனால், இடதுசாரியத்தின் பிரதிபலிப்புகளை அவர் கொண்டிருந்தாலேயே காந்தியம் வலுவான ஒரு கொள்கையாக மாறியதால் மக்கள் ஏற்றுக்கொண்டனர் என்பதையே நாம் முன்வைக்கிறோம். ஒரு வேளை இன்றைய காந்தியக் கொள்கை சார்ந்தவர்கள் உண்மையில் அதனை உணர்ந்திருக்கிறார்களா? என்பதை நாமும் அறிய முடியவில்லை. ஆனால், நாம் உறுதியாகக் கூறலாம். காந்தியக் கொள்கையைச் சார்ந்தவர்களும் சரி, அல்லது முழுநேர இடதுசாரியத்தை ஏற்று அதன் தாய் இயக்கத்தில் இருந்து வெளிவந்தவர்களும் சரி, இவ்விவாதத்தை முழுவதும் படிக்கும்போது அவர்களுக்கு ஓரளவிற்கு நம்பிக்கை பிறக்கும் என்றே நம்புகிறோம். ஏனெனில் காந்தியம் இடதுசாரியத்துடன் முற்றிலும் ஒரு வேறுபட்ட கொள்கை கொண்டிருக்கவில்லை. அதனைச் சார்ந்தே உருவாக்கப்பட்டிருக்கிறது என்று நாம் முழுமையாக நம்பும் ஆதாரங்கள் நம்முன் இருக்கவே செய்கின்றன. பொதுவாக மகாத்மா மீது இடதுசாரியத்தின் வேரில் பிறந்தவர்கள் கூறும் குற்றச்சாட்டுதான் என்ன என்று பார்த்தால், மகாத்மா பழைய நாகரிகத்தின் மிச்சங்களைத் தேடுகிறார் என்பதே அவர்களின் பிரதான குற்றச்சாட்டு. கிராமப்புறங்களில் இருந்த பழைய வாழ்வு முறைமீது அவருக்கு அலாதி விருப்பம் இருந்ததை இடதுசாரியத்திற்கு

எதிரான பதமாக அவர்கள் பார்த்தனர். தெய்வத்தின் மீதான அவரின் பற்றுதலையும் அதனுடன் ஒப்பிட்டுப்பார்த்தே அவ்வாறு அவர்கள் ஒரு முடிவுக்கு வந்திருந்தனர். கம்யூனிஸம் தோன்றுவதற்குக் காரணமான பாட்டாளி வர்க்கத்தைத் தன் முழுமுதல் எதிரியாக கொண்ட பூர்ஷ்வா வர்க்கம் எதையெல்லாம் வரலாற்றில் மாற்றியது என்று கம்யூனிஸ்ட்டு கட்சி அறிக்கையில் 20-ஆவது பத்தியில் மார்க்ஸ் மற்றும் எங்கெல்சும் இவ்வாறு பட்டியலிடுகின்றார்கள்.

"[1]பூர்ஷ்வா வர்க்கம் எங்கெல்லாம் ஆட்சிக்கு வந்ததோ, அங்கு அது நிலப்பிரபுத்துவ, மரபான அதிகார உரிமை உறவுகள், நாட்டுப்புற, பாரம்பரிய உறவுகள் அனைத்தையும் அழித்துவிட்டது. இயற்கையிலேயே மேலானவர்களுடன் மனிதனைக் கட்டிப்போட்டிருந்த பல்வேறு வகையான நிலப்பிரபுத்துவப் பிணைப்புகளைக் கருணை காட்டாமல் அறுத்தெறிந்து அப்பட்டமான சுயநலம், உணர்ச்சியற்ற பணப்பட்டுவாடாவைத் தவிர மனிதர்களிடையே வேறு எந்த உறவுமில்லாமல் செய்து விட்டது. பக்தி உணர்வு, அறக்காப்புப் பண்புகளின் உற்சாக வெளிப்பாடுகள், குறுமதிக் குட்டி – பூர்ஷ்வா உணர்ச்சிப் பசப்பு ஆகியவை தரும் அற்புத சுகமளிக்கும் பரவசங்கள் அனைத்தையும் தன்னலக் கணக்கீடு என்னும் உறைபனிக் குளிர் நீரில் மூழ்கடித்து விட்டது. மனிதனின் மாண்பைப் பரிவர்த்தனை மதிப்பாக மாற்றிவிட்டது. சாசனங்களின் மூலம் பெறப்பட்டிருந்த எண்ணற்ற, பாடுபட்டுப் பெற்ற சுதந்திரங்களுக்குப் பதிலாக மனசாட்சியில்லாத ஒரே ஒரு சுதந்திரத்தை – வணிக சுதந்திரத்தை நிறுவியுள்ளது. சுருங்கக் கூறின் மத, அரசியல் போலிக் கருத்துகளால் மூடி மறைக்கப்பட்டிருந்த சுரண்டலுக்குப் பதிலாக அப்பட்டமான, வெட்கமில்லாத, நேரடியான, மூடிமழுப்பாத சுரண்டலைக் கொண்டு வந்துள்ளது." என்கிற ஆதங்கத்தையே மார்க்ஸ் வெளிப்படுத்தி இருக்கிறார்.

மொத்தத்தில் அவர்கள் எதைக்குறிப்பிடுகின்றனர். பழைய மரபுகளும் உயர்ந்த பழக்கவழக்கங்களும் மறைந்து போவதற்கும் மனிதர்களுக்கிடையே நல்லுறவும் அறம் கொண்ட பண்பும்

---

1 கம்யூனிஸ்ட் கட்சி அறிக்கை

மறைந்து வணிக உறவுகளாக மாறி விட்டதையும் பூர்ஷ்வா வர்க்கம் செய்த அம்மாற்றம் மதம் செய்த மறைமுகச் சுரண்டலைவிட மோசமானதாக இருந்ததாகக் குறிப்பிடுகிறார்கள். இதையேதான் மகாத்மாவும் 'சுயராஜ்ஜியம்' என்னும் நூலில் நாகரிகம் என்னும் தலைப்பில் இவ்வாறு கூறுகிறார்.

"[1]முன்பெல்லாம் ஐரோப்பாவில் மக்கள் உடலுழைப்பைக் கொண்டே உழுது வந்தார்கள். இப்பொழுதோ, பெரும்பரப்பான நிலத்தை நீராவி இயந்திரத்தைக் கொண்டு உழுது ஒரு மனிதன் பெருநிதி திரட்டிவிடலாம். இது நாகரிகத்திற்கு அடையாளம் என்று சொல்லப்படுகிறது. முன்பெல்லாம் ஒரு சிலரே உயர்ந்த நூல்களை எழுதினர். இப்பொழுதோ, எவரும் எதையும் எழுதி அச்சடித்து மக்கள் மனதில் விஷயத்தைப் புகட்டி விடுகின்றனர். அந்தக் காலத்தில் வண்டிகளில் பிரயாணஞ் செய்து வந்தனர். இன்றோ, நானூறுக்கு அதிகமான மைல் வேகத்தில் ரெயிலிலும், ஆகாயத்திலும் பறக்கிறார்கள். இதுவே நாகரிகத்தின் உச்சம் என்று எண்ணப்படுகிறது. மனிதன் முன்னேற்றம் அடைய ஆகாயக் கப்பல்களில் பிரயாணம் செய்ய முடியும். சில மணி நேரத்தில் உலகத்தின் எப்பகுதிக்கும் போய்விடலாம் என்கிறார்கள். மனிதன் தன்னுடைய கைகளையும் கால்களையும் உபயோகிக்க வேண்டியதில்லை. ஒரு பொத்தானை அழுத்தினால் போதும் அவர்களுக்கு வேண்டிய ஆடைகள் பக்கத்தில் வந்து நிற்கும். இன்னும் ஒரு பொத்தானை அழுத்தினால் அவர்களுக்குப் படிக்கப் பத்திரிகைகள் வரும் இன்னும் ஒன்றை அழுத்தினால் ஒரு மோட்டார் வண்டி வந்து காத்துக் கொண்டிருக்கும். பலரகச் சுவைமிக்க உணவும் வந்து விடும். எல்லாவற்றையும் இயந்திரமே செய்து விடும். முன்பெல்லாம் ஒருவருக்கொருவர் சண்டையிடும்போது, தங்களுக்குள் இருக்கும் உடல்வலுவின் அளவைக் கவனிப்பார்கள். இன்றோ, ஒருவன் ஒரு குன்றின்மீது பீரங்கியுடன் இருந்து கொண்டு சுட்டு ஆயிரக்கணக்கானவர்களைக் கொன்றுவிட முடியும். இதுதான் நாகரீகம். முன்பு மனிதர் தங்களுக்குப் பிரியமான வரையில் திறந்த வெளியில் இருந்து வேலை செய்து வந்தனர்.

---

1 இந்திய சுயராஜ்ஜியம் மகாத்மா

இப்பொழுதோ, தொழிற்சாலைகளிலும், சுரங்கங்களிலும், வேலை நடப்பதற்காக ஆயிரக்கணக்கான தொழிலாளர்கள் ஒன்று கூடுகிறார்கள். இவர்கள் ஆபத்தான வேலைகளில் தம் உயிருக்கு நேரும் ஆபத்துக்களையும் பொருட்படுத்தாமல் லட்சாதிபதிகளின் நன்மைக்காக உழைக்க வேண்டியவர்களாக இருக்கிறார்கள். முன்பெல்லாம் உடல்பலத்தைக் கொண்டு கட்டாயப்படுத்தி மனிதர் அடிமையாக்கப்பட்டனர். இப்பொழுதோ பணம், பணத்தினால் வாங்கக்கூடிய ஆடம்பர வாழ்க்கை ஆசையைக் காட்டி இப்பொழுது அடிமைகளாக்கப்படுகின்றனர்" என்கிற மகாத்மாவின் கூற்று கம்யூனிஸ்ட்டு கட்சி அறிக்கையின் 20-ஆவது பத்திக்கு முழுவதுமாகப் பொருந்திப் போவதை அறிய முடியும்.

இதில் இடது சாரியத்தின் வர்க்கப் போராட்டத்தின் வேரான காரணங்களை மகாத்மா நாகரீகம் என்னும் பதத்தில் கூறுகிறார். ஆனால், இந்த இரண்டின் நோக்கமும் ஒன்றுதான் அனைத்தும் மாறிப்போனதோடு பணப்பட்டுவாடாவோடு தொடர்பு கொண்டதால் மனித நாகரிகம் முற்றிலும் அழிந்துபோகும் என்று மகாத்மா கவலைப்படுகிறார். அதற்காக மார்க்ஸும், எங்கெல்சும் அதனைப் புறக்கணித்ததற்கான கூறுகள் இங்கே தென்படுகின்றனவா என்றால் அதுவும் இல்லை. ஒரு சிறு இடைவெளியைத் தவிர இவையிரண்டும் ஒரே நேர்கோட்டில்தான் அமைக்கப்பட்டிருக்கின்றன என்பதை எவரும் மறுக்கமுடியாது. ஆனால், இதில் ஒரு கூடுதலான தகவல் இருப்பதை நாம் கவனிக்கவேண்டும் இந்திய தேசத்து மக்கள்மீது மகாத்மா எவ்வாறு வேறுபட்ட ஒரு இடதுசாரியக் கொள்கை கொண்டிருந்தார் என்பதை நாம் கவனிக்கவேண்டும்.

அது என்ன முக்கியத்துவம் பெற்ற கருத்து என்பதையும் குட்டி பூர்ஷ்வா குறித்த பதத்தை வேறோர் இடத்தில் மகாத்மாவிற்குப் பொருந்துவதாக இடதுசாரிகள் குறிப்பிட்டுப் பயன்படுத்தி அதன்மூலமே அவர் இடது சாரியத்திற்கு எதிரிடையாகச் செயல்படுவதாகவும் ஒரு செயற்கையான தன்மை ஏற்படுத்தப்பட்டதை அடுத்த கட்டுரையில் பார்ப்போம்.

12

பாட்டாளி வர்க்கம் உருவாவதை விரும்பாத மகாத்மா(1)

அநேகமாக நாம் இந்த கட்டுரையில் எழுதப் போகும் விஷயம் சற்றுக் கடுமையானதாகச் சிலருக்குத் தோன்றலாம். ஆனால், அது ஆய்வில் நிருபிக்கப்பட்டது என்பதால் சிலர் நம்பத்தான் வேண்டும். பொதுவாக இன்றைய கம்யூனிஸ்டுகள் மகாத்மா மீது வைக்கும் குற்றசாட்டுதான் என்ன என்று பார்த்தால் மகாத்மா இயந்திரங்களை வெறுக்கிறார். பாட்டாளி வர்க்கம் உருவாவதற்கு அவர் அவ்வளவாக ஆர்வம் காட்டுவதில்லை. தேசத்தைப் பழைய இருப்புக்குள்ளேயே வைத்திருப்பதற்கு விருப்பப்படுகிறார். அதனால் அவர் விஞ்ஞானத்திற்கு எதிரிடை யாக இருப்பதால் இடதுசாரியத்திற்கும் எதிரானவர்தாம் என்னும் முத்திரை குத்தப்பட்டவராகத் தெரிகிறார். இதனை கம்யூனிஸ்டு கட்சி அறிக்கையை ஆதாரமாகக் கொண்டு அவர்கள் குறிப்பிட்டிருக்கிறார்கள். கம்யூனிஸ்டு கட்சி அறிக்கையின் ஆரம்பத்துப் பத்திகளில் குட்டி பூர்ஷ்வாக்களும் பாட்டாளிகளே என்று அதற்காக வாதாடிய மார்க்ஸ், அதன் பிற்பகுதியில் குட்டி பூர்ஷ்வாக்கள் ஒரு வகையில் பாட்டாளிகளுக்கு எதிரானவர்களாகவும் சித்தரித்துக் கூறியிருக்கிறார். குட்டி பூர்ஷ்வாக்களே சக்கரத்தைப் பின்னோக்கி இழுத்து பழைய புராதனச் சிந்தனைகளை மீண்டும் கொண்டு வருவதில் ஆர்வம் காட்டுவதின் மூலம், அவர்கள் பாட்டாளி வர்க்கத்திற்கு எதிரானவர்களாகச் செயல்படுகிறார்கள் என்கிற குற்றச்சாட்டினை முன்வைக்கிறார் அதனுடன் நிலச்சுவன்தாரர்களின்; மிச்சங்களாக இந்தக் குட்டி பூர்ஷ்வாக்கள் செயல்படுவதாக மார்க்ஸ் அவ்வறிக்கையின் பின்பகுதியில் குட்டி பூர்ஷ்வாக்கள் மீது கடுமையான குற்றச்சாட்டினை முன் வைக்கிறார்.

இன்றுள்ள கம்யூனிஸ்டுகளும் அத்தகைய கருத்தினை முற்றிலும் ஏற்றுக் கொண்டு மகாத்மாவை எதிரியாகவே பார்க்கத் தொடங்கி விட்டனர். ஆனால், அதன் சாராம்சம் எவ்வகையிலும் அந்த வகையைச் சாராதது என்பதை உணர வேண்டும். ஏனென்றால், கம்யூனிஸ்ட் கட்சி அறிக்கையின் மொத்த 203 பத்திகளும், ஒரே அளவில் நேர்கோட்டில் அமையப்பெறவில்லை. சில பத்திகளில் சரியென்றுக் கூறியதை பிறிதொரு சமயம் வேறு காரணங்களுக்காக அதைத் தவறு என்றும் கூறுகிறது. சில இடங்களில் இவையிரண்டையும் நியாயப்படுத்துவதையும் காண நேரிடுகிறது. ஆகவே, அந்த அறிக்கையின் ஒட்டுமொத்தப் பத்தியின் தன்மையும் நேர்மையற்றது என்று கூறமுடியாது. எந்த ஒரு நியாயமான கோட்பாடும் இவ்வாறுதான் அனைத்திலும் உள்ள சாதக பாதக கணக்கீடுகளைக் கொண்டிருக்கும். அவ்வாறு இருக்கும் போது அதன் 203 பத்திகளும் மற்ற கோட்டுகளுடன் விவாதம் செய்து சாதக பாதகங்களைப் பட்டியலிடத் தகுதியானவையே. மொத்தத்தில் 203 பத்திகளும் சோஷலிசச் சித்தாந்தத்தின் சூத்திரங்களே, இதனை எந்த ஒன்றுடனும் ஒப்பிட்டுப் பார்க்க முடியாத மற்ற கோட்பாடுகளையே சோஷலிசத்திற்கு அப்பாற்பட்டவையாக கருத வேண்டும்.

மகாத்மா கம்யனிஸ்டுகளை எதிர்த்தார். காரணம் எதுவெனில், இந்திய கம்யூனிஸ்டுகள் கண்ணை மூடிக்கொண்டு வெளிநாட்டுக் கொள்கையை முற்றிலும் இந்திய தேசத்திற்கு பொருந்துவதாக கருதுவது அவ்வளவு சரியில்லை என்பதால்தான். ஆனால், அடிப்படையில் மகாத்மாவும் ஒரு தீவிர இடதுசாரியத்தின் வழிவந்தவரே என்பதைப் பார்ப்பதற்கு முன்பு மகாத்மாவை ஏன் கம்யூனிஸ்டுகள் இடதுசாரியத்திற்கு எதிராகப் பார்த்தார்கள் என்பதற்கு கம்யூனிஸ்டு கட்சி அறிக்கையில் கூறப்படுவதில் அதை அவர்களுக்கு சாதகமாக எடுத்துக் கொண்டார்கள் எனப் பார்ப்போம். அதன் 137-ஆவது பத்தியில்

“இப்படித்தான் தோன்றியது நிலப்பிரபுத்துவ சோசலிசம். பாதி புலம்பல் பாட்டாகவும், பாதி வசைப்பாட்டாகவும், பாதி கடந்த காலத்தின் எதிரொலியாகவும், பாதி எதிர்காலம் பற்றிய அச்சுறுத்தலாகவும், கசப்பான, கிண்டலான சுருக்கென்று தைக்கும்படியான விமர்சனத்தின் மூலம் பூர்ஷ்வா வர்க்கத்தின்

நெஞ்சின் மையத்தையே அவ்வப்போது தாக்குவதாகவும், ஆனால், நவீன வரலாற்றின் போக்கைப் புரிந்து கொள்ளும் திறன் இல்லாததால் எப்போதுமே நகைக்கத்தக்க விளைவை உருவாக்குவதுமாக" என்கிற இந்தப் பத்திக்கு தமிழகத்தின் சிறந்த கம்யூனிஸ்டாகவும், அதன் எழுத்தாளராகவும் அறியப்பட்ட எஸ்.வி.ராஜதுரை அளிக்கும் விளக்கத்தினையும் பார்ப்போம்.

[1]நிலப்பிரபுத்துவ சோசலிசம் ஏன் பாதி எதிர்காலம் பற்றிய அச்சுறுத்தலாக இருக்க வேண்டும்? இதற்கான விளக்கம் அறிக்கையில் இல்லை என்றாலும், பிற்காலத்தில், நிலப்பிரபுத்துவ சோசலிச வகைகள் தோன்றும் சாத்தியப்பாடு பற்றிய ஆழமான பார்வை இந்தப் பத்தியில் இருப்பதாக ஹால் ட்ரேப்பர் கருதுகிறார். அதாவது பூர்ஷ்வா சமுதாயத்துக்கு முந்தைய மதிப்பீடுகளை, விழுமியங்களை வலியுறுத்தும், அவற்றை மீட்டெடுக்க முயலும் பல்வேறு கருத்தோட்டங்கள். இயக்கங்கள் தொடர்ந்து நிலவுகின்றன. முதலாளிய எதிர்ப்பு - சோசலிசம் என்னும் தவறான சமன்பாடு கேள்விக்குட்படுத்தப்படுவதில்லை. காந்தியம், பசுமை இயக்கம், பல்வேறு அரசு சாரா நிறுவனங்கள், வந்தனா சிவா, அமர்தியா சென் போன்ற தனிநபர்கள் முதலியோர் பூர்ஷ்வா உலக முதலாளியப் பொருளாதாரம் பற்றிய அதிருப்தியை வெளிப்படுத்துகிறார்கள். ஆனால், பாட்டாளி வர்க்கத்தின் கண்ணோட்டத்திலிருந்து அல்ல.

இந்த இரு கருத்துகளில் இருந்தும் நாம் அறிந்து கொள்வது என்ன? இதன் 137-ஆவது பத்தி கூறுவது அனைத்தும், மகாத்மாவிற்கு முற்றிலும் பொருந்தும். ஆம் அவர் அப்படித்தான் இருந்திருக்கிறார்.

அதனை காந்தியத்தை அறிந்த எவராவது எப்படி மறுக்க முடியும் என்பதும் உண்மைதான். இப்போது நாம் கம்யூனிஸ்ட் கட்சி அறிக்கையின் 137ஆவது பத்திக்கு ராஜதுரை அளித்த விளக்கத்தைப் பார்ப்பதற்கு முன்பு மகாத்மாவின் மற்றொரு கருத்தினையும் அதையே வலியுறுத்தும் அதே அறிக்கையின் 150 ஆவது பத்தியையும் பார்த்துவிடலாம்.

---

1 கம்யூனிஸ்ட் கட்சி அறிக்கை - S.V.**ராஜதுரையின் விளக்கம்**

அதில், "¹ஆயினும் இந்த சோசலிசத்தின் செயலாக்க உள்ளடக்கத்தைப் பொறுத்தவரை, அது பழைய உற்பத்திச் சாதனங்களையும் பரிவர்த்தனையையும் அவற்றின் கூடவே பழைய சொத்து உறவுகளையும் பழைய சமுதாயத்தையும் மீண்டும் நிறுவ விரும்புகிறது. அல்லது நவீன உற்பத்திச் சாதனங்களையும் பரிவர்த்தனையையும் அவற்றால் தகர்க்கப்பட்ட அல்லது தகர்க்கப்பட வேண்டியிருந்த பழைய உற்பத்திச் சாதனங்கள், பரிவர்த்தனை ஆகியவற்றின் கட்டுக்கோப்புக்குள் மீண்டும் சிறைப்படுத்த விரும்புகிறது. இரு வகைகளுமே பிற்போக்கானதாகவும், அதே வேளை கற்பனாவாதத் தன்மையுடையதாகவும் உள்ளன என்று கூறுகிறது. ஆக,

137 மற்றும் 150 ஆகிய இரு பத்திகளின் வாயிலாக மார்க்ஸ் கூற வரும் அனைத்தும் மகாத்மாவிற்கு முற்றிலும் பொருத்தமான வகையைச் சார்ந்ததே. அதே நேரம், இந்த இரு பத்திகளுக்கான ஒரே விளக்கமாகவும் ராஜதுரையின் 137-ஆவது பத்திக்கான விளக்கத்தினைக் கொள்ளலாம். ஆம் மகாத்மா பழைய இயந்திரங்களை விரும்பினார். அவரின் எண்ணங்கள் அனைத்தும் நவீன உலகத்திற்குக் கற்பனாவாதத் தன்மையுடையதாக இருக்கும் என்று முடிவு பெற்றிருக்கிறது. 137ஆவது பத்தியிலோ இதையே நகைப்பிற்குரியதாகவும் கூறியிருக்கிறது. ஆக 137 மற்றும் 150ஆவது பத்திக்கான கருத்தும் மகாத்மாவிற்கு முற்றிலும் பொருந்துகிறது. ஏனெனில் மகாத்மாவே பல முறை தன் சகாக்களுடனான உரையாடலில் இதை ஒப்புக் கொள்கிறார். அவ்வாறான ஒரு நிலையில் எஸ்.வி.ராஜதுரையின் விளக்கக் குறிப்பு நமக்கு எதைச் சுட்டிக்காட்டுகிறது என்பதுதான் அதிமுக்கியத்துவம் பெற்றதாக நாம் கருத வேண்டியுள்ளது.

அவரோ அவ்விளக்கக் குறிப்பில் காந்தியத்தை இடதுசாரியமே இல்லை என்று கூறியிருக்கிறாரா? என்பதை நாம் பார்க்க வேண்டும். அவர் காந்தியத்துடன் இன்னும் பிற வலிமையான சமூகக் கண்ணோட்டத்தில் அக்கறை கொண்ட இயக்கத்தினையும் கூட காந்தியத்துடன் தொடர்புபடுத்தி எழுதியிருக்கிறார்

---

1 கம்யூனிஸ்ட் கட்சி அறிக்கை - S.V.**ராஜதுரையின் விளக்கம்**

என்பதும், அவ்வாறு அவர் எழுதியதில் காந்தியம் முதலாளிப் பொருளாதாரத்தைப் பட்டாளி வர்க்கத்தின் கண்ணோட்டத்திலிருந்து பார்க்கவில்லை என்று கூறி முடித்திருக்கிறார். இதுதான் நாம் மிகவும் முக்கியத்துவமாகப் பார்க்க வேண்டிய பதம். ஆம், மகாத்மா இடதுசாரியத்தையே பாட்டாளி என்னும் தொழிலாளியின் கண் கொண்டு பார்க்கவில்லை என்பதுதான் உண்மை என்று கூறுகிறோம். ஆனால், அது ஏன் என்பதுதான் இங்கு அனைத்திற்கும் பதிலாகிறது. இடதுசாரியம் பாட்டாளியின் கண் கொண்டுதான் பார்க்கப்பட வேண்டும் என்றால் கம்யூனிஸ்டு கட்சி அறிக்கையின் முன்னுரையில் எங்கெல்ஸ் கம்யூனிஸ்ட்களின் எண்ணங்கள் தேசத்திற்கு தேசம் மாறுபடக்கூடும் என்றும், புரட்சி என்பது சில இடங்களில் சமூகப் பிரச்சனையாக இருக்கிறது. சில இடங்களில் உரிமைப் பிரச்சனையாக இருக்கிறது. அதற்கேற்ப அதன் பாதைகள் வகுக்கப்பட வேண்டும் என்று கூறுகிறார்.

காந்தி பாட்டாளியின் கண் கொண்டு பார்க்காத முதலாளியப் பொருளாதாரம் இந்தியாவில் உருவான போது இங்கே பாட்டாளி வர்க்கமே பெரிய எண்ணிக்கையில் இல்லை என்கிற உண்மையை நாம் என்றாவது எண்ணிப்பார்த்திருக்கிறோமா?

அன்றைய இந்தியாவின் மிக முக்கியப் பிரச்சனை எது? வறுமை – உணவுப்பற்றாக்குறை வேலையின்மை, இந்தச் சூழ்நிலையில் புதிதாக முதலாளித்துவப் பொருளாதாரம் வலுப்பெறுவதால் இயந்திரங்கள் அதிகமாகவரத் தொடங்கும். அவ்வாறு நவீன முறைகள் ஏற்படுகின்றபோது நூறு பேர் வேலையை ஒரு இயந்திரம் செய்து முடித்துவிடும். அந்த இயந்திரங்களை இயக்க 5 நவீன பாட்டாளி தொழிலாளர்கள் போதும். ஆனால், மீதமுள்ள பூர்வீக 95 உழைப்பாளிகள் வேலை பறிபோகும். பெரும் எண்ணிக்கை கொண்ட மக்கள் தொகை உள்ள நாட்டில் அதன் பிரச்சனை வேறு மாதிரி இருந்தது. நவீன பாட்டாளி வர்க்கம் உருவாகும் என்பது அதன் தோழமை வர்க்கமான வறுமைக்கோட்டிற்கான மக்களின் பெரும்பான்மையினரை அது மேலும் வறுமையில் தள்ளுகிறது. ஆனால், முதலாளி வர்க்கமோ, அதைப்பற்றிக் கவலைப்படாமல் செயற்கையான பஞ்சத்தை உருவாக்குவதற்காகவே பாட்டாளி வர்க்கத்தை உருவாக்க முயற்சி செய்தது. அதன் நோக்கம் வேறாகவும் இருந்தது. தொடர்ந்து பார்ப்போம்.

13

பாட்டாளி வர்க்கம் உருவாவதை விரும்பாத மகாத்மா
(2)

மகாத்மாவின் இடதுசாரியம் குட்டி – பூர்ஷ்வாக்கள் என்னும் மத்தியத்தர இடதுசாரியத்தின் தன்மையைப் பெற்றிருந்ததாக இங்குள்ள விவரமறிந்த இடதுசாரியத்தின் வேர்கள் கருதின. ஆனால், இடதுசாரியத்தை வெறும் தொழிலாளர் இயக்கம் என்கிற அளவில் மேம்போக்கான எண்ணம் கொண்ட அதன் சராசரி கம்யூன் இளைஞனோ, மகாத்மாவை முற்றிலும் வெறுக்கத் தொடங்கினான். அவன் சிந்தனையில் இடதுசாரியம் என்பதை கம்யூன் இயக்கம் சார்ந்தது என்பதிலிருந்து வேறுபடுத்திப் பார்க்கத் தெரிந்திருக்கவில்லை என்பதுதான் இதன் அடிப்படைக் காரணமாக இருந்தது. நாம் மீண்டும் ஒரு முறை இங்கே நினைவுபடுத்திக் கொள்கிறோம். இடதுசாரியம் என்பது, எந்த ஒரு பிரிவினரும் அதற்கடுத்த ஒரு பிரிவினரால் ஆளுமைக்கு உட்படுத்தப்படும் காரணங்களை அறிகின்றபோதோ, அல்லது அவ்வாறான ஒரு காரணத்தை உருவாக்க மற்றொரு தரப்பினர் முயல்கின்ற போதோ, அவ்வாறான செயல்பாடுகளின் மூலம் பாதிப்புக்குள்ளாகும் சமூகம் அப்பாதிப்பிலிருந்து வெளியேற நினைப்பதே இடதுசாரியத்தின் முழு அர்த்தம் என்பதே அதன் மீதான எத்தனை வகையான ஆய்வுகள் நடத்தினாலும் இறுதியாக கிடைக்கும் விடையாகவே கருத இடமுண்டு.

இதனால்தான் கம்யூனிஸ்ட் கட்சி அறிக்கையில் பூர்ஷ்வாக்களையே ஆரம்ப காலத்தில் ஒரு புரட்சிகரமான இனம் என வகைப்படுத்துகிறது. அவ்வறிக்கையின் 19-ஆவது பத்தி இவ்வாறு அது கூறுகிறது.

"பூர்ஷ்வா வர்க்கம் வரலாற்றில் புரட்சிகரமானப் பாத்திரம் வகித்திருக்கிறது." என்கிற ஒற்றைவரிதான் 19-ஆவது பத்தியின்

முழு கொள்ளளவும் ஆகும். அதில் நிலச்சுவான்தாரர்களிடமிருந்து தங்களது அடிமைத்தனத்தை உடைத்தெறிந்து வெளிவந்த புரட்சிகரமான வர்க்கமே பூர்ஷ்வா வர்க்கம் என்றே அது வகைப்படுத்துகிறது. அதைத் தொடர்ந்து கம்யூனிஸ்ட் கட்சியின் 12 ஆவது பத்தியைப் பாருங்கள்.

"[1]முதன்முதலில் தோன்றிய நகரங்களில் இருந்த நகரத்தார் மத்தியகாலப் பண்ணையடிமைகளிலிருந்து தோன்றியவர்கள் ஆவார். இந்த மத்தியத்தர வர்க்த்தினரிலிருந்து பூர்ஷ்வா வர்க்கத்தின் ஆரம்பக் கூறுகள் வளர்ச்சி பெற்றன." என்கிற அறிக்கையின்,

ஆரம்ப பத்திகளில் பூர்ஷ்வா வர்க்கத்தினரைப் புரட்சிகரமான வர்க்கமாகச் சித்தரிக்கும் அறிக்கை அதன் மத்தியப் பகுதிகளில், இப்பூர்ஷ்வா வர்க்கத்திலும் சற்றே குறைந்த சிறுவணிகர்களை பாட்டாளிகளுடன் ஒன்று சேர்ந்த ஒரு புரட்சிகரமான வர்க்கமாக வரையறை செய்தததையும், இதற்கு முன்பே நாம் பார்த்திருக்கிறோம். அதன் பெரும் வித்தியாசத்தை இதற்கு முந்தைய கட்டுரையில் மிக தெளிவாக அறியும் வாய்ப்பு இருக்கிறது. கம்யூனிஸ்ட் கட்சி அறிக்கையில் 150வது பத்தி நிலச்சுவான்தாரர்களையும், கிராம பழைய மரபுகளையும், நவீன பூர்ஷ்வா வர்க்கம் அழித்தொழித்ததை கண்டிருந்திருக்கிறது. இதில் நாம் எதைத்தான் முடிவாக கொள்வது என்கிற குழப்பம் ஏற்படலாம். அது அவ்வாறு அல்ல. கம்யூனிஸ்ட் கட்சியின் அறிக்கையில் வர்க்கப் போராட்டம் காலநிலைகளுக்கு ஏற்றவாறு மாறுபாடு கொண்டு திகழ்வதை மிகத் தெளிவாகப் பதிவு செய்திருப்பதாக மட்டுமே அறிந்து கொள்ள வேண்டும். ஒவ்வொரு சூழ்நிலையிலும் அது சரியான காரணங்களை விட்டுவிடாமல் தனது ஆய்வை நிறைவு செய்திருப்பதாகவே கருத வேண்டும். அதிலிருந்து இந்தியாவிலோ இதன் நிலை முற்றிலும் வேறான ஒன்று என்பதை நாம் முடிவு செய்து கொள்ள வேண்டும். அதற்கேற்றவாறு அதன் கூறுகளை பொருத்து அதன் நியாயத்தை நாம் உறுதி செய்ய வேண்டும்.இக்கூறுகளை இந்திய கம்யூனிஸ்டுகள் எவ்வாறு தவிர்த்தனர் என்பதை நாம் மிகத் தெளிவாகப் புரிந்து கொள்ள வேண்டும் என்றால், அதே கம்யூனிஸ்ட் அறிக்கையில் 172-ஆவது பத்தியில் கூறியுள்ள கருத்தும், அதற்கு ஈடுஇணையில்லாத கம்யூனிஸ்ட்டாக உள்ள எஸ்.வி.ராஜதுரை எழுதிய விளக்கவுரையும் நாம் மிகக் கவனமாகப் பார்க்க வேண்டிய தருணங்களை உருவாக்கியிருக்கிறது. 172 ஆவது பத்தியில்

1 கம்யூனிஸ்ட் கட்சி அறிக்கை

"புரூதோனின் வறுமையின் தத்துவத்தை ஒரு எடுத்துக்காட்டாக நாங்கள் குறிப்பிடுகிறோம் என்கிறது". அதற்கு எஸ்.வி.ராஜதுரை அளித்துள்ள விளக்கமோ இவ்வாறு அமைகிறது.

"புரூதோன் அறிக்கை எழுதப்பட்ட காலத்தில் புரூதோன் பிரான்ஸில் நன்கு அறியப்பட்ட சோசலிஸ்டுகளிலொருவராகத் திகழ்ந்தார். என்றாலும் அவர் தன்னை சோசலிஸ்ட் என்று அழைத்துக் கொண்டதில்லை. பிரான்ஸில் மிகுந்த வரவேற்பைப் பெற்ற அவரது முதல் நூலில் பிரெஞ்சுச் சிந்தனையாளர் ப்ரிஸ்ஸோவின் மூதுரையான சொத்து என்பது திருட்டே என்பதைப் பிரபல்யப்படுத்தினார் (இந்த மூதுரைளைக் கூறியவர் புரூதோனே என்று பலரும் கருதுகின்றனர். அவர் எழுதிய வறுமையின் தத்துவம் என்னும் நூலை விமர்சனப் பகுப்பாய்வு செய்து தத்துவத்தின் வறுமை என்னும் நூலை மார்க்ஸ் எழுதினார். வறுமையின் தத்துவம் நூலில் புரூதோன் அனைத்து விதமான அதிகாரங்களையும் கண்டனம் செய்திருந்தபோதிலும் அராஜகவாதம் என்னும் தத்துவ, அரசியல் கருத்துநிலை அப்போது உருவாகியிருக்கவில்லை. கவனத்தை ஈர்க்ககூடியதாக இருந்தவை அந்த நூலில் காணப்படும் அராஜகவாதக் கருத்துகள் அல்ல. மாறாக பரஸ்பர-கடனுதவி சங்கங்கள் அமைப்பதன் மூலம் சமுதாயத்திலுள்ள குறைபாடுகளுக்குத் தீர்வு காண முடியும் என்னும் கருத்துதான். தத்துவத்தின் வறுமை நூலிலும் தனது நண்பர்கள் இருவருக்கு எழுதிய கடிதங்களிலும், புரூதோன் குட்டி – பூர்ஷ்வாக் கருத்து நிலையைப் பிரதிநிதித்துவம் செய்பவர் என்பதை மார்க்ஸ் விளக்கினார். இந்த விளக்கம் புரூதோனின் கருத்துகளை மட்டுமின்றி அவரது தனிப்பட்ட வாழ்க்கையையும் அடிப்படைகளாகக் கொண்டிருந்தது. அறிக்கை குட்டி – பூர்ஷ்வா சோசலிசம் என்னும் உட்பிரிவில் புரூதோனின் கருத்துகளைப் பகுப்பாய்வு செய்யாமல், அவரை பூர்ஷ்வா சோசலிஸ்டுகளில் ஒருவராகக் காட்டுவது வியப்பபுக்குரியது மட்டுமல்ல. அறிக்கை எழுதப்படுவதற்கு முன்பும் பின்பும் புரூதோன் பற்றி மார்க்ஸ் செய்த மதிப்பீடுகளின்படி பார்த்தால் நியாயப்படுத்த முடியாததுமாகும். பூர்ஷ்வா சமூகச் சீர்த்திருத்தவாதிகளுக்கும் குட்டி – பூர்ஷ்வா சோசலிசவாதிகளுக்கும் பல விடயங்களில் பரந்த கருத்தொற்றுமை இருந்ததும், புரூதோனிடம் பல்வேறு வகையான சிந்தனைக் குழப்பம் இருந்ததும், அவரை பூர்ஷ்வா சோசலிஸ்ட் என அறிக்கை வரையறை செய்ததற்கான காரணம் எனக் கூறலாமேயன்றி இப்படி

வரையறை செய்ததை நியாயப்படுத்த இந்தக் காரணம் பயன்படாது. இதை மார்க்ஸ் பின்னர் உணர்ந்து கொண்டார்" என்கிறார் எஸ். வி.ராஜதுரை.

இதில் உண்மையில் புரூதோன் மார்க்ஸ்க்கு அடுத்த நிலையிலிருந்த ஒரு சோஷலிசவாதி என்று உறுதியாகக் கூறலாம். இவரை இதற்கு முந்தைய தருணங்களில் கார்ல்மார்க்ஸ் குட்டி – பூர்ஷ்வா வர்க்கத்தில் சேர்ந்திருந்ததையும் ஆனால், 172-ஆவது பத்தியில் அவரை பூர்ஷ்வா சோசலிசவாதி என்னும் அர்த்தத்தில் வகைப்படுத்தியிருப்பதை எஸ்.வி.ராஜதுரை விரும்பாததை கூட அவரின் விளக்கத்தில் குறிப்பிடுகிறார். அதில் நியாயம் இருப்பதாகக் கருத இடமில்லை என்றும் கூறியிருக்கிறார். அத்துடன் நிற்காமல், வறுமையின் தத்துவம் நூலை புரூதோன் எழுதிய போது அராஜகவாதம் தோன்றியிருக்கவில்லை என்றும் அவருக்கு வக்காலத்து வாங்குகிறார் நமக்கு இந்த இடம்தான் இப்போது தேவைப்படுகிறது. புரூதோன் எவ்வகையில் சிறந்தவர் என்பதை நாம் கூறிக் கொண்டிருக்க இந்தப் பதத்தை எடுக்கவில்லை. புரூதோனை நியாயப்படுத்த விரும்பிய எஸ்.வி.ராஜதுரை மகாத்மாவை ஏன் அக்கூறுகளில் சேர்க்க முயலவில்லை என்பதே நமது கேள்வியாகிறது. இக்கேள்வி எஸ்.வி.ராஜதுரைக்கு மட்டுமானது அல்ல. அதில் ஒருமித்த கருத்துள்ள மகாத்மாவின் மீதுள்ள அனைத்து சந்தேகங்களுக்குமான கேள்வியும் கூட.

வறுமையின் தத்துவம் நூலை புரூதோன் எழுதிய போது அராஜகவாதம் தோன்றியிருக்கவில்லை என்று கூறும் அந்தக் கருத்தில் நியாயமிருந்தால், மகாத்மா இயந்திரங்களையும், அவற்றைக் கொண்டு வந்த பூர்ஷ்வா வர்க்கமும் நமது நாட்டை அடிமைப்படுத்தும் ஆயுதமாக அவற்றை கொண்டு வந்ததையும், அதற்காக அவர்களின் தேவைகளுக்காகவுமே, பாட்டாளி வர்க்கத்தை உருவாக்க நினைத்ததையும் காரணமாகக் கொண்டே மகாத்மா எடுத்த நிலைப்பாட்டையும் அந்தக் காலகட்டத்தோடு அதன் நியாயத்தைப் பொருத்திப் பார்க்கத் தவறியது ஏன்? என்பதுதான் நமது கேள்வியாகிறது இதையும் கூட கம்யூனிஸ்ட் கட்சி அறிக்கையின் 44-ஆவது பத்தி தெளிவாகக் காட்டுகிறது.

"[1]இந்தக் கட்டத்தில் தொழிலாளர்கள் ஒன்றுபடாது நாடு முழுவதிலும் சிதறிக்கிடப்பவர்களாக, பரஸ்பரப் போட்டியின்

---

1 கம்யூனிஸ்ட் கட்சி அறிக்கை

காரணமாகப் பிளவுண்டு கிடப்பவர்களாக இருக்கிறார்கள். அவர்கள் எங்கேனும் ஒன்றுபட்டு முன்னைக் காட்டிலும் கச்சிதமான சேர்க்கைகளாக அமைகிறார்கள் என்றால் அது இன்னமும் அவர்கள் தாமே உருவாக்கிக்கொண்ட செயலுக்கமுள்ள ஒற்றுமையின் விளைவாக ஏற்பட்டதல்ல. மாறாக பூர்ஷ்வா வர்க்கத்தின் ஒற்றுமையின் விளைவாக ஏற்பட்டதாகும். அந்த வர்க்கம் தனது அரசியல் குறிக்கோள்களை அடைவதற்காக, பாட்டாளி வர்க்கம் முழுவதையுமே இயங்க வைக்கிறது. இன்னும் சிறிது காலத்துக்கு அதனால் அப்படிச் செய்யவும் முடியும். இந்தக் கட்டத்தில், பாட்டாளிகள் தங்கள் சொந்த எதிரிகளை அல்ல, எதிரிகளின் எதிரிகளான வரம்பிலா முடியாட்சியின் எச்சங்கள், நிலவுடைமையாளர்கள், தொழிலுற்பத்தி சாராத பூர்ஷ்வாக்கள், குட்டி - பூர்ஷ்வாக்கள் ஆகியோரையே எதிர்த்து போராடுகிறார்கள். இவ்வாறு வரலாற்று வளர்ச்சிப் போக்கு முழுவதும் பூர்ஷ்வா வர்க்கத்தின் கைகளில் குவிந்துள்ளது. இவ்விதம் அடையப் பெற்ற ஒவ்வொரு வெற்றியும் பூர்ஷ்வா வர்க்கத்தின் வெற்றியே. என்கிற கம்யூனிஸ்ட் கட்சியின் அறிக்கையின் இப்பத்தி எதைச் சொல்கிறது. பூர்ஷ்வா வர்க்கம் தனது ஆளுமையை அந்நிய தேசங்களில் வளர்த்துக் கொள்ள அங்கே தனக்குச் சாதகமான ஒரு பாட்டாளி வர்க்கத்தை உருவாக்குகிறது. அவ்வர்க்கம், தன்னையுமறியாமல், அந்த நாட்டின் பழைய ஆளுமைகளை எதிர்த்துப் போராடுகிறது. அப்போராட்டத்தைப் பாட்டாளி வர்க்கம் தாங்களே தீர்மானிக்கிறோம் என்று தவறாக நினைக்கிறார்கள். அது அவ்வாறு இல்லை. அப்போரட்டங்கள் அனைத்தும் பூர்ஷ்வா வர்க்கத்தினரால் மட்டுமே தீர்மானிக்கப்படுகின்றன என்னும் 44ஆவது பத்தியின் கருத்து மகாத்மாவின் போக்கை நமக்குத் தெளிவாகக் காட்டுகிறது. இந்தியாவில், அதில் அந்நிய தேசத்து பூர்ஷ்வாக்களால் உருவாக்கப்படும். நவீன பாட்டாளி வர்க்கம், நிச்சியமாக கம்யூனிஸ்ட் கட்சி அறிக்கையின் 44ஆவது பத்தி கூறுவது போல், இந்திய தேசத்து அந்நிய பூர்ஷ்வா வர்க்கத்தின் எண்ணங்களுக்கு ஏற்ப செயல்களை மாற்றிக் கொள்ளும் போது, ஏற்படும் விபரிதங்களை மகாத்மா உணர்ந்ததாக நாம் ஏன் கருதக் கூடாது. ஆக இறுதியாக இப்போது நாம் இங்கே முற்றிலும் எதிர்க்க வேண்டியவர்கள் யார் என்பதை இப்போது தீர்மானித்துக் கொள்ளலாம். ஆனால், அவற்றிற்கான ஆதாரங்கள் இன்னும் இருக்கிறது. பார்க்கலாம்.

14

பாட்டாளி வர்க்கம் உருவாவதை விரும்பாத மகாத்மா
(3)

மகாத்மா பாட்டாளி வர்க்கம் என்னும் ஒரு புதிய தோற்றத்தினால் இந்தியாவில் ஏற்படப்போகும் மாற்றங்களை எண்ணினார். இன்றைய இந்தியாவில் அவரின் கருத்துகள் வித்தியாசமாகப் பார்க்கப்படலாம். அவை அவரையும்கூட விநோதமாகப் பார்க்கும் ஒரு புதிய தலைமுறையை உருவாக்கி இருக்கலாம். அதனாலேயே அவர் மீதான விமர்சனங்களை நியாயப்படுத்துவதற்கான பணிகள் ஒரு சிலருக்கு வெகு சுலபமாக முடியலாம். ஆனால், உண்மை என்ன? மகாத்மா அவ்விதம் கருதிய காலத்தோடு அவற்றைப் பொருத்திப் பார்க்க வேண்டும். நம்மை அதிகாரம் செய்த ஆங்கிலேயரின் அரசை நாம் வரலாற்றில் எவ்வாறு வகைப்படுத்தியிருக்கிறோம் என்பதைப் பார்க்க வேண்டும், அவ்வரசை ஆங்கிலேய கம்பெனி அரசு என்றே அழைத்து வந்திருக்கிறோம் அதன் பொருள் என்ன? கம்பனி அரசு அதாவது முதலாளிகளின் அரசு இந்த உலகமெங்கும் முதலாளிய அரசுகளை நிறுவியதில் இங்கிலாந்திற்கும், பிரெஞ்சு தேசத்திற்கும் தான் பெரும் பங்குயிருக்கிறது. பாட்டாளி வர்க்கம் என்னும் தோற்றுவாயே இவ்விருதேசங்களிலிருந்துதான் உருவாகின. ரஷ்யாவிலோ ஜெர்மனியிலோ அவ்வாறு தொழிற்சாலை பாட்டாளி வர்க்கங்கள் பெருமளவில் உருவாகவில்லை. அங்கெல்லாம் பண்ணை அடிமைகள் முறைகள்தாம் புரட்சிக்கு வழிவகுத்த காரணிகளாக இருந்தன. ஆனால், உலகத்தின் பெரும் பகுதிகளை ஆட்சி செய்த இங்கிலாந்து கம்பெனி அரசோ அது கையகப்படுத்திய

தேசங்களில் அதன் வியாபார முதலாளிகளைக் கொண்டு அங்கே அந்த தேசத்தின் சொந்த மனிதர்களைத் தனது புதிய பாட்டாளி வர்க்கமாக உருவாக்கியது. அவ்வர்க்கம் ஒரு புரட்சிகர தோற்றத்தை கொண்டிருப்பதைப் போன்ற தோற்றத்தை உருவாக்கி அதன் அந்நிய தேசங்களை அதன் சொந்த மனிதர்களைக் கொண்டே அடக்கியாள முற்பட்டது. இவ்வாறு அவர்கள் உருவாக்கிய பாட்டாளி வர்க்கம் என்னும் கேடயம் அந்நிய தேசங்களை ஆளும் அடக்கு முறைக்கு அவர்களுக்குப் பயன்பாட்டாலும் அவர்களின் சொந்த தேசத்தில் அதாவது இங்கிலாந்திலும், பிரெஞ்சிலும் மிகப்பெரிய பாதிப்பை அதே முதலாளிகளுக்குப் பிற்காலத்தில் கொடுத்தது என்பது வேறு கதை.

ஆனால், நாம் முக்கியமாகப் பார்க்க வேண்டியது முந்தைய கட்டுரையில் கம்யூனிஸ்ட் கட்சியின் அறிக்கையில் குறிப்பிட்டது போல் ஆங்கிலேயரின் கம்பெனிக்காரர்கள் அவர்களின் சுயநல சொந்த அரசியல் அதிகாரம் பெறுவதற்காகப் பாட்டாளி வர்க்கத்தை உருவாக்கினார்கள். பாட்டாளி வர்க்கத்தின் ஒவ்வொரு செயல் பாட்டினையும் தீர்மானிக்கும் சக்தியாக பூர்ஷ்வா வர்க்கமே அதாவது ஆங்கிலேய கம்பெனிக்காரர்களே இருந்தார்கள் என்பது சுதந்திரப் போராட்டம் நடத்திய மகாத்மாவிற்கு எவ்வளவு பெரிய இடைஞ்சல்களைக் கொடுக்க முடியும் என்பதை நாம் பார்க்கவேண்டும். நாம் ஒரு புரட்சிகர இயக்கம் உருவாவதை விரும்புவதைக் காட்டிலும் அவ்வர்க்கம் நமது சிந்தனைக்குச் செயல் வடிவம் கொடுக்க முடியாத அடிமை வாழ்வு வாழ்வது என்பது நமது சுதந்திரத்திற்கு எதிராக மாறிவிடும் என்பது எவ்வளவு ஆபத்தானது என்பதை நாம் சிந்திக்க வேண்டும். அந்த ஆபத்தை மகாத்மா உணர்ந்தார். சுருங்கக் கூறுவதெனில் ஆங்கிலேய கம்பெனி அரசை ஆதரித்து அவர்களின் ஆட்சியை நீண்ட காலத்திற்கு அனுமதிப்பதும் அல்லது அவர்கள் உருவாக்கும் அவர்களுக்கான நவீன பாட்டாளி வர்க்கத்தை அக்கால கட்டங்களில் அதிகரிப்பதற்கு உதவி செய்வதற்கும் பெரும் வித்தியாசம் ஒன்றுமில்லை என்றும் கூறலாம்.

அதே நேரம் இம்முறையான மாற்றங்கள் சுதந்திரத்திற்கு மட்டுமே எதிரானதாகவும் கொள்ளமுடியவில்லை. அவை சமுதாயத்தில்

சில மாற்றங்களைக் கொண்டு வந்தன. இதுவரை பாரத தேசம் கண்டிராத பஞ்சங்களைக் காண நேரிட்டது. அவை செயற்கையாக உருவாக்கப்பட்டன. அதுவரை பாரத தேசத்தில் பஞ்ச காலங்களில் இருந்த நாடோடி வாழ்வுமுறை மாற்றியமைக்கப்பட்டது. அதனால் செயற்கையாக உருவாக்கப்பட்ட பஞ்சங்களுக்கு மக்கள் பலியாயினர். நவீன தொழில் உற்பத்தியும் அவர்கள் கொண்டாடும் நவீன பாட்டாளி வர்க்கமும் மிகை உற்பத்தியைக் கொண்டு வந்ததை நியாயப்படுத்த முயன்ற போதிலும், அதுவரை இல்லாத பஞ்சங்கள் இந்திய தேசத்தில் எவ்வாறு உருவானது என்பதற்கு நம்மிடம் பதிலில்லாமல் போனாலும் அதன் காரணத்தை மகாத்மா உணர்ந்திருந்ததனாலேயே பூர்ஷ்வா வர்க்கத்தின் ஆட்சியை எதிர்த்தார்.

ஏனெனில் அத்தகையவர்களின் ஆட்சியில் என்ன நடக்கும் என்பதை கம்யூனிஸ்ட் கட்சியின் 33-ஆவது பத்தியில் கூறப்பட்டுள்ளதைப் பாருங்கள். ஆனால், அதற்கு முன்பாக நாம் பூர்ஷ்வா வர்க்கம் தனக்குச் சாதகமான ஒரு சமூக அமைப்பை ஏற்படுத்தியதை 32ஆவது பத்தியில் கூறியதைப் பார்ப்போம்.

“[1]அவற்றின் இடத்திற்குள், தடையற்ற போட்டியும் அதனுடன் கூடவே அதற்குத் தகவமைந்த ஒரு சமூக, அரசியல் அமைப்பும் பூர்ஷ்வா வர்க்கத்தின் பொருளாதார, அரசியல் ஆதிக்கமும் நுழைந்தன”.

இதில் கூறப்பட்டிருக்கும் தகவல் எதுவெனில் நிலப்பிரபுத்துவ அமைப்பில் பூர்ஷ்வா வர்க்கம் அமைத்த முதாளித்துவ அரசு தனக்குச் சாதகமான பாட்டாளி வர்க்கத்தை உருவாக்கியதைக் குறிப்பிட்டுள்ளதாகவே கருத வேண்டும். அதிலிருந்து தான் பூர்ஷ்வா வர்க்கம் தனது அரசியல் ஆதிக்கத்தைத் தொடர்ந்தாகக் கருத வேண்டும். இதைத் தொடர்நது 33 ஆவது பத்தியில் கூறப்பட்டிருப்பதையும் பாருங்கள்.

“[2]இதே போன்றதோர் இயக்கம் நம் கண் எதிரே நடைபெற்று வருகிறது. பூர்ஷ்வா உற்பத்தி உறவுகள், பரிவர்த்தனை உறவுகள்,

1 கம்யூனிஸ்ட் கட்சி அறிக்கை
2 கம்யூனிஸ்ட் கட்சி அறிக்கை

சொத்துடைமை உறவுகள், மாயவித்தை புரிந்தாற்போல் இத்தகைய பிரம்மாண்டமான உற்பத்திச் சாதனங்களையும் உருவாக்கியுள்ள பூர்ஷ்வா சமுதாயம். இது தனது மந்திர உச்சாடனங்கள் மூலம் பாதாள உலகிலிருந்து வரவழைக்கப்பட்ட சக்திகளைக் கட்டுப்படுத்த இயலாதுபோன மந்திரவாதியைப் போன்றதாகும். கடந்த பத்தாண்டுகளின் தொழிலுற்பத்தி, வணிகம் ஆகியவற்றின் வரலாறு, நவீன உற்பத்தி உறவுகளுக்கு எதிராக நவீன உற்பத்தி சக்திகள் நடத்தி வந்த கலகத்தின், பூர்ஷ்வா வர்க்கம், அதனுடைய ஆட்சி ஆகியன நிலவுவதற்கான நிலைமைகளாக உள்ள சொத்துடைமை உறவுகளுக்கு எதிராக நடத்தப்பட்ட கலகத்தின் வரலாறே தவிர வேறல்ல. இடைவெளி விட்டுத் திரும்பத் திரும்ப நிகழ்கிற வணிக நெருக்கடிகளைக் குறிப்பிட்டாலே போதும் திரும்பத் திரும்ப வரும் இந்த நெருக்கடிகள் ஒவ்வொரு முறையும் முன்பை விட மேலும் அச்சுறுத்தும் வகையில், பூர்ஷ்வா சமுதாயம் முழுவதும் இருத்தலையே கேள்விக்குட்படுத்துகின்றன. இந்த வணிக நெருக்கடிகளின்போது ஒவ்வொரு முறையும், இருக்கின்ற உற்பத்திப் பொருள்களில் பெரும்பகுதி மட்டுமின்றி, முன்பு ஏற்கெனவே உருவாக்கப்பட்ட உற்பத்தி சக்திகளில் ஒரு பெரும் பகுதியும் அழிக்கப்படுகின்றது. இதற்கு முந்தைய எல்லாச் சகாப்தங்களிலும் அபத்தமானதாகக் கருதப்பட்டிருக்கக்கூடிய ஒரு தொற்று நோய் - மிகை உற்பத்தி என்னும் தொற்று நோய் - பரவுகிறது. சமுதாயம் தீடீரென்று பின்னுக்கு இழுக்கப்பட்டுத் தற்காலிகக் காட்டுமிராண்டி நிலையில் வைக்கப்படுகிறது. ஏதோ ஒரு பஞ்சமோ, அனைத்தையும் அழிக்கும் ஒரு போரோ, பிழைப்புச் சாதனம் ஒவ்வொன்றும் வழங்கப்படுதலைத் துண்டித்து விட்டாற்போல் தோன்றுகிறது. தொழிலுற்பத்தியும் வணிகமும் அழிக்கப்பட்டு விட்டது போல் தோன்றுகிறது. ஏன் இப்படி? இதற்குக் காரணம் மிதமிஞ்சிய நாகரிகம், மிதமிதஞ்சிய பிழைப்புச் சாதனங்கள், மிதமிஞ்சிய தொழிலுற்பத்தி, மிதமிஞ்சிய வர்த்தகம் இருப்பதுதான். சமுதாயத்தின் வசமுள்ள உற்பத்தி சக்திகள் பூர்ஷ்வா சொத்துடைமை உறவுகளைத் தொடர்ந்து வளர்ச்சியுறச் செய்வனவாக இனி இருப்பதில்லை. மாறாக, அந்த உறவுகளுக்குப் பொருந்தாத வகையில் வலிமை மிக்கவையாகிவிட்டன. அந்த உறவுகள்

அவற்றின் வளர்ச்சிக்குத் தடைகளாகியுள்ளன. உற்பத்தி சக்திகள் அந்தத் தடைகளைக் கடந்து வந்ததுமே, அவை பூர்ஷ்வா சமுதாயம் முழுவதிலும் சீர்குலைவைக் கொண்டு வருகின்றன. பூர்ஷ்வா சொத்துடைமை நிலவுதலையே அபாயத்துக்குள்ளாக்குகின்றன. பூர்ஷ்வா சொத்துடைமை உறவுகள், அவற்றால் உருவாக்கப்பட்ட செல்வத்தைச் சூழ்ந்து கொள்ள முடியாத அளவுக்குக் குறுகலாக உள்ளன. பூர்ஷ்வா வர்க்கம் இந்த நெருக்கடிகளை எப்படிச் சமாளிக்கிறது? ஒருபுறம், வலுக்கட்டாயமாக உற்பத்திச் சக்திகளில் ஒரு பெரும் பகுதியை அழிப்பதன் மூலமும், மறுபுறம் புதிய சந்தைகளைக் கைப்பற்றுதல், பழைய சந்தைகளைக் கடைசிச் சொட்டுவரை சுரண்டுதல் ஆகியவற்றின் மூலமும், அதாவது மேலும் விரிவான, மேலும் நாசகரமான நெருக்கடிகளுக்கு வழிவகுப்பதன் மூலமும், நெருக்கடிகளைத் தடுப்பதற்கான வழிமுறைகளைக் குறைப்பதன் மூலமும்."

என்று வலியுறுத்தும் இந்தப் பத்தி மகாத்மாவிற்கு மிகவும் அதிகமாகப் பொருந்துகிறது. புரிவதற்குச் சிரமமிருந்தால் தொடர்ந்து பார்ப்போம்.

15

கம்யூனிஸ்டுகள் மகாத்மாவை வெறுத்ததில் நியாயம் இருக்கிறதா

சென்ற கட்டுரையில் கம்யூனிஸ்ட் கட்சி அறிக்கையின் 32 ஆவது பத்தியைப் பார்த்தோம். அதில் கூறப்பட்டிருக்கும் தகவல்களை விரிவாக இந்த கட்டுரையில் பார்ப்பதாகவும் கூறி முடித்திருந்தோம். 33ஆவது பத்தியின் கூற்றுகளைப் பொறுத்த வரையில் அதில் மகாத்மாவிற்கு ஆதரவான கருத்துகள் எவ்வளவு இருக்கின்றனவோ அதே அளவுக்கு இன்றைய கம்யூனிஸ்ட்டுகள் மகாத்மாவை எதிர்த்து வாதாடத் தேவையான எதிர்மறைக் கருத்துகளும் கூட அதில் அடங்கியிருக்கின்றன. ஆனால், அதில் உள்ள உண்மையின் தன்மைகளை அவர்கள் அறிந்திருக்கிறார்களா என்பதை நாம் பார்க்க வேண்டும்.

இதில் முதலில், மகாத்மா எதனால் பாட்டாளி வர்க்கம் இந்திய தேசத்திற்கு அவர் காலத்தின் சூழ்நிலையில் தேவையில்லை என்று கருதியதற்கான காரணத்தைப் பார்த்தோம். மிக அபரிதமான பொருளாதார வளர்ச்சியினால் பொருள் உற்பத்தியினால் இந்தியாவில் பஞ்சம் தீர்ந்துவிடும் என்று ஒரு சாரர் அப்போதைய சூழ்நிலையில் மகாத்மாவை எதிர்ப்பதற்குக் காரணமாகக் கொண்டனர். ஆனால், கம்யூனிஸ்ட் கட்சி அறிக்கையில் என்ன கூறப்பட்டிருக்கிறது என்பதை நாம் பார்க்க வேண்டும். இத்தகைய அபரிதமான, வளர்ச்சியினால் எற்படும் தேக்க நிலையைப் போக்குவதற்காக பூர்ஷ்வா வர்க்கம் செயற்கையான பஞ்சங்களை ஏற்படுத்தும், அதற்குத் தேவையான வகையில், போர் அல்லது பொருளாதார நெருக்கடிகளை ஏற்படுத்தி ஒவ்வொரு

பத்தாண்டுகளுக்கு ஒரு முறையும் தங்களைப் புதுப்பித்துக் கொள்ளும்.

இம்முறையிலான மாற்றங்களினால் இதற்கு முந்தைய காலங்களில் ஏற்பட்ட பஞ்சங்களைவிட இவ்வகையான செயற்கையான பஞ்சங்கள் மிகவும் வேதனை அளிப்பதாகவும் எப்போதும், நவீன பாட்டாளி வர்க்கத்தை ஒருவித அச்சத்துடன் வைத்திருப்பதிலும் முன்னிலையில் இருப்பதாக அறிக்கையில் 33வது பத்தியில் கூறப்பட்டிருப்பதை நாம் நினைவில் கொள்ள வேண்டும். அதே நேரம், இத்தகைய நடவடிக்கைகளின் மூலம் பூர்ஷ்வா வர்க்கம் எப்போதும் தங்கள் ஆட்சியின் தன்மைகளை நிலைநிறுத்திக் கொள்ளவே பாட்டாளி வர்க்கத்தைப் பயன்படுத்திக் கொள்வதையும் அதில் விளக்கமாகக் கூறப்பட்டிருக்கிறது. இதிலிருந்து நாம் விளங்கிக்கொள்வது எதுவெனில் இந்திய தேசத்தில் நடைபெறும் வியாபார பூர்ஷ்வா வர்க்க ஆட்சியானது தங்களுக்குத் தேவையான நவீன பாட்டாளி வர்க்கங்களை உருவாக்கிக் கொள்வதில் உள்ள சுதந்திரப் போராட்டத்திற்கான ஆபத்தினையும் மகாத்மா உணர்ந்து கொண்டதகாகவும் நாம் அறிய வேண்டும். அதேநேரம் அத்தகைய மாற்றம் மிகையான தொழிற் உற்பத்தியை கொண்டு வருவதாலும் இந்தியர்களின் பசியை நீக்கிவிடும் என்பதும் கற்பனையே. சில காலங்களுக்கு பிறகு இம்மாற்றம் மிகை பஞ்சத்தையே ஏற்படுத்தும் என்பதும் கம்யூனிஸ்டுகளின் அறிக்கையில் சுட்டிக்காட்டியிருப்பதின் காரணத்தை அதே நேரம் அத்தகைய மாற்றம் வேண்டும்.

இதே பத்தியில் வேறொரு பதத்தை கம்யூனிஸ்டுகள் மிக அதிகமாகத் தங்களுக்குச் சாதகமாக மாற்றிக்கொள்ளும் ஒரு காரணமும் இருக்கிறது. அதாவது, இதன் ஒரு கட்டத்தில், மிக அதிகமாக வளர்ச்சியடைந்த நவீனப் பாட்டாளி வர்க்கம், பூர்ஷ்வா வர்க்கத்திற்கு எதிராகத் திரும்புகிறது. அவர்களின் சொத்துடைமைகளில் மிகப்பெரிய தாக்கத்தை ஏற்படுத்துகிறது என்று கூறுகிறது. இதைப் பொறுத்து இந்தியாவின் நவீன பாட்டாளி வர்க்கம் வளர்ச்சியடைந்ததால் பூர்ஷ்வா வர்க்கத்தை அழிக்கும் ஆயுதமாக அவர்கள் மாறுகட்டுரைகள் என்பதால் அக்காரணத்தைக் கொண்டு அதற்குத் தடையாக இருக்கும்

மகாத்மாவை வெறுப்பதற்கு அக்காரணத்தையே காரணமாகப் பயன்படுத்திக்கொண்டனர். ஆனால், அதில் உள்ள உண்மை நிலையென்ன, அதேபதத்திற்கு பூர்ஷ்வா வர்க்கம் காணும் வழிமுறைகள் யாவை எனக் கூறப்பட்டிருப்பதையும் பாருங்கள். அத்தகைய பாதிப்புகள் நவீன பாட்டாளி வர்க்கத்தினால் ஏற்படும்போது பூர்ஷ்வா வர்க்கம் உற்பத்திப் பொருள்களை அழிக்கும் அல்லது புதிதாக ஒரு சந்தையை உருவாக்கிக் கொள்ளும். இதிலிருந்து நமக்குப் பிடிபடுவது எதுவெனில்

பூர்ஷ்வா வர்க்கம், பாட்டாளி வர்க்கத்தினால் ஏற்படும் பாதிப்புகளிலிருந்து தங்களைப் பாதுகாத்துக்கொள்ளப் புதிய சந்தைகளை ஏற்படுத்திக் கொள்ளும் என்றால் பூர்ஷ்வா வர்க்கம் மேலும் பலம் பெறுகிறது என்று தானே அர்த்தமாகிறது. மகாத்மாவின் அக்காலக்கட்டங்களில் இந்தியா என்பது ஆங்கிலேய பூர்ஷ்வா வர்க்கத்தின் புதிய சந்தை என்கிற நிலையில் மட்டுமே இருக்கிறது. மேலும், அக்காலகட்டத்திற்கு முன்புவரை ஆங்கிலேயர்களால் கொண்டு வரப்பட்ட ஆங்கிலேயப் பாட்டாளி வர்க்கம் எவ்வகையிலாவது இந்தியப் பாட்டாளி வர்க்கத்தோடு ஒன்று சேர்ந்திருப்பதற்கான ஆதாரமிருக்கிறதா? அவர்கள் இந்திய நவீன பாட்டாளி வர்க்கத்தினைத் தங்கள் இனமெனக் கருதவில்லை என்பதே நிஜம். அது நிஜமென்றால், நாம் பூர்ஷ்வா வர்க்கங்களையே கொண்டிருக்கவில்லை. பூர்ஷ்வா வர்க்கத்தின் ஆட்சியில் அடிமைப்பட்டுக் கிடக்கிறோம் என்பதே உண்மை. இப்போது புதிதாக உருவாகும் நவீன பாட்டாளி வர்க்கம் இந்திய தேசத்திற்குச் சாதகமா, பாதகமா என்பதை நாம் பார்க்க வேண்டும். மகாத்மாவைப் பொறுத்த வரையில் பாட்டாளி வர்க்கம் உருவாவதை வெறுக்கவில்லை. அவர்களை பூர்ஷ்வா ஆங்கிலேய வர்க்கம் உருவாக்குவதைத்தான் எதிர்த்தார். இன்னும் கூறுவதென்றால் பூர்ஷ்வா வர்க்கம் உருவாவதை எதிர்ப்பதில் காட்டிய அவரின் ஆர்வத்தில் அன்றைக்கு பூர்ஷ்வா வர்க்கத்தினரால் அவர்களுக்காக உருவாக்கப்பட்ட பாட்டாளி வர்க்கம், மகாத்மா எதிர்பார்த்ததைப்போலவே அவரை வெறுக்கத் தொடங்கியது என்றும் கூறலாம். இல்லை என்றால், பாட்டாளி வர்க்கத்தின் ஆதரவு என்கிற பெயரில் உருவான ஒரு சிலரால் அவ்வாறு ஒரு கருத்து

வெளிவந்திருக்கலாம். ஏனெனில், மகாத்மா இந்திய தேசத்திற்கு வந்த பிறகு அவரின் முதல் போராட்டக்களமே ஆகமதாபாத் ஆலைத் தொழிலாளர் போராட்டமே. வரலாற்றில் அநேகமாக இந்திய தேசத்தில் நிகழ்ந்த முதல் பாட்டாளி வர்க்க வேலை நிறுத்தப் போராட்டமும் கூட அதுதான் என்று தோன்றுகிறது. ஆகவே, மகாத்மா எவ்வாறு ஒரு சிறந்த இடதுசாரியர் என்பதை நாம் அறிய முடியும். அதேவேளையில், மகாத்மா மற்றொரு கம்யூனிஸ்ட் கட்சியின் அறிக்கைக்கும் எவ்வாறு பொருந்துகிறார் என்பதையும் பார்ப்போம். அறிக்கையின் 27-ஆவது பத்தி என்ன கூறுகிறது என்பதைப் பார்ப்போம்.

“[1]உற்பத்திக் கருவிகள் அனைத்தையும் துரிதமாக மேம்படுத்துவதன் மூலமும், பிரம்மாண்டமான முறையில் வளர்க்கப்படும் தொடர்புச் சாதன வசதிகள் மூலமும், அனைத்து தேசங்களையும், மிக அநாகரிகமான தேசங்களையும் கூட நாகரிகத்துக்குள் இழுத்துக் கொள்கிறது. தன்னுடைய மலிவான சரக்குகள் என்னும் பீரங்கிகளைக் கொண்டு சீன மதில்கள் அனைத்தையும் தரைமட்டமாக்கி, அநாகரிகர்களுக்கு அந்நியர்கள் மீதுள்ள கடுமையான அடங்கா வெறுப்பைப் பணிய வைக்கிறது. அனைத்து தேசங்களையும், அவை அழியாமல் இருக்க வேண்டுமானால் பூர்ஷ்வா உற்பத்தி முறையை ஏற்றுக் கொண்டேயாக வேண்டும் எனக் கட்டாயப்படுத்துகிறது. தமது நாடுகளில் நாகரிகம் என்று கூறப்படுவதை நுழைக்குமாறு அதாவது அவையுமே பூர்ஷ்வா நாடுகளாகுமாறு நிர்பந்திக்கிறது. சுருங்கக் கூறின், தனது சாயலில் ஒரு உலகத்தைப் படைக்கிறது”.

இது மட்டுமல்ல 28ஆவது பத்தியையும் தொடர்ந்து பார்ப்போம்.

1 கம்யூனிஸ்ட் கட்சி அறிக்கை

16
தொழிலாளர்களுடனே வாழ்ந்து தொழிலாளர்களாலேயே அடையாளம் காட்டப்பட்ட மகாத்மா

இந்த கட்டுரையை எழுதாமல் போனால், மகாத்மாவிற்கும், தொழிலாளர்களுக்குமிடையேயான உறவை நாம் உண்மைத் தன்மையுடன் அணுகாமல் போனதாகவும் அர்த்தமாகி விடும். இந்தியாவில் ஆலைத் தொழிலாளர்கள் தொடர்பான அளவில், மகாத்மா ஏன் அவ்வளவு தூரம் அனுசரித்துப் போகவில்லை என்பதற்கான காரணங்களைப் பார்த்தோம். அதற்குச் சுதந்திரம் பிரதான காரணமாக அமைந்ததற்கான ஆதாரத்தையும் கூடப் பார்த்துவிட்டோம் என்று கருதுகிறோம். ஆனால், அதற் காகவெல்லாம் மகாத்மா தொழிலாளர்கள் மீது கொண்ட அன்பில் எங்காவது சந்தேகம் வருவதற்கான வாய்ப்பு இருக்கிறதா? என்ற உண்மைதன்மையுள்ள அச்சம் ஏற்படவே செய்கிறது. அவ்வாறெல்லாம் வரலாற்றை நாம் தவறாகவும் கணித்துவிடக் கூடாது, மகாத்மா, தொழிலாளர்களுடன் தான் வாழ்ந்தார். அவர்களுக்காகவே வாழ்ந்தார். அவர்களாலேயே வளர்ந்தார் என்னும் அவரின் ஆரம்ப கால வரலாற்றையும் கூட நாம் பார்த்துவிடுவதுதான் இத்தருணத்தில் சிறந்ததாக இருக்க முடியும் என்று நம்புகிறோம். மகாத்மா, தென்னாப்பிரிக்காவில் செய்த பணியென்ன, என்பதை நம்மில் அநேக இடது சாரிய நண்பர்கள் அவ்வப்போது மறந்து விடுகிறோம்.

மகாத்மாவை உலகம் அறிந்து கொண்டது எங்கிருந்து. தென்னாப்பிரிக்காவில் அவர் நடத்திய போராட்ட வாழ்விலிருந்து என்பதை நம்மில் எவராவது மறுக்க முடியுமா? அப்படி

மறுக்க முடியாது என்பது உண்மையென்றால், மகாத்மா தென்னாப்பிரிக்காவில் சுதந்திரத்துக்காகவா போராடினார். இல்லை. தொழிலாளர்களின் நலனுக்காகவே போராடினார் என்பதை அவரின் தென்னாப்பிரிக்க சத்தியாகிரக நூலின் இறுதிப் பொருளடக்கத்தில் தென்னாப்பிரிக்க சத்தியாகிரகம் இவ்வாறு குறிப்பிட்டிருக்கிறார்.

“[1]தென் ஆப்ரிக்க யூனியன் அரசாங்கம் தனது யூனியன் கெஜெட்டில் இந்தியர்களுக்கும் தங்களுக்கும் உள்ள நீண்ட காலத் தகராறு தீர்வதற்கான சமரசத்தை உண்டாக்கும் வண்ணம், இந்தியர் பரிகார மசோதாவை வெளியிட்டது. யூனியன் பாரிலிமெண்ட் சபை கூடுமிடமாகிய கேப்டவுனுக்கு நாம் உடனே சென்றேன். அந்த மசோதாவில் யங் இந்தியா என்ற செய்தித்தாளின் இரண்டு பத்தியில் அடங்கிவிடக்கூடிய ஒன்பது பிரிவுகளே இருந்தன. ஒரு பிரிவு இந்திய மணங்களைப் பற்றியது. ஒருவருக்கு ஒன்றுக்கு மேற்பட்ட மனைவிமார் இருந்தால் அவர்களில் ஒருத்தியே தென்னாப்பிரிக்காவில் சட்டப்படி அவருடைய மனைவியாகக் கருதப்படுவாள் என்பதைத்தவிர இந்தியாவில் செல்லுபடியாகக் கூடிய மற்ற திருமணங்களைத் தென்னாப்பிரிக்காவில் அது சட்டப் பூர்வமற்றதாக்கியது. இரண்டாவது பகுதி, ஒப்பந்தக் கூலியாக வந்த இந்தியர் ஒப்பந்தக் காலம் முடிந்ததும் தாய் நாட்டுக்குத் திரும்பாமல் தென்னாப்பிரிக்காவிலேயே சுதந்திரப் பிரஜையாக நிலைத்துவிட்டால் ஆண்டுதோறும் அனுமதி வரியாகத் தரும் மூன்று பவுனை ரத்து செய்தது. மூன்றாவது பகுதி சர்க்காரால் நேட்டாலிலுள்ள இந்தியர்களுக்கு அவர்களுடைய விரல் அடையாளம் ஸ்தாபிக்கப்பட்டவுடன் யூனியனுக்குள் நுழைவதற்குத் தீர்மான அத்தாட்சிகளெனக் கருத வேண்டியது என்பது. யூனியன் பார்லிமெண்டில் இந்தச் சட்டத்தைப்பற்றி நீண்டதும் சந்தோஷகரமானதுமான விவாதம் நடந்தது.

பொறுமையைக் கடைப்பிடிக்க வேண்டும் என்றும், தங்களால் இயன்ற அளவு கௌரவமான வழிகளில் சர்க்கார் இந்த ஒப்பந்தத்தில் கண்டதற்கு மேற்கொண்டும் செல்லும்படிச் செய்ய பொதுஜன அபிப்பிராயத்தை வளர்த்து நிலையைப் பக்குவமாக்க வேண்டும் என்றும் நாம் என் தேசத்தினரிடம் கூறியிருக்கிறேன். இப்பொழுது இந்தியாவில் இருந்து ஒப்பந்தத் தொழிலாளிகளை வரவழைப்பது தடுக்கப்பட்டிருப்பதால், கடந்த ஆண்டின் குடியேறுவோர் தடைச்

---

1 தென்னப்பரிக்க சத்தியாகிரகம் மகாத்மா

சட்டம் மேலும் இந்தியர் சுதந்திரமாக இங்கு வருவதை நிறுத்தி விட்டது. என் தேசத்தினருக்கு அரசியல் ஆசை எதுவும் கிடையாது. அதன் உண்மையைத் தென்னாப்பிரிக்காவிலுள்ள ஐரோப்பியர் நன்கு அறிந்து கொள்வதோடு, என் தேசத்தினர்க்கு நாம் குறித்துள்ள உரிமைகளை வழங்க வேண்டிய நியாயத்தையும், அவசியத்தையும் அவர்களே நிச்சயமாகக் காண்பார்கள் என்று நாம் நம்புகிறேன். என்கிறார் மகாத்மா.

இதில் மகாத்மா கூறுவது என்ன? ஒரு பெரும் போராட்ட வாழ்வின் குறிப்புகளைக் கூறிய அவர் அதில் தாம் இறுதியாகப் பெற்ற வெற்றியையும் குறிப்பிடுகிறார். ஆனால், அதே நேரம், அங்குள்ள தொழிலாள இந்தியர்களுக்கு அரசியல் அதிகார ஆசை இல்லை என்பது, சுதந்திரப் போராட்டத்துக்கான தேவையில்லை என்கிற கருத்தில்தான் முடிவடைய முடியும்.

அதன் பொருட்டு, இந்திய தொழிலாளர்களை தென்னாப் பிரிக்காவிற்குள் அனுமதிப்பதற்கு கம்பனி அரசு எவ்விதமான தயக்கமும் கொள்வதற்கு காரணமும் இல்லையென்றே மகாத்மா தெளிவாக குறிப்பிடுவதை அறிய முடிகிறது. இதைப்பொருத்து, நவீன பூர்ஷ்வா வர்க்கம் இந்தியா, தென்னாப்பிரிக்கா போன்ற தேசங்களில் நவீன பாட்டாளி வர்க்கம் உருவாவதை எவ்வாறு தடுக்கும் என்பதையும், அதன் 33வது பத்தி கூறுவதைப் போன்று நவீன பாட்டாளி வர்க்கம், நவீன பூர்ஷ்வா வர்க்கத்திற்கு எதிராக அதன் சொத்திற்கு சேதம் விளைவிக்கும் போது நவீன பூர்ஷ்வா வர்க்கம் தனது சந்தையமைப்பை அதற்கு எற்றவாறு மாற்றிக்கொள்ளும் என்பதும், அதுமட்டுமில்லாமல்

அவ்வாறு நவீன பூர்ஷ்வா வர்க்கங்களால் உருவக்கப்படும், நவீன பாட்டாளி வர்கம் அதன் அந்நிய தேசத்தின் பூர்ஷ்வா அரசிற்கு எதிரான சுதந்திர போராட்டத்திற்கு எவ்வகையிலும் உதவிடும் வகையில் அமைவதற்கு அனுமதிக்காது என்பதை மகாத்மா உணர்ந்து கொண்டதையும் நாம் அறிந்து கொள்ள வேண்டும். அவ்வாறான பகுதிகளில் நவீன பூர்ஷ்வா வர்க்கம்

நவீன பாட்டாளி வர்க்கத்தை உருவாக்கியதைக் காட்டிலும் அவ்வாறு பாட்டாளி வர்க்கத்தையே உருவாக்க முயற்சிப்பதையே ஆய்வு எடுத்துரைக்கிறது. இதிலிருந்து தென்னாப்பிரிக்காவில், மகாத்மாவின் போராட்ட வாழ்வு என்பது தொழிலாளர்களுக்காக

மட்டுமே என்பதும் முடிவாக நாம் அறிய வேண்டியது. அதனை அவரே அதே சுயசரிதையின் ஆரம்பப் பத்திகளில் இவ்வாறு கூறுகிறார்.

"[1]ஒப்பந்தத் தொழிலாளர்களும், ஒப்பந்தத்திலிருந்து விடுபட்டவர்களும் பெரும்பாலும் உத்தரப் பிரதேசத்திலிருந்தும் சென்னை மாகாணத்திலிருந்தும் வந்தவர்கள் சுதந்திர இந்தியர்களாயிருந்த முஸல்மான் வியாபாரிகளும், குமாஸ்தாக்களுமாக இருந்தனர். தென்னாப்பிரிக்கா முழுமைக்கும் சுமார் நாற்பது பார்ஸிக்காரர்களுக்கு மேல் இல்லை. நான்காவதாக, சிந்து மாகாணத்தைச் சேர்ந்தவர்களும் இருந்தனர். இவர்கள் வர்த்தகர்கள். தென்னாப்பிரிக்காவில் இவர்கள் இருநூறு பேர் இருப்பார்கள். சிந்திகள் இந்தியாவுக்கு வெளியே போய் இருந்த இடங்களில் எல்லாம் பட்டு, ஜரிகைச் சாமான், பொருள்களால் செய்த பெட்டி முதலிய சாமான்களையும் கொண்டு வந்து வியாபாரம் செய்தார்கள். ஐரோப்பியர்கள்தாம் இவர்களிடத்தில் அதிகமாக வியாபாரம் செய்து வந்தனர்.

ஒப்பந்தத்துக்குட்பட்ட தொழிலாளர்களை ஐரோப்பியர்கள், கூலிகள் என்று அழைத்தனர். சுமை தூக்குவோர், கூலிகள் இந்தச் சொற்களே மிகவும் அதிகமாக உபயோகப்படுத்தப்பட்டன. அதன் காரணமாக ஒப்பந்தத் தொழிலாளர்களும் தங்களைக் கூலிகளென்றே சொல்லிக் கொள்ள ஆரம்பித்தார்கள்."

இதன் அர்த்தம் நமக்கு எடுத்துரைப்பது யாதென்றும் நாம் பார்க்க வேண்டும். தென்னாப்பிரிக்காவில், இருந்த இந்தியர்களில் தொழிலாளர்களே அதிக எண்ணிக்கையில் இருந்தார்கள் என்பதை நாம் அறிந்து கொள்ள முடிகிறது. ஏனெனில், இப்போராட்டம் கூட அங்குள்ள பணக்கார இந்தியர்களுக்கானது என்று எவராவது தவறாகக் கூறுவதற்கு முற்படலாம். இதிலிருந்து நாம் தெளிவாக்கிக் கொள்வது யாதெனில், இந்தியாவில் நவீன தொழிலாளர் வர்க்கம், ஆங்கிலேய கம்பெனி அரசுடன் ஒத்துப்போவது, சுதந்திரத்திற்கு எதிராக முடியும் என்று கருதிய மகாத்மா, அதே தொழிலாளர்கள் வெறும் தொழிலாளர்களாகவே இருக்க முடியக்கூடிய தேசத்தில், அவர்களுக்கு அரசியல் அதிகாரத்தை விட தொழிலாளர்களுக்கான உரிமைகளே முக்கியம் என்று வலியுறுத்தியதையும் கொண்டு நாம் மகாத்மாவைச் சரியான இடத்தில் பொருத்தலாம்.

---

1 தென்னப்பரிக்க சத்தியாகிரகம் மகாத்மா

17

அம்பேத்கர்

இடதுசாரியத்தின் தலைவர் டாக்டர் அம்பேத்கர். இதனை நாம் குறிப்பிடும்போதும் சரி, இதற்கு முன்பு ஐந்து அத்தியாயங்களாக பார்த்து வந்த மகாத்மாவையும் சரி. இந்த இருபெரும் தலைவர்களையும் நாம் இடதுசாரியத்தின் சார்பிலாக நிறுத்தும் போது பலருக்கும் எண்ணற்ற சந்தேகங்கள் ஏற்படுவதும் கூட இயற்கையானதே. ஆனால், உண்மையென்ன? இடதுசாரியத்தின் அடிப்படைச் சித்தாந்தங்களை இவர்கள் இருவரும் கடைப்பிடித்த அளவிற்கு இந்தியாவில் தீவிர கம்யூனிஸ்டுகள் கூட கடைப் பிடிக்கவில்லையென்றால், நிச்சயமாக இன்றைய இளம் கம்யூனிஸ்ட் நண்பர்கள் நகைக்கவே செய்வார்கள். அதன் காரணம் எதுவென்றால், அவர்களுக்கு கம்யூனிஸ்ட் கட்சி அறிக்கையின் உண்மையான அர்த்தங்கள் போதிக்கப்படவில்லை என்பதே அதன் பொருளாகிறது. கம்யூனிஸ்ட் கட்சியின் அறிக்கையும், அதன் மற்ற தீவிர கொள்கைகளும் வர்க்க சுரண்டலை மட்டுமே முன்னிறுத்துகிறது என்பது உண்மையிலும் உண்மை. ஆனால், அத்தகைய வர்க்க சுரண்டல் என்பது, வெறும் பொருளாதாரத்தை மட்டுமே குறிக்கோளாகக் கொண்டதாக இந்திய கம்யூனிஸ்ட்டுகள் நம்பத் தொடங்கியதே, இந்த இருபெரும் தலைவர்கள் இடதுசாரியத்தின் சார்பிலானவர்கள் அல்லர் என்கிற நம்பிக்கையை அவர்களுக்கு ஊக்குவித்திருக்கிறது. ஆனால், அதற்கான உண்மையான விளக்கத்தினை டாக்டர் அம்பேத்கரின் சார்பில் நாம் பார்க்கும் இந்த அத்தியாயம் மகாத்மாவிற்கும் கூட சேர்த்தே வாதிடும் என்பதால்தான், அம்பேத்கரின் அலசலில் இறுதியாக எழுத வேண்டிய அத்தியாயத்தை நாம் முதலில் வைத்து தொடங்க வேண்டிய நிலையும் கூட ஏற்பட்டிருக்கிறது.

டாக்டர் அம்பேத்கர் ஏன் மார்க்ஸியத்தை ஏற்றுக் கொள்ளத் தயக்கம் காட்டினார் என்பதையும், அவ்வியக்கத்தில் உள்ள குறைகளையும் குறித்து ஆந்திர பிரதேசத்தை சேர்ந்த தீவிர இடதுசாரியத்தின் சார்பிலான உறுப்பினரும் எழுத்தாளருமான ரங்கநாயகம்மா சாதியப் பிரச்சனைகளுக்கு தீர்வு என்று ஒரு தொடர் எழுதி அது புத்தகமாகவும் வெளிவந்திருக்கிறது. அதில், மார்க்ஸிசம் குறித்து அம்பேத்கரிடம் எழுந்த நியாயமான சந்தேகம் என்னும் அத்தியாயத்தில் டாக்டர் அம்பேத்கரின் ஒரு கேள்விக்கு இடதுசாரிய எழுத்தாளர், ரங்கநாயகம்மா வாதிட்டு மார்க்ஸியத்திற்கு வலு சேர்க்க முயற்சி செய்கிறார். அதில் அம்பேத்கரின் நியாயமான கேள்வியாக அவர் முன்வைப்பது. தொகுதி 1 பக்கம் 66-இல் டாக்டர் அம்பேத்கர் குறிப்பிடுவதை ரங்கநாயகிம்மா சுட்டிக்காட்டி எழுதியிருக்கிறார். அதில்,

"[1] புரட்சிக்குத் தலைமைத் தாங்குகின்ற ஒரு சோஷலிஸ்டு தனக்குச் சாதியில் நம்பிக்கையில்லை என்று வாக்குறுதி அளித்துவிட்டால் மட்டும் போதாது, ஒருவருக்கொருவர் சமம், யாவருமே சகோதரர் என்னும் உணர்வின் அடிப்படையில் அமைந்து மனத்தின் அடித்தளத்திலிருந்து எழுந்த வாக்குறுதியாக அது இருக்க வேண்டும். இந்திய நாட்டுப் பாட்டாளி வர்க்கத்தினர் - அதாவது ஏழை எளிய மக்கள், தம்மிடையே ஏழை பணக்காரன் என்ற வேறுபாட்டைத் தவிர வேறெந்த வேறுபாட்டையும் பார்ப்பதில்லையா? இவர்கள் இந்த வேறுபாட்டைப் பார்க்கவே செய்கிறார்கள் என்பது உண்மையென்றால், அத்தகைய பாட்டாளி மக்கள் பணக்காரர்களுக்கு எதிராக என்ன வகையான ஒன்றுபட்ட அணியாகத் திரள்கிறார்கள் என்று எதிர்பார்க்க முடியும்? பாட்டாளி வர்க்கம் ஒன்றுபட்டு ஓரணியாகத் திரள முடியாத நிலையில் புரட்சி எப்படிச் சாத்தியமாகும்?" என்னும் அம்பேத்கரின் இந்தக் கேள்வியிலிருந்து நாம் தொடங்குவது என்பதன் கருத்தாக்கம்,

இறுதியான இடத்திலிருந்தே அம்பேத்கரை தொடங்குகிறோம். என்று நாம் முன்பே கூறிவிட்டதின் அர்த்தத்தை நமக்கு விளக்கும். ஆகையால், இக்கேள்வி சற்றுக் குழப்பத்தை ஏற்படுத்தினால் மன்னித்துவிடுங்கள். இக்கேள்வி எங்கிருந்து வந்து இந்த இடத்தில்

---

1 சாதியப் பிரச்சினைக்குத் தீர்வு ரங்நாயகம்மா

முடிந்தது என்பதை நாம் வரும் கட்டுரைகளில் பார்ப்போம். ஆனால், நமக்கு இப்போது இக்கேள்விக்கான ரங்கநாயம்மாவின் விளக்க உரை முக்கியமானதாக தெரிகிறது. அதையும் பார்ப்போம்.

1. "[1]இது ஒரு நல்ல கேள்வி. ஆனால், அவர் கேள்வியை வைக்கும் விதத்தில் தொழிலாளர்கள் மத்தியில் ஒற்றுமை இல்லையென்றாலும் பரவாயில்லை என்று சோஷலிசக் கோட்பாடு சொல்வது போல் வைக்கிறார். அதனால் அம்பேத்கர் அத்தகைய அனுமானத்தைக் கேள்வி கேட்கிறார். தொழிலாளர்கள் மத்தியில் ஒற்றுமையில்லை என்றாலும், தொழிலாளர் வர்க்கத்தின் பல பிரிவுகள் ஒன்றிணையவில்லை என்றாலும், வர்க்கப் போராட்டத்தை நடத்திச் சமூகத்தை மாற்றிவிட முடியும் என்று சோஷலிசக் கோட்பாடு எங்கேனும் சொல்கிறதா? இல்லை. அது அப்படிச் சொல்லவே இல்லை. தொழிலாளர் ஒற்றுமையே அதன் பலம் என்கிறது. இன்னும் சொல்லப்போனால் உலகத் தொழிலாளர்களே, ஒன்று கூடுங்கள் என்றுதான் அது சொன்னது.

2. வர்க்கப் போராட்டத்திற்காக உழைக்கும் மக்களின் பிரக்ஞையை உயர்த்த நினைக்கும் எந்தவோர் அமைப்பும், அவர்களின் ஒற்றுமைக்கும் இடையூறாக இருக்கும் விசயங்கள் மீது தங்கள் கவனத்தைக் குவிக்க வேண்டும். அந்தப் பிரச்சனைகளைத் தீர்ப்பதற்கான வேலைத் திட்டங்களை வகுக்க வேண்டும். அந்த அமைப்பு அத்தகைய வேலை செய்யவில்லை என்றால், நாம் அந்த அமைப்பை விமர்சிக்க வேண்டுமேயல்லாது,சோஷலிசக் கோட்பாட்டை அல்ல.

3. அனைத்து தருணங்களுக்கும் எல்லா நிலைமைகளுக்கும் பொருந்தும் பொது வழிகாட்டியை ஒரு கோட்பாடு வழங்குகிறது. குறிப்பிட்ட பிரதேசங்களின் குறிப்பிட்ட நிலைமைகளை அமைப்புகள் கணக்கில் கொள்ள வேண்டும் என்றும் அது சொல்கிறது. எனினும், ஒரு குறிப்பிட்ட

---

1 சாதியப் பிரச்சினைக்குத் தீர்வு ரங்நாயகம்மா

இடத்தில் நிலைமைகளை அதனால் குறிப்பிட்டுச் சொல்ல முடியாது.

4. சுரண்டல் உறவுகளைச் சுரண்டலற்ற உறவாக மாற்ற வேண்டும் என்று சோஷலிசக் கோட்பாடு சொன்னபோது, அது சுரண்டல் பற்றி மட்டுமே பேசியது. சமூகச் சீர்திருத்தம் பற்றிப் பேசவில்லை என்று ஒருவர் விமர்சிப்பது பொருளற்றது.

5. ஒரு சமூகத்தில் சுரண்டல் நிலவும் போது, சமூகத்தின் அனைத்து மட்டத்திலும் அதே சுரண்டல் தன்மை நிலவும். எங்கெல்லாம், எவ்விதமான ஆதிக்கம் நிலவுகிறதோ, அதெல்லாம் சுரண்டல் உறவுகள் மற்றும் அது தொடர்பான சுரண்டல்வாதச் சிந்தனைகளோடு தொடர்புடையது. அதனால் சுரண்டலை ஒழிப்பது எல்லா மட்டத்திலும் மாற்றம் கொண்டு வருதற்கான தீர்வு. அது சாதியாக இருந்தாலும் சரி. இதே பொருந்தும்.

6. இந்தியாவில் சாதியமைப்புத் தொழிலாளர் வர்க்க ஒற்றுமையைக் குலைத்து வருவது ஒரு பிரச்சனைதான். இது இந்தியாவுக்கேயுரிய ஒரு குறிப்பான பிரச்சனை. ஒரு சோஷலிஸ்ட் கட்சியோ (அல்லது கம்யூனிஸ்ட் கட்சியோ) இந்தக் குறிப்பான நிலைமையைக் கணக்கில் எடுத்துக் கொள்ளவில்லையென்றால், நாம் அக்கட்சியினரிடம் நிச்சயமாகக் குறை கண்டுபிடிக்க வேண்டும். அதை விமர்சிக்க வேண்டும். எதுவாகினும், இது கட்சி சார்ந்த பிரச்சனை. அம்பேத்கர் காலத்துக் கம்யூனிஸ்டுக் கட்சிகள் சாதிப் பிரச்சனை, தீண்டாமைப் பிரச்சனை குறித்து ஏதும் செய்யவில்லையா? சாதியமைப்பிற்கு எதிராகப் பிரச்சாரம் செய்யவில்லையா? ஏதும் நடவடிக்கைகள் எடுக்கவில்லையா?

7. அத்தகைய சம்பவங்கள் இருப்பின், ஆதாரத்தோடு அம்பேத்கர் 'பாருங்கள் கம்யூனிஸ்ட் கட்சி இவ்விசயத்தில் எப்படி நடந்திருக்கிறது என்று சொல்ல வேண்டும். அதுபற்றி அந்த ஒரு நண்பரின் கடிதம் தவிர்த்து அம்பேத்கர் ஏதும்

குறிப்பிடவில்லை. இவ்வளவு நேரமும் அம்பேத்கரின் விமர்சனம் மார்க்ஸியத்திற்கு எதிராக, அதுவும் எந்த நியாயமுமின்றி இருக்கிறது. உழைப்புச் சுரண்டல் குறித்து ஏதும் தெரியாமல் ஒரு விமர்சனம்.

8. சாதி வேறுபாடுகள் இருக்கையில் இந்தியாவில் தொழிலாளர்கள் எப்படி ஒன்றிணைகிறார்கள்? அவர்கள் எப்படி வர்க்கப் போராட்டத்தை நடத்துகிறார்கள்? இது பிரச்சனை. இதற்கேற்ற வேலைத் திட்டத்தை வகுப்பதே இதற்குத் தீர்வு.

9. கீழ்நிலைச் சாதி மக்கள் கூட தங்களுக்குள் சாதி வேறு பாடுகளைக் கடைப்பிடிக்கின்றனர். கலப்புத் திருமணங்கள், சமபந்தி விருந்துகளை அவர்களும் கடைப்பிடிப்பதில்லை. இச்சூழலில், அது தவறு, அது அறியாமையின் விளைவு, அது அநீதி என்று எடுத்துரைக்க வேண்டும். சாதி மறுப்புத் திருமணங்கள், சமபந்தி விருந்துகளுக்கு ஆதரவான பிரச்சாரம் மக்களின் பழைய சிந்தனையிலிருந்து ஒரு மாற்றம் கொண்டுவந்தது. எனினும், ஒட்டுமொத்த சாதிப் பிரச்சினையும் இது ஒன்றினால் மாறிவிடாது. இது பண்டைய உழைப்புப் பிரிவினை மற்றும் உழைப்புச் சுரண்டலோடு தொடர்புடையதால், மக்கள் அது பற்றி அறிந்து கொள்ள வேண்டும். வேறு சொற்களில் சொல்வதானால் நாம் மார்க்ஸியத்தைக் கற்றுக் கொடுக்க வேண்டும்".

ரங்கநாயகம்மாவின் இந்தப் பதில் ஒரே பத்தியாகத்தான் வெளிவந்தது. அதனை நாம் 9 கேள்வியாக எடுத்துக் கொண்டேன். இவை ஒவ்வொன்றுக்கும் எனது தரப்பின் பதிலும் கேள்வியும் இனி வரப்போகிறது. ஆனால், அதில் 2 மற்றும் 3 பதிலுக்கு மட்டும் இப்போது நாம் விடையளித்து வருகிறேன். ஏனெனில் அது மகாத்மாவோடும் தொடர்புடையது என்பதால் நாம் இத்துடன் அதனை முடித்துக் கொண்டு மிகத் துல்லியமாக அடுத்த கட்டுரையிலிருந்து அம்பேத்கரைத் தேடுவோம்.

கம்யூனிசக் கொள்கை எவ்வகையான அநீதிகளுக்கும் பதில் கொடுத்திருக்கிறது. அவை, பிரதேச அளவில் வெவ்வேறு

வகையில் கருத்துகளை கொண்டதாக இருக்கின்றன. அவற்றைத் தனித்தனியாக ஆங்காங்கே செயல்படும் குழுக்களே தீர்மானித்து ஒற்றுமையை ஏற்படுத்தி வெற்றி பெறுவதற்கு முயற்சி செய்ய வேண்டும். அவ்வாறு புரிந்து செயல்படும் தன்மை. அங்கே செயல்படும் அமைப்புக்கு இல்லையென்றால், அது அமைப்பின் குறையே தவிர சோஷலிசக் கோட்பாட்டின் குறையல்ல என்கிறது. ரங்கநாயகம்மாவின் இரண்டு மற்றும் மூன்றாவது பதில்கள். அப்படிப் பார்த்தால், மகாத்மா சுதந்திரத்தையும், அம்பேத்கர் சாதியச் சமூகச் சீர்திருத்தத்திற்கும் கொடுத்த முக்கியத்துவம் சோஷலிசக் கோட்பாட்டில் சேர்ந்தும் கூட அதனைத் தவிர்த்த அமைப்புகளிடம் தானே நாம் தேடுதலைத் தொடங்க வேண்டியிருக்கிறது.

இந்தியாவின் சோஷலிச சித்தாந்தத்தின் தேவை மிகுந்த காரணிகளாக இவை இரண்டும் இருக்கும் பட்சத்தில், இவையல்லாத ஒன்று மட்டுமே சோஷலிசத்தின் அரும்பெரும் தேவையென வாதிடுவதில் என்ன நியாயம் இருக்க முடியும். அப்படியே அதில் நியாயமிருந்தாலும், அப்போதைய இந்தியாவின் பெரும் எண்ணிக்கையிலான மக்கள் இழந்த சுதந்திரத்தையும், அதற்குச் சற்றும் குறையாத எண்ணிக்கை கொண்ட மக்களுக்குத் தேவைப்பட்ட சாதிய வேறுபாடுகளைக் காட்டிலும், அப்போதுதான் உருவாகிக் கொண்டிருந்த சொற்ப எண்ணிக்கையிலான தொழிலாளிகள் பிரச்சனைகள்தான் சோஷலிசத்தின் உயிர்நாடிப் பிரச்சனையா என்கிற அதிமுக்கியத்துவம் வாய்ந்த வாதம் இங்கே இந்திய சோஷலிஷ்டுகளால் கவனத்தில் கொள்ளப்படாமலேயே இருந்துவிட்டது என்பதற்கு ஆகச் சிறந்த சோஷலிஸ்டாகவும், கம்யூனிஸ்டாகவும் இருந்த ரங்கநாயகம்மா போன்றவர்களின் எண்ணங்களில் உதிக்கும் சந்தேகங்களைக்கொண்டே நாம் உறுதிப்படுத்திக்கொள்ள முடிகிறது. ஏனெனில், இதைப் பொறுத்து இந்தியப் பிரதேசத்தின் தீவிர சாதிய முக்கியத்துவம் வாய்ந்த இப்பிரச்சினைகளை இப்பிரதேசத்துக்குள் கணக்கில் கொள்ளப்பட வேண்டிய சோஷலிசப் பிரச்சினையாக ரங்கநாயகம்மா போன்றவர்களே தவறவிட்டதின் காரணத்தை நாம் அறியமுடியவில்லை.

18

அம்பேத்கரின் சோஷலிசம் ஏற்றுக் கொள்ளப்பட்டதா?

ஆந்திரப் பிரதேசத்தின் இடதுசாரிய இயக்கத்தின் தீவிர மனப்பான்மை கொண்டவரும் அதில் சிறந்த அளவிலான எழுத்தாளருமான ரங்கநாயகம்மா, அம்பேத்கர் இடது சாரியத்தின் கொள்கை மீது கொண்ட ஐயத்திற்கு எதிர்வினையாற்ற வேண்டிய பொறுப்பில் சில கேள்விகளைக் கேட்டிருந்ததைப் பார்த்தோம். அதில் அவ்வகையான கேள்விகளை 9 பகுதிகளாகவும் நாம் பிரித்திருந்தோம். அதில் இரண்டு மற்றும் மூன்றாவது கேள்விகளுக்கான அலசலை ஓரளவிற்கே நாம் பார்த்திருந்தோம். அதாவது, சோஷலிசக் கோட்பாடு உலகத்தின் ஒவ்வொரு பகுதிக்குமான வர்க்கச் சுரண்டலை அதன் போக்கில் தனித்தனியாகக் கணக்கில் எடுத்துக் கொண்டு அந்த பிரதேசங்களில் செயல்படும் அதன் இடதுசாரிய இயக்கங்கள் அவற்றிற்கேற்றவாறு அதன் போராட்டக்களத்தை அமைத்துக்கொள்ள வேண்டும் என்கிறது ரங்கநாயகம்மாவின் பதில்கள். அவ்வாறு அமைக்காததின் தவறு சோஷலிசக் கோட்பாடுகளில் இல்லையென்றும், அந்தப் பகுதிகளில் இருக்கும் இடதுசாரிய இயக்கங்களிடமே இருக்கிறது என்று சோஷலிசக் கோட்பாடுகளுக்காக வாதிட நினைத்து ரங்கநாயகம்மா கேட்டிருக்கும் கேள்வி முற்றிலும் அவரையே சுயபரிசோதனை செய்து கொள்ளும் அளவிலான விஷயங்கள் அதில் அடங்கியிருப்பதை கவனத்தில் கொள்ள தவறியிருக்கிறார்.

அதாவது இந்திய தேசத்தில் அனைத்தையும் காட்டிலும் சுதந்திரம் அவசரத்தேவை என்பதை நமது பிரதேசத்திற்கான முகாந்திரமாகக் கொண்ட மகாத்மாவின் கொள்கைகளை சோஷலிஸ்டுகள் ஏன் தங்களின் கொள்கை சார்ந்த விஷயமாக எடுத்துக்கொள்ளவில்லை. அதைப்போலவே தொழிலாளர்களின் ஒற்றுமை மாத்திரமே

இந்திய சாதிய அமைப்பில் உள்ள வர்க்கச் சுரண்டலுக்குத் தீர்வு கொடுக்கமுடியாது என்கிற டாக்டர் அம்பேத்கரின் கேள்வியை சோஷலிசக் கோட்பாட்டின் வழிவந்ததே என்று ஒப்புக்கொள்ள மறுத்ததின் காரணம்தான் என்ன என்கிற பிரதான கேள்வி ஒன்று முன்னெழுகிறது.

இதன் உட்பொருளை நாம் இன்னும் தெளிவாகப் புரிந்து கொள்ள வேண்டும் என்றால் இந்திய இடது சாரியத்தின் தீவிர இயக்கங்களாகத் தங்களை முன்னிறுத்திக் கொள்ளும் பலர் மார்க்ஸின் சோஷலிசக் கோட்பாட்டின் வெற்றிக் கொள்கைகளாக மேற்கத்திய நாடுகளில் அவர் வேண்டிய புரட்சியை மாத்திரமே கணக்கில் எடுத்துக்கொண்டதே இதன் அடிப்படைத் தோல்விக்குக் காரணம் எனலாம். ஆனால், ரங்கநாயகம்மா கூறியதைப் போன்று மார்க்ஸியக் கோட்பாடு உலகம் முழுவதற்குமான வர்க்கச் சுரண்டலுக்கு எதிராகவே எழுதப்பட்டிருக்கிறது. ஆனால், அவை அந்தந்தப் பிரதேசங்களில் வெவ்வேறு வகைப்பட்ட பிரச்சனைகளுக்குத் தீர்வாக இருக்க வேண்டும் என்று வகைப்படுத்தியதை இந்தியத் தீவிர இடது சாரிய இயக்கங்கள் கவனத்தில் கொள்ளத் தவறியதே மகாத்மாவையும், அம்பேத்கரையும் அவர்கள் வேறுபடுத்திப் பார்ப்பதற்கான காரணங்களை ஏற்படுத்தியது.

கார்ல்மார்க்ஸ் அவரின் சொந்தப் பிரதேசங்களில் இருந்த வர்க்கப் பிரிவுகள் அனைத்தும் முதலாளி, தொழிலாளி என்னும் இரு வகைகளில் மட்டுமே பிளவுபட்டிருந்த காலத்தில் வாழ்ந்திருப்பதால், அந்த இரு பிரிவினருக்குள் ஏற்படும் சுரண்டலை மையப்படுத்தி போராட்டக் களத்தைத் தூண்டியிருக்கலாம். அல்லது மார்க்ஸியக் கோட்பாட்டின் விளைவாகக்கூட அவ்வாறு பல வர்க்கங்கள் இரண்டு வர்க்கங்களாக மட்டும் உருமாறியிருக்கலாம். இவ்வாறு மாற்றம் பெற்றிருப்பதையும கூட கம்யூனிஸ்ட் கட்சி அறிக்கையின் 9 மற்றும் 11 பத்திகளில் மார்க்ஸ் தெளிவாகக் குறிப்பிடுகிறார். 9 ஆவது பத்தியில் அவர் கூறுவதைப் பாருங்கள்.

“[1]வரலாற்றில் முந்தைய சகாப்தங்களில் கிட்டதட்ட எல்லா இடங்களிலுமே, சமுதாயம் பல்வேறு படிநிலைப் பிரிவுகளாக, பல்வேறு மேல்கீழ் சமூகத் தகுதிகளைk கொண்ட

1 கம்யூனிஸ்ட் கட்சி அறிக்கை

ஒழுங்கமைப்புகளாகக் கட்டமைக்கப்பட்டுள்ளதைக் காண்கிறோம். பண்டைய ரோமில் உயர்குலத்தோர், அறக்காப்பு வீரர்கள், பாமரர், அடிமைகள், மத்திய காலத்தில், பிரபுக்கள், மானியதாரர்கள், கைவினைச் சங்க விற்பன்னர்கள், கைவினைஞர்கள், பண்ணையடிமைகள் ஆகியோரைப் பார்க்கிறோம். இத்துடன், இந்த வகுப்புகள் கிட்டதட்ட எல்லாவற்றிலுமே தெளிவாகத் தெரிகிற மேல்கீழ் வரிசையிலான உட்பிரிவுகள் இருப்பதையும் காண்கிறோம்." என்று அறிக்கையின் 9ஆவது பத்தியில் கூறுகிறார். அதைத் தொடர்ந்து, இவ்வாறு மேலைநாடுகளில் சமூகப் பிரிவினைகள் இருந்தது மாற்றமடைந்து இரண்டே பிரிவுகளாகவும் பிரிந்ததையும் 11 ஆவது பத்தியில் குறிப்பிடுகிறார்.

"[1]ஆயினும், நமது சகாப்தத்தை, பூர்ஷ்வா வர்க்கத்தின் சகாப்தத்தை வேறுபடுத்திக் காட்டும் அம்சம், அது பல்வேறு வர்க்கங்களுக்கிடையிலான பகைமைகள் அனைத்தையும் மிக எளிய வடிவத்திலான பகைமையாகச் சுருங்கச் செய்திருக்கிறது என்பதுதான். சமுதாயம் முழுவதும் மேன்மேலும் இரண்டு பெரும் பகை முகாம்களாக, ஒன்றையொன்று நேரடியாக எதிர்கொள்ளும் பூர்ஷ்வா வர்க்கம், பாட்டாளி வர்க்கம் என்னும் இரண்டு பெரும் வர்க்கங்களாகப் பிளவுபட்டுக்கொண்டிருக்கிறது." என்கிறார்.

இந்த இரண்டு பத்திகளின் விளக்கம் எது? மேற்கத்திய நாடுகளில் தங்களின் சமூகப் படிகளாக இருந்தவை அனைத்தும் சுருங்கி இரண்டு நிலையாகச் சுருக்கிக் கொண்டன. எனவே அங்கே அந்த இரண்டு நிலைகளுக்கான சுரண்டலில் மட்டுமே வர்க்கப் போராட்டம் தீவிரமடைந்தது, அத்தகைய இரண்டு நிலைகளில் இருந்த வர்க்கப் போராட்டம் கூட பொருளாதார ஆதாயத்தை முன்னிறுத்தியே தொடங்கியது என்பதையும், அதற்கான காரணங்களையும்கூட மார்க்ஸ்; அதற்குப் பின்வரும் பத்தியில் குறிப்பிட்டாலும் அவை நமக்கு இப்போது தேவை இல்லை. ஆனால், ஒருவேளை இத்தகைய அளவில் மேற்கத்திய நாடுகளில் பொருள் ஆதாயத்தை முன்னிறுத்தி இரண்டு பிரிவுகளாக சமுதாயம் பிளவுபடாமல் போயிருந்தால் அதன் பழைய முறைகளின்படி,

---

1 கம்யூனிஸ்ட் கட்சி அறிக்கை

படிநிலை சமூகமாக உயர்குலத்தோர், இடைப்பட்டோர், தாழ்த்தப்பட்டோர் என்னும் அளவிலேயே கம்யூனிஸ்ட் கட்சியின் 9 ஆவது பத்தி கூறுவதிலேயே மேற்கத்திய நாடுகள் இருந்திருந்து அதன் 11 ஆவது பத்தி எழுதுவதற்கு அவசியம் ஏற்படாமல் போயிருந்தால் கார்ல்மார்க்ஸ் உலகத் தொழிலாளர்களே ஒன்று கூடுங்கள் என்று கூறியிருப்பாரா என்பதை நாம் சிந்தித்துப் பார்க்க வேண்டும். ஏனெனில், அவ்வாறு ஒரு நிலையிருந்திருந்தால் மார்க்சும்கூட அத்தகைய படிநிலையைத்தான் எதிர்த்திருப்பார். அதுதான் அன்றைய தேவையாகவும் இருந்திருக்கும் என்றால் டாக்டர் அம்பேத்கர் நிலைப்பாட்டில் இந்தியத் தீவிர இடதுசாரிகள் கொள்ள வேண்டிய நிலைப்பாடுதான் என்ன?

இங்கே பிராந்திய அளவில் கொடுக்கப்படவேண்டிய சாதிய வர்க்கச் சுரண்டலுக்கு இந்தியத் தீவிர இடதுசாரிகள் தொழிலாளர் ஒற்றுமையே போதுமானது என்று கருத முடியுமா? அல்லது அத்தகைய தொழிலாளர்களிடையே வர்க்கவேறுபாடு இல்லை என்று கூறிவிடமுடியுமா? முடியாது என்றால் டாக்டர் அம்பேத்கர் ஏதோ ஒரு காரணத்தால் சோஷலிசக் கோட்பாட்டின் இந்தியச் செயல்பாட்டில் குறை கண்டதாகவே இருக்கட்டும். ஆனால், சோஷலிசக் கோட்பாட்டின்படி வர்க்கச் சுரண்டலை எதிர்த்த அம்பேத்கரைத் தங்கள் கோட்பாட்டின் கதாநாயகர்களில் டாக்டர் அம்பேத்கரும் ஒருவர் என்று ஒப்புக்கொள்ளத் தயங்கி அவரிடம் தர்க்கம் செய்வதற்கான காரணங்களில் நியாயம் இருக்க முடியுமா?

இதுவரை நாம் இந்தக் கட்டுரையில் பார்த்ததில் ரங்கநாயகம்மாவின் முதல் கேள்விக்கும், 3, 5 ஆவது கேள்விக்கும் பதிலளித்து விட்டதாகவே கருதுகிறேன். 6 மற்றும் 7 வது கேள்விகளுக்குக்கூட நாம் சற்றுப் பதிலளித்திருந்தாலும் முழுவதுமான பதிலை அடுத்த கட்டுரையில் பார்ப்போம்.

19

அம்பேத்கர் மகாத்மாவைக் குறை கூறினால் நிறைவு, கம்யூனிஸ்டுகளைக் குறை கூறினால் குறைவா?

இறுதியாக 6 மற்றும் 7 ஆவது கேள்விகளுக்குப் பதில் முழுமையாக அளிப்பதாகவும் கூறி முடித்திருந்தோம். ஏனெனில் அதற்கும்கூட ஓரளவிற்கான பதிலை நாம் அளித்துவிட்டதாலேயே அவ்வாறு கூறியிருந்தோம்.

ஆனால், இதற்கு இத்தனை விதமான விளக்கங்களை நாம் குறிப்பிடுவதைவிட மிகச் சுலபமாக நேரிடையாக விஷயத்திற்கும் வந்து விடலாம். ரங்கநாயகம்மா இக்கேள்விகள் அனைத்திலும் கட்டுரைத்தை மார்க்ஸின் சோசலிசக் கொள்கைகள் உலகத்திற்கே பொதுவானது என்று குறிப்பிடுகிறார். அதாவது சில இடங்களில் இந்திய சாதியப் பிரிவினையை இந்தியத் தீவிர இடது சாரிய இயக்கங்கள் கவனத்தில் கொள்ளாததைக் கண்டித்த ஒன்றிரண்டு இடங்களைத் தவிர. ஆனால், இக்கேள்விகள் மொத்தத்துக்கும் அவர் டாக்டர் அம்பேத்கரிடம் இருந்து எடுத்துக்கொண்ட ஒரே கேள்வியில் இருந்தே தொடங்குகிறார்.

ஆனால், அந்த ஒரே கேள்வியில் எங்கும் மார்க்ஸின் கோட்பாடுகளை அவர் எங்கேயும் குறை கூறவில்லை என்பதை மிக வசதியாக மறந்து விட்டு ரங்கநாயகம்மா விவாதம் செய்கிறார்.

அக்கேள்வியில் டாக்டர் அம்பேத்கர் மார்க்ஸின் சோஷலிசக் கோட்பாடுகள் இந்தியப் பாட்டாளிகள் வர்க்கத்தில் எவ்விதமான தாக்கத்தை ஏற்படுத்துகிறது. இந்தியப் பாட்டாளிகளிடம் சாதிய உணர்வு அற்றுப்போகச் செய்திருக்கிறதா என்பதே கேள்வி என்று மிகத் தெளிவாகக் குறிப்பிட்டிருக்கிறார். அவர் சோஷலிசக்

கோட்பாட்டைக் கண்ணை மூடிக்கொண்டு எதிர்க்கவில்லை. அது இந்திய தேசத்தில் எந்த இடத்தில் இருக்கிறது என்பதையே கேள்வியாக்கியிருக்கிறார். அவரின் அக்கேள்விக்கு ரங்கநாயகம்மா இந்திய கம்யூனிசங்கள் சாதிய அமைப்புக்கு எதிராக அம்பேத்கரின் காலத்தில் குரலே எழுப்பவில்லையா? என்று எதிர்கேள்வி கேட்டிருக்கிறார். அவ்வாறு சோஷலிஸ்டுகள் செய்யவில்லை என்பதை ஆதாரப்பூர்வமாகத் தெரிவிக்கமுடியுமா? என்றும் கேட்டிருக்கிறார். இதில் முக்கியமாகக் கவனத்தில் கொள்ள வேண்டியது எதுவெனில் ரங்கநாயகம்மா அவ்வாறான ஒரு கேள்வியைக் கேட்பதற்குக் காரணம் எதுவென்றால் டாக்டர் அம்பேத்கர் அவரின் அக்கேள்வியில் இந்திய கம்யூனிஸ்டுகள் சாதியற்றவர்கள் என்று கூறிக்கொள்வதாலோ மட்டும் அவர்கள் சாதியத்திற்கு எதிராகப் போராடியவர்களாகக் கொள்ள முடியாது என்று கூறியிருப்பதற்காகவே கோபங்கொண்டு ரங்கநாயகம்மா அவ்வாறான ஒரு கேள்வியை முன்வைத்திருக்கலாம். சரி ரங்கநாயகம்மாவின் வாதத்தில் நியாயம் இருப்பதாகவே கொள்ளலாம். அவ்வாறு நியாயம் இருப்பது உண்மையானால் அம்பேத்கரின் காலத்திலேயே சாதிய மறுப்புக் கொள்கையில் ஆர்வம் காட்டிய பாட்டாளிகள் அல்லது தொழிலாளர்கள் வர்க்கம் ரங்கநாயகம்மா அந்தக் கேள்வியை முன் எழுப்பி எழுதிய கட்டுரைகள் புத்தகமாக வெளிவந்த இரண்டாயிரத்து ஒன்றாம் ஆண்டுவரை இந்தியத் தொழிலாளர்கள் சாதியை மறந்து ஒரே வர்க்கமாக மாறியதற்கான ஆதாரத்தை உங்களால் காட்ட முடியுமா? என்கிற அடுத்த கேள்விக்கு ரங்கநாயம்மாவிடம் பதில் இருக்கிறதா? நிச்சயமாகப் பதில் இருக்கவே முடியாது. அதைத்தான் அம்பேத்கர் அன்றைக்கே கூறினார். இதன் முழு அர்த்தம் எதுவெனில் இந்தியாவில் இடது சாரியம் என்பது வெறும் தொழிலாளர் வர்க்கச் சுரண்டலுடன் முடிவடையக்கூடியது அல்ல என்கிறார். இங்கே, சாதிய வர்க்கச் சுரண்டலே அனைத்தையும் விட மேலானதாக மக்களின் துன்பங்களுக்குக் காரணமானதாக இருக்கிறது என்பதை அவர் கண்டறிந்தும், இந்தியத் தீவிர இடதுசாரியத் தோழர்கள் ஏன் அவற்றைத் தங்களின் கவனத்தில் கொள்ளவில்லை என்பதே இங்கே பொதுவில் கேள்வியாக முன்னெழுகிறது. சோஷலிசம்

கூறும் உண்மையான சுரண்டலை அடையாளம் காண முடியாமல் போனது ஏன்? என்பதை மீண்டும் மீண்டும் கம்யூனிஸ்டுகள் மறுக்கிறார்கள் என்பதே இங்கே கேள்வியாகிறது. அதே நேரம் இங்கே மற்றொரு சந்தேகமும் எழுகிறது. அம்பேத்கர் அவரின் கேள்வியில் வெறும் சாதி மறுப்பு இயக்கங்கள் மூலமும் சாதியற்றவன் என்று கூறிக்கொள்வது மட்டும் உண்மையான வர்க்கச் சுரண்டலைத் தடுத்துவிடாது என்று கூறியதில் இந்தியதேசத்து கம்யூனிஸ்ட்களுக்குக் கோபம் வருவதில் நியாயமிருந்தால் இதே கேள்வியைத்தானே அம்பேத்கர் மகாத்மாவிடமும் முன் வைத்தார்.

அப்போது அதில் இந்திய தேசத்து கம்யூனிஸ்ட்கள் எவ்வாறு நிறைகளைக் காண முடிந்தது என்பது பல வினாக்களை முன்னெழுப்புகிறது. அம்பேத்கர் அந்தக் கேள்வியை கம்யூனிஸ்ட்களிடம் மட்டும் முன்வைக்கவில்லை. மகாத்மா விடமும் முன் வைத்தார். மகாத்மாவிற்கும், அம்பேத்கருக்குமான போராட்டமே இதிலிருந்துதான் தொடங்கியது. ஆனால், இதில் நாம் அனைவரும் ஆறுதல் தேட வேண்டியதும் ஒன்றிருக்கிறது. இந்தக் கேள்வியை அம்பேத்கர் இந்திய பாசிச இயக்கங்களிடம் கேட்கவில்லை. அதைப் பொறுத்து நாம் இறுதியாக ஒரு முடிவுக்கு வரவும் வாய்ப்பிருக்கிறது. இந்திய கம்யூனிஸ்டுகள் மகாத்மா மற்றும் காங்கிரஸ், அம்பேத்கர் என அனைவரும் ஓரே நேர்கோட்டின் சில ஏற்ற இறக்கங்களைக் கொண்ட இடதுசாரியத்தின் வழிவந்தவர்கள் என்பது நிருபணமாகியிருப்பதை இந்திய கம்யூனிஸ்டுகள் இனி வரும் காலங்களில் மறுக்க முடியாது.

உலகத்திற்குத் தேவைப்பட்ட சோஷலிசக் கோட்பாடும் இந்திய சோஷலிசத்தின் தேவை என்பதும் முற்றிலும் வேறுபாடு கொண்டு மாறியிருப்பதை கார்ல்மார்க்சும் கூடப் பல இடங்களில் சுட்டிக்காட்டி இருக்கிறார். ஆனால், அவற்றை எல்லாம் இந்தியத் தீவிர இடதுசாரியர்கள் மறந்துவிட்டு இந்திய தேசத்திற்கான தேவைகளாக மற்ற நாடுகளின் நவீன பாட்டாளி வர்க்கச் சுரண்டலையே முன்மொழிவதுதான் இங்கே அனைத்து முரண்பாடுகளை ஏற்படுத்தும் பிரச்சனைகளுக்கும் காரணமாக இருக்கிறது.

20

மார்க்ஸுடன் அம்பேத்கர் முரண்பட்டாரா?

புத்தரும், மார்க்ஸும் ஒன்றே என்னும் பொருள்படும் அளவில் அம்பேத்கர் எழுதிய புத்தரா? கார்ல்மார்க்ஸா? என்னும் கட்டுரையை அதன் முதல் அத்தியாயத்திலிருந்து பார்க்கப் போகிறோம். இதுவும் கூட ரங்கநாயகம்மாவின் விமர்சனங்களில் இருந்தே தொடங்கப்போகிறது. இத்தொடருக்கு ஏன் நீங்கள் டாக்டர் அம்பேத்கர் எழுதிய புத்தகங்களில் இருந்து தேடுதலைத் தொடங்காமல் ரங்கநாயகம்மாவின் விமர்சனங்களில் இருந்து மட்டுமே தேடுதலைக் கொண்டிருக்கிறீர்கள் என்று கேட்கலாம். அதுதான் சரியாக இருக்க முடியும் என்று நம்பலாம். இன்றைக்கு எத்தனையோ கம்யூனிச இளைஞர்களுக்கு அம்பேத்கர் சோஷலிசத்தின் தன்மை இந்தியத்திற்கு ஏற்றவாறு மாறுதல் கொள்ளவில்லை என்கிற கருத்தை ஏன் கொண்டார் என்பதையோ அவருடன் இந்திய சோஷலிசம் கொண்டிருந்த முரண்களையோ அறிந்திருக்கவில்லை. அம்பேத்கர் ஒரு சோஷலிசவாதிதானே என்று இயல்பாக அவரையும் தங்கள் கணக்கில் இயற்கையாகக் கொண்டிருக்கின்றனர். இது ஒரு வகை என்றால், கம்யூனிசம் அறிந்த தோழர்களோ, ரங்கநாயகம்மா போன்றவர்கள் அம்பேத்கரை கம்யூனிசத்திற்கு முற்றிலும் எதிரானவராகக் கொண்டிருக்கின்றனர்.

இந்த இருதரப்பினரும் அறிந்து கொள்ள வேண்டிய உண்மைகள் அவர்களின் சார்பிலிருந்த கேள்விகளில் இருந்தே களையப்பட வேண்டும் என்பதே ஆய்வின் நோக்கம். அதுமட்டுமல்லாமல் ரங்கநாயகம்மா எழுதிய அத்தொடரில் அம்பேத்கர் குறித்த விமர்சனங்கள் அளவிற்கு இந்தியத் துணைக் கண்டத்தில் அவ்வளவு கடுமையான விமர்சனங்களை அம்பேத்கருக்கு எதிராக

கம்யூனிஸ்டுகளால் எழுதப்பட்டிருக்கவே முடியாது என்பதும் ஒரு காரணம். அதனால் அதற்குப் பதிலளிக்க வேண்டியதும் நமது கடமையென நாம் கருதுகிறோம். இடதுசாரியர்களுக்கு காங்கிரஸ் மீதும், காந்தி மீதும் இருந்த அனைத்து சந்தேகங்களும் ஒரு இம்மியளவும் மாறாமல் அம்பேத்கரின் மீதும் இருந்ததால் அதற்கு விளக்கமளிப்பது காலத்தின் தேவையென்றும் இத்தலைப்பிற்குப் பொருத்தமானதென்றும் கருதலாம்.

'புத்தரா கார்ல் மார்க்ஸா" என்னும் கட்டுரையில் இருக்கும் விஷயத்திற்கு வருவோம்.

இந்தத் தலைப்பில் அம்பேத்கர் ஒரு கட்டுரை எழுதியிருக்கிறார் என்பதற்கே கம்யூனிஸ்டுகள் பெருமிதம் கொள்ள வேண்டும் என்பதைத் தவிர்த்து எவ்வாறு விமர்சனத்தை முன் வைக்கிறார்கள் என்பதை நாம் அறிய முடியவில்லை. இதில் நாம் அறிய வேண்டியது யாது? அம்பேத்கர் தான் ஏற்றுக் கொண்ட புத்தர், கார்ல்மார்க்ஸ் வடிவிலும் இருக்கிறார் என்பதுதான் அதன் அர்த்தம். அக்கட்டுரையில் அம்பேத்கர் கூறியதாக ரங்கநாயகம்மா கூறியது எதுவெனில்,

"[1]கார்ல்மார்க்சுக்கு முன்னரே புத்தர் கம்யூனிசம் பேசினார் என்று அம்பேத்கர் இந்தக்கட்டுரையில் சொல்கிறார். இருவரும் ஒன்றையே சொல்கிறார்கள் இருவருக்குமே ஒரே இலக்கு எனினும் அவர்கள் இலக்கை அடையும் வழிமுறையில் மாறுபடுகின்றனர். மார்க்ஸ் சொன்னது அனைத்தும் தவறானது. புத்தரின் பாதையே சிறந்தது" என்று இக்கட்டுரை வாயிலாக அம்பேத்கர் முன் வைக்கிறார்.

"வேற்றுமைகள் வழிவகைகள் பற்றியவையே. குறிக்கோள் இருவருக்கும் பொதுவானது" (தொகுதி 7, பக் 416)

இதனால் உலகின் அனைத்து மனிதரும் தங்களது துன்பத்தி லிருந்தும், துயரிலிருந்தும் விடுதலைபெற மார்க்ஸின் பாதைக்குப் பதிலாக புத்தரின் பாதையைப் பின்பற்றவேண்டும். இதைத்தான் இந்தக்கட்டுரையில் விவாதிக்கிறார் அம்பேத்கர். இப்போது அந்த விவாதத்தைப் பார்ப்போம்.

---

1 சாதியப் பிரச்சினைக்குத் தீர்வு ரங்கநாயகம்மா

புத்தரின் கோட்பாடு குறித்து விளக்குவதற்கு அம்பேத்கர் நிகாயங்கள், திரிபீடகங்கள், ஜாதகக் கதைகள் ஆகியவற்றைச் சார்ந்திருந்ததாக வேறோர் இடத்தில் குறிப்பிடுகிறார். ஆனால், மார்க்ஸின் கோட்பாடு பற்றிய விளக்கத்திற்கான ஆதாரங்களை அவர் எங்குமே குறிப்பிடவில்லை. மார்க்ஸின் கோட்பாடுகளை அம்பேத்கர் எவ்வாறு அறிந்து கொண்டார். எந்தப் புத்தகங்களின் வாயிலாக? அதுவெறும் கேள்வி ஞானமா? இல்லை எதையாவது படித்தறிந்ததா? எங்குமே இது குறிப்பிடப்படவில்லை. தத்துகட்டுரைத்த விவாதத்தை மேற்கொண்ட புத்தரா? கார்ல் மார்க்ஸா? என்ற அந்தக் குறிப்பிட்ட கட்டுரையிலும் அது இல்லை. அம்பேத்கரின் அனைத்து தொகுப்பிலும் நாம் மார்க்ஸின் கோட்பாடு குறித்த மதிப்பீட்டையும் காண முடிகிறது.

மார்க்ஸின் கோட்பாட்டைக் காட்டிலும் புத்தர் சொல்லும் கோட்பாடு மேலானது என்று சொல்லும் இந்தக் கட்டுரை மிகவும் சிறியது 22 பக்கங்கள் மட்டுமே கொண்டது. ஆனால், நாம் ஒவ்வொரு சொல்லையும் ஆய்வு செய்யவேண்டும். ஏனென்றால் இந்தக் கட்டுரையில் ஒவ்வொரு வாக்கியமும் மார்க்ஸியத்தைக் காட்டிலும் பௌத்தம் மேலானது என்பதைச் சொல்லும் வாதங்கள் மட்டுமே உள்ளன. அதனால் ஒவ்வொரு வாதத்தையும் நாம் ஆய்வு செய்யவேண்டும்.

புத்தர் கி.மு. 563 இல் பிறந்தார் மார்க்ஸ் கி.பி. 1818 இல் பிறந்தார். இருவருக்குமிடையே 1255 வருடங்கள் இடைவெளி உள்ளது.

இந்தக்கட்டுரை பின்வரும் வாக்கியத்தோடு தொடங்குகிறது.

கார்ல்மார்க்ஸ் புத்தர் ஆகிய இருவருக்கிடையிலான ஒப்பீடு வேடிக்கையானதாகக் கருதப்படலாம். (பக். 403)

ஆமாம் இது வேடிக்கைதான் ஆனால், அது கால இடைவெளி பற்றியதல்ல. மாறாக உள்ளடக்கத்தின் இடைவெளி பற்றியது" என்று எழுதியிருக்கும் ரங்கநாயகம்மாவின் எழுத்தில் நாம் அறிந்து கொள்வதுதான் யாது? கார்ல் மார்க்ஸின் கொள்கையில் அம்பேத்கர் மாறுபடவில்லை என்கிற பேருண்மையைத்தானே கம்யூனிஸ்டுகள் அறிய முயலவேண்டும். அதைவிடுத்து அவர் மார்க்சுக்கு எதிராக

இருந்தார் எனக் கொள்வதற்கு எங்கே இடமிருக்கிறது. இதில் அவ்வாறு ஒரு இடம் ஏற்படுவதற்கு முழு முதற்காரணமே இந்திய கம்யூனிஸ்டுகள் மார்க்ஸின் தத்துவங்களை வெறும் நவீன பாட்டாளி வர்க்கச் சுரண்டலின் மூலமும் அல்லது பாட்டாளி பூர்ஷ்வா வர்க்கப் பிரிவினையை மட்டுமே கொண்டு பார்ப்பதுதான் காரணமாகிறது. ஆனால், அம்பேத்கரோ அதே சோஷலிசக் கருத்துகளை இந்திய மண்ணிற்கான இடத்திலிருந்து தேடுதலைத் தொடங்கியது இவ்விருவருக்கும் பெரும் இடைவெளியை ஏற்படுத்தக் காரணமாக மாறியது. இது பெரும் விவாதத்திற்குள்ளானது. ஆனால், உண்மையானதைப் பார்ப்போம் கட்டுரைங்கள் ஒரு புதிய வரலாற்றின் அனுபவத் தொடக்கத்திற்கு.

21

இந்தியாவில் வர்க்கப் போராட்டத்தின் அடித்தளம் மதம் என்பதை உணர்ந்த அம்பேத்கர்

அம்பேத்கர் மார்க்ஸியத்தின் கோட்பாடுகளில் நம்பிக்கை கொண்டிருந்தார் என்பதைத்தான் மறைமுகமாக அதில் ஒப்புக் கொண்டிருக்கிறார். ஏனெனில், இது விஷயத்தில் அம்பேத்கரின் தேவை என்பது வேறாக இருந்திருக்கிறது என்பதை நாம் உணர மறுத்ததின் விளைவே நமது சார்பிலான குரலாகவும், ரங்கநாயகம்மாவின் குரல் வெளிவந்திருக்கலாம். நாம் உண்மையில் அவரின் தேவையை முற்றிலும் உணர முயற்சி செய்யவில்லை என்பதே நமது குறையென்று கருதுகிறோம். அதே ஏழாவது தொகுதியில் பக்.403 - 404-ல் அம்பேத்கர் இவ்வாறு கூறுகிறார்.

"[1] மார்க்ஸிஸ்டுகள் தங்களுடைய விருப்பு வெறுப்புகளை ஒதுக்கி வைத்துவிட்டு புத்தரை படித்தறிந்து அவர் எந்தக் கொள்கைகளைப் பற்றி நின்றார் என்பதைப் புரிந்து கொண்டேமேயானால் அவர்களின் அணுகுமுறையில் நிச்சயமாக மாற்றம் ஏற்படும் என்று நாம் உணர்கிறேன்."

இதில் அவர் வேண்டுவதில் உள்ள அவர் தரப்பின் நியாயத்தை நாம் உணர்ந்திருக்கின்றோமா என்றால், நிச்சயமாக இல்லையென்று தான் கூறலாம். அவர் இதில் உலகத்திற்கான பொதுமறையாக மார்க்ஸியத்தைத் தவிர்த்து புத்தரின் அணுகு முறையைக் கடைப்பிடிக்கக் கூறவில்லை. இந்திய தேசத்திலுள்ள வர்களுக்காகவே இங்குள்ள பிரச்சனைகளின் அடிப்படையில்

1அம்பேத்கர் தொகுப்பு நூல்கள் - தொகுதி ஏழு - அம்பேத்கர்

மார்க்ஸிஸ்டுகளின் அணுகுமுறை மாறும் என்று கருதியே அம்பேத்கர் அவ்வேண்டுகோளை முன்வைத்திருக்கிறார்.

ஆனால், ரங்கநாயகம்மா அவ்வேண்டுகோளுக்கு அளித்திருக்கும் பதிலைப் பார்ப்போம்.

"[1]நாமும் அதையே செய்வோம். நாமும் அவ்வாறே கருதுகிறோம். புத்தரை நாம் விரிவாக ஆய்வு செய்தோம். அவர் எந்த லட்சியத்திற்காக நின்றார் என்பது நமக்கு தெரியும். இங்கும் அதை மீண்டும் பார்ப்போம். தேவைப்பட்டால் நமது எண்ணத்தை மாற்றிக் கொள்வோம். நல்லதை நாடுபவர்கள் உண்மை எங்கு இருந்தாலும் ஏற்றுக்கொள்ள வேண்டும். சரி. அதே போல் அம்பேத்கரோ அம்பேத்கரிஸ்டுகளோ மார்க்ஸிசியத்தையும், மார்க்ஸ் எந்த லட்சியத்திற்காக நின்றார் என்பதையும் படிப்பார்களா? தேவைப்பட்டால் தங்கள் அணுகுமுறையை அவர்கள் மாற்றிக் கொள்வார்களா? அவர்கள் மாறமாட்டார்கள் என்பது ஏற்கனவே நிருபிக்கப்பட்ட ஒன்று. புத்தர் பற்றிய ஒப்பீடும், விவாதங்களும் மார்க்ஸியம் பௌத்தம் ஆகிய இரண்டு கோட்பாடுகளையும் அம்பேத்கர் படித்துவிட்டார் என்பதைக் குறிக்கிறது. அதைப் படித்த பின்பும் மார்க்ஸின் கோட்பாட்டைக் காட்டிலும் புத்தரின் கோட்பாடே மேலானது என்றால் மார்க்ஸியம் குறித்து அறிந்தபின்பும் அவர் தன் எண்ணத்தை மாற்றிக்கொள்ளவில்லை தானே? மார்க்ஸிஸ்டுகள் பௌத்தத்தை ஆய்வு செய்ய வேண்டும். அம்பேத்கரிஸ்டுகள் மார்க்ஸியத்தை ஆய்வு செய்ய வேண்டும். எல்லாவற்றையும் பரிசோதித்த பின்பே அவர்கள் ஒரு முடிவுக்கு வர வேண்டும். ஒரு நபரோ அல்லது ஒரு குழுவினரோ எதையாவது கற்றார்களோ இல்லையோ விவாதம் தொடரவேண்டும் இல்லையா?" என்கிறார் ரங்கநாயகயம்மா.

இது குறித்த விளக்கத்திற்குச் செல்வதற்கு முன்பு நாம் ஒரு விஷயத்தைத் தெளிவாக்கிக் கொள்வோம். ரங்கநாயகம்மாவின் வாதத்தை மட்டுமே நாம் தற்போது பயன்படுத்திக் கொள்வதால் அவர் மட்டுமே அம்பேத்கருக்கு எதிர்நிலையில் இருந்தார் என்றும் பொருள் கொள்ள முடியாது. அவ்வாதம், மெத்தப் படித்த

---

1 சாதியப் பிரச்சினைக்குத் தீர்வு ரங்கநாயகம்மா

அம்பேத்கர் மீது சந்தேகம் கொண்ட அனைத்து இடது சாரியத்தின் ஆர்வலர்களின் தரப்பிலான வாதமாகவே நாம் கொள்ள வேண்டும். இதில் ரங்கநாயகம்மா கோரும் கோரிக்கையும், எழுப்பும் சந்தேகமும் எது? அம்பேத்கரும் அவரைச் சார்ந்தவர்களும் மார்க்ஸியத்தைப் படித்து அவர் கோட்பாட்டில் நிற்பதற்குத் தயாராக இருப்பார்களா என்ற கோரிக்கையை விடுத்திருக்கிறார். அதற்கடுத்து அவ்வாறு மார்க்ஸை அறிந்தாலும் அவர்கள் மாறப்போவதில்லை என்கிறார். ஆம் அங்கிருந்துதான் அம்பேத்கரின் தேவை வேறொன்றாக இருப்பதை நாம் அறிய முடிகிறது.

கார்ல் மார்க்ஸ் வாழ்ந்த தேசத்தில் சமூகத்தில் படிநிலைப் பிரிவு இருந்ததையும், அவை காலப்போக்கில் தொழிலாளி, முதலாளி என இரு பிரிவுகளாகப் பிரிந்ததையும், நாம் முன்பே பார்த்திருக்கிறோம். ஆனால், இதில் நாம் கவனம் கொள்ளக்கூடிய ஒன்று எதுவெனில், இப்படிநிலைப் பிரிவுகளை அத்தேசத்தில் அம்மதங்கள் உருவாக்கவில்லை. அப்படியே தானாக அப்படி நிலைப்பிரிவுகள் உருவாகியிருந்தாலும், அவற்றைத் தொடர்ந்து காப்பாற்றும் முயற்சிகளில் அத்தேசங்களில் உள்ள மதங்கள் ஈடுபடவில்லை என்று நாம் கூறினால், இல்லை இதற்கு முன்பு அத்தேசங்களில் மதங்களே இச்செயல்களைச் செய்ததாக நீங்கள் தானே கூறினீர்கள் என்ற கேள்வியும் இங்கே எழக்கூடும். ஆனால், நாம் அவ்வாறு கூறவில்லை என்பதையும் இப்போது தெளிவாகப் புரிந்துகொள்ளுங்கள். அத்தேசங்களில் மதம் ராஜ்யங்களை தாங்கிப் பிடித்ததையும், அதனால் ராஜ்யங்கள் மதங்களைப் பாதுகாத்து வந்ததையும் மட்டுமே கூறினோம். ஆனால், இந்தியாவிலோ இருந்த நிலை என்ன? இங்குள்ள படிநிலைப் பிரிவுகள் என்பது பிறப்பால் உறுதிசெய்யப்பட்டது. அவை எந்த நிலையிலும், அந்நிலையில் இருந்து மாறாத வகையில் மதம் அவற்றைத் தம் இமை போல் காப்பாற்றிப் பாதுகாத்து வந்திருக்கிறது என்பதுதான் இங்கே மிக முக்கியத்துவம் வாய்ந்ததாக இருக்கிறது, அம்பேத்கரின் காலம் வரையிலும் மதம் ராஜ்யத்தை இந்திய தேசத்திலோ அல்லது பாரத தேசத்திலோ உருவாக்க முடியவில்லை. ஆனால், சாதியத்தை ஆளும் தரப்பினரின் தகுதியாக உறுதி செய்வதற்கு இந்தியாவில் மதமே காரணமாக இருந்தது.

இந்தியாவில் வர்க்கப் போராட்டம் என்பதற்கு அச்சாரமே பொருளாதாரம் படிநிலையாக இருக்கப் போவதில்லை என்பதை அம்பேத்கரை விட அனுபவித்தவர் வேறு எவர் இருக்க முடியும். ஆனால், அவற்றின் ஆதாரம் மதம் என்பதை அவர் உணர்ந்திருந்தார். முள்ளை முள்ளால் எடுப்பது போல் இந்தியாவில் வர்க்கப் பிரிவினையை மதம் ஆதரிப்பதால் அதற்கு அதன் வழியிலேயே ஒரு மாற்றுத் தேவை வேண்டும். என்பதை உணர்ந்த அம்பேத்கர் மார்க்ஸின் கோட்பாடுகளை புத்தரின் வழித்தடத்தில் தேடிப்பார்த்தார் என்கிற நியாய உணர்வுகளை நாம் ஏன் மறந்து போனோம். இவ்விஷயங்களில் நாம் மார்க்ஸின் கோட்பாடுகளை 100 சதவிகிதம் சார்ந்திருக்கவில்லையே என்று பார்ப்பதில் நியாயமிருக்க முடியுமா? ஆனால், அம்பேத்கர் மார்க்ஸின் வழித்தடத்தில் பயணித்தார் என்பதை மறுக்கத்தான் முடியுமா. அவ்வாறு மறுப்பதற்கு எவராவது முன் வருவார்களேயானால் ஒரே ஒரு கேள்விக்கு அவர்களிடம் பதில் கிடைக்குமா, ரங்கநாயகம்மாவின் கூற்றுப்படி வர்க்கப்பிரிவினைக்கு மார்க்ஸியக் கோட்பாட்டில் சிறந்த வழிகள் இருக்கின்றன. அவற்றை நிச்சயமாக அதன் இயக்கத் தோழர்கள் கடைப்பிடித்து அப்படிநிலை சமூகத்தில் மாற்றம் கொண்டுவருவார்கள் என்று 2001ஆவது ஆண்டு எழுதுகிறார். அம்பேத்கர் எழுதிய எழுத்துகளை ஏறக்குறைய 50 வருட காலத்திற்குப் பிறகு ஆய்வு செய்து விவாதித்துக் குறை கண்டுபிடிக்க முயற்சி செய்திருக்கும் இவரின் கூற்றுகள் உண்மையில் ஒப்புக் கொள்ளத் தக்கவகையில் வெற்றி பெற்றிருக்கும் என்றால், இன்றுவரை இந்தியாவில் தொழிலாளர்கள் மத்தியில் ஒரே இன உணர்ச்சி எழுந்திருக்கிறது என்று இவரால் ஒப்புக்கொள்ள முடியுமா? அல்லது குறைந்தபட்சம் இவர்கள் ஆட்சி செய்திருக்கும் மாநிலங்களிலாவது அத்தகைய நிலை ஏற்பட்டிருக்கிறது என்று கூற முடியுமா. இந்தியாவில் தொழிலாளர்கள் சங்கங்களே சாதியக் கூறுகளால் பிரிந்துபோன அவலம்தான் இந்த 50 வருடக் காலத்தில் அதிகமாக நடந்தேறி வந்திருக்கிறது. ஆக, இறுதியாக ரங்கநாயகம்மாவின் கூற்றுப்படி நாம் இதிலிருந்துதான் விவாதத்தைத் தொடங்க வேண்டும். விவாதிப்போம்.

22

அம்பேத்கரிசம் மார்க்ஸியத்தை வலியுறுத்தவில்லையா?

இங்கு மீண்டும் ஒரு முறை நாம் ஒன்றை உறுதிப்படுத்திக் கொள்கிறோம். ரங்கநாயகம்மாவின் ஐயப்பாடுகள் என்பன அவரின் ஐயப்பாடு என்பது மட்டுமல்ல. எவரெல்லாம் அம்பேத்கரிடம் உள்ள இடதுசாரியத் தன்மை மீது ஐயம் கொள்கிறார்களோ அவர்களுக்கெல்லாம் எழும் நியாயமான சந்தேகங்களே. ஏன் அவ்வாறான ஒரு ஐயப்பாட்டைத் தீவிர இடது சாரியத்தின் தரப்பிலிருந்திருந்தால் நாமும் கூடக் கேட்டிருக்கலாம் என்பதை ஐயத்திற்கிடமின்றி நாம் ஒப்புக்கொள்கிறோம். ஆகவே நாம் நியாயமான சந்தேகங்களுக்குப் பதிலளிக்க விரும்புகிறோம். ஒருவேளை ரங்கநாயகம்மாவை நாம் இதில் குறி வைத்திருக்கிறேன் என்று எவராவது தவறாக அர்த்தம்கொண்டால் அது நிச்சயமாக நம்மைச் சாராது என்பதையும் தெரிவித்துக்கொள்கிறோம். இவ்வாறு ஒரு நிலைப்பாட்டிற்கு நாம் இறுதியாக வந்து விட்டபிறகுதான் மேலே செல்ல வேண்டும் என்றும் உங்களை வேண்டிக்கொள்கிறோம். அதன்படி இதன் ஆழமான இடத்திற்கு நாம் சென்றோமேயானால் ரங்கநாயகம்மாவின் கூற்றுப்படி மார்க்சியத்தை முழுவதும் படித்தபிறகு அம்பேத்கரிசம் சரியாக இருக்கிறதா என்று ஒப்புக்கொள்ள அம்பேத்கரைச் சார்ந்தவர்கள் தயாராக இருப்பார்களா என்றும் கேள்வியை எழுப்பியிருக்கிறார். இங்கு நானோ அம்பேத்கரைச் சார்ந்தவனுமல்லன். ஆனால், நிச்சயமாக அம்பேத்கரின் எழுத்துகளில், உணர்வுகளில் ஈர்க்கப்பட்டவன் என்பதை வேறு எதையும் காட்டிலும் ஒப்புக்கொள்வேன். ஆனால், அம்பேத்கரிசம் காங்கிரஸியத்தில் சேர்ந்து போகிறதா என்பதை என்னால் முடிந்தவரை ஆய்வு செய்திருக்கிறேன். அதன் அடிப்படையில் ரங்கநாயகம்மாவிடம் எனக்கு சில சந்தேகங்கள்

எழுகின்றன. அதில் அவர் சார்ந்த முடிவுகளில் இருப்போர் நம்மை தெளிவுபடுத்த முடியுமா என்பதே நமது ஐயமாக இருக்கிறது. ஆனாலும், அதுகுறித்த நீண்டதொரு விவாதத்திற்கு நாம் தயாராகவே இருக்கவேண்டும். ரங்கநாயகம்மா கூற்றுப்படி நமக்கு எழும் சந்தேகங்களை நாம் வரிசைப்படுத்துகிறோம். முதலில் ரங்கநாயகம்மா அவர் அம்பேத்கர் மீது ஐயப்படுவதற்கான காரணத்தை அம்பேத்கர் பௌத்த மதத்தில் பின்பற்ற வேண்டிய 25 கருத்துகளாக புத்தர் கூறியதாகக் கூறியவற்றில் 13-ஐ எடுத்து வாதிடுகிறார். அப்பதிமூன்றையும் பார்ப்போம்.

"[1] 25 கருத்துகளாக புத்தர் என்ன கற்றுக்கொடுத்தார் என்பதை அம்பேத்கர் பட்டியலிட்டார்.

திரிபீடகத்தைப் படித்தறிந்த அளவில் நாம் தெரிந்து கொண்டவற்றைப் பின்வருமாறு வரிசைப்படுத்துகிறேன்.

அதை முன்னரே பார்த்தோம். அதனால் சில கருத்துகளை விட்டுவிட்டு முக்கியமான 13 கருத்துகளை மட்டும் குறிப்பிடுகிறேன்.

புத்திரின் சமயக்கோட்பாடு

1. ஒரு சுதந்திர சமூகத்திற்குச் சமயம் அவசியமாகிறது.

(சுதந்திர சமூகம் என்றால் சுதந்திரம், சமத்துவம், சகோதரத்துவமே என்று குறிப்பிடுகிறார் அம்பேத்கர்)

2. சமயங்கள் ஒவ்வொன்றும் ஏற்புடையதாக இருக்க வேண்டியதில்லை.

3. சமூகம் உடைமையாளர்கள், உழைப்பாளர்கள் என இரண்டு வர்க்கங்களாகப் பிரிக்கப்பட்டுள்ளது.

(கடவுள் இல்லையென்றால் அதைச் சமயம் என்று நாம் அழைக்கக்கூடாது. கடவுள் என்னும் கருத்தாக்கம் இருந்தாலே அதைச் சமயம் என்று அழைப்பது வழக்கம். பகுத்தறிவின்படி வாழும் முறைக்குச் சமயம் என்பது பொருந்துவதில்லை. அதனால் புத்தரின் உபதேசங்களை ஒருவர் சமயம் என்று சொல்லாமல் பௌத்த நெறி என்று சொல்ல வேண்டும் ஆனால், அம்பேத்கர் அதைச் சமயம் என்கிறார். அதை அப்படிச் சொல்லச் சொல்லியும் வற்புறுத்துகிறார்.)

---

1 சாதியப் பிரச்சினைக்குத் தீர்வு ரங்கநாயகம்மா

4. ஒழுக்கம் வாழ்க்கையின் இலட்சியமாக இருந்துவிட்டால் மட்டும் போதாது. கடவுள் என்பது இல்லையாதலின் ஒழுக்கமே வாழ்க்கையின் சட்டமாக வேண்டும்.

(‘கடவுள் இல்லை’ என்று சொல்லும் அம்பேத்கர் புத்தரின் கதையை விவரிக்கும் போது கடவுளின் அற்புதங்களையே விவரித்துள்ளார்.)

5. சமயத்தின் பணி உலகை மாற்றியமைத்தது, அதை மகிழ்ச்சிக்குரியதாய் ஆக்குவதாக இருக்க வேண்டுமேயன்றி, அதன் தொடக்கத்தையும் முடிவையும் விளக்கிக் கொண்டிருப்பதாக இருக்கக் கூடாது.

(இங்கு நாம் ‘உலகம்’ என்பதை ‘சமூகம்’ என்று புரிந்து கொள்ள வேண்டும்.)

6. உலகின் துன்பங்களுக்குக் காரணம் நலன்களின் மோதலேயாதலால் அவற்றிற்குத் தீர்வு காண்பதற்கான ஒரே வழி அஷ்டாங்க மார்க்கத்தைப் பின்பற்றுவதேயாகும்.

(ஆர்வ நலன்களின் மோதல் என்பது குறித்து அம்பேத்கர் அதற்கு முன் எங்கும் பேசியதாகத் தெரியவில்லை. இதை நாம் பின்னர் பார்ப்போம்.)

7. தனி மனிதனின் தனியுடமை என்பது ஒரு வர்க்த்தார்க்கு அதிகாரத்தையும் மற்றொரு வர்க்கத்தார்க்குத் துன்பத்தையும் கொண்டு வருகிறது.

(6 ஆம் கருத்துக்கும் இதற்கும் ஒரு வேறுபாடு உள்ளது ‘நலன்களின் மோதலால்’ எந்த வர்க்கத்தாரும் மகிழ்வடையமாட்டார்கள் என்று அந்தக் கருத்துசொல்கிறது இல்லையா! ஆனால், சொத்தில்லாத வர்க்கம் துன்பமடையும், சொத்துள்ள வர்க்கத்திடம் அதிகாரம் இருக்கும் என்று 7 ஆம் கருத்து சொல்கிறது.

8. துன்பத்திற்கான காரணத்தைக் கண்டு நீக்குவதன் மூலம் உருவாகும் சூழல் சமூக நன்மைக்கு அவசியமாகிறது.

(காரணத்தைக் களைய வேண்டும் என்றுதான் எல்லாத் தத்துவ வாதிகளும் சொல்கின்றனர். ஆனால், அந்தக்காரணம் என்னவென்று கண்டுப்பிடிப்பதில்தான் பல வேறுபாடுகள் உள்ளன.)

9. மைத்ரி அல்லது அனைவரிடமும் தோழமையுணர்வுடன் இருப்பது எதிரிகளிடம் உட்பட.

10. குணநலனில்லாத கல்வி ஆபத்தானது. ('குணநலன்' என்றால் நன்னடத்தை. அதாவது அஷ்டாங்க மார்க்கத்தைப் பின்பற்றுவது)

11. குறையற்றவை என்று எவையும் இல்லை. அனைத்தும் விசாரணைக்கும் பரிசோதனைக்கும் உரியவையே.

(ஒருவேளை ஒரு விசயம் கேள்வி, பரிசோதனை, ஆய்வு இவற்றைக் கடந்து நின்றுவிட்டால் அப்போது அது குறையற்றது என்றாகும் இல்லையா? பிறகு ஏன் அவர் 'குறையற்றது என்று எதுவுமில்லை' என்கிறார்? சில விஷயங்கள் தவறற்றதாக இருப்பதில்லையா? அம்பேத்கரைப் பொறுத்தவரை அஷ்டாங்க மார்க்கம்கூடக் குறையற்றதுதானே?

12. எதுவும் இறுதியானதன்று.

(இயற்கையில் எதுவும் இறுதியானதன்று. ஆனால், ஒரு குறிப்பிட்ட நிகழ்முறை, பொருண்மை, ஒரு உயிரினம் அல்லது பொருள் என்றால் அதற்கு ஒரு தொடக்கம் உண்டு. முடிவும் உண்டு. இதனால் எல்லாவற்றிற்கும் ' எதுவும் இறுதியானதன்று' என்பது பொருந்தாது.

13. உண்மைக்காகவும் நீதிக்காகவும் நடைபெறும் போர்களைத்தவிர பிற போர்கள் யாவும் தவறானவையே"

இதே போன்று அம்பேத்கர் 25 கொள்கைகளைத் தருகிறார். "புத்தர் சமயக்கோட்பாட்டுச் சாரம் இதுவே" என்கிறார். அத்தோடு "எத்தனை பழமையானதென்றாலும் , எத்தனை புதியதாய் உள்ளது! அவருடைய போதனைகள் எத்தனை விரிந்தது, ஆழமானது, என்றும் புகழ்கிறார். (தொகுதி 73, பக் 405)

இதில் நமக்குச் சந்தேகம் எழுமானால் அதனைச் சரி பார்க்க 'ஆதாரங்கள்' ஏதுமில்லை, இந்தக்கட்டுரையில், 'திரிபிடகம்' என்றொரு சொல்லை மட்டுமே குறிப்பிடுகிறார். அதை மட்டும் ஆதாரமாக எடுத்துக்கொள்ள முடியாது". என்று அம்பேத்கரின் கூற்றைக் கூறி முடிக்கிறார் ரங்கநாயகம்மா.

இதில் முதலாவது கருத்துக் கூறுவது என்ன? இந்திய முறையில் நிச்சயமாகச் சமயமே மனிதனுக்குத் தனி அடையாளத்தைக் கொடுப்பதை நாம் மறுக்க முடியுமா? அல்லது சமயத்தின் படிதான் நிரந்தரமாக சமூகப் படிநிலை காப்பாற்றப்படுகிறது என்பதையாவது இல்லையென்று கூறுவதற்கு வழியிருக்கிறதா. இதில் மூன்றாவது கருத்துதான் அம்பேத்கரின் எண்ணத்தை இடது சாரியத்தின் தன்மையை முற்றிலும் பெற்றிருக்கிறது என்று கூறுவதற்கு வாய்ப்பை ஏற்படுத்துகிறது. இன்னும் ஒருபடி மேலே சென்று சொல்வதென்றால் மூன்றாவது கருத்தின்படி, புத்தரே உலகின் முதல் இடதுசாரி என்பதையே அம்பேத்கர் கூறுகிறார். இங்கு ஏழாவது கருத்து, மிக நீண்ட காலத்திற்கு முன்பே புத்தர் ஏற்றுக்கொண்ட இடதுசாரியச் சிந்தனையின் அதிசயமான போக்கையே அம்பேத்கர் சிலாகிப்பதாகவே பொருள் கொள்ள வேண்டும். ஆனால், அதில் ரங்கநாயகம்மா ஆறாவது மற்றும் ஏழாவது கருத்துகளுக்கு இடையேயான முரண்பாடுகளைச் சுட்டிக்காட்டி தனக்கான வாதத்தை நியாயப்படுத்த முயற்சி செய்கிறார். ஆனால் அதில் ரங்கநாயகம்மா கம்யூனிஸ்ட் கட்சி அறிக்கையின் ஒவ்வொரு பத்தியும், அதனதன் கருத்தில் மாறுபாடு கொண்டிருப்பதுடன் ஒப்பிட்டுப் பார்க்கத் தவறியிருக்கிறார். உதாரணமாக ஓரிடத்தில் பூர்ஷ்வா வர்க்கமே பாட்டாளிகளின் எதிரி என்று கூறும் அறிக்கை மற்றோர் இடத்தில் பூர்ஷ்வா வர்க்கமே முதல் புரட்சி வர்க்கம் என்று கூறுவதும், புத்தரின் இந்தக் கருத்தியலும் ஏறக்குறைய ஒன்றுதான் என்று புரிந்து கொள்கின்றபோது,

ஒன்று, மூன்று, ஆறு, ஏழு ஆகிய கருத்துகள் முற்றிலும் மார்க்ஸியம் பேசியது என்றால் மீதமுள்ளவை அனைத்தும் இந்தியத் தாழ்த்தப்பட்டோருக்கான அடையாளத்தை உறுதி செய்யும் ஆவணமான மதம் மட்டுமே அவர்களுக்குச் சாதியச் சுதந்திரத்தையும், அதன் மூலம் ஏற்படும் சுரண்டலில் இருந்து விடுபடுவதற்கான வழிமுறைகளையும் ஏற்படுத்துவதாகத்தான் அம்பேத்கர் அர்த்தம் கொண்டு கூறியதாகதான் எடுத்துக்கொள்ள வேண்டும். அவற்றைத் தொடர்ந்துப் பார்ப்போம்.

23

இடதுசாரிகள் அம்பேத்கரிடம் தவறவிட்டது எது?

அம்பேத்கர் கூறிய மீதமிருந்த கோட்பாடுகள் நேரிடையாக மார்க்ஸியத்தைப் பேசவில்லையென்றாலும், மதத்தின் சமயக் கோட்பாடுகள் போன்று தோன்றினாலும் அவையும் கூட இடதுசாரியத்தின் தரப்பிலான கருத்துகளின் மிச்சங்களே என்பதை இந்தக் கட்டுரையில் பார்ப்பதாகவும் கூறி முடித்திருந்தோம். இதில் இரண்டாவது கோட்பாட்டின் சாரம்சம் என்ன? நாம் மதங்களை மாற்றிக் கொள்ளும் உரிமை பெற்றிருக்கிறோம் என்கிறார். இதைப் பொறுத்தவரை ஒரு சாதாரணமான கோட்பாடாகத் தெரியலாம். இந்திய அமைப்பில் மதம் என்பது விமர்சனத்திற்கும், மாறுதலுக்கும் அப்பாற்பட்டதாக நம்மை நம்ப வைக்கப்பட்டது. அதன் மூலமே ஒரு குறிப்பிட்ட மக்கள் சுரண்டப்படுவதற்கான காரணமாக இருந்ததை நாம் மறுக்கக் கூடாது. எனவே அதன் மாறும் தன்மை, சாதிய வர்க்கச் சுரண்டலுக்குத் தீர்வைக் கொடுப்பதாக அம்பேத்கர் நம்பியிருக்கலாம். அதன் நான்காவது கோட்பாடு கூறுவது என்ன? ஒழுக்கம் கடைப்பிடிக்க வேண்டும் என்பதோடு கடவுளையும் கூட சந்தேகத்திற்கிடமான பொருளாக ஆக்கியிருக்கிறது.

இதுவும் மிகவும் முக்கியத்துவம் பெற்ற கோட்பாடே. இந்து மதத்தில் ஒரு குறிப்பிட்ட வகுப்பில் ஒழுக்கம் கேள்விக்குறியான ஒன்றாகப் பார்க்கப்பட்டிருப்பதை நாம் மறுக்கக் கூடாது. ஆகவே, ஒரு மதத்தின் தரப்பிலிருந்து அம்மக்களுக்கு அவ்வொழுக்கத்தின் இன்றியமையாமையை விளக்குவதின் மூலம் அவர்களுக்கான தன்னுரிமையை அம்பேத்கர் வேண்டுவதை நாம் அறிய வேண்டும். கடவுள் என்பதும் சமயம் என்பதும் மனிதனின் ஒழுக்கமான வாழ்வியலில் மட்டுமே அடங்கி இருப்பதைத் தான் அம்பேத்கர்

குறிப்பிடுகிறார். கடவுளாக வணங்கப்படுபவர்கள் அனைவரும் ஒழுக்கத்தைப் பின்பற்றியதால் மட்டுமே அவ்விடத்தில் இருந்திருக்கிறார்கள் என்கிற பகுத்தறிவை வெளிப்படுத்திருப்பது ஒரு மதத்தின் சாயலிலிருந்து என்கிற மார்க்ஸியக் கோட்பாட்டை ரங்கநாயகம்மா ஏன் மறந்து போனார் என்பதை நாம் உணரமுடியவில்லை. அதன் ஐந்தாவது கோட்பாடு கூறுவதென்ன? மதம் மனிதர்களை மகிழ்ச்சியாக வைத்திருக்க வேண்டும். பழம்பெரும் கதைகளைப் பேசிக்கொண்டிருக்கக் கூடாது என்கிறார் அம்பேத்கர். அதன் மூலம் அவர் பாதிக்கப்பட்டிருப்பதின் விரக்தியை வெளிப்படுத்தியிருப்பதை நாம் உணர மறந்துவிட்டோம். ஏறக்குறைய இந்த ஐந்தாவது பத்தி கூறுவது மார்சியத்தின் அச்சு அசலான கோட்பாட்டையே அன்றி வேறில்லை. மந்திரங்களையம், மாய வித்தைகளையும் மதம் கூறிக்கொண்டிருக்கக் கூடாது என்றே அதன் பொருள் உரைக்கிறது. இதன் எட்டாவது பத்தியோ உண்மையில் இந்தியாவிற்கான இடதுசாரியத்திற்கு வாதிடுகிறது என்று உறுதியாக நம்ப தோன்றுகிறது. மார்க்ஸியம் தொழிலாளி, முதலாளி பிரச்சனையே மனித சமுகத்தின் துன்பத்திற்குக் காரணம் என்று கூறித் தீர்வு காண முயற்சி செய்கிறது. ஆனால், புத்தரோ, எவையெல்லாம் துன்பம்கொடுக்கும் காரணங்கள் என்று கூறுவதின் மூலம், ஒவ்வொரு பகுதிக்கும், ஒவ்வொரு காரணங்கள் இருக்கலாம் என்கிற தேடலை முன்னிறுத்துகிறது. மேற்கொண்டும் அதன் அடுத்தடுத்த பத்திகளுக்குச் சென்றாலும் 9ஆவது பத்தியைக் தவிர மற்ற அனைத்தும் நவீனத்தையே பின்பற்றி வந்திருப்பதைப் பார்க்க முடிக்கிறது. இதைப்போன்ற கருத்துகளை நாம் ஒவ்வொரு பத்திக்கும் கூறிக் கொண்டிருக்க வேண்டும். அவையெல்லாம் தேவையும் அல்ல. இறுதியாக நாம் கேட்கும் ஒரே கேள்வி, ரங்கநாயகம்மாவின் கூற்றுப்படி மதம் மார்க்ஸியத்தின் தேவையில்லை என்று கருதினால், அவரால் ஒரே ஒரு கேள்விக்கு பதிலளிக்க முடியுமா? அம்பேத்கர் பொருளாதார அளவிலும், படிப்பறிவிலும், புகழிலும் இந்திய தேசத்தின் மிகப்பெரிய உச்சாணிக்கு சென்ற ஒரு தலைவர்தான் ஆனால், அவருக்கு அன்றைய காலகட்டத்தில், அவரை விட இத்தகுதிகளில் பன்மடங்கு தாழ்ந்த நிலையில் இருந்த ஆனால், சாதியில் உயர்ந்த

நிலையில் இருந்த அனைத்து தரப்பினரும் அவர்களின் குடும்பத்தில் ஒருவராக அம்பேத்கரை அனுமதிக்கும் சூழ்நிலை இருந்ததா என்பதை நீங்கள் ஒப்புக்கொள்ள முடியுமா? அதற்கு நீங்கள் எத்தனையோ உதாரணங்களைக் கூற முன் வரலாம். ஆனால், கேள்வி அனைவருக்குமானதாக இருக்கிறது. ஏனெனில், மார்க்ஸியத் தத்துவம் எதைக் கூறுகிறது என்று நீங்கள் வலியுறுத்துகிறீர்களோ அக்கோட்பாடு, ஒரு தொழிலாளி, முதலாளியாக மாறியவுடன் அனைத்தும் மாறிவிடும் என்கிறது. அல்லது அதில் அப்பேதங்கள் முற்றிலும் இல்லாமல் போகும் என்கிறது. ஆனால், அம்பேத்கரோ அனைத்து அளவிலும் வளர்ச்சியடைந்த பிறகும் அவருக்கான அங்கீகாரம் மறுக்கப்பட்டதில் இருந்த நியாய உணர்வு அவருக்கு எதைப் போதித்திருக்கும் என்று ரங்கநாயகம்மா ஏன் உணரவில்லை. அதில் மார்க்ஸியம் இல்லையென்று அவரால் எவ்வாறு வாதிட முடிந்தது என்பதே நம் கேள்வியாகிறது. இங்குச் சுரண்டல் என்பது மதத்தின் பெயரில் பிறப்புரிமையாக ஆக்கப்பட்டிருந்தால் அதன் பாதிப்பிலிருப்பவர்கள் என்ன செய்வார்கள்?

மதத்தின் பெயரிலான ஒரு சுரண்டலை மற்றொரு மதத்தின் மூலம் தீர்வு காண நினைத்த அம்பேத்கரின் செயல்பாடுகளில் நாம் மார்க்ஸியத்தைத்தான் காண வேண்டும். ஏனெனில் அம்மதம் கூட கடவுள் இல்லாத ஒரு பகுத்தறிவு மதமாகவே இருக்க வேண்டும் என்று நினைத்த அவருக்கு நாம் நிச்சயம் மதிப்பளிக்க வேண்டும். கட்டுரைத்தை மார்க்ஸியம் இதைத்தான் கூறியது. மதம் ஒரு மாற்றல்ல என்று வாதிடும் ரங்கநாயகம்மா கம்யூனிஸ்ட் கட்சி அறிக்கையின் 199ஆவது பத்தி கூறுவதை கவனிக்கவில்லை போலும். அப்பத்தியின் கருத்தியல் என்னவென்று பாருங்கள்.

“[1]சுருங்கக் கூறின், கம்யூனிஸ்டுகள் எங்கும் தற்போதுள்ள சமூக, அரசியல் நிலைமைகளை எதிர்த்து நடைபெறும் புரட்சிகர இயக்கம் ஒவ்வொன்றையும் ஆதரிக்கிறார்கள்” என்றே அறிக்கை இறுதியாக கூறுகிறது.

இதே பத்திக்கு மூத்த கம்யூனிஸ்ட் எழுத்தாளர் எஸ்.வி.ராஜதுரை அளித்திருக்கும் விளக்கத்தினையும் பாருங்கள்.

---

1 கம்னியூஸ்ட் கட்சி அறிக்கை

"[1]முந்தைய பத்திகள் சிலவற்றுக்கான விளக்கக் குறிப்புகளில் ஏற்கனவே சொல்லப்பட்டுள்ள முக்கிய விஷயத்தை இங்கு மீண்டும் திருப்பிச் சொல்ல வேண்டியுள்ளது. ஒரு இயக்கத்திற்கு எந்த அளவுகோலைக் கொண்டு ஆதரவு தரப்பட வேண்டும் என்பது அறிக்கையின் பல பத்திகளில் சொல்லப்பட்டுள்ளது. அந்த இயக்கம் எத்தகைய அரசியல், கருத்து நிலையைக் கொண்டிருக்கிறது அது சோசலிஸ்டா, கம்யூனிஸ்டா என்பதல்ல அந்த அளவுகோல். மாறாக அந்த இயக்கத்தால் பிரதிநிதித்துவம் செய்யப்படும் வர்க்க சக்திகள் மெய்யான மற்றும் முற்போக்கான சமூக அடுக்குகள், போக்குகள் யாவை? அது இயங்க வைத்துள்ள வெகுமக்கள் யார்? எந்தக் குறிக்கோளுக்காக அந்த இயக்கம் நடைபெறுகிறது என்பதுதான் அளவுகோல். குறுங்குழு வாதத்திற்கு எதிரான தனது நிலைப்பாட்டை மார்க்ஸ் 1875 இல் ஒரு மூதுரை போலக் கூறினார். "ஒரு டஜன் வேலைத்திட்டங்களைவிட மெய்யான இயக்கம் எடுத்துவைக்கும் ஒவ்வோர் அடியும் அதிக முக்கியத்துவம் வாய்ந்தது" என்று மார்க்ஸ் கூறியதையும் சேர்த்துக் கூறி முடிக்கிறார் ராஜதுரை.

கம்யூனிஸ்ட் கட்சி அறிக்கையின் 199ஆவது பத்தி கூறுவதையும் அதற்கு எஸ்.வி.ராஜதுரை அளித்திருக்கும் விளக்கவுரையையும் கவனிக்கும் போது நாம் இப்போது இறுதியாக ஒரு முடிவுக்கு வரமுடிகிறது. மார்க்ஸின் கோட்பாட்டின்படி இந்தியாவின் தேவை எது என்பதைப் பெருமளவில் அம்பேத்கரிசம் சார்ந்திருந்தது என்பதை அது மீண்டுமொருமுறை நிரூபித்திருப்பதை நாம் உணர முடியும்.

---

1 கம்னியூஸ்ட் கட்சி விளக்க அறிக்கை எஸ்.வி.ராஜதுரை

24

அம்பேத்கரைவிட சிறந்த மார்க்ஸியவாதி உண்டா?

புத்தரின் சமயக் கோட்பாட்டிலிருந்து மார்க்ஸியம் எவ்வாறு வேறுபடுகிறது என்பதையும் எவ்வாறு ஒத்துப் போகிறது என்பதையும் நாம் பார்த்தோம் என்று கொள்ளலாமா? இல்லை நாம் இதுவரை மார்க்ஸியமும், புத்தரும் ஒரே வழியில் செல்வதாகத்தான் பார்த்திருக்கிறோம் என்கிறீர்களா? அது அவ்வாறு அல்ல. சில இடங்களில் மார்க்ஸியம், புத்தத்திலிருந்து விலகியிருந்தாலும், அதன் மூலம் என்பதோ அல்லது இந்த தேசத்திற்கு தேவை எது என்பதிலோ, மார்க்ஸின் கம்யூனிஸ்ட் கட்சியின் ஒரு பத்தியின் மூலம் நாம் நியாயப்படுத்திருக்கிறோம் என்பது ஒருவகையில் இரண்டிற்கும் இடையிலான வேறுபாட்டின் வேறுமொழியென்றும் கொள்ளலாம். ஆனால், உண்மை எது? அம்பேத்கர் மார்க்ஸியத்தின் வேறொரு வடிவத்தைப் பின்பற்றியிருக்கிறார் என்பதுதான் இறுதியாகச் சரியானதாக ஆகிறது. அதில் எவருக்காவது எங்கேயாவது ஏதாகிலும் சந்தேகம் ஏற்பட்டிருக்கலாம். அவ்வாறு சந்தேகம் கொள்பவர்கள் ரங்கநாயகம்மாவின் இந்த வாதத்தைக் கவனிக்க வேண்டும்.

வெவ்வேறு வர்க்கங்களுக்கிடையே எவ்வாறு முரண்பாடு எழுகிறது என்பதை புத்தர் கூறியதாக அம்பேத்கர் கூறிய ஒன்றை அப்புத்தகத்தில் இவ்வாறு கூறுகிறார்.

புத்தர் முன்னரே இந்த விசயத்தைச் சொல்லியிருக்கிறார் என்று கூறும் அம்பேத்கர் ஒரு சம்பவத்தைக் குறிப்பிடுகிறார்.

புத்தர் சொன்னார்:

"[1]மேலும் மன்னர்களுக்கிடையிலும் பிராமணர்களுக்கிடையிலும் இல்வாழ்வோருக்கிடையேயும் தாய்க்கும், மகனுக்கும் இடையேயும் மகனுக்கும், தந்தைக்கும் இடையேயும், சகோதரனுக்கும், சகோதரிக்கும் இடையேயும், தோழனுக்கும் தோழனுக்கும் இடையேயும் எப்போதும் போராட்டம் இருக்கிறது (பக். 409)

அம்பேத்கரின் பார்வையில் புத்தரின் மேற்சொன்ன அவதானிப்பு வர்க்கப்போராட்டத்தைப் பேசுவதாக அமைகிறது. வர்க்கம் என்றால் என்னவென்று அறியாதவர்கள்கூட இவ்வளவு பரிதாபகரமாக சிந்திக்கமாட்டார்கள்" என்று ரங்கநாயகம்மா அந்நூலில் குறிப்பிட்டிருக்கிறார்.

இவ்வாறு மனிதர்களுக்கிடையே உள்ள முரண்பாடுகளை புத்தர் கூறியதாக அம்பேத்கர் பார்வையில் இதுதான்:- வர்க்க முரண்பாடா என்று ரங்கநாயகம்மா கேட்டிருப்பதைப் போன்ற வினோதம் வேறொன்றும் இருக்க முடியாது. இந்த உலகத்தில் வர்க்க முரண்பாடு என்பதை அம்பேத்கர் அறிந்த அளவிற்கு வேறு எவரும் அறிந்திருக்கும் வாய்ப்புகள் இல்லை, என்பதை நாம் உறுதியாக நம்பலாம். ஆனால், புத்தரின் போதனைகளை விவரித்திருக்கும் அம்பேத்கரின் கட்டுரை தத்துவங்களை தனது வாதத்திற்கு ஆதாரம் சேர்ப்பதற்காக ரங்கநாயகம்மா எடுத்திருப்பதாகக் கருதுவதைத் தவிர இதில் வேறென்ன இருக்க முடியும். அது கூட நம் கவனத்தில் அவ்வளவு முக்கியத்துவம் பெற்றிட முடியாது ஏனெனில் அந்தக் கருத்துக்கு ரங்கநாயகம்மா அளித்திருக்கும் விளக்கம்தான் இந்திய இடதுசாரியச் சிந்தனையாளர்களின் உண்மையான முகத்தை வெளிப்படுத்தியிருப்பதை அறியும் வாய்ப்பை ஏற்படுத்தியிருப்பதாகக் கொள்ள முடிகிறது. அதற்கான விளக்கத்தினைப் பார்ப்போம்.

"[2]வர்க்கம் என்று நாம் பேசும்போது எஜமானர் உழைப்பாளர் என்னும் இருமையின் இருப்பை நாம் கணக்கில் கொள்கிறோம். உழைப்புச் சுரண்டலையும் நாம் கணக்கில் கொள்கிறோம்.

அடிமையுடமைச் சமூகத்தில் எஜமானர் ஒரு வர்க்கம் அடிமைகள் மற்றொரு வர்க்கம்.

---

1 சாதியப் பிரச்சினைக்குத் தீர்வு ரங்கநாயகம்மா

2 சாதியப் பிரச்சினைக்குத் தீர்வு ரங்கநாயகம்மா

நிலப்பிரபுக்கள் ஒரு வர்க்கம் குத்தகை விவசாயிகளும் கூலிகளும் ஒரு வர்க்கம்.

முதலாளித்துவ சமூகத்தில் தொழிலாளர்கள் ஒரு வர்க்கம். முதலாளிகளும் நிலப்பிரபுக்களும் ஒரு வர்க்கம்.

வர்க்கம் என்றால் உழைப்புச்சுரண்டலினால் ஏற்படும் பிரிவு என்று பொருள். வர்க்கப்போராட்டம் நலன்களின் வேறுபாடு என்பது வர்க்கத்தின் அடிப்படையானது.

இந்தக்கொள்கைகளின் அடிப்படையில் ஒரு சமூகத்தில் வர்க்கம் என்பதை நாம் புரிந்து கொள்ளவேண்டும்.

ஒரே வர்க்கத்திலும் பல குழுக்கள் இருப்பதையும், அவர்களுக்குள் முரண்பாடுகள் இருப்பதையும் நாம் காண்கிறோம்.

அரசர்களிடையே முரண்பாடு:-

வெவ்வேறு அரசர்கள் வெவ்வேறு வர்க்கங்களாக ஆக மாட்டார்கள். அவர்கள் அனைவரும் ஒரே வர்க்கம், சுரண்டும் வர்க்கம். ஒருவரோடு ஒருவர் போட்டிபோடும் அரசர்கள் ஒரே வர்க்கத்தின் வெவ்வேறு குழுக்கள். வரிகளே ஒவ்வோர் அரசரின் வருமானத்திற்கான ஆதாரம். இந்த வரிகளின் பெரும் பகுதி இராஜபோகத்திற்குச் செலவாகிறது. அரசரிடம் தமக்குச் சொந்தமான நிலங்கள், தொழில்கள் இருக்கும் . அதன்மூலம் அவர் வாடகை, வணிக இலாபம், இவற்றைப் பெறுகிறார். இது அரசரின் தனிப்பட்ட வருமானம். இராஜ்ஜியங்களைக் கைப்பற்ற வெவ்வேறு அரசர்கள் போட்டி போடுகின்றனர். ஒரு அரசன் மற்றோர் அரசனின் இராஜ்ஜியத்தைக் கைப்பற்றினால் அந்த நாட்டின் வரி, செல்வம் அனைத்தையும் பெறுகிறான். இதுதான் சுரண்டல் வர்க்கத்தில் உள்ள குழுக்களுக்கிடையேயான போட்டி.

உயர்குடியினர் உழைப்பாளிகள் இல்லை.

உழைக்காதவர்கள் உயர்குடியினராக மாமனிதர்களாகின்றனர். இவ்வாறாக மேட்டுக்குடியினர் சோம்பேறிகள். இவர்களுக் கிடையேயான முரண்பாடு சொத்தின்பாற்பட்டது. இதுவும் சுரண்டும் ஒரே வர்க்கத்தினரிடையே உள்ள குழு மோதல்.

பிராமணர்களுக்கிடையேயான முரண்பாடு:-

உழைக்காமல் பலி, யாகம், சடங்குகள் செய்வதன் மூலம் கிடைக்கும் வருமானத்தைப் பகிர்ந்து கொள்வதில் ஏற்படும் முரண்பாடு இது. அவர்களும் தனி வர்க்கத்தினர் அல்லர். சுரண்டுகின்ற ஒரே வர்க்கத்தின் பல குழுக்கள்.

இல்வாழ்வோருக்கிடையேயான முரண்பாடு

இந்த சம்சாரிகள் சொத்து வைத்திருப்பவர்களாய் இருந்தால், விவசாய நிலத்தின் அளவு அல்லது வீட்டு நிலங்கள் தொடர்பாகச் சண்டைகள் ஏற்படும். இல்வாழ்வோர் ஏழைகளாக இருந்தால் அவர்கள் ஒருவருக்கொருவர் கொடுக்கும் அல்லது கடனாக வாங்கும் பொருள்கள் தொடர்பான சண்டை நேரும். செல்வம் அல்லது வறுமை இவற்றால் ஏற்படும் முரண்பாடு இது என்று அம்பேத்கரின் அக்கருத்திற்கு ரங்கநாயகம்மா விளக்கமளிக்கிறார்.

இதை மிகத் தெளிவாக ஆய்வு செய்ய வேண்டும். இது ரங்கநாயகம்மாவின் கூற்று மட்டுமல்ல. இதுதான் ஒட்டுமொத்த இந்திய இடதுசாரியத்தின் குரலாகவும் இருக்கிறது. அதனால் நாம் இறுதியான விளக்கத்திற்கும் வந்துவிட்டதாகக் கருதலாம். அவர்களின் கூற்றுப்படி இனி ரங்கநாயகம்மா நமக்குத் தேவையில்லை. அவர் சார்ந்த ஒட்டுமொத்தமான குரலையும் கணக்கில் கொள்ளலாம். அதன்படி அவர்களுக்கு எல்லாமே எந்தப் பக்கத்திலிருந்து பார்த்தாலும் அது தொழிலாளி, முதலாளி என்னும் வர்க்கச் சுரண்டல் மட்டுமே கண்ணுக்குத் தெரிகிறது. வட இந்தியாவில் இருக்கும் ஒரு யதுகுல ஷத்திரிய அரசன் தென்னிந்திய சூத்திர அரசனிடம் எந்தப் பேதமும் பார்ப்பதில்லையா? இங்கே பணத்திற்காக நடந்த போர்களை விட குலத்தின் பெருமை காக்கவே போர்கள் நடைபெற்றதை அவர்கள் எவ்வாறு மறந்து போனார்கள். அடுத்ததாக, உயர்குடியினருக்கான முரண்பாடுகளை உழைப்பாளிகள் அல்ல என்றும் சொத்திற்காக அவர்களுக்குள் நடைபெறும் முரண்பாடுகளாகவே உள்ளது என கூறப்பட்டுள்ளது. அது உண்மையாக இருக்க முடியுமா என்கிற கேள்வியோடு இது முடிந்துவிடுமா? முழுப் பூசணிக்காயைச் சோற்றில் மறைப்பது போல் என்று கூறலாமா. உயர்குடியினர் உண்மையில் அவர்களுக்குள்தான் முரண்படுகிறார்களா! ஆம் என்பது பதிலானால்! ஒரு வேளை உழைப்பாளர் வர்க்கம் வேண்டிய அளவு சொத்தினை பெற்றுவிட்டால், அவர்களைத் தங்களுக்குள் ஒருவராகச் சேர்த்துக் கொண்டு ஒரே மேட்டுக்குடி இனமாக மாறிவிடும் வாய்ப்பு

இந்திய அமைப்பில் இருக்கிறதா? உழைப்பாளி வர்க்கத்தைச் சார்ந்தவர்கள் மேலைநாடுகளில் முதலாளிகளாக மாறிவிடும் போது அங்கே அவர்கள் முற்றும் முதலுமான முதலாளி வர்க்கங்களாகவே கொண்டாடப்படுகிறார்கள். ஆனால், இந்தியாவிலோ அவ்வாறு உழைப்பாளி வர்க்கத்திலிருந்து ஒருவன் சொத்தைச் சேர்த்து முதலாளியாகவே மாறினாலும், அவன் மேட்டுக்குடியாகவும், குறைந்தது அவர்கள் வசிக்கும் பகுதியிலாவது வசிப்பதற்காவது அந்த முன்னேறிய உழைப்பாளிக்கு வாய்ப்பிருக்கிறதா என்பதைச் சிந்தித்துப் பார்க்க வேண்டும். ஒருவேளை ரங்கநாயகம்மா சொல்வதைப் போன்று அந்த உழைப்பாளியின் சொத்தை அபகரிக்க வேண்டும் என்ற எண்ணம் மேட்டுக்குடி வகுப்பினருக்கு இந்தியாவில் உருவானாலும், அதன் காரணம் சொத்தின் மீதான ஈர்ப்பினால் ஏற்படுவதில்லை. அந்த உழைப்பாளியிடம் சொத்துகள் இருக்கக் கூடாது என்கிற சமூகக் கட்டமைப்பின் படிநிலையே காரணியாக அமைகின்றபோது, இந்திய கம்யூனிஸ்டுகள் ஒரு விஷயத்தைத் தெளிவாக அறிந்துகொள்ள வேண்டும். இந்தியாவில் மார்க்ஸியச் சிந்தனையின் தேவை அல்லது சோஷலிச சித்தாந்தம் சாதியத்தின் அடிப்படையில் அமையப்பெறவில்லை என்கிற அம்பேத்கரின் சிந்தனையைக் கட்டாயம் ஏற்கத்தான் வேண்டும்.

அடுத்ததாகப் பிராமணர்கள் குறித்துக் கூறப்படுவதிலும் இதைப் போன்ற கருத்துகளே வலியுறுத்தப்பட்டிருக்கின்றன. இங்கே நாம் கேள்வியை உழைப்பாளிகள் தரப்பிலிருந்து கேட்கப்போவதில்லை. கம்யூனிஸ்டுகளின் கூற்றுப்படி இந்தியாவின் சுரண்டும் வர்க்கத்தின் பல குழுக்களில் பிராமணீயமும் ஒரு குழு என்றே வைத்துக் கொண்டாலும் அரசராகவே இருந்தாலும் உயர்குடியினருடன் சமூக உறவை பிராமணர்கள் மனமுவந்து ஒப்புக் கொள்ள வழியிருக்கிறதா. இதையேதான் நாம் இல்வாழ்விற்கிடையேயான முரண்பாடுகளிலும் கேட்கப் போகிறோம் என்பதால் நாம் தவிர்த்து விடுகிறேன். இதன் இறுதியான கருத்தியல் என்பது இந்தியா தீவிர இடதுசாரியர்களுக்கு எவ்வாறு தெரிகிறது என்பதை நம்மால் உறுதியாக அறிந்து கொள்ள முடிகிறது. இந்திய கம்யூனிஸ்டுகளைப் பொறுத்தவரை வர்க்கம் என்பது எந்தக் கோணத்திலிருந்தாலும் அதன் இறுதி வடிவம் என்பது உழைப்பாளர் முதலாளி, கூலி, லாபம் என்ற அளவில் மட்டுமே நிற்கிறது. அது நின்றிருக்கும் இடத்திலிருந்து நாம் அம்பேத்கரைப் பார்த்தால் யார் மார்க்ஸியவாதி என்பதை நம்மால் அறிய முடியும்.

25

இயற்கையான இந்திய இடதுசாரி நேரு

நாம் இதுவரை இந்தியத் தலைவர்களாக நம்முடன் மறைந்தும் வாழ்ந்துகொண்டிருந்த மகாத்மாவையும், அம்பேத்கரையும் இடது சாரியத்தின் தரப்பிலிருந்து ஆய்வு செய்தோம். அதற்கு விசேஷக் காரணங்கள் உண்டு. அநேகமாக இவர்கள் இருவரும் தீவிர இடதுசாரியத்தின் தரப்பில் உள்ளவர்களாக ஏற்றுக்கொள்ள மறுத்த தலைவர்கள். ஆனால், இவர்கள் இடதுசாரியத்தின் தரப்பில்தான் இருந்தார்கள் என்றால் பெரும்பாலும் எவரும் ஒப்புக்கொள்ள விரும்புவதில்லை. ஆனால், நமது ஆய்வுகள் அதற்குத் தேவையான வலுவை ஓரளவிற்குச் செய்திருக்கும் என்று நம்புகிறோம். ஆனால், இந்தியாவின் மும்மூர்த்திகளில் இருவர் இடதுசாரியத்தின் தரப்பில் இவ்வாறு இருக்கும்போது ஒருவர் மாத்திரம் இதில் மிக வித்தியாசமாக ஒரு இடதுசாரியாகவே, தீவிர இடதுசாரியத்தின் தரப்பில் உள்ளவர்களாலேயே ஒப்புக் கொள்ளப்பட்ட ஒரு தலைவராக இருக்கிறார். அவர்தான் ஜவகர்லால்நேரு.

ஆனால், அதற்காக இவர் மீதான இடதுசாரியத்தின் தரப்பிலான விமர்சனங்கள் இல்லை என்றும் நாம் கூறிவிட முடியாது. ஆனால், அந்த விமர்சனங்கள் உள்நோக்கம் கொண்டவை என்பதுதான் நமது வாதமாக இருக்கப் போகிறது. அந்த உள்நோக்கத்தின் காரணம் எதுவாக இருக்க முடியும். தீவிர இடதுசாரியத்தின் தோழர்கள் நேருவால் அவர்களின் முக்கியத்துவத்தை இழக்க நேரிட்டதுதான் அதற்கு உண்மையான காரணம். உதாரணமாக ஒரு குறிப்பிட்ட சாதியின் சார்பிலான இயக்கம் அதே சாதியைச் சார்ந்த வேறு ஒரு தலைவரை முதல்வராகக் கொண்ட இயக்கம் ஆட்சியில் இருக்கும்போது மேற்குறிப்பிட்ட சாதிய அமைப்பு வளர்ச்சி

அடைவதற்கு உண்டான போராட்ட களத்தை அமைப்பதற்குக் காரணங்கள் இருக்காது. அந்தச் சாதிய அமைப்பின் தேவையான உச்சபட்ச அதிகாரத்தில் சலுகைகள் வேண்டி போராடும் சமூகத்தில் உள்ளவரே இருக்கும் போது அந்த அரசு மீதும் அந்தத் தலைவர் மீதும் சாதிய தேவைகள் குறித்தோ அல்லது அவர்களின் சாதிக்கு எதிரான செயல்பாடுகள் போன்ற குற்றச்சாட்டினையோ, சொந்த சாதிக்காக போராடும் சாதிய அமைப்பால் சொந்த சாதியின் தலைவரின் ஆட்சிக்கு எதிராக தீவிரமாக போராட முடியாத சூழ்நிலை நிலவும், அதனால் அவ்வாரான அரசுகளின் மீது சாதிய பிரச்சனைகளை தவிர்த்த

வேறு வகையிலான குற்றச்சாட்டினை முன்வைப்பார். அதைப்போன்ற ஒரு விமர்சனம் சில இடதுசாரியத் தலைவர்களால் உதாரணமாக, சொந்த சாதிக்கு எதிராகச் செயல்படுகிறார் போன்ற குற்றச்சாட்டுகள் நேரு மீதும் முன்வைக்கப்பட்டிருக்கின்றன என்பது மறுப்பதற்கில்லை. அவ்வாறுதான் இந்தியாவிலேயே முதன்முதலாக ஒரு மாநிலத்தில் காங்கிரஸ் அல்லாத ஒரு அரசு ஆட்சியமைத்தது என்றால் அது கேரளாவின் கம்யூனிஸ்ட் அரசுதான். 1950 களின் இறுதியில் ஏற்பட்ட அந்த அரசின் முதல்வராக இருந்த இ.எம்.எஸ்.நம்பூதிரிபாட் பின்னாளில் நேரு கொள்கையும் நடைமுறையும் என்னும் விமர்சனப் புத்தகம் ஒன்று எழுதினார். நேரு கொள்கையும் நடைமுறையும் இ.எம்.எஸ்.நம்பூதிரிபாட் அதில் முதல் பகுதியில் இவ்வாறு குறிப்பிடுகிறார்.

"[1]நேரு ஒரு குறிப்பிட்ட வர்க்கத்தின் அதாவது இந்திய பூர்ஷ்வா வர்க்கத்தின் பிரதிநிதியாகச் செயல்பட்டதால்தான் அவர் விடுதலை இயக்கத்தின் பெரும் தலைவர்களில் ஒருவராகவும், சுதந்திர இந்தியாவின் முதல் பிரதம மந்திரியாகவும் ஆனார் என்ற அடிப்படைக் கருத்தை நிலைநாட்டுவதே இந்நூலின் நோக்கமாகும்" என்கிறார் நம்பூதிரி பாட்.

அதாவது நேருவை விமர்சனம் செய்வதற்கே இப்புத்தகத்தை எழுதுவதாக கூறுகிறார். 1929 ஆம் ஆண்டு லாகூர் காங்கிரஸ் மாநாட்டில் பட்டேல், சுபாஷ் ஆகியோரைத் தவிர்த்துவிட்டு மகாத்மா, ஜவகர்லால் நேருவையே காங்கிரஸ் மகாசபையின் தலைவராகத் தேர்ந்தெடுக்க சிபாரிசு செய்கிறார். அதற்குக்

[1] நேரு கொள்கையும் நடைமுறையும் இ.எம்.எஸ்.நம்பூதிரிபாட்

காரணமாக மகாத்மாவின் எண்ணங்களாக இ.எம்.எஸ்.நம்பூதிரிபாட் அந்நூலில் கூறுவது எதுவெனில்

“கட்டுப்பாட்டை நேசிக்கும் ஜவகர்லால் அக்கட்டுப்பாடு தொந்தரவாக இருந்தாலும் அதை ஏற்றுக் கொள்ளக் கூடியவர். அவர்தம் சூழ்நிலைக்கு மிகவும் முற்பட்ட தீவிரவாதி. ஆனால், அவர் முறிவு ஏற்படும் அளவிற்கு தீவிரம் காட்டாமல் அடக்கமாகவும், நடைமுறைக்கு வளைந்து கொடுப்பவராகவும் இருக்கிறார். இளைஞர்களின் இந்தத் தீப்பிழம்புத் தலைவர் தம் அளவற்ற சக்தியைக் கட்டுப்படுத்திக்கொண்டு பிறகு அதைத் தேவையான அளவு வெளியிடுகிறார், என்று மகாத்மா மற்றவரையும் விட நேருவைத் தெளிவாகத் தெரிந்து கொண்டிருந்தார். மகாத்மாவின் இச்சொற்களை வேறுசொற்களில் சொல்வதானால் காங்கிரஸின் வலதுசாரித் தலைவர்கள் ஜவகர்லால்நேருவை நம்பிக்கைக்குரிய இடதுசாரியத் தலைவராகக் கருதினர்” என்று கூறுகிறார் நம்பூதிரி பாட்.

அதாவது ஜவகர்லால் எவ்வளவு தீவிரத் தன்மை கொண்டிருந்தாலும், காங்கிரஸிற்குப் பங்கம் ஏற்படாமல் நடந்து கொள்கிறார்.’ஆனாலும், நாடு இருக்கும் சூழ்நிலையில் இவரை’ போன்ற இடதுசாரியத் தலைவர்களே பொறுப்பிற்கு வரவேண்டும் என்னும் அர்த்தத்தை மகாத்மா போன்றோர் கருதியதாகவும் நம்பூதிரிபாட் இதில் குறிப்பிட்டிருக்கிறார். ஆனால், அப்புத்தகத்தின் ஏழாவது பகுதியில் அவர் குறிப்பிட்டுள்ளதுதான் ஆச்சரியத்தை ஏற்படுத்துகிறது. நேரு தலைமையேற்றவுடன் காங்கிரஸ் மாநாட்டின் முக்கியத் தீர்மானமாக பூரண சுதந்திரம் அறிவிக்கப்படுகிறது. அப்போதைக்கு அதன் வீரியத்தைக் குறைக்க விரும்பிய மகாத்மா போன்ற தலைவர்கள் இத்திட்டத்தில் டௌமனியன் அந்தஸ்து குறித்து நாம் சமரசப் பேச்சு வார்த்தையில் தீர்வு காணலாம் என்கிற அறிவுரையை காங்கிரஸ் கட்சியின் முக்கியத் தலைவர்கள் முன்வைக்கும்போது நேருவின் நிலைப்பாட்டினை நம்பூதிரிபாட் இவ்வாறு குறிப்பிடுகிறார்.

“[1]வைஸ்ராயின் திட்டத்தை காங்கிரஸின் மூலம் நிராகரிக்கச் செய்யாவிட்டாலும், அதை ஏற்க காங்கிரஸின் நிபந்தனையைக்

1 நேரு கொள்கையும் நடைமுறையும் இ.எம்.எஸ்.நம்பூதிரிபாட்

கடுமையாக ஆக்க வேண்டுமென ஜவகர்லால் தீவிரமாகப் போராடினார். இதில் தோல்வியுற்ற ஜவகர்லால் தம் நண்பர்களுக்கு வியப்பூட்டும் வகையில் அந்தக் கொள்கை அறிக்கையில் கையெழுத்திட்டுவிட்டார். கையெழுத்திட மறுத்த சுபாஷ் சந்திரபோஸ் இந்த நிகழ்ச்சியை ஜவகர்லாலின் கொள்கைகளின் மேல் காந்தியின் ஆளுமை அடைந்த வெற்றியாக கருதினார். செயற்குழுவின் கட்டுப்பாட்டை ஏற்கும் உறுப்பினராகக் கொள்கை அறிக்கையில் கையெழுத்திட்ட ஜவகர்லால் தம் மனசாட்சியை திருப்திபடுத்த செயற்குழுவில் இருந்தும் செயலாளர் பதவியில் இருந்தும் ராஜினமா செய்தார். தலைமைப் பதவியில் இருந்தும் விலக எண்ணி அவர் காந்திக்குக் கடிதம் எழுதினார். அதில் நாம் கட்டுப்பாட்டில் நம்பிக்கை உடையவன். ஆனால், கட்டுப்பாடு சில சமயம் அளவு மிஞ்சக் கூடும். எனக்குள் ஏதோ ஒன்று அறுந்து போய் விட்டதாக உணர்கிறேன். அறுந்து போனதை மறுபடியும் சேர்க்க முடியவில்லை என்கிறார். ஆனால், காந்தியும், மோதிலாலும் மற்ற தலைவர்களும் ஜவகர்லாலை சமாதானம் செய்துவிட்டனர். காங்கிரஸ் வைத்துள்ள நான்கு நிபந்தனைகளை அரசு ஏற்றுக் கொள்ளும் வாய்ப்பு இல்லை என்பது அவர்களின் முக்கிய வாதம். நவம்பர் 19 ஆம் நாள் செயற்குழு டில்லி அறிக்கையை வலியுறுத்தி காந்தி கொண்டு வந்த தீர்மானத்தை ஒரு மாற்றத்துடன் நிறைவேற்றியது. அந்த மாற்றம் காங்கிரஸின் ஆதரவு காங்கிரஸின் அடுத்த கூட்டம் வரையில்தான் அமுலில் இருக்கும் என்பதே அம்மாற்றத்தின் பொருள். இந்த மாற்றம் ஜவகர்லாலைத் திருப்திபடுத்தவே புகுத்தப்பட்டது என்பது தெளிவு.

வரலாற்று ஆசிரியரின் கருத்துப்படி அவரது தலைமையுரை இந்தக் கட்டத்தில் ஜவகர்லால் நேருவின் பலத்தையும், பலகீனத்தையும் ஒருங்கே வெளிக்காட்டியது. அவருடைய பொறுமையின்மையும், தீவிர விடுதலை ஆர்வமும் அந்த உரையில் வெளிப்பட்டது. அவருக்கு சமரசத்தில் நம்பிக்கை இல்லை. பிரிட்டிஷ் ஏகாதிபத்தியத்தைத் துரத்த விரும்பினார். அவர் அப்போது தொடங்கப்படவிருந்த ஒத்துழையாமை இயக்கத்தில் காந்தியின் தலைமையை அவர் ஏற்றுக் கொண்டாலும், அகிம்சையை ஒரு போர் தந்திரமாகக் கருதினார். எதிர்காலத்தில் வன்முறை கையாளப்படாது

என்று உறுதி அளிக்க அவர் விரும்பவில்லை. அவர் தம்மை சோஷலிஸ்டு என்றும், குடியரசுவாதி என்றும் துணிவுடன் சொல்லிக்கொண்டார். ஆனால், இந்தத் துணிவில் மன்னிப்புக் கேட்கும் தோரணையும் கலந்திருந்தது. அவர் சித்தரித்துக்கொண்ட சோஷலிசம் மிதமானதாகவும், சாதுத்தன்மை பொருந்தியதாகவும் இருந்தது. இந்தியா தனக்கே உரிய முறைகளைக் கடைபிடித்து சோஷலிசத்தை தன் பாரம்பரியத்திற்கேற்ப மாற்றிக் கொள்ளும் என்று கூறினார்" என்கிற இ.எம்.எஸ்.நம்பூதிரிபாட்டின் இவ்விளக்கங்களின் மூலம் ஜவகர்லால் நேருவை இயற்கையான ஒரு இந்திய இடதுசாரிய தலைவராக அவரே அடையாளப்படுத்தியிருக்கிறார் என்பதை இ.எம்.எஸ். நம்பூதிரிபாட் அறிந்திருக்கிறாரா என்பதை நாம் அறியவில்லை. நேருவின் சோஷலிசத்தை மிதமானதென்றும், சாதுத் தன்மை மிக்கதென்றும் நம்பூதிரிபாட் கூறுகிறார். இந்தியாவின் சோஷலிசக் கோட்பாட்டின் அதிதீவிரத் தேவை கொண்ட ஒரு பிரிவினரின் தலைவராக இருந்து, அவர்கள் மீதான சுரண்டலை கடுமையாக எதிர்த்த அம்பேத்கரே, அம்மக்களை ஆயுதமேந்தத் தூண்டவில்லை என்பதை நம்பூதிரி பாட்டின் கருத்துகள் மீது நம்பிக்கைக் கொண்டவர்கள் உணரவில்லை. அதன் காரணம் எதுவாக இருக்க முடியும் என்கிற ஆய்வுகளின் முடிவுகள் அனைத்தும், அன்றைய இந்திய தேசத்தில் இருந்த அமைப்பில், ஆயுதமேந்திய எந்தப் போராட்டமும் வெற்றியைக் கொடுக்க கூடிய நிலையில் இந்தியாவின் சமூக கட்டமைப்பு மிகுந்த பலத்துடன், ஒற்றுமையுடன், அல்லது பொருளாதார தேவைகளை நிறைவுடன் கூடிய நிலையில் இல்லை என்பதும், இவற்றிற்கும் மேலாக ஆய்வு செய்தால் இந்தியா என்கிற தேசமே அப்போது தான் மெல்ல மெல்ல உருவாகிக் கொண்டிருக்கிறது என்பதும் மட்டுமே பிரதான காரணமாக இருந்திருக்கிறது. அதனால் தான் நேரு, இந்தியா தனது பாரம்பரியத்திற்கு ஏற்றவாறும், சோஷலிசத்தை மாற்றிக்கொள்ளும் என்று கூறியதை நம்பூதிரிபாட் முழுவதும் அறியும் வாயப்பில்லாமல் ஆகிவிட்டது என்தை அவரே ஒப்புக்கொள்வதையும், அதன் மீதான இன்னும் அதிகமான உண்மைகளையும் நாம் அறிந்துகொள்ள வேண்டியது இருக்கிறது. அறிந்ததைத் தொடர்ந்து கூறுவோம்.

26

சந்தேகமற்ற இடதுசாரியர் நேரு

இரத்தினச் சுருக்கமாகக் கூறுவதென்றால் சென்ற கட்டுரையில் இ.எம்.எஸ்.நம்பூதிரிபாட் இதைத்தான் கூறினார். காங்கிரசும் காந்தியும் ஜவகர்லால் நேருவை நம்பிக்கைக்குரிய ஒரு இடதுசாரிய தலைவர் என்று கருதினார்கள் என்பதைத்தான் நாம் இ.எம்.எஸ். நம்பூதிரிபாட் அவரின் பெரும் கூற்றுகளின் இறுதி வடிவமாகப் பார்க்கலாம். ஒரு பெரும் உண்மை இதிலிருந்து புலப்படுவதை நாம் பார்க்க வேண்டும்.

இந்தியா போன்ற நாட்டில் ஒரு இடதுசாரியத் தன்மை பெற்ற தலைவரால் மட்டுமே மக்களின் முழு ஆதரவினையும் பெற முடியும் என்கிற உணர்வினை காங்கிரஸ் கொண்டிருந்தது என் பதனையும் நாம் இதில் மறைமுகமாகப் பார்க்கலாம். அல்லது ஒரு நல்ல இடதுசாரியத் தலைவரை அதன் தீவிரத்தன்மையை ஏற்றுக் கொண்டவர்கள் பார்க்கும் சந்தேகக் கண்ணோட்டத்தின் ஆரம்ப வேர்கள் இதிலிருந்து இவ்வாறு ஆரம்பிக்கப்பட்டதாகவும் கொள்ளலாம். ஆனால், இதன் உண்மையான விளக்கத்தினையும் கூட மிக இரத்தினச் சுருக்கமாக இ.எம்.எஸ்.நம்பூதிரிபாட் கூறுகிறார். நேரு கொள்கையும் நடைமுறையும் என்னும் புத்தகத்தின் எட்டாம் அத்தியாயத்தினை இ.எம்.எஸ்.நம்பூதிரிபாட் இவ்வாறுதான் ஆரம்பிக்கிறார்.

"[1]லாகூர் காங்கிரஸில் ஜவகர்லால் இடது சாரியிடமிருந்து விலகி நிற்கக் காரணம் அவரது இந்தக் கருத்துதான்: விடுதலைக்கான அரசியல் போராட்டம் முன்னுரிமை பெற வேண்டும். அதைச்

1 நேரு கொள்கையும் நடைமுறையும் இ.எம்.எஸ்.நம்பூதிரிபாட்

சாதிக்க மிகவும் சக்திவாய்ந்த சாதனம் காந்தியின் தலைமை. கம்யூனிஸ்ட்டுகளுடன் ஒத்துழைப்பதைவிடக் காந்தியின் தலைமையை ஏற்பதிலேயே எதிர்கால வெற்றிக்கு வாய்ப்பு இருக்கிறது. லாகூர் காங்கிரசையடுத்து நிகழவிருந்த நாடுதழுவிய போராட்டத்தின் இன்றியமையாத தலைவர் காந்திதான் என்ற நம்பிக்கை சரியானதுதானா? இதை ஆராய்வோம்" என்று நம்பூதிரிபாட் கூறுகிறார்.

இதில் பூரண சுதந்திரத்தை நோக்கி காங்கிரஸ் பயணம் தொடங்கியபோது அதிலும் நேரு காங்கிரஸ் கட்சியின் தலைவராக பொறுப்பேற்றுக் கொண்ட 1929 ஆம் ஆண்டில் இருந்து பூரண சுதந்திரக் கோட்பாடு தீவிரமடைந்ததால் நேரு பொருளாதாரச் சமன்பாட்டில் அதிக ஆர்வம் காட்டவில்லை என்று கம்யூனிஸ்டுகளே ஒரு எண்ணத்தை ஏற்படுத்திக்கொண்டதன் விளைவே இ.எம். எஸ்.நம்பூதிரிபாட்டின் முதல் இருவரிகளின் அர்த்தத்தை உறுதிபடுத்துகிறது. அதைத்தவிர வேறுதீவிரமான ஆதாரங்கள் ஏதும் அப்போது இல்லை. ஆனால், அதற்கடுத்து இ.எம்.எஸ். நம்பூதிரிபாட் என்ன கூறுகிறார். விடுதலையே அனைத்திலும் விட முக்கியம் என்பதாலேயே கம்யூனிஸ்டுகளுடன் ஒத்துழைப்பதில் நேருவிற்குத் தயக்கம் ஏற்பட்டது என்கிறார். இதைக் கூட அவர் வேறொரு புத்தகத்தில் மேற்கோள் காட்டிக் கூறுகிறார். ஆனால், நம் கேள்வி என்ன? அன்றைய காலகட்டத்தில் சுதந்திரத்தைவிட முக்கியத்துவம் பெற்றது வேறு எது என்பது இன்றைய காலகட்டம் வரை நம்மால் அறிந்து கொள்ள முடியவில்லை. இந்த விஷயத்தில் கார்ல்மார்க்ஸே சற்று முரண்பாட்டுடன்தான் இருந்தார் என்பதை நாம் அடுத்தடுத்த கட்டுரையில் பார்ப்போம்.

ஆனால், எவர் எப்போது எதைக் கூறியிருந்தாலும் சுதந்தரத்தைவிட 1947 க்கு முன்பு நமக்குத் தேவைப்படும் அரசியல் அதிகாரம் என்பது வேறொன்றாக இருக்க முடியாது என்பதே அனைவரும் ஒப்புக்கொள்ளும் கருத்தாக இருக்க முடியம். இதற்கடுத்து காந்தி குறித்த நேருவின் நம்பிக்கை சரிதானா என்பதை ஆராய்வோம் என்று கூறியிருக்கும் இ.எம்.எஸ்.நம்பூதிரிபாட்டின் ஆய்வு இங்கே நமக்கு அதன் முக்கியத்துவத்தை இழந்து விட்டதாகவே நாம் கருதவேண்டியுள்ளது. ஏனெனில், இங்கே

நேரு காந்தியின் தலைமையை ஏன் ஏற்கிறார் என்பதில் காந்தி முன்னிலைப்படவில்லை என்றே பொருள் கொள்ள வேண்டும். ஆனால், அதன் காரணமான சுதந்திரம் முன்னிலைப்படும்போது இ.எம்.எஸ்.நம்பூதிரிபாட் ஏன் காந்தியை ஆய்வு செய்ய வேண்டும். முடியும் என்றால் சுதந்திரத்தின் தன்மையை அவர் ஆய்வு செய்து நேருவின் மீதான குற்றச்சாட்டில் உள்ள உண்மைத் தன்மை மீது நம்மை நம்பிக்கை கொள்ளச் செய்திருக்கலாம். ஆகவே, வீழ்த்த முடியாத ஆயுதம் ஏந்தத் தயாரான நேரு இடது சாரியத்தின் சந்தேக வட்டத்துக்குள் வருவதை நாம் ஒப்புக் கொள்ள முடியுமா? அவ்வாறு அவ்விஷயம் சந்தேக வட்டத்துக்குள் கொண்டுவரப்படவேண்டுமென்றால் நேரு ஏந்திய பூரண சுதந்திரம் என்னும் ஆயுதத்தை அல்லவா கம்யூனிஸ்டுகள் வீழ்த்த வேண்டும். அதை விடுத்து அந்த ஆயுதத்தைப் பரிந்துரைத்தவராக கம்யூனிஸ்டுகளே கருதும் நேருவை வீழ்த்துவதனால் அவர்கள் நிருபிக்கப் போவது எது? அப்படியே இருந்தாலும் கூட பூரண சுதந்திரம் என்னும் தாக்கத்தை நேரு காங்கிரஸ் கட்சியின் தலைவராகப் பொறுப்பேற்ற 1929 ஆம் ஆண்டுதான் காங்கிரஸ் கட்சிக்குள் கொண்டு வந்தார்.

அதன் ஆரம்ப நிலையில் அக்கோரிக்கைக்கு காந்தியே ஒத்துழைப்பு அளிக்கவில்லை என்பதையும் கூட இ.எம்.எஸ். நம்பூதிரிபாட்டே கூறியிருப்பதை நாம் சென்ற கட்டுரையில் பார்த்தோம். இந்நிலையில் பூரண சுதந்திரம் என்னும் ஆயுதத்தை காங்கிரஸ் தரிப்பதற்குக் காரணமே நேரு என்கிற போது அந்த ஆயுதத்தைக் கூட கம்யூனிஸ்டுகள் ஏன் காந்திக்கு வழங்க வேண்டும் என்பதும் நம் கேள்வியாகிறது. ஆக ஆயுதத்தை நேருவே உருவாக்குகிறார்.

அந்த ஆயுதத்தை அன்றைய தேசத்தின் பெரும் தலைவரை ஒப்புக் கொள்ளச் செய்கிறார். அந்தத் தலைவரும் ஒப்புக் கொண்ட பிறகு இந்த அரிய வாய்ப்பினைப் பயன்படுத்தி நாம் நாட்டின் விடுதலையை நோக்கிப் பயணப்பட வேண்டும் என்பதில் கவனம் கொள்கிறார். நேரு அவரின் கடந்த காலத் தீவிர இடதுசாரியத் தன்மையைச் சற்று மாற்றிக் கொள்ளும் நிலை ஏற்படுகிறது. ஆனால், அம்மாறுதலுக்கான காரணத்தை விமர்சனம் செய்ய

முடியாது என்பதால் காந்தியை அந்த மாற்றத்திற்கு காரணமாக்கி நேருவைப் பலகீனப்படுத்த முன்வந்தார்கள். அதன்மூலம் நேருவின் இடதுசாரியப் பாதையில் ஏற்பட்ட சிறிது கால இடைவெளியை மிகைப்படுத்தி இடதுசாரியத்திலிருந்தே நேரு விலகிவிட்டார் என்பதை நிரூபிப்பதற்கான ஆதாரத்தைத் தேடும் முயற்சியாகப் பயன்படுத்திக் கொள்ள இந்தியத் தீவிர இடதுசாரிய கம்யூனிஸ்டுகள் விருப்பப்பட்டிருக்கலாம். ஆனால், நேரு எக்காலத்திலும் இடதுசாரியத்திற்கு எதிரான நிலைப்பாட்டில் இல்லாத சந்தேகமற்ற முதன்மையான ஒரு இந்திய இடதுசாரியர் என்பதே ஆய்வுகள் நிரூபிக்கும் உண்மையாகிறது.

27

சோஷலிசத்தின் மாமேதை நேரு

சோஷலிசக் கோட்பாட்டுடன் நேருவிற்கு இருந்த தொடர்புகளை ஆய்வு செய்வதென்றால் அவை ஒரு தனி புத்தகமாகத்தான் எழுதப்பட வேண்டும். சோஷலிசமும், நேருவும் வெவ்வேறானவர்கள் அல்ல. ஆனால், அந்த சோஷலிசம், மேலை நாடுகளில் எவ்வாறு வரையறுக்கப்பட்டதோ அப்படியே நேருவால் பின்பற்றப்பட்டதா என்பதில் ஏற்பட்ட சில சந்தேகங்கள். இந்திய தீவிர இடதுசாரியத்தின் சார்பிலானவர்களுக்கும், நேருவிற்குமான இடைவெளியைச் சிறிய அளவிலாவது காலப்போக்கில் உருவாக்கிக் கொடுத்திருக்கலாம். ஆனால், அதில் அவ்வாறு அவர்கள் சிறிய குறைகளையாவது கண்டறிந்திருந்தாலும் அது பெரியதொரு விஷயமில்லை எனலாம். ஏனெனில், நேருவின் அந்த விசேஷ சோஷலிசப் பாதையே உலகிற்கே ஒரு புதிய தத்துவத்தைக் கொடுத்தது. சிலர் அவ்வாறு இல்லையென்றும் கூறிடலாம். நீங்கள் குறிப்பிட விரும்பும் ஜனநாயக சோஷலிசம் என்பது நேருவின் காலத்திற்கு முன்பே வெற்றிப்பாதைகளாக பல நாடுகளில் உணரப்பட்டதற்கான சான்றுகள் இருப்பதற்கான ஆதாரங்களைக் கூறலாம். அதற்கு அமெரிக்காவையும் கூட ரூஸ்வெல்ட்டையும் கூட ஆதாரமாக அவர்கள் முன்னிறுத்தலாம். பிரான்சு அரசின் அணுகுமுறையில் ஏற்பட்ட மாற்றங்களையும் இன்னும் பல ஆதாரங்களை அவர்கள் முன்வைக்கலாம். ஆனால், அவர்கள் சோஷலிச சித்தாந்தங்களை ஏற்றுக் கொண்டவர்களை ஏற்றுக் கொண்டார்களா என்பதைத் தெளிவுபடுத்தும் ஆதாரங்களை முன்வைக்க வேண்டும். ஆனால், அவ்வாறு வாதிடுபவர்கள் வார்த்தைகளில் முற்றிலும் உண்மையில்லை என்று நாம்

வாதிடவும் முடியாது. உலகில் ஜனநாயகம் என்று கூறிக் கொண்ட முதலாளித்துவம் அதனுடன் சோஷலிசத்தைக் கலந்து கொண்டது என்பது மார்க்ஸின் வெற்றியே என்பதில் மாற்றுக் கருத்தும் இல்லைதான். ஆனால், அவர்கள் அதற்காக மார்க்சுக்கு எந்தவொரு பெருமையையும் நேரிடையாக வழங்கிடவில்லை. ஆனால், ஜவகர்லால் நேருவோ, ஜனநாயகம் என்பதே சோஷலிசம்தான். இரண்டும் வெவ்வேறானது அல்ல என்கிற பெரிய உண்மையை உணர்ந்தார். அவரது இந்த உணர்வின் செயல்பாடுகள் மார்க்சுக்கும், லெனினுக்கும் பெருமையை சேர்த்தன. அதுவரை நேருவை இந்தியத் தீவிர இடதுசாரிகள் வரவேற்றுத் தலைமேல் கொண்டாடினார்கள். ஆனால், அதே மார்க்ஸின் சில தத்துவங்கள், லெனினின் சில செயல்பாடுகள் சோஷலிசம் என்று வரையறுக்கப்பட்டு அவைகள் ஜனநாயகத்திற்கு விரோதமானதாக இருக்கும்போது நேரு அதனுடன் வேறுபடவும் செய்தார். அந்த ஒற்றை வரியில் இந்தியத் தீவிர இடதுசாரிகள் நேருவுடன் முரண்படத்தான் செய்தார்கள். இந்தியத் தீவிர இடதுசாரிகளை பொறுத்தவரை சோஷலிசம் என்பது முற்றிலும் மேலைநாடுகளின் பொருளில் மட்டுமே பார்க்கப்பட்டதே இதன் அடிப்படைக் காரணம்.

இதற்கு நேரு சோஷலிசம் என்பதின் அடிப்படைத் தத்துவம் எதுவென்பதையும் சோஷலிசத்தில் மார்க்சின் பங்கு எதுவென்பதையும் மிகத் தெளிவாகக் குறிப்பிடுகிறார். 1936-ஆம் ஆண்டு 7-ஆந்தேதி நேரு கல்கத்தாவில் ஆற்றிய உரையொன்று நேருவின் தேர்ந்தெடுத்த நூல்கள் அமிர்த பஜார் என்னும் பத்திரிகையில் வெளியாகியிருக்கின்றன அதில் இவ்வாறு ஒரு இடத்தில் குறிப்பிடுகிறார்.

“[1]நவீன சோஷலிசத்தைப் பற்றிய மொத்தக் கருதுகோளுமே ஓரளவு புதியது என்பதை நீங்கள் அறிவீர்கள். பழங்கால சோஷலிசம் வெறும் மனிதாபிமானமாக, நீதி மற்றும் சமத்துவத்தைப் பற்றிய வெறும் கற்பனாவாதக் கருத்தாக, வறுமை மற்றும் இதர விஷயங்களை ஒழிப்பதாக இருந்தது. அந்தக் கருத்து, உலகத்தைப் போலத் தொன்மையானது என்பது உண்மையே. தொழிற்புரட்சியின் தொடக்க காலத்தில் அது முக்கியத்துவம் பெற்றது. ஆனால்,

1 நேருவின் தேர்ந்தெடுத்த நூல்கள்

நவீன அல்லது விஞ்ஞான சோஷலிசம் என்று சொல்லப்படுவது மார்க்சியமே. நாம் சோஷலிசத்தைப் பற்றிப் பேசுகின்ற போது சாராம்சத்தில் மார்க்சியத்தைப் பற்றியே பேசுகிறோம். அது வரலாற்றைப் புரிந்து கொள்வதற்குச் சில விஞ்ஞான முறைகளை அடிப்படையாகக் கொண்டிருக்கிறது. கடந்த காலச் சம்பவங்களிலிருந்த மனித சமூக வளர்ச்சியை ஆள்கின்ற விதிகளைப் புரிந்து கொள்ள முயல்வது அவ்விதிகளின் உதவியால் நிகழ்காலத்தையும், எவ்வளவு மங்கலாகத் தோன்றினாலும் எதிர்காலத்தையும், புரிந்து கொள்ள முயல்வதை அடிப்படையாகக் கொண்டிருக்கிறது. மார்க்ஸ் ஆராய்ச்சியில் ஒரு மாமேதை என்று கூறும்போது,அவர் உருவாக்கிய அடிப்படை விதிகளை நாம் அப்படியே ஏற்றுக்கொள்ளவேண்டும் என்பதில்லை, ஒரு சோஷலிஸ்ட் என்ற முறையில், ஒரு விஷயம் எனக்குப் புரியவில்லை என்றால் நாம் அதை மறுக்க வேண்டும். புரிந்து கொள்ள வேண்டும் என்னும் விருப்பத்துடன் நாம் ஒரு பொருளை அணுக வேண்டும்” என்கிற இந்தக் கருத்தின் மூலம் நேரு, நவீன சோஷலிசம் என்பதை மார்க்ஸிடமிருந்து எவ்வகையிலும் பிரிக்கமுடியாது என்கிறார். ஆனால், ஒரு சிறந்த சோஷலிசவாதி எவ்வளவு பெரிய மாமேதையுடைய கருத்திடமும் ஒத்துப் போக வேண்டிய அவசியமில்லை என்பதையும் சுட்டிக்காட்டுகிறார். அதாவது ஒரு சிறந்த சோஷலிசவாதி அவ்வப்போது ஏற்படும் சூழ்நிலைக்கு ஏற்ற கருத்தியலுக்கு முக்கியத்துவம் கொடுத்தால் மட்டுமே. அவர் சிறந்த சோஷலிசவாதி என்கிறார். இந்தியத் தீவிர இடதுசாரியத்தின் சார்பிலானவர்களுக்கு நேரு மீதும், அன்றைய காங்கிரசு மீதும் சோஷலிசத் தத்துவங்களைப் பின்பற்றுவதில் உள்ள சந்தேகம் வலுப்பதற்கு வேறொரு காரணமும் இருந்தது. அது காங்கிரஸ் மீது என்று கூறுவதைக் காட்டிலும் நேருவின் மீது என்று கூறலாம். ஏனெனில் அவர்களுக்கு காங்கிரஸ் மீது சிறிதளவும் நம்பிக்கை இல்லை. ஆனால், நேரு மீதோ ஏதோ ஒரு வகையில் ஒரு நம்பிக்கை இருந்தது. அவரையும் தங்கள் போராளி வர்க்கத்தில் அவர்கள் சேர்த்திருந்தனர். ஆனால், போராட்ட வழிமுறைகளிலிருந்து முற்றிலும் வேறுபட்டு, அஹிம்சைக் கொள்கையிலிருந்த காங்கிரசுடன் நேரு நெருக்கம் பாராட்டியது.

அவ்வியக்கத்தில் முதன்மையான தலைவராக தொடர்ந்திருப்பதில் இருந்த ஆர்வம் ஆகியவை அவர் மீதான அவர்களின் சந்தேகத்தை வலுவாக்கியது. ஆனால், நேருவோ, இதற்கும் கூட மிகத் தெளிவான விளக்கத்தினை அளித்திருக்கிறார். அதிலும் ஒரு விசேஷக் குணம் இருக்கிறது. அவர் அளித்திருக்கும் அந்த விளக்கம் காங்கிரஸ் தலைவர்கள் சோஷலிசவாதிகளை வன்முறையாளர்கள் என்று கருதியதைக் குறிப்பிடுகிறார். ஆனால், அஹிம்சை அதைவிடப் போராட்டக்குணம் வாய்த்திருப்பதாகவும் அதில் மறைமுகமாக அவர் குறிப்பிடுகிறார். நேஷனல் ஹெரால்டு பத்திரிகையில் 1939 பிப்ரவரி 28 முதல் மார்ச் 6 வரை நேரு எழுதிய கட்டுரையில் ஒரு கட்டுரையில் இவ்வாறு எழுதுகிறார்.

"[1]காங்கிரஸ் தலைவர்கள் இந்த வளர்ச்சிகளை வன்மையாகக் கண்டித்தார்கள். சோஷலிசம் சம்பந்தமான நுட்பமான தத்துவங்களில் அவர்களுக்கு ஈடுபாடு கிடையாது. சோஷலிசம் வன்முறையுடன் தவிர்க்கமுடியாதபடி சம்பந்தப்பட்டிருப்பதாக அவர்கள் கருதினார்கள். ஏனெனில், வன்முறை காங்கிரசின் அடிப்படைக் கொள்கைக்கு எதிரானது. எல்லாவற்றிற்கும் மேலாக அவர்கள் தனிப்பட்ட தாக்குதல்கள் மற்றும் விமர்சனங்களைப்பற்றி ஆத்திரமடைந்தார்கள். சிலசமயங்களில் அவர்களும் பதிலடி கொடுத்தார்கள்.

நான் இந்தியாவுக்குத் திரும்பியபோது வெறுப்பும் மோதலும் நிறைந்த இந்தச்சூழலைக் கண்டேன்.

ஐரோப்பாவையும் அதன் சமாதானவாதிகளையும் அறிந்த சோஷலிஸ்டுகளில் சிலர் அஹிம்சைத் தத்துவத்தைக் கேலி செய்ய முயன்றனர்.

ஆனால், காங்கிரஸின் அஹிம்சைத் தத்துவம் இதற்கு முற்றிலும் எதிரிடையானது. தீமைக்கு அரசியல் ரீதியில் அல்லது தார்மீக ரீதியில் சரணடையாமல் இருப்பது அதன் அடிப்படை, எல்லாத் தத்தவங்களையும் போல அஹிம்சைத் தத்துவத்திலும் சமரசங்களுக்கு இடமுண்டு. ஆனால், சாராம்சத்தில் மற்ற தத்துவங்களைக் காட்டிலும் அது மிகவும் சமரச் தன்மையற்றது

---

1 நேஷனல் ஹெரால்ட் பத்திரிக்கை

என்று கூற வேண்டும். அது இயக்காற்றல் உள்ளது. செயலற்று இருப்பதல்ல. அது எதிர்க்காமல் இருப்பதல்ல. தீமையை எதிர்ப்பது" என்கிற அந்தக் கட்டுரையின் ஒரே பதிலில் நேரு இருதரப்பினருக்கும் பதிலளிக்கிறார்.

அதாவது காங்கிரஸ் தலைவர்கள் சோஷலிசத்தை வன்முறை சார்ந்தது என்கிறார்கள். ஆனால், நேரு என்ன கூறுகிறார் அதைவிட தீவிரப் போராட்டக் குணம் வாய்ந்தது அஹிம்சை என்று அவர்களுக்கும் பதிலளிக்கிறார். மேலை நாடுகளின் சோஷலிஸ்டுகளுக்கோ அவர் அதே பதிலை வேறுமாதிரி கூறுகிறார். காங்கிரசின் அஹிம்சை சமரசமற்ற போராட்ட வழிமுறை என்று பதிலளிக்கிறார். சோஸலிசத் தத்துவத்தின் மாமேதை ஜவஹர்லால் நேரு என்பதை இதன் மூலம் உணர்த்துகிறார்.

28

நேரு அஹிம்சையை ஏற்றுக் கொண்டது குற்றமா?

ஒன்றில் நிச்சயம் நாம் நேருவை அறிந்திருக்க வேண்டும் அவர் சோஷலிஸ்டாகவும் கம்யூனிஸ்டுகளை விரும்புவராகவும் இருந்த போதும் அதன் அத்தனை அம்சங்களையும் நேரு காங்கிரசுக்குள் கொண்டு வந்தவர் என்பதை நாம் உணர வேண்டும் அதனால்தான் இன்று வரை காங்கிரஸ் அனைத்து தரப்பினராலும் ஏற்றுக்கொள்ளும் இயக்கமாக இத்தனை ஆண்டுகளாய் நூற்றாண்டைக் கடந்தும் துடிப்புடன் இருக்கிறது என்பதை அறியவேண்டும் பி.டி தாண்டன் ஜவஹர்லால் நேரு குறித்து தலை சிறந்த மேதைகள் என்ன நினைக்கிறார்கள் என்ற கட்டுரைத் தொகுப்பை வெளியிட்டார். அதில் மேலை நாட்டு சோஷலிஸ்டான எச் என். பிரெஸ்லஸ் போர்டு நேரு குறித்து என்ன கருதினார் என்பதை ஒரு கட்டுரையாக எழுதி உள்ளார். அதில் பல்வேறு பகுதிகளில் கூறியதை இங்கே குறிப்பிடுகிறோம்.

“[1]கிழக்கையும் மேற்கையும் ஒன்றுபடுத்தியவர் இவரே. நம் காலத்து வேறு எந்த இந்தியரும் இவ்வளவு செய்ததில்லை. பதினாறு வருஷங்களுக்கு முன்னே ஒரு பழைய முகலாயக் கோட்டையிலே அவர் கைதியாக இருந்தபோது சந்தித்தேன். சோஷலிஸ்டுகளாகச் சந்தித்தபடியால் உடனே மனம் நெருங்கி உறவாடிப் பேசினோம். போராட்ட முறைகளைப் பற்றி அவ்வப்பொழுது நாங்கள் மாறுபட்டிருக்கிறோம். இருப்பினும் அன்று முதல் இன்றுவரை இத்தலைமுறையில் உலகமெங்கும் பரவியுள்ள விடுதலைப் போராட்டத்தைச் சேர்ந்த மேன்மையான வீரன் என்று அவரை நாம் எப்பொழுதுமே கருதி, ஆதரித்து மதித்து வந்திருக்கிறேன்.

---

1 நேரு குறித்து தலை சிறந்த மேதைகள் பி.டி.தாண்டன்

அஹிம்சைப் போரில் தீவிர பங்கெடுத்தவர்களுடைய குணப்போக்கை அப்போர்முறை எவ்வாறு மாற்றியமைத்திருக்கிறது என்பதை, அப்போர்வீரர்களோடு பழகிய நாங்கள் அநேக ஆண்டுகளாய் அறிந்து வந்திருக்கிறோம். சாதாரணமானவர்களிடமும் சரி, வல்லவர்களிடமும் சரி, சுயநலமற்றத் தன்மையும், கடமையில் பற்றும், தற்கால உலகில் வேறெங்கும் காண முடியாத ஆர்வத்தினையும், அஹிம்சைப் போர் உண்டாக்கிவிட்டது. நம் காலத்து ஐரோப்பாவில் இதற்கு இணை காண வேண்டுமென்றால் ஜார் ஆட்சியையும், ஜெர்மனி நாஜிக்களையும் எதிர்த்த ரகசிய இயக்கங்களில்தான் காணலாகும். ஆனால், அவையெல்லாம் சூழ்ச்சி இயக்கங்கள். எவ்வளவுதான் தீவிரமும் பக்தி சிரத்தையும் பெற்றிருந்தாலும் காந்திஜியின் உணர்ச்சி வேகத்தால் இழுக்கப்பட்ட இந்த இந்தியர்களின் அறவொழுக்கத்தை அவை பெற்றிருக்கவில்லை. அஹிம்சைப் போரின் தனிக்குணமென்ன? நம்பிக்கையால் எய்தும் அமைதி மேல்நாட்டுச் சந்தேகப் பார்வையாளர்களுக்கு இவ்வமைதி வியப்பையும், திகைப்பையும் உண்டாக்கும். சாதாரண சராசரி மனிதனிடம் இந்த நம்பிக்கை இயல்பாக அமைந்திருக்கிறது. சிந்தனையாளரான நேரு அதற்கு உறுதியான அறிவுப்பூர்வமான அடித்தளம் கட்டினார். மனிதவர்க்கத்தின் வளர்ச்சியின் ஒரு பகுதியாக சரித்திர நோக்கோடு பார்க்கும்போது அவர் ஈடுபட்டுள்ள ஆவேசப் போரை ஒரு அற்புதமான வெற்றி என்றே கருத வேண்டும்". என்று எச்.என்.பிரஸ்லஸ் போர்டு எழுதிய கட்டுரையை பி.டி.தாண்டன் குறிப்பிட்டிருக்கிறார்.

இதை நாம் ஏன் இங்கே குறிப்பிடுகிறோம் என்றால் சென்ற கட்டுரையில் அஹிம்சைப் போராட்டம் குறித்த கருத்துகளை நேரு எவ்வாறு காங்கிரசுக்கும் சோஷலிஸ்டுகளுக்கும் ஒப்புமைப்படுத்தினார் என்பதைப் பார்த்தோம். அதனை நாம் அவ்வாறு உறுதியான தன்மையோடு கூறியிருக்கிறோமா என்பதில் நமக்குச் சந்தேகம் இருக்கிறது. அதனால்தான் மிகத் தெளிவாக நாம் கூறவேண்டிய கட்டாயம் ஏற்பட்டிருக்கிறது. ஒரு மேலை நாட்டு சோஷலிஸ்ட்டு ஜவஹர்லால் நேரு விரும்பும் அஹிம்சைப் போராட்டத்தை, மேலை நாட்டு சோஷலிசப் போராளிகளின் போராட்ட முறைகளையும்விடத் தீவிரத்தன்மை கொண்டது

என்கிறார். ஒரு சோஷலிஸ்டாக நேரு மேலை நாட்டையும் கீழை நாட்டையும் ஒன்றுபடுத்தியவர் என்கிறார்.

இந்தியா போன்ற தேசத்தில் போராளிகளின் வாழ்க்கை என்பது மேலைநாடுகளுக்கு இணையாக அமைக்கப்படுகின்றபோது அந்தப் போராட்டம் ஒரு வெற்றிக்கான பாதையை வகுத்திடுமா என்பதில் மிகப்பெரும் சந்தேகம் இருக்கிறது. இக்கருத்து சுதந்திரப் போராட்டம் நடந்த காலத்திற்காகத்தானதாக மட்டுமே எடுத்துக் கொள்ள வேண்டும். என்பதையும் நாம் நினைவில் கொள்ள வேண்டும். பொதுமக்கள் பொதுஅறிவில் அவ்வளவு நிபுணத்துவம் பெறாத அந்த காலகட்டங்களிலேயே இக்கருத்து விவாதத்தை ஏற்படுத்தும் என்றால் இன்றுள்ள நிலைமையில் கூட இந்தியாவிலும் மேலை நாடுகளிலும், ஏனைய நாடுகளிலும் நடக்கின்ற கம்யூனிசப் போராட்டத்தின் தன்மை என்பது மக்களிடம் வெகுவான வரவேற்பைப் பெற்றிடுமா என்பதை நாம் சிந்தித்துப் பார்க்க வேண்டும். ஒரு பெரும் எண்ணிக்கையில் அமைந்த சமூகக் கூட்டத்தில், எழுத்தறிவிலே பெரிய சதவிகிதத்தை எட்டிடாத ஒரு சமூக அமைப்பிலே, நமது உரிமைக்கான போராட்டம் என்பது அதன் தீவிரத் தன்மையை எட்டுகின்றபோது அச்சமூகத்தின் மக்கள் அப்போராட்டத்தில் நீண்ட காலமாகப் பங்கெடுக்க முடியுமா? வறுமையில் வாடும் ஒரு பெரும் சமூகம் தீவிர ஆயுதமேந்திய போராட்டத்தை மிக நீண்ட காலத்திற்குக் கொண்டு செல்ல முடியாது என்பதால் அஹிம்சையே அப்போராட்டத்தின் வெற்றி வழியைத் தீர்மானிக்கும் சூத்திரம் என்பதை நாம் அறிய வேண்டும். இந்தியாவில் இருக்கின்ற தீவிர இடதுசாரிய இயக்கத்தைச் சார்ந்தவர்கள் காங்கிரஸ் பேரியக்கத்தின் இந்த அஹிம்சா போராட்ட முறைக்குதான் எதிர்ப்பைத் தெரிவித்து காங்கிரஸை ஏற்றுக்கொள்ளத் தயக்கம் காட்டினார்கள் என்பது வரலாறு. ஆனால், இந்த தேசத்தின் சமூகக் கட்டமைப்பிற்கு எத்தகைய போராட்ட முறை இலகுவாகவும், நீண்ட காலம் பயணித்துச் செல்லக்கூடியதாகவும் இருக்கமுடியும் என்பதுதான் அதன் வெற்றியின் இலக்கை நிர்ணயிக்கிறது. அந்தப் போராட்ட முறை சமரசம் இல்லாதவகையிலும் தீவிரத் தன்மையின் எந்த கோட்பாட்டையும் மீறாதவாறும் தன்னையே வருத்திக் கொண்டு

போராடும் அந்த போராட்ட வாழ்வு முறையை ஒரு மேலைநாட்டு சோஷலிஸ்டு ஒப்புக் கொள்கின்ற போது அதன் வெற்றியை ஏற்றுக் கொள்கின்றபோது அந்தப் பயணத்தை நேரு தொடர்ந்ததை மட்டுமே காரணமாகக் கொண்டு இந்தியத் தீவிர இடதுசாரிகள் எதிர்த்திருந்தால் வரலாற்றில் அந்தக் காரணம் முதலாவதாக இருந்திருந்தால் நாம் இனி வரும் ஆய்வுகளில் அது குறித்துத் தீவிரமாக அலச வேண்டிய கட்டாயம் ஏற்படுகிறது.

29

கம்யூனிஸிசத்தை காங்கிரஸில் கண்ட நேரு

பொதுவில் நேரு காங்கிரஸில் சேர்ந்து பணியாற்றத் தொடங்கியதற்கான காரணத்தை நாம் பார்த்தோமேயானால் அதன் அடிப்படைத் தத்துவம் என்பது கம்யூனிஸ்ட் கட்சி அறிக்கையிலிருந்தே தொடங்குவதைப் பார்க்கலாம். காங்கிரஸ் சோஷலிச சித்தாந்த உருவாக்கத்தின் வேறு வடிவினைக் கொண்டிருந்தாலும் அதன் கருத்தியல் சோஷலிசத்தைச் சார்ந்து அமைந்ததாலையும் நேரு காங்கிரஸைத் தேர்வு செய்வதற்கு காரணம் ஏற்பட்டிருக்கலாம். ஏனெனில் நேரு காங்கரஸில் தீவிரமாக பணியாற்றி வருவதற்கு முன்பு வரை அவ்வப்போது அவர் காங்கிஸ் கமிட்டி கூட்டங்களில் கலந்து கொண்டிருந்தாலும் அவர் அதிகமாகச் செயல்பட தொடங்கியது என்பது அன்னிபெசன்ட் அம்மையாரின் ஹோம் ரூல் இயக்கத்தில்தான் என்பதை நாம் நினைவில்கொள்ள வேண்டும். ஆனால், அதிலிருந்து நேரு முழுமையாக வெளியேற ஏற்பட்ட காரணத்தை அவர் இவ்வாறு அவரின் சுயசரிதையில் குறிப்பிடாவிட்டாலும் காங்கிரஸ் மீதான தனது ஈர்ப்பிற்குக் காரணமாக நேரு அவரின் சுயசரிதையில் 7 ஆவது அத்தியாயத்தில் இவ்வாறு கூறுகிறார்.

“[1]உலகப்போர் முடிந்தது. இந்தியாவில் போர்க்கால நெருக்கடியால் அடக்கப்பட்டிருந்த ஆர்வம் கிளர்ந்தெழுந்தது. தொழில் வளம் பெருகியது. முதலாளிகளுக்குச் செல்வத்தோடு செல்வம் சேர்ந்தது. சமூக ஏணியின் உச்சியிலேயிருந்த மிகச் சிலரான இம்முதலாளிகள் மேலும் மேலும் செல்வத்தையும் செல்வாக்கையும்

---

1 சுயசரிதை நேரு

நாடினர். ஆனால், பெரும்பாலோர் ஏழைகளாக இருந்தனர். அவர்கள் தம் வறுமைத் துன்பம் என்று தொலையுமோ என்று ஏங்கிக் கொண்டிருந்தனர். நடுத்தர வகுப்பினர் அரசியலமைப்பில் மாறுதல் ஏற்படும், பொறுப்பு ஆட்சிகுரிய வழிவகைகள் செய்யப்படும். முன்னேற்றத்திற்குரிய புதிய வாய்ப்புகள் தோன்றும் என்றெல்லாம் எதிர்பார்த்தனர். நாடெங்கும் அமைதியான சட்ட வரம்புக்குட்பட்ட அரசியல் கிளர்ச்சி ஓங்கியது. தன்னாட்சி ஏற்படும் என்று எல்லோரும் நம்பிக்கொண்டிருந்தனர். பொதுமக்களிடையே கூட குறிப்பாகக் குடியானவர்களிடையே, கிளர்ச்சியின் அறிகுறிகள் காணப்பட்டன. போர்க்காலத்தில் கட்டாயமாகப் படைதிரட்டப்பட்டதைப் பஞ்சாப் மக்கள் இன்னும் மறக்கவில்லை. அரசாங்கம் மக்களையும், மற்றவர்களையும் வீணாகச் சதிதிட்டக் குற்றங்களுக்கு ஆளாக்கி அவர்களை அடக்கியதும் மக்களிடையே மிகுந்த பரபரப்பை உண்டாக்கியிருந்தது. தூர நாடுகளில் நடைபெற்ற போர்களில் தீரப்போர் புரிந்து திரும்பிய படைவீரர்கள் முன்போல் அடிபணியும் அடிமைகளாக இருக்கவில்லை. அறிவு வளர்ச்சி பெற்ற அவர்களிடையேயும் அதிருப்தி நிலவியது.

காந்தியடிகள் 1919-ஆம் ஆண்டின் தொடக்கத்தில் கடுமையான நோய்வாய்ப்பட்டு உடல் நலம் குன்றியிருந்தார். படுத்த படுக்கையாய்க் கிடந்த நிலையிலேயும் காந்தியடிகள் ரௌலட் சட்டங்களுக்குத் தம் இசைவை நல்க வேண்டாம் என்று வைசிராயைக் கெஞ்சினார், வேண்டினார். இவ்வேண்டலும் மற்ற வேண்டல்களைப் போலவே புறக்கணிக்கப்பட்டது. இதனால் காந்தியடிகளுக்கு ஆங்கிலேயரின் பாலிருந்த நம்பிக்கை நலிந்தது. சட்ட மறுப்பு இயக்கத்தைத் துவக்கினார். சத்தியாகிரகச் சபையை நிறுவினார். அச்சபையின் உறுப்பினர்கள் ரௌலட் சட்டங்களையும் அத்தகைய பிற சட்டங்களையும் மறுக்க வேண்டும். அதனால் சிறை செல்ல நேரினும் அதற்கும் தயாராக இருக்க வேண்டும் என்று உத்திரவுகள் இட்டார்.

நாம் இந்த ஏற்பாட்டைச் செய்தித்தாளில் படித்ததும் அதுவரையில் உள்ளத்தை உறுத்திக் கொண்டிருந்த சுமை குறைந்தது. நாம் வெகுகாலமாக நாடிக் கொண்டிருந்த நேரடியான, வெளிப்படையான, வன்மையான ஒரு செயல்முறை கிடைத்து

விட்டது கண்டு மகிழ்ந்தேன். ஆர்வம் பொங்கி எழுந்தது. சத்தியாகிரகச் சபையில் உடனடியாகச் சேர விரும்பினேன். அச்சபையில் சேர்வதால் நேரும் விளைவுகளைப் பற்றி எண்ணிக் கூட பார்க்கவில்லை" என்கிற தனது எண்ணங்களை நேரு தனது சுயசரிதையில் 1934 மற்றும் 1935-ல் ஆண்டுகளில் எழுதும்போது 1919-இல் இருந்த தனது மனநிலையை இவ்வாறு வெளிப்படுத்துகிறார். முதலாளிகளின் சுரண்டல் போக்கினை எதிர்த்தும் அவர்களிடமே செல்வம் சேர்வதைப் பொறுத்துக் கொள்ள முடியாத காரணத்தைக் கூறும் ஜவஹர்லால் நேரு போர்தான் முதலாளித்துவம் தனக்குச் சாதகமாக அவ்வப்போது ஏற்படுத்திக்கொள்ளும் ஆயுதம் என்றும் மறைமுகமாகக் குறிப்பிடுகிறார். இதைத்தான் கம்யூனிஸ்ட்டு அறிக்கையின் 33வது பத்தி இவ்வாறு கூறுகிறது.

"இதே போன்றதோர் இயக்கம் நம் கண் எதிரே நடைபெற்று வருகிறது. பூர்ஷ்வா உற்பத்தி உறவுகள், பரிவர்த்தனை உறவுகள், சொத்துடைமை உறவுகள், மாயவித்தை புரிந்தாற்போல் இத்தகைய பிரம்மாண்டமான உற்பத்திச் சாதனங்களையும் பரிவர்த்தனை சாதனங்களையும் உருவாக்கியுள்ள பூர்ஷ்வா சமுதாயம் - இது தனது மந்திர உச்சாடனங்கள் மூலம் பாதாள உலகிலிருந்து வரவழைக்கப்பட்ட சக்திகளைக் கட்டுப்படுத்த இயலாது போன மந்திரவாதியைப் போன்றதாகும். கடந்த பத்தாண்டுகளின் தொழிலுற்பத்தி, வணிகம் ஆகியவற்றின் வரலாறு, நவீன உற்பத்தி உறவுகளுக்கு எதிராக நவீன உற்பத்தி சக்திகள் நடத்தி வந்த கலகத்தின், பூர்ஷ்வா வர்க்கம் அதனுடைய ஆட்சி ஆகியன நிலவுவதற்கான நிலைமைகளாக உள்ள சொத்துடைமை உறவுகளுக்கு எதிராக நடத்தப்பட்ட கலகத்தின் வரலாறே தவிர வேறல்ல. இடைவெளி விட்டுத் திரும்பத் திரும்ப நிகழ்கிற வணிக நெருக்கடிகளைக் குறிப்பிட்டாலே போதும் - திரும்பத் திரும்ப வரும் இந்த நெருக்கடிகள் ஒவ்வொரு முறையும் முன்பைவிட மேலும் அச்சுறுத்தும். வகையில் பூர்ஷ்வா சமுதாயம் முழுவதன் இருத்தலையே கேள்விக்குட்படுத்துகின்றன. இந்த வணிக நெருக்கடிகளின்போது ஒவ்வொரு முறையும் இருக்கின்ற உற்பத்திப்பொருள்களில் பெரும்பகுதி மட்டுமின்றி முன்பு

ஏற்கனவே உருவாக்கப்பட்ட உற்பத்தி சக்திகளில் ஒரு பெரும் பகுதியும் அழிக்கப்படுகின்றது. இதற்கு முந்தைய சகாப்தங்களிலும் அபத்தமாகக் கருதப்பட்டிருக்ககூடிய ஒரு தொற்று நோய் மிகை உற்பத்தி என்னும் தொற்றுநோய் பரவுகிறது. சமுதாயம் திடீரென்று பின்னுக்கு இழுக்கப்பட்டுத் தற்காலிகக் காட்டுமிராண்டி நிலையில் வைக்கப்படுகிறது ஏதோ ஒரு பஞ்சமோ, அனைத்தையும் அழிக்கும் ஒரு போரோ பிழைப்பு சாதனம் ஒவ்வொன்றும் வழங்கப்படுதலைத் துண்டித்துவிட்டாற்போல் தோன்றுகிறது. தொழிலுற்பத்தியும் வணிகமும் அழிக்கப்பட்டுவிட்டதுபோல் தோன்றுகிறது. ஏன் இப்படி? இதற்குக் காரணம் மிதமிஞ்சிய நாகரிகம் மிதமிஞ்சிய பிழைப்பு சாதனங்கள், மிதமிஞ்சிய தொழிலுற்பத்தி மிதமிஞ்சிய வர்த்தகம் இருப்பதுதான் சமுதாயத்தின் வசமுள்ள உற்பத்தி சக்திகள் பூர்ஷ்வா சொத்துடைமை உறவுகளைத் தொடர்ந்து வளர்ச்சியுறச் செய்வனவாக இனி இருப்பதில்லை. மாறாக அந்த உறவுகளுக்குப் பொருந்தாத வகையில் வலிமை மிக்கவையாகிவிட்டன. அந்த உறவுகள் அவற்றின் வளர்ச்சிக்குத் தடைகளாகியுள்ளன. உற்பத்திச் சக்திகள் அந்தத் தடைகளைக் கடந்து வந்ததுமே அவை பூர்ஷ்வா சமுதாயம் முழுவதிலும் சீர்குலைவைக் கொண்டு வருகின்றன. பூர்ஷ்வா சொத்துடைமை நிலவுதலையே அபாயத்துக்குள்ளாக்குகின்றன. பூர்ஷ்வா செத்துடைமை உறவுகள் அவற்றால் உருவாக்கப்பட்ட செல்வத்தைச் சூழ்ந்து கொள்ள முடியாத அளவுக்குக் குறுகலாக உள்ளன. பூர்ஷ்வா வர்க்கம் இந்த நெருக்கடிகளை எப்படி சமாளிக்கிறது? ஒருபுறம் வலுகட்டாயமாக உற்பத்தி சக்திகளில் ஒரு பெரும் பகுதியை அழிப்பதின் மூலமும், மறுபுறம் புதிய சந்தைகளை கைப்பற்றுதல், பழைய சந்தைகளைக் கடைசி சொட்டு வரை சுரண்டுதல் ஆகியவற்றின் மூலமும் அதாவது மேலும் விரிவான மேலும் நாசகரமான நெருக்கடிகளுக்கு வழிவகுப்பதன் மூலமும், நெருக்கடிகளைத் தவிர்ப்பதற்கான வழிமுறைகளைக் குறைப்பதன் மூலமும்" என்கிறது அறிக்கை.

இத்தனை பெரிய கம்யூனிஸ அறிக்கையின் 33-ஆவது பத்தியை நேரு மிகச் சுலபமாக ஒரே பத்தியில் கூறியிருக்கிறார். இதே பத்தியை நாம் மகாத்மாவைக் குறித்து எழுதும் போதும் குறிப்பிட்டிருக்கிறோம். அப்போதே நாம் மீண்டும் குறிப்பிட

வேண்டிய கட்டாயம் ஏற்படும் என்றும் கூறியிருதோம். சரி விஷயத்திற்கு வருவோம். கம்யூனிசக் கட்சி அறிக்கையில் பூர்ஷ்வா வர்க்கம் தங்கள் வளர்ச்சியை உறுதிப்படுத்த செயற்கையான பஞ்சத்தையோ அல்லது போரையோ தோற்றுவிக்கும் என்றது. ஆனால், இதில் நேருவோ, அதைப்போன்ற போர் செல்வந்தர்களுக்கு மிகையான செல்வத்தை வழங்கியதைக் குறிப்பிடுகிறார். கம்யூனிசக் கட்சி அறிக்கையோ இதைப்போன்ற சூழ்நிலையில் உற்பத்தி உறவுகள் (தொழிலாளர்கள்) பெரும் போராட்டத்தையும் கலகத்தையும் ஏற்படுத்தும். பூர்ஷ்வா சமூகத்தின் சொத்துடைமைகளுக்கு அச்சுறுத்தலை ஏற்படுத்தும் என்கிறது. நேருவோ அதைப்போன்றே செல்வந்தர்களிடம் செல்வம் மேலும் சேர்வதும் வறுமையில் வாடியவர்களுக்கு துன்பத்தைக் கொடுத்ததாலும், அடிமைத்தனத்தில் விடுதலை வேண்டியவர்களாலும், பிரச்சனைகள் தீராத நடுத்தர வகுப்பினரும், கோபமும் வெறுப்பும் அடைந்து போராட்டமும் கலகமும் முதலாளித்துவ அரசுக்கு எதிராக ஏற்பட்ட சூழ்நிலையில் அந்த சூழ்நிலையை பயன்படுத்தி அத்தகைய போராட்டாக்காரர்களுக்கு உறுதுணையான வழியை ஏற்படுத்திய காங்கிரஸ் மீது இயற்கையாகவே நேரு ஈடுபாடு கொள்ளக் காரணம் ஏற்பட்டது என்று அவரின் சுயசரிதையில் அவரே குறிப்பிடும் போது அந்த காரணத்தை கம்யூனிசக் கட்சியின் அறிக்கை தனது 33ஆவது பத்தியில் வெளிப்படையாகத் தெரிவித்திருக்கும் போது நேருவின் பார்வையில் காங்கிரஸ் எந்தக் கோட்பாட்டைக் கொண்டிருந்தது என்பதையும் அந்தக் கோட்பாட்டில் தீவிரத் தன்மை உள்ளதை நேரு இந்தியாவிற்கே ஏற்ற வகையில் அறிந்திருந்ததையும்தான் நாம் அறிய வேண்டும். நேருவைப் பொறுத்தவரை அப்போதுதான் இந்தியாவில் ஜனத்திரளில் ஒரு தீவிர போராட்ட குணம் ஏற்பட்டதை அறிந்திருக்கிறார் என்பதைத்தான் அவர் காங்கிரஸில் சேர்ந்து பணியாற்றுவதற்கான காரணமாக அவரின் சுயசரிதையில் தெரிவித்திருக்கிறார். இதைக்குறித்து நாம் சிந்தித்தால், நேருவின் மீதான மிதவாத சோஷலிஸ்டு என்கிற இந்தியக் கம்யூனிஸ்டுகளின் பார்வையில் இருந்த குறைபாடுகளையும் கூட நாம் ஓரளவேனும் அறிய முடியும் என்று நம்பலாம்.

30

இந்தியாவின் இயற்கையான இடதுசாரியர் நேரு

இப்போது ஒரு முக்கியமான விஷயத்திற்கு வருகிறோம். பொதுவாக ஜவஹர்லால் நேருவை ஜனநாயக சோஷலிஸ்டு என்றே பெரும்பாலோனோர் அழைப்பர். அந்தப்பதம் எந்த நோக்கத்திற்காக அவரை நோக்கிக் கூறப்பட்டதோ நாம் அறியமுடியவில்லை. ஒரு வேளை அவ்வாறு கூறியவர்கள் உண்மையில் கம்யூனிஸ்ட் கட்சியின் அறிக்கையில் மார்க்சும் எங்கெல்சும் கூறியதை ஆதாரமாகக்கொண்டு அவ்வாறு கூறியிருக்கிறார்களா என்பதையும் உண்மையில் நாம் அறிய முடியவில்லை. ஏனெனில் கம்யூனிஸ்ட் கட்சியின் அந்தப் பதம் ஜனநாயக சோஷலிஸ்டுகளை அவ்வளவு சிறப்பாகக் கூறுவதற்காகவும் கூறப்படவில்லை என்பதை நாம் கவனிக்க வேண்டும். அவ்வாறு இருக்கும்போது நேருவின் சிந்தாந்தத்தைப் பெருமைப் படுத்தக் கூறியவர்கள் அந்தப் பதத்தை எவ்வாறு கையிலெடுத்தார்கள் என்பதை நாம் அறியமுடிவில்லை. ஆனால், ஜனநாயக சோஷலிஸ்ட் நேரு என்பது இந்தியாவிற்கு ஏற்ற சிறந்த சோஷலிச சிந்தாந்தம் என்பதையே நாம் இங்கு ஆதாரத்துடன் பார்க்கப் போகிறோம். முதலில் ஜனநாயக சோஷலிஸ்டுகள் குறித்து ஏங்கெல்ஸ் என்ன கருதினார் என்பதைக் குட்டி பூர்ஷ்வா வர்க்கம் என்பதற்கான விளக்க உரையின் முன்னுரையில் எ.எஸ். வி.ராஜதுரை இவ்வாறு குறிப்பிடுகிறார்.

"[1]எங்கெல்ஸின் கம்யூனிசத்தின் கோட்பாடுகளில் சோசலிஸ்டுகள் எனப்படுவோர் அவர்களது அரசியல் கண்ணோட்டம் வர்க்க அடிப்படைகள் ஆகியவற்றைக் கொண்டு மூன்று குழுக்களாகப் பிரிக்கப்பட்டுள்ளனரேயன்றி நிலப்பிரபுத்துவ சோசலிஸ்டுகள் குட்டி-பூர்ஷ்வா சோலிலிஸ்டுகள், ஜெர்மன் அல்லது உண்மை

---

1 கம்னியூஸ்ட் கட்சி விளக்க அறிக்கை எஸ்.வி,ராஜதுரை

சோசலிஸ்டுகள் என்னும் அடையாளச் சீட்டுகளின் கீழ் அல்ல என்பதைக் காணலாம். MECW/6, 355-356 இங்கு குட்டி-பூர்ஷ்வா சோஷலிஸ்டுகளும் வர்க்க உணர்வற்ற பாட்டாளிகளும் ஜனநாயக சோசலிஸ்டுகள் என்று எங்கெல்ஸால் குறிப்பிடுகின்றார் (ஜனநாயக சோசலிஸ்டுகள் என்னும் பதத்திற்கு இன்றுள்ள அர்த்தம் வேறு என்பதைச் சொல்லத் தேவையில்லை.) கம்யூனிசத்தின் கோட்பாடுகளால் ஜனநாயக சோசலிஸ்டுகள் என்று கூறப்படுபவர்கள் புரட்சித் தன்மையற்ற ஜனநாயகத்தின் இடதுசாரியப் பிரிவினராக சமூகச் சீர்திருத்தத்தில் மட்டுமே அக்கறை கொண்டிருந்த, முதலாளியத்தை எதிர்க்காத ஜனநாயகவாதிகள்"என்றே குறிப்பிடப்பட்டிருக்கிறது. இதில் ராஜதுரையின் கருத்துகள் ஏதும் இல்லை என்பதையும் நாம் அறிய வேண்டும். இக்கருத்துகள் முழுவதும் எங்கெல்சின் கருத்துக்களாகவே கொள்ள வேண்டும்.

அக்கருத்தின்படி குட்டி பூர்ஷ்வாக்கள் ஜனநாய சோஷலிஸ்டாக மாறிப்போனதைக் குறித்து அவ்வாறு சிறப்பாகக் கூறப்படவில்லையே என்றும் எவராவது நினைக்கலாம். அவர்கள் அவ்வாறு நினைக்கவும் தேவையில்லை இந்தியா போன்ற நாட்டில் இதுதான் உண்மையான சோஷலிச சித்தாந்தம் என்பதை நாம் உணரவேண்டும். ஏனெனில் அதே குட்டி பூர்ஷ்வா விளக்க உரைக்குக் கீழ் குட்டி பூர்ஷ்வா சோஷலிஸ்டுகளுக்கான வரையறைகளைக் கொண்ட கம்யூனிச அறிக்கையின் 148-ஆவது பத்தியைப் பார்ப்போம்.

"[1]மக்கள் தொகையில் பாதிக்கும் மேற்பட்டோர் விவசாயிகளாக இருக்கும் பிரான்ஸ் போன்ற நாடுகளில் பூர்ஷ்வா வர்க்கத்திற்கு எதிராகப் பாட்டாளி வர்க்கத்தை ஆதரித்த எழுத்தாளர்கள் பூர்ஷ்வா ஆட்சியைப் பற்றித் தமது விமர்சனத்திற்குக் குட்டி-பூர்ஷ்வா, சிறு விவசாயி ஆகியோரின் அளவுகோலைப் பயன்படுத்தி குட்டி-பூர்ஷ்வா வர்க்கத்தின் நோக்குநிலையிலிருந்து தொழிலாளர்களுக்கு ஆதரவு கொடுத்தது இயல்பானதே. குட்டி-பூர்ஷ்வா சோசலிசம் உருக்கொண்டது. இவ்வாறுதான் இந்த இலக்கியத்தில் பிரான்சுக்கு மட்டுமின்றி இங்கிலாந்துக்கும் முதன்மையானவராக இருப்பவர் ஸிஸ்மோந்தி"என்கிறது கம்யூனிஸ்ட் கட்சி அறிக்கை.

இதன் அடிப்படைக் கருத்து எதைக் கூறுகிறதென்றால் விவசாயிகள் அதிக எண்ணிக்கையில் உள்ள தேசங்களில் ஜனநாயக

1 கம்னியூஸ்ட் கட்சி அறிக்கை

சோஷலிஸ்டுகளின் நோக்கம் சரியாக இருக்கலாம் என்றும் இப்பத்தி வாதிடுகிறது. அதாவது ஜனநாயக சோஷலிசவாதிகள், குட்டி பூர்ஷ்வாக்களை மட்டும் ஆதரிப்பவர்களாக இருக்க தேவையில்லை. இடத்திற்குத் தகுந்தவாறு மாறிக்கொள்வதும் என்றும் பொருள் கொள்ளலாம். அப்படியெனில் 95 சதவீத மக்களை விவசாயிகளாகக் கொண்டிருக்கும் இந்தியா போன்ற தேசத்தில் உண்மையான இடது சாரியம் என்பதோ அல்லது ஜனநாயக சோஷலிசவாதமோ எதுவாக இருக்கமுடியும் என்பதே இங்கே பிரதான கேள்வியாக முன்னெழுகிறது. அதன் அடிப்படையில் நேரு இந்தியாவில் இருந்த விவசாயிகள் குறித்த கண்ணோட்டத்துடன் ஒப்பிட்டுப் பார்க்கும் போது இன்னும் அதிகமாக நாம் ஜனநாயக சோஷலிஸ்டு நேரு என்பதற்கான காரணத்தைப் பூரணமாக அறிந்துகொள்ள முடிகிறது. ஏனெனில், விவசாயிகள் அதிகமாக இருக்கும் நாட்டில் சிறு விவசாயின் பார்வையிலிருந்தே தொழிலாளர்களுக்கு ஆதரவு கொடுக்கப்பட்டிருப்பதாகவும், அத்தகையோர் பூர்ஷ்வா வர்க்கத்தை எதிர்த்தபோதும், முற்றும் முதலுமுமாக தொழிலாளர் வர்க்கங்களை ஆதரிப்பதைத் தவிர்த்து ஒரு ஜனநாயகப் பாதையை தோற்றுவித்ததைத்தான் மறைமுகமாக ஒப்புக்கொள்கிறது என்றே கருதவேண்டும். ஏனென்றால் 148 பத்தியின் இறுதியில் குறிப்பிடப்பட்டிருக்கும் ஸிஸ்மோந்தி ஸ்விஸ்சர்லாந்து நாட்டைச் சார்ந்த பொருளாதாரவாதியும், உலகின் ஜனநாயகப் பாதையை வகுத்தவருமாகக் கருதப்பட்ட ஆடம் ஸ்மித்தைப் பின்பற்றியவர். ஆனால், காலப்போக்கில் அதிலிருந்து மாற்றமடைந்து, சமூகப் பொருளாதாரக் கோட்பாட்டில் நம்பிக்கை கொண்டு அதற்கான பணிகளை மேற்கொண்டவர் என்பதை ரையாஸானோவ், ஹால்ட்ரேப்பர், ஃபில் காஸ்பர் மற்றும் மார்க்ஸிம் கூட எவ்விதமான சந்தேகங்களுக்கும் அப்பாற்பட்ட வகைகளில் ஒப்புக்கொண்டிருப்பதை அதே 148 பத்தி விளக்க உரையில் எஸ். வி.ராஜதுரையும் கூட ஒப்புக்கொள்கிறார். அதுமட்டுமில்லாமல் அவர் குட்டி பூர்ஷ்வா விளக்க உரையிலும் கூட எங்கெல்ஸ் வர்க்க உணர்வற்ற பாட்டாளிகளை ஜனநாயக சோஷலிஸ்டுகளாக ஒப்புக்கொண்டதையும் குறிப்பிடுகிறார். அவ்வாறு குறிப்பிடும் எஸ்.வி.ராஜதுரை அதன் இறுதியில் சோஷலிச ஜனநாயகவாதிகளை சமூகச் சீர்திருத்தவாதிகள் என்கிற பதத்தில் மட்டுமே முடிந்துபோகக் கூடியவர்களாகவும் கூறி முடிக்கிறார். ஏனென்றால், அறிக்கையின் 148-ஆவது பத்தி கூறுவதுபோல் விவசாயிகள் அதிகமுள்ள

இடத்திற்கு சோஷலிசம் தனது பாதையை வேறு வடிவம் கொண்டு மாற்றிக்கொள்வது இயற்கையானது என்பது ஒருபுறமிருகட்டும். இதைப்போன்ற கருத்துகளை மேலும் வலுவாக்கும் விதமாக கார்ல் மார்க்ஸின் வாழ்க்கை வரலாறு என்னும் நூலில் "இத்தாலியின் ஒருமைப்பாட்டிற்கு புரட்சிகரமான பாதைக்கு" என்னும் தலைப்பில் வெளிவந்திருக்கும் பகுதியில் 1859 ஜனவரி தொடக்கத்தில் "இத்தாலிய ஒற்றுமைக்காக" என்னும் தலைப்பில் மார்க்ஸ் இவ்வாறு குறிப்பிட்டுள்ளதாகக் கூறப்பட்டிருக்கிறது.

"[1]இத்தாலியர்கள் தங்களுடைய ஒடுக்குமுறையாளர்கள் பால் காட்டும் மிகவும் கொதிப்புமிக்க வெறுப்பு, அவர்களுடைய நாளுக்கு நாள் அதிகரித்துக்கொண்டிருக்கும் கஷ்ட நஷ்டங்களுடன் இணைந்து ஒரு பொதுவான புரட்சி கொப்பளித்து வெளிவருவதற்கு இடமளிக்கும்." மார்க்ஸ் உண்மையான தேசபக்த சக்திகளுக்கு ஆதரவு கொடுத்தர். அவர்களை "இத்தாலிய தேசியக் கட்சி" என்று அவர் அழைத்தார். பீட்மோன்டினுடைய சவேய் வம்சாவழியினரின் கீழ் இத்தாலியை ஒன்றுபடுத்துவதற்கான மக்கள் விரோத எதிர்புரட்சித் திட்டங்களை அவர் அம்பலப்படுத்தினார். இத்தாலிய ஜனநாயகவாதிகள் நடுத்தர பூர்ஷ்வா வர்க்கம், குட்டி பூர்ஷ்வா வர்க்கம், விவசாயிகள், முற்போக்கு எண்ணம் கொண்ட அறிவாளிகள், இன்னும் சிறிய அளவிலேயே உள்ள தொழிலாளி வர்க்கம் முதலிய பகுதிகளை புரட்சிக்கான கிளர்ச்சியில் இறங்குவதற்கு முன் கையெடுத்துச் செயல்படுவர்கள்' என்று மார்க்ஸ் நம்பிக்கை கொண்டிருந்தார்.

இவ்வாறு கூறப்பட்டிருக்கும் இந்தக் கருத்தியல் ஜவஹர்லால் நேரு ஏன் ஒரு சிறந்த ஜனநாயக சோஷலிஸ்டு என்பதை நிரூபிப்பதற்கான பதம் என்று கொள்வதைக் காட்டிலும், அப்பதத்தில் உள்ள இப்போதுதான் சிறிய அளவில் உருவாகிக் கொண்டிருக்கும் தொழிலாளி வர்க்கம் கொண்ட தேசத்தில், அவர்களுடன் சேர்ந்து அரசவம்சத்தை எதிர்த்துப் போராடுவதற்கு தயாரான மற்ற அனைத்து பிரிவினரும், கம்யூனிஸ்டு கட்சி அறிக்கையின் படி சோஷலிச ஜனநாயகவாதிகளாகவே இருந்திருக்கின்றனர். இத்தாலிய ஜனநாயகவாதிகளாகட்டும், நடுத்தர பூர்ஷ்வா வர்க்கமாகட்டும், குட்டி பூர்ஷ்வா வர்க்கமாகட்டும், விவசாயிகளாகட்டும் அல்லது

1 கார்ல் மார்க்ஸ் வாழ்க்கை வரலாறு

முற்போக்கு சிந்தனை கொண்ட அறிவாளிகளாகட்டும் இவர்கள் அனைத்து பிரிவினரும், கம்யூனிஸ்ட் கட்சி அறிக்கையில் சோஷலிசவாதிகளாக இருந்தபோதிலும், தொழிலாளிகளால் கொண்டாட்டத்திற்கு உரியவர்களாகப் போற்றப்படவில்லை என்பதையும் கூட நாம் ஒப்புக்கொள்ளத்தான் வேண்டும். மொத்தத்தில் அவர்களை ஜனநாயக சோஷலிஸ்டுகளாக கம்யூனிஸ்ட் கட்சி அறிக்கை ஒட்டுமொத்தமாக அவர்களை புரட்சிகர வர்க்கமாகவோ அல்லது இடதுசாரியத்தின் தரப்பில் இல்லாதவர்களாகவோ கூட கம்யூனிஸ்ட் கட்சி கூறிடவில்லை. ஆனாலும் பின்தொடரும் தீவிர கம்யூனிஸ்டுகள் பின்னாளில் இவ்வாறுதான் ஒரு தத்துவத்தையும், அர்த்தத்தையும் சந்தேகத்திற்கு இடமில்லாத வகையில் அவ்வாறானவர்களை சோஷலியத்திற்கு எதிரானவர்களாக அடையாளப்படுத்தினர். அதனால்தான் அந்தப் பதம் நேருவுக்கு பொருத்திய போதும், அதனை அவர்கள் அதன் தீவிரத்தன்மையோடு ஏற்க மறுக்கவும் செய்தனர். ஆனால், அதே நேரம் இத்தாலியில் மட்டும், தொழிலாளர் வர்க்கம் பெருமளவில் உருவாகவில்லை என்பதால், அங்கு அதே ஜனநாயக, சோஷலிஸ்டுகளைத் தொழிலாளர் வர்க்கத்திற்கு இணையான போராட்ட வர்க்கமாக மார்க்ஸ் கொண்டாடவும் செய்திருக்கிறார். ஆக, இறுதியாக நாம் ஒரு முடிவுக்கு வரவேண்டுமென்றால், அது கம்யூனிஸ்ட் கட்சி அறிக்கையாக இருந்தாலும் அல்லது தொழிலாளிகள் வர்க்கம் உருவாகாத தேசத்திற்கு மார்க்ஸின் அறிவுறுத்தலைக் கணக்கில் கொண்டாலும், இந்தியாவில் தீவிர சோஷலிஸ்டாகவும், கம்யூனிச சித்தாந்தத்தை நடைமுறைப் படுத்தியவராகவும் நாம் ஜவஹர்லால் நேருவை மட்டுமே கொண்டாட முடியும் என்பதே அதன் இறுதியான கருத்தியலாக முடிகிறது.

இதையே ஜனநாயக சோஷலிஸ்டு என்று கூறப்படும் ஜவஹர்லால் நேரு தனது சுய சரிதையில் 7 மற்றும் 8 ஆவது அத்தியாயங்களில் விவசாயிகளுடனான தனது உறவைக் கூறுவதிலிருந்து அறியலாம். அதன் ஆங்காங்கே உள்ள முக்கியமான வரிகளை மட்டுமே இங்கே கூறியிருக்கிறோம்.

"[1]நான் முசௌரியிலிருந்து வெளியேற்றப்பட்டபோது அலகாபத்தில் சுமார் இரண்டு வாரங்கள் இருந்தேன். அப்போதுதான்

---

1 சுயசரிதை நேரு

எனக்குக் குடியானவர்(கிசான்) இயக்கத்தோடு தொடர்பு ஏற்பட்டது. இத்தொடர்பு பிற்காலத்தில் மேலும் வளர்ந்து என் மனப்பான்மை பெரிதும் மாறுபடுவதற்கு ஏதுவாக இருந்தது. நாம் வெளியேற்றப்படாமலும் வேறு அலுவல் ஒன்றுமின்றி அலகாபாத்தில் இருந்திராமலும் இருந்தால் என்ன நடந்திருக்கும் என்று சிலநேரம் எண்ணி வியப்பதுண்டு பெரும்பாலும் ஏதாவதொரு வகையில் குடியானவர் இயக்கம் என்னைக் கவர்ந்தே இருக்கும். ஆனால், நாம் குடியானவர்களை அணுகிய முறையும் அதன் விளைவும் வேறுவிதமாக இருந்திருக்கும்.

1920 ஜூன் தொடக்கத்தில் சுமார் இருநூறு குடியானவர்கள் தங்களுடைய இரங்கத்தக்க நிலையை முக்கியமான அரசியல் வாதிகளுக்கு உணர்த்துவதற்காக பிரதாப்கார் மாவட்டத்திலிருந்து 50 மைல் தொலைவு நடந்து அலகாபாத் நகருக்கு வந்திருந்தனர். அவ்வட்டாரக் குடியானவரல்லாத இராமச்சந்திரன் என்பவர் அவர்களை அழைத்து வந்தார்.

அவர்களுடைய வறுமையைக் கண்டு எங்கள் உள்ளம் உருகியது. இந்தியரில் பெரும்பாலோர் இவ்வாறு உடுக்க உடையும் வயிறார உண்ண உணவும் இல்லாமல் துன்புறுவதைச் சற்றேனும் கவனிக்காமல் நகரத்தில் நாங்கள் ஏதோ அரசியல் பேசிக்கொண்டு நல்ல வசதிகளோடு வாழ்வதை எண்ணி நாணித் தலை குனிந்தேன். பசியும் வறுமையும் துன்பமும் நிறைந்த இந்தியாவின் உண்மையான காட்சி என் மனக் கண்முன் நிற்கலாயிற்று தொலைவிலுள்ள நகரத்திலிருந்து எப்போதாவது நாட்டுப்புறத்திற்கு வந்து செல்லக்கூடிய எங்களை அவர்கள் பெரிதும் நம்பியது கண்டு வியந்தேன். புதிய பொறுப்புணர்ச்சி ஏற்பட்டது. அந்தப் பொறுப்பைத் தாங்க முடியுமோ என்று அஞ்சினேன்.

இப்போது திடீரென்று குடியானவர்கள் விழித்து எழும்படியாக என்ன நிகழ்ந்தது? பொருளாதார எழுச்சியே அவர்களின் எழுச்சிக்குக் காரணமென்றாலும் அந்நெருக்கடி அயோத்தி முழுவதிலுமே இருந்தது

ஆனால், 1920-21 ஆம் ஆண்டுக் கிளர்ச்சி பிரதாப் கார், ராயபரேலி, பைஜாபாத், ஆகிய மூன்று மாவட்டங்களில்

மட்டுமே நடந்தது. இதற்கு ஓரளவுக்குக் காரணமாய் இருந்தவர் இராமச்சந்திரர்' என்ற ஒருவராகட்டுரை' என்பதையும் உணர்ந்தேன்.

பாரதநாட்டைப் பெரிய நிலக்கிழார்கள் நிறைந்த ஜமீன்தார் பகுதி சொந்தமாக நிலம் வைத்து உழும் உரிமை குடியானவர்களடங்கிய பகுதி என இரு கூறுகளாகப் பிரிக்கலாம்.

ஜமீன்தார் என்ற சொல் நம்மை ஏமாற்றக்கூடியது. ஜமீன்தார்கள் எல்லோருமே பெரிய நிலக்கிழார்கள் என்றுதான் நமக்குத்தோன்றும். ரயத்து மாகாணங்களில் ஜமீன்தார் என்றால் சொந்த நிலம் வைத்திருக்கும் குடியானவர் என்று பொருள் ஜமீன்தாரி மாகாணங்களில் கூட பெரிய நிலக்கிழார்கள் மிகச்சிலரே ஒரு சில ஆயிரம் பேர்கள் நடுத்தர ஜமீன்தார்கள். ஆனால், கோடிக் கணக்கான ஜமீன்தார்கள் குத்தகைத்தாரரைவிட எந்த வகையிலும் உயர்வாகத் தோன்றாத ஏழைகளே. எனக்குத் தெரிந்தவரை ஐக்கிய மாகாணத்தில் மட்டும் பதினைந்தாயிரம் பேர் ஜமீன்தார்கள் என்று சொல்லப்படுகின்றனர். இவர்களின் நூற்றுக்குத் தொண்ணூறு பேர்கள் ஏழைக்குடியானவர்களின் நிலைமையில்தான் இருக் கிறார்கள் நூற்றுக்கு ஒன்பது பேர் ஓரளவுக்கு நல்ல நிலைமையினர். மாகாணம் முழுவதிலுமே பெரிய ஜமீன்தார்கள் ஐயாயிரம் பேருக்குமேல் இருக்கமாட்டார்கள். இவர்களிலும் பத்திலொரு பகுதியினரே உண்மையில் பெரிய ஜமீன்தார்களாக. சில இடங்களில் சில நிலக்கிழாரினும் பெரிய குத்தகைதாரர்களே நல்ல நிலைமையிலிருக்கிறார்கள். இந்த ஏழை நிலக்கிழார்களும், நடுத்தர நிலக்கிழார்களும் அறிவில் பிற்போக்கானவர்களாகக் காணப்படினும் இவர்கள் நல்ல குணமுடையவர்கள். இவர்களைத் தக்க கல்வியும் பயிற்சியும் அளிப்பதன் மூலம் மிகச் சிறந்த குடிகளாக ஆக்க முடியும் என்று தனது சுயசரிதையில் நேரு குறிப்பிட்டிருக்கிறார்.

இதன் ஒட்டு மொத்தத்தில் அவர் கூறுவது யாதெனில் ஓரிடத்தில் அவர்களுடன் ஏற்பட்ட உறவால் அவர்களின் வறுமையை அறிந்து கொண்டதையும் முழுமையான இந்தியாவாக இருக்கின்ற கிராமத்தினரை நகரத்தில் உள்ளோர் ஒதுக்கி வைத்துள்ளதையும், இந்தியாவை அவர் இரண்டு கூறுகளாகப் பிரித்ததாகவும் பார்க்க முடிகிறது. இந்தியாவில் விவசாயிகள் நிலையென்று வெளியுலகம்

கொண்டிருக்கும் நிலையில் இல்லை. பல ஜமின்தார்கள் கூட இங்கே வறுமையில்தான் இருந்திருக்கிறார்கள் என்பதையும் அவர் கண்டறிந்திருக்கிறார். ஒருவேளை அவ்வாறு முசௌரியில் ஒரு நிலை தனக்கு ஏற்படாவிட்டால் பிற்காலத்தில் என் எண்ணத்தில் மாற்றம் ஏற்பட்டிருக்காது என்று நேரு குறிப்பிட்டிருக்கும் வரிகள் மிக மிக அழுத்தமான மற்றும் ஆழமான வரிகளாகவே உணர முடிகிறது. நிச்சயமாக அவர் கம்யூனிச சித்தாந்தம் எடுத்துரைக்கும் தொழிலாளர் தரப்பிலிருந்து இந்தியாவின் பிரச்சனைகளை அணுகுவதைக் காட்டிலும் அதன் கிராமத்தின் விவசாயிகளின் தரப்பிலிருந்து அணுக வேண்டிய மாற்றத்தைப் புரிந்துகொண்டிருப்பதையே நாம் இறுதியாக உணர வேண்டும். இத்தாலியைப் போன்றே அதனினும் குறைவான அளவில் வளர்ந்திருக்கும் தொழிலாளர்களுக்கான போராட்டங்களைவிட மிகத் தீவிரத்தன்மை கொண்டது விவசாயிகள் பிரச்சனையே என்பதையே நாம் உறுதியாக நம்ப வேண்டும்.

அத்தகைய விவசாயிகளின் புதிய எழுச்சிக்கு காரணமாக நேரு பொருளாதார ஏற்ற தாழ்வைக் குறிப்பிடும்போது அதில் அவர் மார்க்சுடன் ஒத்துப் போவதையும் நாம் அறிந்து கொள்ள வேண்டும். தொழிலாளர்களே இல்லாத ஒரு நேரத்தில் சோஷலிச சித்தாந்தம் என்பது குட்டி-பூர்ஷ்வா நிலையை ஒத்துப் போயிருந்தால் அது ஜனநாயக சோஷலிஸ்ட்டாக உருமாறியிருந்தால் கம்யூனிஸ்ட் கட்சியின் அறிக்கை அவரிடம்தான் வெற்றி பெற்றதாகக் கொள்ளவேண்டும்.

அவ்வாறெனில் ஜனநாயக சோஷலிஸ்ட் என்று அறியப்பட்ட நேருதானே இந்தியாவின் இயற்கையான இடதுசாரியாகவார்.'

31

பழைய மரபுகளை ஏற்றுக்கொள்ளும் நேரு

தற்போது ஜவகர்லால் நேருவுக்கு இருந்த வேறுபட்ட வித்தியாசமான வேறோர் அடையாளத்தை உடனடியாகப் பார்ப்பதுதான் சரியாக இருக்கும் என்று கருதுகிறோம். பொதுவாக நேருவை பல்வேறு தரப்பினர் ஒரு சர்வதேசியவாதி என்றே அழைப்பதை நாம் பல பதங்களில் பார்க்க நேரிடும். உலகம் முழுவதும் உள்ள மக்களின் பார்வையில் சரியாக இந்தியா அமைய வேண்டும் அதற்குத் தகுந்தாற்போல் நாம் இந்தியாவை அமைக்க வேண்டும் என்றுதான் அவரின் சர்வதேசியவாதத்திற்கான காரணமாக உலக வல்லுநர்கள் கருத்துகளை தெரிவித்திருந்தனர். முடிந்தால் அவற்றையும் பார்ப்போம்.

ஆனால், நேருவின் பார்வையில் சர்வதேசியம் என்பது எவ்வாறு, எதனுடன் தொடர்பு கொண்டிருந்தது என்பதைப் பார்க்கும்போதுதான் அவரின் அடுத்த பரிமாணத்தை நாம் உணர முடிகிறது. நேரு அவரின் டிஸ்கவரி ஆப் இந்தியா என்கிற தனது நூலில் தேசியமும் சர்வதேசியமும் என்கிற அத்தியாயத்தில் கூறியிருப்பது ஆச்சரியம் கொள்ளத்தக்க சிந்தனைகளை நமக்கு உருவாக்குகிறது. பொதுவாக அப்பதத்தில் எவரும் எதிர்பார்க்காத வகையில் நேரு தேசியத்தின் அவசியத்தைதான் வலியுறுத்துகிறார்.

ஆனால், சர்வதேசியம் என்பது தொழிலாளர் மற்றும் பாட்டாளி வர்க்கத்தின் கொள்கையை ஏற்றிருக்கிறது என்கிற அவரின் எண்ணம் தான் நமக்கு விளங்கிட முடியாத வகையில் உள்ளது. ஆனால், அவர் ஒரு சர்வதேசியவாதி என்பது சரியான பதமென்றால் அதனுள் கம்யூனிசக் கொள்கை உள்ளடங்கியிருக்கிறது என்பதை நாம் எவ்வாறு புறந்தள்ள முடியும் என்பதுதான் நம்முன் எழும்

மிக முக்கியமான வினாவாகிறது. சரி முதலில் நாம் டிஸ்கவரி ஆப் இந்தியா என்கிற நூலில் நேரு என்ன கூறினார் என்பதைப் பார்ப்போம்.

"[1]சர்வதேசியம் மற்றும் பாட்டாளி வர்க்க இயக்கம் ஆகியவற்றின் தாக்கத்திற்கு முன்பு தேசியம் மங்கி வருகிறது என்ற கருத்தில் உண்மை இல்லையென அண்மை நிகழ்வுகள் நிரூபித்துள்ளன. மக்களை இயக்கும் சக்தி வாய்ந்த உந்துதலாகவும், மனப்பாங்கு மற்றும் மரபுகளின் கொத்தாகவும், பொதுவாக வாழும் உணர்வையும், பொது நோக்க உணர்வையும் தருவதாகவும் அது இன்னும் இருக்கிறது. நடுத்தர வர்க்கத்தின் அறிவுசார் அடுக்கு தேசியத்திலிருந்து படிப்படியாக விலகிச் செல்லும்போது, அல்லது அவ்வாறு அவர்கள் நினைத்துக் கொள்ளும் போது, சர்வதேசியத்தை வேண்டுமென்றே அடிப்படையாகக் கொண்டுள்ள தொழிலாளர் மற்றும் பாட்டாளி வர்க்க இயக்கங்கள் தேசியத்தை நோக்கிச் சாய்கின்றன. யுத்தத்தின் வருகை எங்குமுள்ள எல்லாரையும் தேசியத்தின் வலைக்குள் இழுத்துப்போட்டுள்ளது. தேசியத்தின் இந்தக் குறிப்பிடத்தக்க புத்துயிர்ப்பு அல்லது அதன் மறு கண்டுபிடிப்பு அதன் முக்கியத்துவம் குறித்த புதிய உணர்வு, புதிய பிரச்சனைகளை, பழைய பிரச்சனைகளின் வடிவத்தை அழிக்கவோ அல்லது கைவிடவோ முடியாது. நெருக்கடியான தருணங்களில் அவை எழுந்து, மனிதர்களின் மனங்களை மேலாதிக்கம் செய்கிறது. நாம் பார்த்தபடி மக்களை உயர்மட்ட முயற்சிக்கும், தியாகத்துக்கும் எழுப்ப இந்த மரபுகளைப் பயன்படுத்தும் முயற்சி வேண்டுமென்றே செய்யப்படும். பெருமளவில் மரபுகளை ஏற்கத்தான் வேண்டும். புதிய சூழ்நிலைகள் மற்றும் சிந்தனை வழிகளை எதிர்கொள்ள அவை பொருத்திக் கொள்ளப்பட்டு, உருமாற்றப்பட வேண்டும். அதே நேரத்தில் புதிய மரபுகள் கட்டப்பட வேண்டும். தேசியக் கொள்கை ஆழமானதும், வலிமையானதும் ஆகும். எதிர்கால முக்கியத்துவம் இல்லாத கடந்தகால விஷயமல்ல அது. ஆனால், இன்றைய தவிர்க்க முடியாத உண்மைகளின் அடிப்படையிலான இதர கொள்கைகளான சர்வதேசக் கொள்கைள் மற்றும் பாட்டாளி வர்க்கக் கொள்கைகள் எழுந்துள்ளன. உலகச் சமன்பாட்டை

---

1 டிஸ்கவரி ஆஃப் இந்தியா நேரு

நாம் பெற்று, மோதல்களைத் தணிக்க வேண்டுமானால், இந்தப் பல்வேறு கொள்கைகளின் ஒருங்கிணைப்பு இருக்க வேண்டும். மனிதர்களின் உணர்விற்கான தேசியத்தின் கட்டுப்படுத்தும் கவர்ச்சியை அங்கீகரிக்க வேண்டும். ஆனால், அதன் வீச்சு மேலதிக குறுகலான தளத்திற்கு வரையறுக்கப்பட்டுள்ளது." என்கிறார் அந்நூலில் ஜவஹர்லால் நேரு.

இதில் அவர் குறிப்பிட்டுள்ளதின்படி சர்வதேசியம் என்பது புதிதாக உருவாக்கப்பட்டுள்ள கம்யூனிச சித்தாந்தமும் அதன் அடிப்படைத் தத்துவமாகக் கொண்டுள்ளதாகவே நேரு கூறியுள்ளதைப் பார்க்க வேண்டும். ஏனென்றால் எப்போதெல்லாம் நடுத்தர வர்க்கத்தினர் தேசத்திற்கு எதிராக உருவெடுக்கின்றனரோ அப்போதெல்லாம் கம்யூனிஸ்டுகள் தேசியத்தின் பக்கம் சார்ந்திருப்பதாகக் கூறுகிறார். இது முற்றிலும் சரியான வாதமும் கூட. ஏனென்றால் கம்யூனிசம் உலகத் தொழிலாளர்களே ஒன்று கூடுங்கள், என்பதின் அடிப்படையில் அமையுமென்றால் அது சர்வ தேசியத்தின் பக்கம் நிற்பதாகத்தானே அர்த்தம். ஆனால், உலக அறிவுசார் மக்களும், நடுத்தர வர்க்கத்தினரும், மார்க்ஸிச உண்மை சோஷலிஸ்டாக மாறும்போது அவர்கள் உணர்வுகளுக்கு ஆட்பட்டு அன்பின் வழியில் உலகமாக ஒன்றுபட ஆக்க முனைந்தபோது கம்யூனிஸ்டுகளும் தொழிலாளர் வர்க்கமும் தேசியத்தின் பக்கம் நிற்கத் தொடங்கி அதையே அடையாளமாகவும் மாற்றிக் கொண்டார்கள் என்கிற நேருவின் கண்டுபிடிப்பு எத்தனை நூறு சதவிகிதம் உண்மை என்பதை இன்றைய கம்யூனிஸ்டுகளைப் பார்க்கும்போது நாம் அறிந்துகொள்ள முடியும்.

இப்பதத்தில் அவரிடம் நாம் முற்றிலும் எதிர்பார்க்க முடியாத பல விஷயங்களைப் பார்க்க முடிகிறது. பொதுவாக நேருவைப் பழைய மரபுகளுக்கு எதிரானவர் என்கிற குற்றச்சாட்டினை இன்றைய எதிர்கட்சிகள் முன்வைக்கும் சூழ்நிலையில் இப்பதத்தில் தேசிய உணர்வுக்குப் பழைய மரபுகள் பாதுகாக்கப்பட வேண்டியது அவசியம் என்கிறார். என்ற அவரின் கூற்று வேறொரு பரிமாணத்தை எடுக்கிறது. நாம், சர்வதேசியவாதியாக நேருவை குறிப்பிட்டதின் உள்ளே கம்யூனிச சித்தாந்தம் ஒளிந்திருப்பதைக் கூறுவதற்கு வந்த இடத்தில் இப்போதோ ஒரு புதுப் பிரச்சனையும் உருவெடுக்கிறது.

ஆம், அவர் தேசியம் இன்றைய இந்தியக்காலகட்டத்தில் மிக முக்கியம் என்று கருதுகிறார். அந்த தேசியத்தை உருவாக்கப்பட வேண்டும் என்றால் அதன் ஆதாரம் அதன் பழைய மரபு சார்ந்த கலாச்சார வாழ்க்கை அதன் கட்டமைப்பில் தொடர வேண்டிய அவசியத்தை அவர் வலியுறுத்துகிறார். ஆனாலும், தேசியத்திலும், சர்வதேசியம் வலியுறுத்தும் சோஷலிச சித்தாந்தம் அந்த தேசியத்திற்குள் கலக்கப்படவும் வேண்டும் என்கிறார். அல்லது மாற்றமடைந்த சர்வதேசியம் தனது அன்பை அடையாளமாகக் கொண்டால் அது மாறுதலடைந்த கம்யூனிச தேசிய சித்தாந்தத்தின் நவீனத்தையும் பெற்றிட வேண்டும் என்றும் கொள்ளலாம். எது எவ்வாறு மாறுபட்டாலும் அடிமைப்பட்டுக் கிடக்கும் இந்தியாவின் தேவைக்கு தேசியம் இன்றியமையாதது என்பதே அவரின் இறுதிக் கருத்தாக இருக்கிறது. அவ்வாறான கருத்திற்குப் பழமைவாதம் ஆதாரமானாலும் அதைத் தூக்கி எறிந்துவிட அவர் விரும்பவில்லை. அதற்கான முழுமையான கருத்துகளைத் தான் மேற்குறிப்பிட்ட குறிப்பின் கீழ் அதே நூலில் இவ்வாறு தொடர்கிறார்.

"[1]புதிய எண்ணங்களாலும், சர்வதேச சக்திகளாலும் சக்தியோடு தாக்கம் பெற்றுள்ள நாடுகளிலும்கூட, தேசியம் அதன் தாக்கத்தில் உலகளாவியதாக இன்னும் இருக்கும்போது, இந்தியாவின் மனத்தை எவ்வளவு அதிகமாக அது மேலாதிக்கம் செய்ய வேண்டும்? நமது பிற்போக்குத் தன்மையின் அறிகுறி நமது தேசியம் என்னும், சுதந்திரத்திற்கான நமது கோரிக்கையும்கூட நமது குறுகிய மனப்பான்மையை குறிப்பிடுகிறது என்றும் சில நேரம் நம்மிடம் கூறப்படுகிறது. ஆங்கிலேய சாமராஜ்யத்தில் அல்லது காமன்வெல்த் நாடுகளின் அரங்கில் நாம் இளநிலை கூட்டாளிகளாகத் தொடர்ந்து இருக்க நாம் சம்மதித்தால், உண்மையான சர்வதேசியம் வெற்றிபெறும் என்று மேற்கண்டவாறு சொல்பவர்கள் கற்பனை செய்வதாகத் தோன்றுகிறது. சர்வதேசியம் என்றழைக்கப்படும் இந்தக் குறிப்பிட்டவகை குறுகிய ஆங்கிலேய தேசியத்தின் விரிவாக்கம் மட்டுமே என்று அவர்கள் உணர்வதாகத் தோன்றவில்லை, ஆங்கிலோ-இந்திய வரலாற்றின் தர்க்கரீதியான விளைவுகள் நமது மனங்களிலிருந்து அதன் சாத்தியங்களை

1 டிஸ்கவரி ஆப் இந்தியா நேரு

முற்றிலும் வேரறுக்காது இருந்தாலும், அது நமது ஏற்புடையதாக இருந்திருக்காது. இருந்தபோதிலும், அதன் தீவிரமான தேசிய ஆர்வத்துடன் இருக்கும் இந்தியா, பல நாடுகளைவிட மேலும் சென்று உண்மையான சர்வதேசியம் மற்றும் ஒருங்கிணைப்பு ஆகியவற்றை ஏற்றுக் கொண்டுள்ளது. சுதந்திர தேசிய அரசாங்கத்தை உலக நிறுவனத்திற்குக் கீழாக ஏற்கும் அளவிற்கு அவ்வாறு ஏற்றுக் கொண்டுள்ளது" என்கிற நேருவின் கூற்றிலிருந்து நாம் அறிவது.

ஆங்கிலேயர்கள் நமது தேசியம் என்கிற உள்ளுணர்வைக் கொச்சப் படுத்த நினைத்தால் அதற்குள் இருக்கும் சூழ்ச்சியையும் அவர் குறிப்பிடுகிறார். எனவே இப்போதைய நமது தேவை தேசிய உணர்வு அதன் அடிப்படையில் நாம் அதிகாரம் பெற்ற பிறகு சர்வதேசியம் என்பதை குறித்து ஆய்வு செய்யலாம் என்கிறார். இதன் ஒட்டுமொத்தமான வாதத்திற்கும் என்ன காரணம் என்பதையும் நேரு இந்த அத்தியாயத்தின் ஆரம்பத்திலேயே இவ்வாறு குறிப்பிட்டுவிட்டார்.

"[1]இந்தியாவிற்கான எனது எதிர்வினை அடிக்கடி வளர்ச்சிகர மானதாகவும், பல வழிகளில் பதப்படுத்தப்பட்டதாகவும், வரையறுக்கப்பட்டதாகவும் இருந்தது. அது தேசிய வடிவத்தை எடுக்கும். பல மக்களைப் பொறுத்தவரை, பதப்படுத்தும் மற்றும் வரையறுக்கும் காரணிகள் இருப்பதில்லை. ஆனால், எனது காலகட்டத்தின் இந்தியாவில் தேசியம் தவிர்க்க முடியாததாக இருந்தது, இருக்கிறது. அது இயற்கையான, ஆரோக்கியமான வளர்ச்சி. எந்த அடிமை நாட்டுக்கும் தேச சுதந்திரம் முதலாவதான, மேலாதிக்கமான உந்துதலாக இருக்கும். தீவிரமான தனித்தன்மை உணர்வும், கடந்த கால மரபும் கொண்ட இந்தியாவிற்கு அது இருமடங்காக இருக்கும்" என்கிறார் அந்நூலில் நேரு.

அநேகமாக நாம் டிஸ்கவரி ஆப் இந்தியா நூலின் தேசியமும், சர்வதேசியமும் என்கிற முழு அத்தியாயத்தினையும் பார்த்துவிட்டோம். இதன் அடிப்படை நமக்கு எதை உணர்த்துகிறது என்பதில் இறுதி கட்டத்துக்கு நாம் எவ்வாறு வருவதென்றால் மகாத்மாவுக்கும், அம்பேத்காருக்கும் நாம் எதை ஆய்வின் முடிவுகளை தெரிவித்திருந்தோமோ அதன் அடிப்படையில்

---

1 டிஸ்கவரி ஆப் இந்தியா நேரு

சுதந்திரம் வேண்டும் தேசத்தில் மற்ற அனைத்தையும் விட சில நேரங்களில் அடிமைத்தனம் விட்டுப்போவதைக் காட்டிலும் சிறந்த இடதுசாரியம் எதுவாக இருக்க முடியும் என்கிற கேள்வியே இங்கு முன்னெழுகிறது. அக்கேள்வி அனைத்தையும் தனக்குள் அடக்கியும் கொள்கிறது. அதாவது அன்பின் வழியில் சர்வ தேசியம் அமைய வேண்டும் என்று கருதுவோரும் அல்லது உலகத் தொழிலாளர்களை ஒன்றுபடுத்தும் நோக்கத்தில் சர்வதேசியம் வேண்டுவோரிலும், அல்லது மார்க்ஸியப் பார்வையில் உண்மை சோஷலிஸ்டுகள் என்கிற ஜனநாயக சோஷலிஸ்டுகள் ஒன்று சேர்ந்து அமைக்க விரும்பிய சர்வதேசியத்திற்கு எதிராக திடீரென்று கம்யூனிஸ்டுகள் விரும்பிய தேசியம், என்கிற எந்த வகையான மாறுதல்களும் நேருவுக்குப் பிடிமானமானதாகத் தோன்றவில்லை. இதில் எது சரி, தவறென்றும் கூட அவர் வாதட விரும்பவில்லை. இந்தியாவுக்கு இப்போதைய தேவை தேசியம் ஏனென்றால் தேசமாகவே மாறாத ஒரு தேசத்திற்கு உலகக் கோட்பாட்டின் மீதான தர்க்கங்களுக்கு விடையளிக்கும் தகுதிகள் இல்லை. நாம் தேசியத்தை உருவாக்கிய பிறகு சர்வதேசியம் குறித்து நினைக்கலாம் என்கிறார். அவ்வாறு தேசியம் உருவாக அதன் பழைய மரபுகளையே காரணமாகக் கொண்டாலும் அதையும் ஏற்றுக்கொள்ளும் நேரு இன்றைய தேசியத்தின் பக்கம் நிற்கும் கம்யூனிஸ்டுகளுக்கு எவ்வாறு விரும்பத் தக்காதவராக மாறினார் என்பதுதானே கேள்வியாக இருக்கும்.

32

ஜனநாயகத்தை இடதுசாரியமாகப் பார்த்த நேரு

உலக சரித்திரம் என்னும் ஜவகர்லால் நேருவின் கடிதத் தொடர்பான நூலில் "ஜனநாயகத் தத்துவம் பிறந்தது எவ்வாறு" என்னும் தலைப்பில் அவர் தன் மகள் இந்திராவுக்கு எழுதிய கடிதத்தில் ஜனநாயகத் தத்துவம் தோன்றியதற்கு மதத்தின் ஆளுமையே காரணம் என்கிறார். அவர் அக்கட்டுரையின் ஓரிடத்தில் இவ்வாறு கூறுகிறார்.

"[1]மற்ற இடங்களைப் போலவே ஐரோப்பாவிலும் மற்ற மதங்களைப் போலவே கிறிஸ்துவ மதத்திலும், மனிதன் பாவத்திலும் துன்பத்திலும் உழலவே பிறந்திருக்கிறான் என்பதுதான் பழமையான கொள்கையாகும். மதம் வறுமைக்கும் துன்பத்துக்கும், இவ்வுலகில் கவுரவம் பொருந்திய நிரந்தரமான ஒரு ஸ்தானத்தை அளிப்பதாகவே தோன்றியது. எல்லாவிதமான சுகங்களையும் அடுத்த உலகில் கொடுப்பதாக மதம் வாக்களித்தது. ஆனால், இவ்வுலகில் நாம் நமது கஷ்டங்களைப் பொறுமையுடன் சகித்துக் கொள்ளவேண்டும் என்றும், அடிப்படையான மாறுதல் எதையும் செய்ய முயலக்கூடாதென்றும் மதம் நமக்கு உபதேசம் செய்தது. ஏழைகளுக்குத் தான தருமங்கள் செய்வதை மதம் ஆதரித்தது. ஆனால், ஏழ்மைத்தனத்தை ஒழிக்கும் எண்ணமோ அதற்கு இல்லை. சுதந்திரம், சமத்துவம் என்கிற கருத்துகள் மதஸ்தாபனமும் சமூகமும் கொண்டிருந்த சர்வாதிகார மனோபவத்துக்கு மாறாயிருந்தன." என்று எழுதியிருக்கும் நேரு நிச்சயமாக இதில் எவரின் கூற்றுகளையும் எடுத்துக்காட்டாகக் கூறி இதனைக் கூறவில்லை. அவரின்

1 உலக சரித்திரம் நேரு

சொந்த கருத்துகளைதான் இவ்வாறு எடுத்துரைக்கிறார். மதம் வறுமையையும், துன்பத்தையும் மனித வாழ்வின் தவிர்க்க முடியாத அம்சமாகக் கருதியதற்கு எதிராகத்தான் ஜனநாயகத் தத்துவம் தோன்றியதாக நேரு கூறுகிறார். அதையே அக்கடிதத்தின் வேறோர் இடத்தில் இவ்வாறும் கூறுகிறார்.

"[1] ஆதி ஜனநாயகவாதிகள் பகுத்தறிவு வாதத்தை ஆரம்பித்தார்கள். கருத்துச்சுதந்திரமும் பேச்சுச் சுதந்திரமும் கோரும் அவர்கள் தான் சொன்னதே சரியென்று சாதிக்கும் மதக்கோட்பாடுகளை எங்ஙனம் ஒப்புக்கொள்ளமுடியும்? இவ்வாறு ஜனநாயகத் தத்துவம் விஞ்ஞானத்துடன் சேர்த்துக் கொண்டு மதக் கோட்பாடுகளின் பிடியைத் தளர்த்த முயன்றது. ஜனங்கள் சாதாரண நூலைப் போல் பைபிளையும் ஆராயத் துணிந்துவிட்டார்கள். பைபிள் கேள்வி கேட்காமல் குருட்டுத்தனமாக ஒப்புக்கொள்ள வேண்டிய நூல் என்பதை அவர்கள் ஒப்புக்கொள்ளவில்லை. இந்த பைபிள் விமர்சனம் விசேஷ விமர்சனம் என்று அழைக்கப்பட்டது. பல்வேறு மனிதர்கள் பல்வேறு காலங்களில் எழுதிய உரைகளின் திரட்டே பைபிள் என்னும் முடிவுக்கு அவ்விமர்சகர்கள் வந்தார்கள். ஏசு கிறிஸ்துவுக்கு ஒரு தனி மதத்தை ஸ்தாபிக்கும் எண்ணமே கிடையாது என்றும் அவர்கள் அபிப்பிராயப் பட்டார்கள். இந்த விமர்சனத்தினால் பழைய நம்பிக்கைகள் பல ஆடிப் போயின" என்றும் அக்கடிதத்தில் ஜவஹர்லால் நேரு கூறுகிறார்.

இந்த இரண்டு கருத்துகளில் இருந்தும் நாம் தெளிவாக ஒன்றைப் புரிந்து கொள்ள வேண்டும் ஜனநாயகத் தத்துவம் பிறந்ததற்கான காரணமாக நேரு கருதியதில் மிக முக்கியமானது மதம். மனிதர்களுக்கான துன்பங்களுக்கு சன்மானத்தையும், வெகுமதியையும் வேறு உலகத்தில் கொடுக்கும் என்கிற நம்பிக்கையை மக்களுக்கு அளித்ததே தவிர அவர்களுக்கு நிகழ்காலத்தில் தீர்வுகளை அளிக்க முன்வரவில்லை என்பதற்கான கலகத்தில்தான் ஜனநாயகத் தத்துவம் பிறந்தது என்கிறார். அதுமட்டுமில்லாமல் அத்தகைய ஜனநாயகவாதிகள் விஞ்ஞானத்துடன் சேர்ந்து மதம் தொடர்பான பழைய நூல்களின் உண்மைத் தன்மையும் அதன் நம்பகத் தன்மையையும் விமர்சனப் பகுப்பாய்விற்கு உட்படுத்தப்பட்டதும் கூட ஜனநாயகத் தத்துவம் பிறந்த ஆரம்ப காலங்களில் நடந்ததாக நேரு இதில் குறிப்பிடுகிறார்.

---

1 உலக சரித்திரம் நேரு

அது மட்டுமில்லாமல் இயேசு கிறிஸ்து ஒரு மதத்தை ஆரம்பிக்கும் எண்ணம் இல்லையென்றும் அத்தகைய ஜனநாயகவாதிகள் கருதியதாகவும் நேரு இங்கே குறிப்பிட்டிருக்கிறார். இவை அனைத்தையும் ஜனநாயகத்தின் தத்துவத்தைத் தோற்றுவித்தவர்களின் வாயிலாகத் தாம் அறிந்ததாகத்தான் நேரு குறிப்பிடுகிறார். எவரின் கூற்றுகளின் மேற்கோள்களையும் அவர் குறிப்பிடவில்லை. ஆனால், இவை ஒட்டு மொத்தத்தையும் பிடரிக் எங்கெல்ஸ் "ஆரம்ப கால கிறித்துவம்" என்னும் தனது கட்டுரையில் இவ்வாறு குறிப்பிடுகிறார். இதனை நாம் இத்தொடரின் நான்காவது அத்தியாத்திலேயே பார்த்து விட்டாலும் தற்போதும் பார்க்க வேண்டிய தருணம் ஏற்படுவதால் மீண்டுமொரு முறை பார்த்து விடலாம்.

"[1]ஆரம்பகாலக் கிறிஸ்தவத்தின் சரித்திரமானது நவீனகாலத் தொழிலாளி வர்க்க இயக்கத்தோடு ஒப்புவமையான குறிப்பிடத்தக்க அம்சங்களைக் கொண்டிருக்கிறது. பின்னர் சொல்லப்பட்ட இயக்கம்போன்று கிறிஸ்துவ மூலாரம்பத்தில் அடக்கப்பட்ட மக்களின் ஒரு இயக்கமாகவே இருந்தது. முதலில் அது அடிமைகளின் விடுதலைபெற்ற அடிமைகளின் எல்லா உரிமைகளையும் இழந்த ஏழைமக்களின் ரோமாபுரியினால் அடக்கியாளப்பட்ட அல்லது கலைத்து விரட்டப்பெற்ற மக்களின் மதமாகத்தான் தோன்றியது. கிறித்துவம் தொழிலாளர்களின் இயக்கம் இரண்டுமே அடிமைத்தனத்திலிருந்தும் வறுமையிலிருந்தும் எதிர்காலத்தில் வரப்போகும் விமோசனத்தையே உபதேசம் செய்கின்றன. கிறித்துவம் இந்த விமோசனத்தை மரணத்திற்குப்பின்னர் பரமண்டலத்திலுள்ள அப்பாற்பட்ட வாழ்க்கையொன்றில் காண்கிறது. சோசலிசமோ அது இந்த உலகத்தில் சமுதாயத்தின் ஒரு மாற்றத்தில் காண்கிறது" என்று கூறலாம்.

எங்கெல்சின் கருத்துகளை அறிந்தோ அல்லது அறியாமலோ என்பதை உணரமுடியாத வகையில்தான் நேரு ஜனநாயக தத்துவத்தின் தோற்றத்திற்கான காரணத்தை ஆய்வு செய்து முடிவுகள் கொண்டிருப்பதை நாம் அறிந்திருக்கும்போது நேருவின் ஜனநாயகப்பார்வை இடதுசாரியத்துடன் தொடர்பு

1 ஆரம்ப கால கிறித்துவம் (கட்டுரை) பிடரிக் எங்கெல்ஸ்

கொண்டிருப்பதில் உள்ள மறைமுகத் தன்மையை உணரத்தான் வேண்டும். அதனை இன்னும் தெளிவாகத் தாம் உணர்ந்து கொண்டதாக அதே கடிதத்தின் இன்னுமொரு இடத்தில் இவ்வாறு குறிப்பிடுகிறார்.

"ஆங்கிலத் தத்துவ சாஸ்திரியும் பொருளியல் சாஸ்திரியுமாகிய ஜான் ஸ்டூவர்ட் மில் என்பவர் காம்டேயின் காலத்திலும் அவருக்குப் பின் நெடுங்காலம் (1806-1873) வரையிலும் வாழ்ந்தவர். காம்டேயின் மதமும் அவருடைய அபேதவாதக் கருத்துகளும் அவரைப் பெரிதும் ஆகர்ஷித்தன. ஆடம் ஸ்மித்தின் கொள்கைகளைச் சுற்றி வளர்ந்த ஆங்கிலப் பொருளியல் சித்தாந்தத்தை அவர் ஒரு புதிய வழியில் திருப்பி அதில் சில அபேதவாத தத்துவங்களைக் கொண்டு வந்து சேர்த்தார் என்கிறார்.

இதில் ஜனநாயகத் தத்துவத்தின் காரண கர்த்தாக்கள் அனைவரையும் குறிப்பிடும் நேரு அதன் முக்கியத் தளகர்த்தாவான ஜான் ஸ்டுவர்ட் மில் அவ்வாறான ஜனநாயகத் தத்துவத்தை அபேதவாதத்துடன் சேர்த்ததாகக் குறிப்பிடுகிறார். இங்கே அபேதவாதம் என்பது சோஷலிசம் என்பதை நாம் அறியும் போது ஜவகர்லால்நேருவிற்கு இணையான ஜனநாயகத்தையே இடதுசாரியத்தின் தன்மையோடு பார்த்த தலைவர்கள் உலகில் எவராவது இருக்க முடியுமா என்பதை உணர்வதோடு எங்கெல்சின் இந்தக் கூற்று ஜனநாயகத் தத்துவம் தோன்றுவதற்கான காரணிகளில் வேறு எப்படிச் சேர்கிறது என்பதையும் அடுத்து பார்க்கலாம்.

33

மதம் கம்யூனிஸத்திற்கு எதிரானது என்றால்? கம்யூனிஸ்டுகள் நேருவை விமர்சிப்பதில் நியாயமில்லை

சென்ற கட்டுரையில் எங்கெல்ஸ் கூறிய அடிப்படைக் காரணம் குறித்து மேலும் ஆய்வு செய்வதாக நாம் கூறி முடித்திருந்தோம். அதாவது, எங்கெல்ஸ்சின் அந்தக் கூற்று முக்கியமாக எதைக் கூறுகிறது என்று பார்த்தால், கிறித்துவமே ஆரம்பத்தில் ஏழைக்களுக்கான குரலாக ஒரு புரட்சி இயக்கமாக உருவாக்கப்பட்டதுதான். ஆனால், அது காலப்போக்கில் மாற்றமடைந்துவிட்டது என்கிறார். அதில் எங்கெல்ஸ் குறிப்பிட விரும்புகிற கம்யூனிசத்தைப் போன்றே கிறித்துவம் ஒரு புரட்சிகர இயக்கம் போன்றே ஆரம்பிக்கப்பட்டது என்று கூறும் எங்கெல்ஸ் அதே கிறித்துவ மதத்துக்கு எதிராக கம்யூனிசத்தின் வலிமையை காட்ட நினைத்ததின் காரணம் என்ன? காரணம் அநேகமாக இப்படித்தான் உருவாகி இருக்க முடியும். இயேசுவால் உருவாக்கப்பட்ட அந்தப் புரட்சிகர சிந்தனை பெருமளவில் மக்களைத் தாக்கத்திற்கு உட்படுத்தியதால் பெரும் எண்ணிக்கையில் மக்கள் இயேசுவின் பின்னால் சென்றிருப்பார்கள். இதனால், பாதிப்படைந்த அன்றைய இராஜ்யங்களின் தலைமை இயேசுவின் குரலையே கடவுளின் குரலாக மாற்றித் தங்களுக்குச் சாதகமாக மாற்றியதால் கூட அந்த அமைப்பில் சிதைவு ஏற் பட்டிருக்கலாம் என்பதே உண்மையாக இருக்க முடியும். அல்லது இயேசுவின் குரல் காலத்திற்கு ஏற்றவாறு மாற்றப்படாமல் போனதால் அது ஏற்படுத்தும் காலத்தின் தேவைக்கேற்ற

நன்மைகளுக்கு எதிரான தீமைகளாகப் புதுச் சித்தாந்தவாதிகளால் உணரப்பட்டிருக்கலாம்.

அவ்வாறு உணரப்பட்டவை புது வரலாற்றின் புரட்சிகளாக மாறியிருக்கலாம் என்பதும் கூட அதன் வேறொரு வகையிலான உண்மை என்று கொள்ளலாம். இதன் இரண்டாவது வகைக் காரணம் ஏற்பட அநேகமாக அந்த இயக்கத்தை வழிநடத்துபவர்கள் காலத்திற்கேற்றவாறு மாற்றம் செய்யாமல் தொடர்ந்து ஒரே குரலில் தமது கருத்தை வெளிப்படுத்துவதனால் ஏற்பட்ட பாதிப்பு என்றே கொள்ள வேண்டும். இவை முற்றிலும் இன்றைய கம்யூனிஸ்டுகளுக்கும் பொருத்தமாக இருக்கிறது என்றால் நிச்சயமாக அது வியப்பாகதான் இருக்கும்.

எங்கெல்ஸ் எவ்வாறு கிறித்துவம் ஏற்படுத்தப்பட்ட காலத்திலிருந்து அதன் கருத்துகள் தொடர்ந்து சமூக மாற்றங்களுக்குத் தகுந்தவாறு சமத்துவ மாற்றத்தை ஏற்படுத்தவில்லை என்பதை தொழிலாளர் புரட்சிக்குக் காரணமாகக் கூறினாரோ, அவை ஒரு நூற்றாண்டுக்குள் கம்யூனிசத்திற்கு ஏற்பட்டதுதான் விந்தை. ஏனெனில் இந்திய இடதுசாரியர்கள் தொழிலாளர் புரட்சிதான் இந்தியாவின் இடதுசாரியக் கொள்கை என்று தீர்மானித்துக் கொண்டால் அது எவ்வாறு வெற்றியைப் பெற்றுத் தரும். ஒட்டு மொத்த தேசமும் அடிமைப்பட்டுக் கிடக்கிறது. தொழிலாளர் வர்க்கம் என்பதே இல்லாத ஒரு தேசத்தில் இடது சாரியத்தின் கொள்கை. பாட்டாளி வர்க்கத்தை மட்டுமே சார்ந்தது என்றால் அது எவ்வகையைச் சார்ந்ததாக இருக்க முடியும். முதலில் தொழிலாளர்கள் உருவாக வேண்டும் என்றால் அதற்கு முதலாளிகள் தேவை. ஆனால், அன்றைய இந்தியாவிலோ பெரும் அளவில் அதன் உள்நாட்டு முதலாளிகளே உருவாக முடியவில்லை என்பதை நேரு தனது 'கண்டறிந்த இந்தியா' என்ற நூலில் தொழில் துறை வளர்ச்சியை அரசு தடை செய்து வழக்கமான உற்பத்தியை யுத்தகால உற்பத்தியாக மாற்றுதல் என்னும் அத்தியாயத்தில் இவ்வாறு கூறுகிறார்.

"[1]ஜாம்ஷெட்பூரில் உள்ள டாடா இரும்பு மற்றும் எஃகுத் தொழிற்சாலை இந்தியாவில் கனரகத் தொழிற்சாலையை

---

1 கண்டறிந்த இந்தியா நேரு

பிரதிநிதித்துவப்படுத்தியது. அந்த வகையில் வேறு எதுவும் இருக்கவில்லை. இதர பொறியியல் பணிமனைகள் எல்லாம் உண்மையில் வேலைக்கு அமர்த்தும் கடைகள்தாம். அரசாங்கக் கொள்கை காரணமாக டாட்டாக்களின் வளர்ச்சி கூட மெதுவான தாகவே இருந்தது. முதலாம் உலகப் போரின் போது, ரயில் இன்ஜின்கள், ரயில் பெட்டிகள், சரக்குப் பெட்டிகள் ஆகியவற்றிற்குப் பற்றாக்குறை இருந்தபோது, இன்ஜின்களைத் தயாரிக்க டாட்டாக்கள் முடிவெடுத்தனர். அந்த நோக்கத்திற்காக இயந்திரங்களை இறக்குமதி செய்யக்கூட முடிவெடுத்தது என்று நினைக்கிறேன். ஆனால், போர் முடிந்தபோது, இந்திய அரசாங்கமும், ரயில்வே துறையும் (அது மத்திய அரசாங்கத்தின் ஒரு துறை) ஆங்கிலேய இரயில் இன்ஜின்களுக்கு தொடர்ந்து ஆதரவு தர முடிவெடுத்தன. ரயில்வே அரசாங்கத்தால் கட்டுப்படுத்தப்பட்டதாகவோ அல்லது ஆங்கிலேய நிறுவனங்களுக்குச் சொந்தமாகவோ இருந்ததால், ரயில் இன்ஜின்களுக்குத் தனியார் சந்தை இருக்கவில்லை என்பது தெளிவு. எனவே டாட்டாக்கள் இன்ஜின்கள் தயாரிக்கும் எண்ணத்தைக் கைவிட்டனர்" என்று கூறியிருக்கிறார் நேரு.

இதன் மூலம் நாம் அறிவது என்ன அடிமைப்பட்டு போன இந்தியாவில் நாம் முதலாளிகளையே உருவாக்க முடியவில்லை. இங்கே தொழிலாளர்கள் எங்கே புரட்சி செய்வது. புரட்சி இங்கே முதலாளிகளுக்கும் அல்லவா தேவைப்பட்டது. இதில் எவராவது ஆங்கிலேய அரசின் கம்பெனிகளில் பணிபுரிந்த தொழிலாளர்களை நாம் கணக்கில் கொள்ளாமல் விடுவது நியாயமா என்றும் கேட்கலாம். அந்த நிலையையும் கூட நேரு அதே நூலின் காங்கிரசும் தொழில்துறையும் என்னும் அத்தியாயத்தில் இவ்வாறு விளக்கமளிக்கிறார்.

"[1] காங்கிரஸ் எப்போதும் இந்தியாவைத் தொழில்மயமாவதற்கு ஆதரவாகவே இருந்து வந்துள்ளது. அதே நேரத்தில் குடிசைத் தொழில்களின் வளர்ச்சியை வலியுறுத்தி, அதற்காகப் பணியாற்றி வருகிறது. இந்த இரு அணுகுமுறைகளுக்கு இடையே ஏதேனும் மோதல் இருக்கிறதா? சாத்தியமான வகையில்,

1 கண்டறிந்த இந்தியா நேரு

அழுத்தத்தில் வித்தியாசம் இருக்கிறது. இந்தியாவில் இதற்கு முன்பு புறக்கணிக்கப்பட்ட சில மானுட மற்றும் பொருளாதாரக் காரணிகள் உணரப்பட்டுள்ளன. அவற்றை ஆதரித்த இந்தியத் தொழிலதிபர்களும் அரசியல்வாதிகளும் ஐரோப்பாவில் மூலதனத் தொழில்களில் பத்தொன்பதாம் நூற்றாண்டில் தெளிவாகத் தெரிகிற அதன் பல தீய விளைவுகளைப் புறக்கணித்தனர். சாதாரணமான வளர்ச்சி நூறு ஆண்டுகளாய் இந்தியாவில் நிறுத்தி வைக்கப்பட்டிருந்தால், அந்த விளைவுகள் தொலைதூர விளைவுகளை ஏற்படுத்துவதாய் இருக்கும். அப்போது நிலவிய பொருளாதாரச் சூழ்நிலையின் கீழ், இந்தியாவில் தொடங்கப்பட்ட நடுத்தர அளவுத் தொழில்கள் இந்தியத் தொழிலாளர்களைப் பணியமர்த்துவதற்கு மாறாக, மேலதிக வேலையின்மையை விளைவித்தது. ஒரு முனையில் மூலதனம் குவிந்தபோது, மறுமுனையில் ஏழ்மையும், வேலையின்மையும் அதிகரித்தன. தொழிலாளர்களைப் பணியமர்த்தும் பெருமளவுத் தொழில்களுக்கு அழுத்தம் அளிக்கப்பட்டு, திட்டமிட்ட வளர்ச்சி என்ற மாறுபட்ட முறையின்கீழ் இதனைத் தவிர்த்திருக்க முடியும்" என்கிறார் அதில் நேரு

அதாவது! தொழிலாளர் வர்க்கம் உருவாக்கப்படுவதே பஞ்சத்தையும், வேலையின்மையும் உருவாக்கும் வகையில் ஒரு திட்டமிடல் இல்லாத வகையில் செயல்பட்ட ஆங்கிலேய அரசிடம் அடிமைப்பட்டுக் கிடந்த தேசத்திலிருந்து நேருவை இந்திய கம்யூனிஸ்ட்டுகள் அவர்களின் பார்வையிலிருந்து பார்க்க விரும்பியதும் அவர்களாகவே நேருவும் வாழவேண்டும் என்று விரும்பியதிலும் நியாயமிருக்க முடியுமா என்பதே கேள்வியாகிறது.

அதாவது நேரு உண்மையான ஒரு சோஷலிஸ்டாக இருந்தும் அதன் தாக்கத்தை ஜனநாயகத்தில் சேர்த்து ஒரு புதுவகையிலான முறையில் இடதுசாரியாக வாழ்ந்தும் அவரை இந்திய கம்யூனிஸ்டுகள் உணர மறுத்தது எவ்வாறு இருந்தது என்றால், எங்கெல்ஸ் கூற்றின்படி கிறித்துவம் எதன் நோக்கத்திற்காக ஏற்படுத்தப்பட்டு நாளைடைவில் அதன் பாதையிலிருந்து விலகிப் போனதைக் குறிப்பிட்டுத் தேவையற்றுப் போனதாகக் கூறினாரோ

அதைப் போலவே தான் மார்க்ஸிய சிந்தனைகளை ஒவ்வொரு நூற்றாண்டுக்கும் கூர்தீட்ட வேண்டிய அவசியத்தை இந்திய கம்யூனிஸ்ட்கள் உணராமல் நேரு மீதும் ஐயமும் கொண்டது என்பதாகவே நாம் அறியமுடிகிறது. அத்தகைய அறிதல் சோஷலிசத்தில் தேவைப்படுகின்ற அதன் உண்மையான மாற்றத்தை விரும்பிய நேருவின் நோக்கத்தை இந்திய கம்யூனிஸ்டுகளும் அறிய முயற்சி செய்யாததின் மீதும் கேள்விகளை மென்னெழுப்புகிறது.

34

புதிய சோஷலிச ஜனநாயகத்தை தேடிய நேரு

சென்ற கட்டுரையில் நாம் இரண்டு விஷயங்களைக் கூறியிருந்தோம். அதில் முதலாவதாக நேரு ஒரு சோஷலிஸ்டாக இருந்தபோதும், தொழிற்சங்கவாதியாகச் செயல்பட துடித்த தலைவராக இருந்த போதும், சுதந்திரம் அனைத்தையும் விட மிக அவசியத் தேவை என்பதை எதற்காகவும் விட்டுக் கொடுக்கத் தவறாத காரணத்தாலேயே அவர் மீது இந்தியக் கம்யூனிஸ்டுகள் காலப்போக்கில் விரிசல் கொள்வதற்கு காரணம் ஏற்பட்டது என்பதைக் கூறியிருந்தோம். ஆனாலும் அந்தக் காரணம் நேருவின் சோஷலிஸ சித்தாந்தத்தை எவ்விதத்திலும் பாதிக்காத போதும் இந்திய கம்யூனிஸ்டுகள் பழைய சித்தாந்தங்களையே மாற்றாமல் அதனைப் பின்பற்றுபவர்களையே உண்மையான சோஷலிஸ்டாகவும், கம்யூனிஸ்டாகவும் கருதும் போக்கு மட்டுமே, அவர்களிடமிருந்து நேருவிற்கான இடைவெளியை ஏற்படுத்தியது என்றும் கூறியிருந்தோம். அதைத் தொடர்ந்து நேரு ஒரு புதுவிதத் தத்தவத்தை சோஷலிஸத்தில் ஜனநாயகத்தைக் கொண்டு சேர்த்து உருவாக்கியதையும் கூட கூறியிருந்தோம்.

அதன் உண்மைத் தகவல் திரட்டுகளைப் பார்க்கலாம். நேரு நாக்பூரில் 1929 நவம்பர் 30 ஆம் நாள் அனைத்திந்திய தொழிற்சங்க காங்கிரஸில் ஆற்றிய தலைமை உரையில் இவ்வாறு குறிப்பிடுகிறார்.

“[1] தொழிலாளி கொடிய வறுமையில் சிக்கியிருக்கிறான், அடிமை நிலை அவனிடம் அச்சத்தை ஊட்டியிருக்கிறது. ஆகவே தொழிற்சங்கம் அமைப்பது கடினமாக உள்ளது. அந்நிய

1 1929 நவம்பர் 30 நேருவின் நாக்பூர் தொழிற்சங்க உரை

அரசாங்கம் அவன் பாதையில் அரசியல் தடைகளை எப்பொழுதும் வைத்துக் கொண்டிருக்கிறது. நாடு மொத்தமாக தேசியப் போராட்டத்தில் அதிகமாக அக்கறை கொண்டிருக்கிறது. இவை அனைத்தையும் மீறி இந்தியத் தொழிலாளியிடம் வர்க்க உணர்வும் போர்க்குணமும் வேகமாக வளர்ச்சி அடைந்திருக்கின்றன. விளைவாக அவன் எண்ணற்ற போராட்டங்களில் ஈடுபட்டான். சில போராட்டங்களைச் சரியாகத் திட்டமிடவில்லை. தோல்வி நிச்சயம் என்ற நிலை அடிக்கடி ஏற்பட்டது. ஆனால், அவன் எதற்கும் அஞ்சாமல் முன்னேறியிருக்கிறான். அவன் பலவீன உணர்ச்சிக்கு ஆட்பட்டிருந்தால், பெரும்பாலும் தலைவர்களின் பலவீனமே அதற்குக் காரணம்.

இன்று நம்நாடு இன்னொரு நாட்டிற்கு அடிமைப்பட்டிருக்கிறது. நாட்டில் தேசிய உணர்ச்சி ஓங்கியிருக்கிறது. நாட்டு மக்களில் தலைசிறந்தவர்கள், வீரம் நிறைந்தவர்கள் தேசிய சுதந்திரத்திற்குப் பாடுபடுவது இயற்கை. ஆனால், நம் தொழிலாளர்களில் எத்தனை பேருக்கு அதில் அக்கறை இருக்கிறது? வறுமையினாலும், வெல்லப்பட முடியாதவை என்று நாம் கருதுகின்ற சக்திகளினாலும் நசுக்கித் தேய்க்கப்பட்டு, கூலிக்கும் உணவுக்கும் அன்றாடம் போராடிக் கொண்டிருக்கின்ற நிலையில் மாபெரும் பிரச்சினைகளைப் பற்றி நாம் எப்படிச் சிந்திக்க முடியும்? ஆனால், நாம் அவற்றைப் புறக்கணிக்க முடியாது. ஏனென்றால் நம்முடைய எதிர்காலம் அவற்றுடன் பின்னிப் பிணைந்திருக்கிறது. அன்பளிப்புகள் தொழிலாளியின் நிலையை உயர்த்தாது. முதலாளி அல்லது அரசாங்கத்தின் நல்லெண்ணம் அதைச் செய்ய முடியாது. இந்தப் பிரச்சனை மிகவும் ஆழமானது என்பது உங்களுக்குத் தெரியும். பலருடைய உழைப்பைச் சிலர் சுரண்டுகின்ற இந்த அமைப்பு தவறாக இருக்கிறது. முதலாளித்துவம் மற்றும் ஏகாதிபத்தியத்தின் இயல்பான விளைவு அந்த அமைப்பு. நீங்கள் அதை ஒழிக்க விரும்பினால் முதலாளித்துவத்தையும் ஏகாதிபத்தியத்தையும் வேரோடு ஒழித்து, ஆரோக்கியமான நல்லறிவுள்ள அமைப்பை ஏற்படுத்த வேண்டும்" என்று அக்கூட்டத்தில் நேரு பேசுகிறார்.

இவ்வுரையானது, முற்றிலும் தொழிற்சங்கத்தில் தொழிலாளர் மத்தியில் பேசப்பட்ட உரைதான், இதில் தொழிலாளர்கள்

எவ்வாறு செயல்பட வேண்டும் என்றும் அவர்களின் கடமையை எடுத்துரைத்தும் பேசும் நேரு இதன் மையக் கருத்தாக எங்குச் சுற்றினாலும், அனைத்தையும் விட மேலானது, தேவையானது சுதந்திரம் என்பதை அதில் வலியுறுத்தியிருக்கிறார். முதலாளித்துவத்தை வேரறுக்க நினைத்தால் ஏகாதிபத்தியத்தை அகற்ற வேண்டும் என்றும் குறிப்பிடுகிறார். இவ்வாறு 1929-இல் தொழிற்சங்கக் கூட்டத்தில் பேசிய நேரு

[1]லக்னோவில் 1936 ஏப்ரல் 12 ஆம் நாள் நடைபெற்ற இந்திய தேசிய காங்கிரசில் நேரு நிகழ்த்திய தலைமையுரையில் இவ்வாறு கூறுகிறார்.

"முதலில் உலகப்பிரச்சினைக்கும் இந்தியாவின் பிரச்சினை களுக்கும் ஒரே தீர்வு சோஷலிசமே என்று நான் உறுதியாகக் கருதுகிறேன். நாம் சோஷலிசம் என்ற சொல்லைத் தெளிவில்லாத மனிதாபிமான அர்த்தத்தில் பயன்படுத்தவில்லை. விஞ்ஞான, பொருளாதார அர்த்தத்தில் அதை உபயோகிக்கிறேன். எனினும் சோஷலிசம் என்பது பொருளாதாரத் தத்துவம் என்பதைக் காட்டிலும் மிகப் பெரியதாகும். அது ஒரு வாழ்க்கை முறை. அந்தக் கோணத்திலும் நான் சோஷலிசத்தை ஆதரிக்கிறேன். இந்திய மக்களுடைய வறுமை, வேலையில்லாத் திண்டாட்டம், அவமதிப்பு, அடிமைத்தனம் ஆகியவற்றை ஒழிப்பதற்கு சோஷலிசத்தைத் தவிர வேறு எந்த வழியும் எனக்குத் தெரியவில்லை.

முடிவாக நமது உணர்ச்சிகள், பழக்கங்கள், விருப்பங்களில் மாற்றத்தைக் கொண்டு வர வேண்டும். சுருக்கமாகச் சொல்வ தென்றால் ஒரு புதிய நாகரிகத்தை உருவாக்க வேண்டும்.

இந்தப் புதிய அமைப்பு இந்தியாவுக்கு எப்படி வரும், எப்பொழுது வரும் என்பது எனக்குத் தெரியாது. ஒவ்வொரு நாடும் அந்த மாற்றத்தைத் தனக்குரிய வழியில், தன்னுடைய தேசிய மேதாவிலாசத்துடன் பொருந்துகின்ற முறையில் உருவாக்கும் என்பது என் கருத்து" என்று பேசுகிறார் நேரு.

---

1 லக்னோவில் 1936 ஏப்ரல் 12 ஆம் நாள் நேரு நிகழ்த்திய தலைமையுரை

இந்தியாவின் பிரச்சனைகளுக்கு ஒரே தீர்வாக சோஷலிசத்தை முன்மொழியும் நேரு அதன் கீழ்ப்படியாகக் கீழிறங்கி ஒரு புதிய அமைப்பு உருவாக வேண்டியதின் அவசியத்தை உணர்த்துகிறார். இறுதியாக அப்புதிய மாற்றம், இந்தியாவிற்கே உரிய வகையில் மேதாவிலாசத்துடன் உருவாக்கப்பட வேண்டும் என்கிறார். இதைத்தான் இதுவரையில் நாம் நேருவுக்காகவும், காந்திக்காவும், அம்பேத்கருக்காகவும் கூறியிருந்தோம் என்பதை நாம் நினைவில் கொள்ள வேண்டும். இதனை இன்னும் தெளிவாக்கும் விதத்தில் நேரு ஓரிடத்தில் கூறுகிறார். தனது கண்டறிந்த இந்தியா என்ற நூலில் சுதந்திரமும் பேரரசும் என்னும் அத்தியாயத்தில் இவ்வாறு குறிப்பிடுகிறார்.

“[1]எதிர்காலத்தில் அதிமுக்கியமான பங்களிப்பை ஐக்கிய அமெரிக்க நாடுகளும், சோவியத் ஒன்றியமும் செய்யும் என்று தோன்றுகிறது. முன்னேறிய இரு நாடுகள் எவ்வாறு இருக்குமோ, அவ்வாறு இவ்விரு நாடுகளும் கிட்டதட்ட அனைத்திலும் வேறுபாடுகள் கொண்டுள்ளன. அவர்களது தவறுகள் கூட எதிரெதிர் திசையில் இருக்கின்றன. முற்றிலும் அரசியல் ஜனநாயகத்தின் அனைத்து தீங்குகளும் ஐக்கிய அமெரிக்காவில் தெளிவாகத் தெரிகின்றன. அரசியல் ஜனநாயகம் இல்லாமையின் தீங்குகள் சோவியத் ஒன்றியத்தில் இருக்கின்றன” என்று அந்நூலில் நேரு குறிப்பிடுகிறார்.

ஜனநாயக அரசாக இருக்கும் அமெரிக்க தேசத்தின் அரசியல் தீங்கும், சோஷலிச அரசாகச் சொல்லிக் கொள்ளும் சோவியத் யூனியனின் ஜனநாயகத் தீங்கும் அல்லாத ஒரு புதிய கண்டுபிடிப்பைத் தீர்மானிப்பதில்தான் ஜனநாயகமும், சோஷலிசமும் வெற்றிபெறும் வழிமுறைகள் இருப்பதாக நேரு கருதினார் என்பதை நேருவின் கூற்றிலிருந்து நாம் ஓரளவிற்குத் தெளிவுபடுத்தியிருக்கிறோம் என்று நம்புகிறோம். அமெரிக்கா, ரஷ்யா தொடர்பான இக்கருத்தை அவர் 1945-களில் வெளிப்படுத்தியிருக்கிறார். நேரு 1929 மற்றும் 1936 ஆகிய வருடங்களில் கொண்ட எண்ணங்களையும் பார்த்துவிட்டோம். இக்கருத்து இந்தியா சுதந்திரம் பெற்ற பிறகு நேருவிடம் எவ்வாறு இருந்தது என்பதை இனி பார்ப்போம்.

1 கண்டறிந்த இந்தியா நேரு

35

புதிய கண்டுபிடிப்புகளின் வழிகாட்டி இடதுசாரியம் - நவீன இந்தியாவின் தந்தை நேரு - ஓர் ஒப்புமை

இந்தத் தலைப்பு ஒற்றை வரியில் இடதுசாரியத்தின் அனைத்து தன்மைகளையும் விளக்கிவிட்டதாகவே கருத வேண்டியுள்ளது. இதற்கு மேல் அநேகமாக இடதுசாரியம் குறித்த தெளிவுரை எத்தனை பக்கங்கள் எழுதினாலும் அவை அவ்வளவு தெளிவு பெறுமா என்பதும் உறுதியாகக் கூறமுடியவில்லை. அல்லது இதைவிடத் தெளிவாக அதில் அறிந்து கொள்ள வேண்டியது எது என்றும் புரியவில்லை. ஒருவேளை மார்க்ஸ் இன்று உயிருடன் இருந்திருந்தால் கூட இதன் ஒற்றுமைக்கு அவர் பல மாறுதல்களைச் செய்திருப்பார். அவ்வளவு ஏன் கம்யூனிஸ்ட் கட்சி அறிக்கைக்கு உலகில் பல்வேறு மொழிகளில் விளக்கவுரை கொடுத்தவர்களும், முன்னுரை எழுதியவர்களும் ஒரே கருத்தினை எழுதவில்லை. அதுமட்டுமில்லாமல் அதில் பலர் எதிர்காலத்தில் இதில் சில மாற்றங்களைக் கொண்டுவரலாம் என்கிற ஒப்புதல் வாக்குமூலத்தையும் கொடுத்திருக்கிறார்கள். அதன் புரிதல் என்பது புதியவற்றை ஆதரிப்பதே இடதுசாரியத்தின் பணியென்பதில் தான் தொடங்குகிறது. அதனால் நவீன இந்தியாவின் தந்தை நேரு என்கிற போது, அவர் இயற்கையாகவே ஒரு இடதுசாரியர் ஆகிவிடுகிறார். இந்நிலையில், அவருக்கும் இன்றுள்ள தீவிர இடது சாரியர்களுக்குமான சிறு பிணக்குகளுக்குக் காரணம் எது என்பதை நாம் அறிய வேண்டும்.

சென்ற கட்டுரையில் இடதுசாரியம் குறித்துப் புதிய கண்டுபிடிப்பில் ஈடுபட்ட நேருவின் கொள்கைகளைக் குறித்து

ஆய்வு செய்திருந்தோம். அதில், ஜனநாயகத் தன்மை கொண்ட அமெரிக்காவின் அரசியல் தீமைகளையும், சோஷலிசத் தன்மை கொண்ட ரஷ்யாவின் ஜனநாயகத் தீமைகளையும் அல்லாத ஒன்றை தேடிய நேருவை நாம் குறிப்பிட்டிருந்தோம். அத்தேடலை அவர் சுதந்திர இந்தியாவுக்கு எவ்வாறு தீர்மானித்துக்கொண்டார் என்பதைத் தொடர்ந்து பார்ப்போம் என்றும் முடிந்திருந்தோம். ஆனால், அவர் சுதந்திர இந்தியாவுக்குள் அதனைக் கொண்டு வரவேண்டும் என்பதை சுதந்திரம் பெறுவதற்கு முன்பே 1945-களில் எழுதிய “கண்டறிந்த இந்தியா” என்ற புத்தகத்தில் வெளிப்படுத்தியிருக்கிறார். அந்த நூலின் முடிவுரையில் ஓரிடத்தில் இவ்வாறு குறிப்பிடுகிறார்.

”[1]புதிய தொடுவானங்களை சுதந்திரம் திறக்கும்போது, இந்தியா தன்னை மீண்டும் கண்டுபிடித்துக் கொள்ளும், உடனடிக் கடந்த காலத்தின் ஏமாற்றம் மற்றும் அவமானத்தைவிட, எதிர்காலம் அதனை வசீகரிக்கும். தனக்குள் வேர்விட்டுக் கொண்டு, நம்பிக்கையுடன் அது முன்னோக்கிப் போகும், அதே நேரத்தில் மற்றவர்களுடன் கற்றுக் கொள்ளவும், ஒத்துழைக்கவும் ஆர்வத்துடன் இருக்கும். இன்று தனது பழைய பழக்க வழக்கங்களைக் கண்மூடிப் பின்பற்றுவது, அந்நிய வழிகளின் அடிமைத்தனமான போலிகளைப் பின்பற்றுவது, ஆகிய இரண்டுக்கும் இடையே ஊசலாட்டத்துடன் இருக்கிறது. இந்த இரண்டு போக்குகளிலும், தனது நிகட்டுரைணத்தையோ, வாழ்வையோ, வளர்ச்சியையோ, அதனால் கண்டுபிடிக்க முடியாது. தனது கூட்டிலிருந்து இந்தியா வெளிவர வேண்டும் என்பதும், நவீன காலத்தின் வாழ்விலும், நடவடிக்கைகளிலும் முழுமையாகப் பங்கேற்க வேண்டும் என்பதும் தெளிவானது” என்கிறார் நேரு. இதிலிருந்து, ஒரு புதிய கண்டுபிடிப்புகளின் உள்ளே இந்தியா செல்ல வேண்டிய அவசியத்தை அவர் சுதந்திரத்திற்கு முன்னதாக தனது கடைசி நூலின் கடைசி அத்தியாயத்தில் தெரிவித்திருக்கிறார். இதில் நாம் மிக முக்கியமாகக் கவனத்தில் கொள்ள வேண்டியது எது என்றால், சுதந்திரம் அடைந்த இந்தியா ஒரு தேசமாகத் தனது பிரச்சனைகளைத் தீர்த்துக்கொள்ள வழியிருக்கிறதா என்று உலகமே நம்பிட முடியாத

1 கண்டறிந்த இந்தியா

சூழ்நிலையில் எவ்வாறு அது எப்படி சாத்தியமானது என்றால், அதன் தலைவர் புதிய கண்டுபிடிப்புகளை விரும்பியது மட்டுமல்லாமல், புதிய கொள்கைகளை உலகின் ஏனைய தேசங்களில் இருந்து தேடினார் என்பதே அதன் முழுமையான காரணம் என்பது வரலாற்றில் எப்படியோ மறைந்து போயிருக்கிறது. அவர் அப்படி எதைத்தான் தேடினார் என்றும் இங்குச் சிலர் கேள்வி கேட்கலாம். 1950ஆம் ஆண்டு டிசம்பர் மாதம் 7-ஆம் தேதி நாடாளுமன்றத்தில் நேரு ஆற்றிய உரையில் முக்கியமான சில இடங்களை நாம் இங்குக் குறிப்பிடுகிறோம்.

“[1]இன்றைய நிலைமைக்குக் காரணம் ஒரு குறிப்பிட்ட நாடோ பல நாடுகளோ செய்த தவறாக இருக்கலாம். அது ரஷ்யாவின் தவறாகவோ கம்யூனிஸ்ட் அரசுகளின் தவறாகவோ இருக்கலாம். பல நாடுகள் ஒன்று சேர்ந்து இப்படி ஆட்சேபகரமான முறையில் நடந்துகொண்டால் நாம் என்னதான் செய்வது?

மக்கள் கம்யூனிஸத்தைப்பற்றிப் பெரிதாகப் பேசுகிறார்கள். மாண்புமிகு உறுப்பினர் சொன்னதுபோல இன்று சபையில் நடந்த விவாதத்தைக் கம்யூனிஸத்துக்கு எதிரான ஒன்றாக மாற்றிவிட்டோம். கம்யூனிஸம் என்பது நமது ஆர்வத்தைத் தூண்டும் ஒரு விஷயம். அதைப்பற்றி விவாதிக்கலாம். ஆனால், அதற்கும் நாம் இங்கு விவாதிக்கும் விஷயத்துக்கும் ஒரு தொடர்புமில்லை. கம்யூனிஸம் அல்லது கம்யூனிஸ எதிர்ப்பு என்ற இரு விஷயங்களைப்பற்றி மட்டுமே சிந்திப்பவர்கள் முக்கியமான விஷயத்திலிருந்து திசை மாறிப்போகிறார்கள். நாம் இந்த இரண்டைப்பற்றி மட்டுமேதான் விவாதித்துக்கொண்டிருப்பதால் நம்மால் நமது லட்சியத்தை அடையமுடியாது.

அமெரிக்கா ஒரு மாபெரும் ஜனநாயக நாடு. பிரிட்டன் மற்றும் ரஷ்யாவின் கொள்கைகள் வேறுபட்டாலும் இவை உலக வரலாற்றில் முக்கிய இடம் வகிக்கின்றன. அதைப்போல சீனாவும் ஒரு பெரிய சக்தியாக உள்ளது என்பதை மறுக்கமுடியாது. தனது எதிர்காலத்தைத் தானே நிர்ணயித்துக் கொள்ளும் திறமை சீனாவுக்கு

---

1 1950ஆம் ஆண்டு டிசம்பர் மாதம் 7ஆம் தேதி நாடாளுமன்றத்தில் நேரு ஆற்றிய உரை

உண்டு. அதுவே ஒரு பெரிய விஷயம். சீனாவும் ரஷ்யாவைப்போல கம்யூனிஸ்ட்டுகளின் கீழ் இருக்கின்றது என்பது சரிதான். அது பின்பற்றும் கம்யூனிஸக் கொள்கை ரஷ்யாவினுடையதைப் போலவே இருக்கிறதா என்பதை வருங்காலத்தில் அது எப்படி உருவெடுக்குமென்பதையும், அதற்கும் ரஷ்யாவுக்குமிடையேயான உறவுகள் எத்தனை நெருக்கமாக இருக்குமென்பதையும் நாம் அறிந்து கொள்ளவேண்டும்" என்கிறார் நேரு.

இதன் கருத்துகளை கொண்டு அவர் எந்த எதிர்ப்பு அல்லது ஆதரவு நிலைப்பாடும் தேடவில்லை. அவர் இந்தியாவிற்காக ஏதோ ஒன்றைத் தேடிக் கண்டுபிடிக்க முயற்சி செய்கிறார் என்பதாகத் தான் நாம் அறிந்து கொள்ள வேண்டும். ஏனெனில் தொடர்ந்து அவர் 16.06.1952இல் மாநில முதல்வர்களுக்கு எழுதிய கடிதமொன்றில் கூறிய சில இடங்களை நாம் கவனித்தால் இதனைத் தெளிவாக புரிந்து கொள்ளலாம்.

"[1]இந்தியாவை நாம் ஐரோப்பாவுடனோ அமெரிக்காவுடனோ ஒப்பிட முடியாது. அவை வெகு காலத்துக்கு முன்பே தொழில்மயமாக்கப்பட்டுவிட்டன. பல ஆண்டுகளாக அவை முன்னேற்றப்பாதையில் சென்று கொண்டிருக்கின்றன. அவர்களுடைய மக்கள் தொகை இந்தியாவைவிட மிகக்குறைவு. இந்தியாவை சோவியத் ரஷ்யாவுடனும் ஒப்பிட முடியாது. ஏனெனில் கடந்த முப்பது ஆண்டுகளாகவே ரஷ்யா முன்னேற்றப் பாதையில் சென்றுகொண்டிருக்கிறது. அதன் நிலப்பரப்பு இந்தியவைவிட அதிகம். மக்கள் தொகை குறைவு. ஆனால், சீனாவுக்கும் நமக்கும் ஏராளமான ஒற்றுமைகள் உள்ளன. இரு நாடுகளின் மக்கள் தொகையும் பொருளாதாரரீதியாகப் பின்தங்கிய நிலையும் கிட்டதட்ட ஒரே மாதிரியானவை. ஆகவே சீனர்கள் தங்கள் நாட்டைத் தொழில் மயமாக்குகிறார்கள், எப்படித் தங்கள் வளத்தைப் பெருக்கிக் கொள்கிறார்கள் என்பதையெல்லாம் நாம் ஆவலுடன் பார்த்துக் கொண்டிருப்போம். நாம் ஜனநாயக நாடாளுமன்ற முறையைப் பின்பற்றத் தீர்மானித்துவிட்டிருக்கிறோம். இது சரியான முடிவு. அதற்கான அந்த ஜனநாயகம் ஒன்றுக்கும் வளைந்து கொடுக்காமலும் மாறும் சந்தர்ப்பங்களுக்கேற்பத் தன்னை

1 16.06.1952இல் மாநில முதல்வர்களுக்கு நேரு எழுதிய கடிதம்

மாற்றிக்கொள்ளாமலும் இருக்கவேண்டுமென்று சொல்லவில்லை. சர்வாதிகாரத்தைவிட இதுதான் சிறந்தது என்று நாம் உறுதியாகக் கருதுகிறேன். காலப்போக்கில் சர்வாதிகார ஆட்சி அரசின் வளர்ச்சியை வெகுவாகப் பாதிக்கும். தொடக்கத்தில் அதனால் நல்ல விளைவுகள் ஏற்படலாம். நாடு வேகமான முன்னேறுகிறதெனத் தோன்றலாம். ஆனால், மனித குலத்தின் முன்னேற்றத்துக்குத் தேவையான ஆக்கபூர்வமான செயல்பாடுகள் ஒரு சர்வாதிகார ஆட்சியில் தழைத்து வளருமா என்பது சந்தேகமே. பொருளாதாரச் சமத்துவத்தைத் தங்களது குறிக்கோளாகக் கொண்ட சர்வாதிகார ஆட்சிகள் ஆரம்பத்தில் மக்களிடேயே வரவேற்பைப் பெறுகின்றன. இது நல்லது தான். ஆனால், இந்த சர்வாதிகார ஆட்சி தொடர்ந்தால் மனிதரின் ஆக்கபூர்வமான சக்தி நாளடைவில் இல்லாமல் போய்விடக்கூடும்.

சில மேலை நாடுகள் குறிப்பாக பிரிட்டன், நாடாளுமன்ற முறையைப் பின்பற்றி இந்தப் பொருளாதாரக் குடியரசை வளர்த்தெடுக்கப் பெரிதும் முயன்றன. எந்தக் கட்டுப்பாட்டுக்கும் அடங்காத தனியார் துறைக்கும் சோஷலிஸ முறைக்குமிடையே உள்ள ஒரு வழியைக் கண்டுபிடிக்க பிரிட்டன் முயன்றது. பல தடைகளையும் மீறி பிரிட்டனால் இதைச் செய்ய முடிந்தது. அந்த அரசும், அதன் மக்களும் பாராட்டுக்குரியவர்கள். தனது சமூகநலத் திட்டங்களை நடைமுறைப்படுத்தும்போது பிரிட்டன் எல்லை மீறிப்போய்விட்டதால் அது இப்போது கஷ்ட திசையை நேரிடுவதாகச் சொல்லப்படுகிறது.

மாறுதல்களுக்கு உள்ளாகக்கூடிய, கம்பீரமான, வசீகரமான சில நேரங்களில் அச்சுறுத்தக்கூடியதான நவீன உலகின் மேற்கூறிய அம்சங்களை இந்தியாவின் பிரச்சனைகளுடன் விவாதிக்கும்போது நாம் கவனத்தில் கொள்ளவேண்டும். இவற்றிலிருந்து நாம் பாடங்களைப் படிக்கவேண்டும். நமது பாதையிலுள்ள தடைகளைத் தவிர்க்க வேண்டும். நாம் பலப்பல கொள்கைகளைப்பற்றி சர்ச்சை செய்யலாம். ஆனால், எதை நடைமுறைப்படுத்தினாலும் நம்முடைய இன்றைய நிலைக்கு ஏற்ப மட்டுமே நம்மால் செயல்பட முடியும். நமது செயற்திறன் இன்று குறைந்த அளவிலிருக்கிறது. இது வளரலாம். ஆனால், இதற்கு நேரம்

பிடிக்கும். நமது பிரச்சனைகளைத் தீர்க்கும் மந்திரக்கோல் எதுவும் நம்மிடமில்லை. நமது குறிக்கோள் சரியானதாக இருக்கவேண்டும். நாம் சரியான பாதையில் செல்லவேண்டும். நம்மால் முடிந்த அளவுக்கு உழைக்கவேண்டும். ஓரளவுக்கு இது சரிதானா எனப் பரிசோதித்துப் பார்க்கலாம். ஆனால், அதில் தேசிய மற்றும் உலகளவில் நமக்குத் தெரியாத விஷயங்கள் எத்தனையோ உள்ளன. இவற்றில் மிகவும் முக்கியமானது நம் மக்கள் இவற்றை எப்படிப் பார்க்கிறார்கள் அல்லது வரவேற்கிறார்கள் என்பதுதான். நாம் பின்பற்றக்கூடிய ஏதேனும் ஒரு கொள்கைக்கு மக்கள் எந்த மாதிரியான வரவேற்பளிப்பார்கள் என்பது நமக்குத் தெரியாது என்கிறார்" நேரு.

அதன் ஒட்டுமொத்த கருத்தினைக் கொண்டு நாம் ஒரு முடிவுக்கு வரமுடியும். வரலாற்றில் ஆட்சி அதிகாரத்தில் இருந்த தலைவர்கள் எவரும் கொள்கைகளை ஏற்படுத்துவதற்காக, அதன் மக்கள் சார்ந்த கொள்கையை வெற்றியுடன் தீர்மானிப்பதற்காக எந்த நாட்டின் ஆட்சித் தலைவரும் இவ்வளவு தீவிரமாகக் கொள்கைளை ஆராய்ந்து தேடிய தலைவர்கள் நிச்சயமாக உலக வரலாற்றில் இல்லை. இவ்வாறு நேரு தேடிய புதிய கொள்கைகளே இந்தியா என்கிற தேசம். இன்றளவும் இவ்வளவு கம்பீரமாக நிலைத்து நிற்பதற்குக் காரணமாக இருக்கிறது என்கிற போது அவரை விடச் சிறந்த வெற்றிபெற்ற இடதுசாரிய ஆட்சியாளர் உலகில் இதுவரை இல்லை எனபதை நாம் அறிய வேண்டும்.

36
நேரு மார்க்ஸ் தத்துவத்தை ஏற்கவில்லை என்றால் லெனின் ஏற்றுக் கொண்டவரா?

நேரு இந்தியாவுக்கான ஒரு புதிய தத்துவத் தேடலைத் தொடங்கியிருந்தார். அந்த தத்துவத் தேடல் முழுவதுமாக இடதுசாரியத்தின் சாயலில்தான் அமையப் பெற்றது என்றும், அதனால் நேருவை விட இந்தியாவின் சிறந்த இடதுசாரியர் எவரும் இல்லை என்று வாதிட்டு வந்திருக்கிறோம். இந்த வாதிடும் தன்மை முற்றிலும் நம்மை வேதனையையும் கொள்ளச் செய்கிறது. மகாத்மாவின் கொள்கையில் நாம் இடதுசாரியத்தைத் தேடுவதைச் சரியென்று கொள்ளலாம். டாக்டர் அம்பேத்கர் தான் இந்தியாவின் இடதுசாரிகள் செய்ய வேண்டிய பணிகளைச் செய்து கொண்டிருந்தார் என்று நாம் கோரியதில் ஒரு நியாய உணர்வு இருந்தது. ஆனால், தன்னை ஒரு இடதுசாரியத்தின் தீவிர ஆதரவாளராக ஆக்கிக் கொண்டு அறிவிக்கவும் செய்த நேருவை இங்கே நியாயப்படுத்த நாம் போராடுவதுதான் மிகுந்த வேதனை தருவதாக உள்ளது.

ஏனெனில், அவரை விடச் சிறந்த, இந்தியாவின் இடதுசாரியர் எவரும் இல்லை என்பதுதான் உண்மை. இதற்குச் சிறந்த உதாரணமாக இ.எம்.எஸ். நம்பூதிரி பாட் எழுதிய "நேரு கொள்கையும், நடைமுறையும்" என்ற நூலில் நேரு ஒரு சோஷலிஸ்டே இல்லை என்று வாதிடும் அந்நூலின் ஓரிடத்தில் அவ்வாறே வாதிட்டுச் செல்லும் நம்பூதிரி பாட் அந்நூலின் 35ஆவது பகுதியில் சரிவு என்னும் தலைப்பில் இவ்வாறு கூறுகிறார்.

"[1]நேரு முப்பதாண்டுகளுக்கு மேலாகத் தம்மை ஒரு சோஷலிஸ்ட் என்று கூறிக் கொண்டு வந்திருந்தாலும் அவர் ஒரு சாதாரண சமூக

---
1 நேரு கொள்கையும் நடைமுறையும் இ.எம்.எஸ்.நம்பூதிரி பாட்

ஜனநாயகவாதிதான். இருபதுகளின் தொடக்கத்தில் இந்தியாவில் இருந்த உண்மையான சோஷலிச சக்திகள் ஒருங்கிணைந்து கம்யூனிஸ்ட் குழுக்களாக உருப்பெற்றபோது அவற்றுடன் சேர்ந்து கொள்ள நேருவால் இயலவில்லை. இருபதுகளின் பின்பாதியில் நாட்டின் பல பாகங்களில் தோன்றிய தொழிலாளர் விவசாயிக் கட்சியில் சேரவோ அதனுடன் இணைந்து பணியாற்றவோ அவர் தயாராயில்லை. பின்னர் முப்பதுகளில், காங்கிரசுக்குள்ளேயே ஒரு சோஷலிஸ்ட் குழு (காங்கிரஸ் சோஷலிஸ்ட் கட்சி) அமைக்கப்பட்ட போது அவர் அதனுடனும் சேரவில்லை. அவர் கடைசி வரையில் கம்யூனிஸ்ட் கட்சியைக் கடுமையாகத் தாக்கி வந்தார். சற்றுக் குறைந்த அளவில் சோஷலிஸ்ட் கட்சியையும் எதிர்த்தார்.

அவருடைய சோஷலிசம் ஒரு வகை அரசியல் போக்குதான். இதை இடதுசாரிச் சார்புள்ள, தாராள மனப்போக்கு வாய்ந்த பூர்ஷ்வா ஜனநாயகம் என அழைக்கலாம். அவர் சோஷலிசத்தை அடைய ஒரு காகித அணுகுமுறையை ஆதரிக்கவில்லை. அவருடைய கருத்துப்படி ஐரோப்பிய அனுபவத்தின் அடிப்படையில் பெரிதும் அமைந்த இந்த அணுகுமுறை உதவாது. சோஷலிசத் தத்துவம் இந்திய நிலைக்கும் இந்திய மக்களின் பின்புலத்துக்கும் ஏற்றவாறு மாற்றிக் கொள்ளப்பட வேண்டும். சோஷலிசம் இந்தியாவில் வெற்றி பெற வேண்டுமானால் அது ஐரோப்பிய சோஷலிசத்தின் அப்பட்டமான காப்பியாக இல்லாமல் அடிப்படையான இந்தியத் தத்துவ நோக்குக்கு ஒத்திருக்க வேண்டும்" என்று நேரு கருதுவதாக நம்பூதிரிபாட் அந்நூலில் கூறுகிறார்.

அதாவது, நேரு தன்னை ஒரு சோஷலிசவாதியாகக் கூறிக் கொண்டாலும், அவர் வேறொன்றைத் தேடினார் என்கிறார். இது இத்துடன் முடிந்திருந்தால் கூட நேருவைச் சந்தேகம் கொண்ட கண்களோடு நாம் ஒரு சோஷலிஸ்டாகப் பார்ப்பதில் ஒரு நியாயம் இருந்திருக்கக் கூடும். ஆனால், இறுதியாக அவர் என்ன கூறுகிறார். இந்தியாவிற்கு ஏற்ற வகையில் அவர் சோஷலிச சித்தாந்தத்தைத் தேடினார் என்கிறார். நாமும் இதைத்தான் மிகப் பல கட்டுரைகளில் கூறிக் கொண்டிருப்பதால்தான், இந்தக் கட்டுரையின் கருத்துகளை இந்தக் கேள்வியிலிருந்து தொடங்கியும் இருக்கலாம் என்று கூறியிருந்தோம். ஆனால், அதைவிடவும் நேரு குறித்த இந்த

இறுதி அத்தியாயத்திற்கு அவை மிகப் பொருத்தமாகத்தான் இருக்கும் என்றும் கருதத் தோன்றுகிறது.

மிகச் சிறந்த சோஷலிசவாதியாகவும், பெரும் தலைவராகவும் இருந்த நம்பூதிரிபாட் போன்றவர்கள் இத்தகைய நேருவின் மாற்றத்தின் மீது எவ்வாறு ஐயம் கொண்டார்கள் என்பதைத்தான் நம்மால் விளங்கிக் கொள்ள முடியவில்லை. ஏனெனில், அவர் நேருவின் சோஷலிசக் கொள்கை எவ்வாறு வேறுபட்டுவிட்டது என்பதையும் அதே நூலின் அதே அத்தியாயத்தில் இவ்வாறு கூறுகிறார்.

"[1]அவர் தாம் ஒரு விஞ்ஞான ரீதியான சோஷலிஸ்ட் என்று 1929-ஆம் ஆண்டில் உறுதியாக அறிவித்ததற்கு நேரெதிராக, இப்போது எந்தவொரு குறிப்பிட்ட கொள்கைக்கும் கட்டுப்படாத, ஆனால், சமூகத்தில் எல்லோரும் நலமாகவும் சமமாகவும் இருக்க வேண்டும் என்ற பரவலான நோக்கமுடைய சோஷலிச இலட்சிய வாதத்தின் கவர்ச்சிக்குப் பணிந்துவிட்டார். இந்திய மக்களனைவரும் சம அளவில் வாழ்க்கைத் தரத்தில் உயரும்படி எல்லோரும் சமவாய்ப்பைப் பெறுவதுதான் அவர் சோஷலிசத்துக்குக் கொடுத்த விளக்கம். நேருவைப் பொறுத்தவரையில் சோஷலிசத்தின் தார்மீக அடிப்படை விவாதத்திற்கு அப்பாற்பட்டது. ஆனால், அது டானியின் உபதேசம்தான். மார்க்சின் உபதேசம் அல்ல. டானியின் உபதேசத்திலும் கிறித்துவ மத நம்பிக்கைக்குப் பதிலாக ஒழுக்க நெறியின் அடிப்படையில் அமைந்த கட்டுப்பாடு இருபதுகளின் தொடக்கத்தில் இருந்தது போலவே இப்போதும் அவர் மார்க்சிய கம்யூனிச வன்முறையை ஆதரித்தது பற்றியும் செய்முறைகளை விட இறுதி நோக்கத்திற்கே அதிக முக்கியத்துவம் அளித்தது பற்றியும் கவலை கொண்டிருந்தார். வர்க்கப் போராட்டம் இருப்பதை அவர் ஒப்புக் கொண்டாலும் அதை வன்முறையால் தீர்க்க வேண்டிய தேவை இல்லை. ஜனநாயக அமைப்பாலேயே தீர்த்துவிட முடியும் என்று நம்பினார்" என்று அந்நூலில் அதே பகுதியில் நம்பூதிரிபாட் கூறியிருக்கிறார்.

நேரு மார்க்ஸின் கொள்கையிலிருந்து விலகிவிட்டார் என்பதையும் வன்முறையால் அடையவேண்டிய ஒன்றை ஜனநாயக

---

1 நேரு கொள்கையும் நடைமுறையும் இ.எம்.எஸ்.நம்பூதிரி பாட்

முறையில் நேரு அடைய விரும்பியதையும் மட்டுமே காரணமாகக் கொண்டு நம்பூதிரிபாட் போன்ற மூத்த கம்யூனிஸ்டுகள் நேருவின்மீது ஐயம் கொண்டது ஒரு சாமானிய இடதுசாரியரின் சிந்தனையை ஒத்துப் போவதாக அமைந்து விடுகிறது. நாம் பலமுறை இந்த ஆய்வில் சுட்டிக்காட்டிய ஒரு விஷயத்தை மீண்டும் நினைவு படுத்தவேண்டிய கட்டாயம் ஏற்படுகிறது. மார்க்ஸ் வலியுறுத்திய ஒரு விஷயம் இந்த அறிக்கையின் தன்மை தேசங்களுக்கு ஏற்றவாறு மாறுதல் அடையக்கூடியது என்று கூறியிருக்கிறார் அதற்கு முன்னுரை எழுதிய எங்கெல்ஸ் எதிர்காலத்தில் இந்நூல் பல மாற்றங்களுக்கு உருவாகும் என்கிறார். அந்நூலைத் தமிழில் மொழிபெயர்த்த தமிழக கம்யூனிஸ்டான ராஜதுரை இந்நூலுக்கான விளக்கம் அனைவராலும் ஒரே மாதிரியாகக் கொடுக்கப்படவில்லை என்கிறார்.

யதார்த்தம் எதுவெனில் சோஷலிசம் தனது அடிப்படை தத்துவத்துக்குள் மறைத்து வைத்திருக்கும் விஷயமே. உலக மாற்றங்களை உள் வாங்கிக்கொள்வது. அவ்வாறு உள்வாங்கி அது செயல்படுத்த வேண்டிய அடிப்படைக் கொள்கை என்பது வேற்றுமைகள் இல்லாத சமமான உலகத்தை உருவாக்குவதே. அதன் அடிப்படையை அனைவரும் நம்பூதிரிபாட் உட்பட ஒப்புக்கொண்ட பிறகு நேரு மீது ஐயம் கொள்ள அவசியம் ஏன் ஏற்படுகிறது? இறுதியாக ஒன்றைக் கூறி முடிக்க நினைக்கிறோம். நம்பூதிரிபாட் முதலான இந்தியத் தீவிர கம்யூனிஸ்டுகள் கொண்டாடும் லெனின் அடிப்படையில் மார்க்ஸியத்திலிருந்து மாறுபட்ட சித்தாந்தத்தின் தொடக்கத்தில் இருந்துதான் உருவானார் என்றால் நம்பித்தானே ஆகவேண்டும். மார்க்ஸின் அடிப்படை சோஷலிச சித்தாந்தத்தின்படி மதமே. மனிதனை அடிமையாக்குகிறது. அதிலிருந்துதான் அடிமை இனம் தோன்றியது என்பது. ஆனால், லெனின் என்ன கூறுகிறார். ஒரு சோஷலிச அரசு மதம் பற்றிய அதீத சிந்தனை கொள்ளத் தேவையில்லை. அதனை அவரவர் விருப்பத்திற்கு விட்டுவிடலாம் என்கிறார். அத்துடன்கூட அவர் விட்டுவிடவில்லை. எந்த மத குருமார்களை மார்க்ஸ் இந்த சமூகத்தில் இருக்கும் வர்க்கப் போராட்டத்தின் மூலக்காரணம் என்று கருதினாரோ அவர்களை

லெனின் பூர்ஷ்வாக்களுக்கு எதிரான மனநிலையில் கம்யூனிசப் புரட்சிக்கு ஆதரவாக இருப்பதாகக் கூறுகிறார். மதத்தைப்பற்றி லெனின் என்னும் நூலில் இவ்வாறு கூறுகிறார்.

"¹முன்பு அரசாங்கத்தின் நிலப்பிரபுத்துவ அமைப்பைச் சார்ந்து மாதா கோயில்கள், அதன் நிறுவனங்கள் இருந்தன. ஸ்தாபிதமான மாதா கோயில்கள் மீது நிலப்பிரபுத்துவ ரீதியில் ரஷ்யப் பிரஜைகள் வாழ்ந்து வந்தனர். அப்போது மத்தியகால, எரிச்சலூட்டும்படியான பிறர் விஷயங்களில் தலையிடுகிற அருவருப்பான சட்டங்கள் முரண்பட்ட சமயக் கருத்துகள் கொண்டவர்களைத் தண்டிக்க வழிகோலும் சட்டங்கள், (இன்று வரையில் கூட நமது கிரிமினல் சட்டங்களிலும் இதர சட்டங்களிலும் உள்ள பல்வேறு ஷரத்துக்கள்) செயல்பாட்டில் இருந்தன. அச்சட்டங்கள் பிரயோகிக்கப்பட்டன. பிடிக்காத மத நம்பிக்கை கொண்டவர்களை, மாற்று மத நம்பிக்கை கொண்டவர்களை அல்லது மத நம்பிக்கை இல்லாதவர்களைத் தண்டனைக்குள்ளாக்கினார்கள். மனிதனின் மனச்சான்றுகள் மீறப்பட்டன. ஸ்தாபிதமான மாதா கோயில்கள் மூலம் சொகுசான சர்க்கார் உத்தியோகங்களையும், அரசாங்கத்தின் சார்பில் வருவாய் வருவதற்கான வாய்ப்புகளையும் ஆண்டவன் விதித்த கட்டளை என்பதன் பேரால் ஏதாவதொரு மதச்சாயலுடன் இணைத்துக் கொண்டார்கள். சர்ச்சும் அரசும் முழுமையாக வேறுபடுத்தப்பட வேண்டும். இதைத்தான் நவீன அரசாங்கத்திடமிருந்தும், நவீன சர்ச்சுகளிடமிருந்தும் சோஷலிஸ்டுப் பாட்டாளி வர்க்கம் கோருகிறது.

ரஷ்யப் புரட்சியானது இந்தக் கோரிக்கைகளை அரசியல் சுதந்திரத்தின் ஒரு தேவையான அங்கப்பகுதி என்ற முறையில் செயலில் கொண்டுவர வேண்டும். இந்த அம்சத்தில் ரஷ்யப் புரட்சி குறிப்பிட்ட வகையில் சாதகமான நிலையில் இருக்கிறது. காரணம் போலீஸ் ஆதிக்கம் மிக்க நிலப்பிரபுத்துவ எசேச்சதிகாரத்தின் அருவருப்பான அதிகார வர்க்கத்தின் ஆணவத்தின் காரணமாய்த் திருச்சபைக் குருமார்களிடையில் கூட அதிருப்தியும், ஆத்திரமும், அமைதியின்மையும் நிலவியிருந்தது. ரஷ்யாவின் சனாதன

---

1 மதத்தைப் பற்றி லெனின்

மதகுருக்கள் எவ்வளவுதான் அப்பாவித்தனமான அடிமை இழிநிலையில் இருந்தாலும், எவ்வளவுதான் அறிவொளி மங்கி மடமையில் மூழ்கியிருந்தாலும் அவர்கள் கூட ரஷ்யாவின் பழைய மத்தியகால நிலப்பிரபுத்துவக் கொடுங்கோன்மை அலறி வீழ்ந்த இடி முழக்கத்தில் விழித்தெழுந்தார்கள். சுதந்திரத்திற்கான போராட்டத்தில் அவர்களும் கூட சேர்ந்து கொண்டார்கள். என்கிறார் லெனின்.

எந்த மதக்குருமார்கள் பூர்ஷ்வாக்களைவிட மிகவும் கொடுமையானவர்களாக இருந்தார்கள் என்பதையும். வர்க்கப் பிரிவினையை மிக நீண்ட காலமாக ஆதரித்து வந்திருந்தார்கள் என்பதையும், பூலோகத்தில் மனிதன் செய்யும் செயல்களுக்கு, மேலோகத்தில் கூலியும், தண்டனையும் கிடைக்கும் என்கிற நீதியின் பெயரில் வர்க்கச் சுரண்டலில் மனிதனை சிந்திக்க விடாமல் செய்தார்கள் என்பதையும் எடுத்துரைத்து மார்க்ஸ் வர்க்கப் போராட்டத்திற்கு மூல காரணமாக அமைந்தார்கள் என்று கூறினாரோ அந்த மதகுருமார்களை லெனின் பாட்டாளி வர்க்கத்தினருக்கு ஆதரவு கொடுக்கும் இனமாக முன்வந்திருப்பதாகவும் அரசாங்கத்தின் நிலபிரபுத்துவ பிடியிலிருந்து மாதா கோயிலை பிரித்தெடுக்க வேண்டிய அவசியத்தை உணர்ந்ததாகவும்இங்கே சித்தரிக்கிறார். அதனால் லெனினை மார்க்சுக்கு எதிரானவராக நம்பூதிரிபாட் ஏற்றுக்கொள்வாரா? உண்மையில் அது விஷயமல்ல. ஒவ்வொரு காலகட்டத்திற்குத் தகுந்தவாறு சமநிலையை ஏற்படுத்த எது மிகத் தேவையான மாற்றமாக இருக்கிறதோ அல்லது எது இதுவரையில் மாற்றங்களை தடுத்து நிறுத்தி வந்திருக்கிறதோ, அதுவே மாற்றங்களை ஆதரிக்கும் சூழ்நிலை ஏற்பட்டால் மாற்றங்களை நடைமுறைக்குக் கொண்டு வருவதற்கு அதனுடன் சமரசம் செய்து கொள்வதே உண்மையான சோஷலிசம் என்பதைத்தான் இதன் பொருளாகக் கொள்ள வேண்டும் என்கிறபோது உலகில் நேருவைவிடச் சிறந்த சோஷலிஸ்டு உண்டா என்பதும் இந்திய கம்யூனிஸ்டுகளிடம் எற்படும் புதிய கேள்வியாகிறது?.

37
ரெட்டியாரும் முதலியாரும் சூத்திரர்களா?

நாம் இந்தியாவில் இடதுசாரியம் என்னும் ஒரு ஆய்வு நூலை எழுதும்போது மகாத்மாவையும், நேருவையும், அம்பேத்கரையும், சோஷலிச சித்தாந்தத்தைப் பின்பற்றியவர்கள் என்கிற வாதத்தை எடுத்துரைக்கும் போது, ராம்மோகன்ராய், கமலாதேவி, சட்டோபாத்யா, ராம் மனோகர் லோகியா, பெரியார் போன்றோர்களை தவிர்த்துவிட்டு அதன் முழுமையை உணர்த்திட முடியுமா என்கிற கேள்வி இயற்கையாகவே எழத்தான் செய்யும். ஆனால், துரதிருஷ்டவசமாக இதில் ஒரு நுணுக்கமான கேள்வி உள்ளடங்கி இருப்பதும், அக்கேள்விக்கான பதில் இங்கே தீவிர இடதுசாரியத்தில் உள்ளவர்களால் அளிக்கப்படுவதற்கான சாத்தியக் கூறுகள் இருக்கின்றனவா என்பதும் சந்தேகம்தான்.

நாம் மேலே குறிப்பிட்ட இந்தியாவின் சோஷலிசவாதிகள் இன்னும் குறிப்பிடாமல் விடுபட்டவர்கள் இவர்கள் எவரிலேனும் ஒருவராவது, தொழிலாளர்கள் பிரச்சனை குறித்துப் போராடியதற்காக அறியப்பட்டிருக்கிறார்களா என்பதை நாம் ஆய்வு செய்ய வேண்டும். ஒரு வேளை, அதன் அமைப்பு இவ்வாறு இருந்திருக்கலாம். இந்தியாவின் எந்த ஒரு சோஷலிசவாதியும், எப்போதாவது தொழிலாளர் தேவைக் குறித்துப் போராட்டக் களத்தை அமைத்திருக்கலாம். அவை வரலாற்றில் பதிவாகியும் இருக்கலாம். ஆனால், கேள்வியின் தீவிரத்தன்மை எதுவென்றால் இந்தியத் தீவிர இடதுசாரியர்கள் சோஷலிசம் என்பதற்கும் கம்யூனிசம் என்பதற்கும் தொழிலாளர் நலன் சார்ந்த ஒன்றுடன் மட்டும் தொடர்புபடுத்திப் பார்ப்பதும், அதன் ஒப்புமை கொண்டு சிறந்த இடதுசாரியத்தைச் சார்ந்தவர்களையெல்லாம் சந்தேகம் கொண்டு பார்க்குமளவிற்குத்

தொழிலாளர் போராட்டமே அவர்களுக்கு முக்கியமானதாகத் தோன்றுகிறது. ஆனால், அதைப் பின்பற்றியவர்கள் எவரும் வரலாற்றில் பதிவான இடதுசாரியத்தவர்களாக இந்தியாவில் ஏன் கம்யூனிஸ்டுகளால் அடையாளப்படுத்தவில்லை என்பதே கேள்வியின் தீவிரத்தன்மையாகிறது. நாம் மேற்குறிப்பிட்ட அல்லது விடுபட்டு போன அனைத்து தலைவர்களும், மூட நம்பிக்கைக்கு எதிராக, பெண் அடிமைத்தனத்தை அழிக்க போரடியதற்காக, சாதிய வர்க்கப் போராட்டத்தை எதிர்த்ததற்காகத்தானே, சிறந்த இடதுசாரியத் தலைவர்களாக அறியப் பெற்றிருக்கிறார்கள். அதனால்தானே வரலாற்றிலும் இடம் பெற்றிருக்கிறார்கள். இத்தலைவர்கள் அனைவரும், அவர்களின் போராட்டக் காலத்தில் நிச்சயமாகத் தொழிலாளர் நலன் சார்ந்த விஷயங்களுக்காகக் குரல் கொடுத்திருந்தாலும் அல்லது போராட்டம் நடத்தியிருந்தாலும், அதற்கான நினைவுகளால் அவர்கள் போற்றப்படாததற்குக் காரணம் என்ன? இதனை நாம் மிகத் தீவிரமாக ஆய்வு செய்வோமேயானால் இதன் அடிப்படைக் காரணம், நாம் மகாத்மாவிற்காகவும், நேருவிற்காகவும், அம்பேத்காருக்காவும் எதனை முன்னிறுத்தி வாதிட்டோமோ அதுதான் இதன் பொதுக் காரணியாகிறது. அதாவது இந்தியாவில் இடதுசாரியத்தின் கொள்கைப் பக்கங்கள் ஏனைய தேசத்திலிருந்து மாறுபட்ட ஒரு தேவையை முன்னிறுத்துகிறது என்றால் நாம் இதுவரை மகாத்மா, நேரு, அம்பேத்கருக்காக வாதிட்டோம் என்கிற வார்த்தைகளின் அர்த்தம் வலுவிழந்து அதன் உண்மைத் தன்மையை முற்றிலும் பெற்றுவிட்டதாக மாறுவதை நாம் உணர முடியும். அதாவது இந்தியாவில் இடதுசாரியம் தனது தேவையை பெற்றிருப்பதும், அதன் காரணியும், அதன் களமும் தீவிர மேலைநாட்டு இடதுசாரியக் கொள்கையிலிருந்து முற்றிலும் மாறுபட்ட ஒரு தேடலில் அடங்கியிருப்பதை நாம் உணர முடியும்.

உதாரணமாக, நாம் ராம்மனோகர் லோகியாவை எடுத்துக் கொள்வோம். இன்றைக்கும் வட இந்தியாவில் இவரின் வழிவந்தவர்களின் ஆளுமை இந்திய அரசியலில் அசைக்க முடியாத இடத்தைப் பெற்றிருக்கிறது. இந்தியாவின் தவிர்க்க முடியாத முதன்மையான சோஷலிசவாதி இவர். 1957 ஆம் ஆண்டின் பொதுத் தேர்தலில் டாக்டர் அம்பேத்கருடன் சேர்ந்து தேர்தலை

சந்திக்க ஆலோசனை செய்தவர். இருவருமே, இந்தியாவில் வர்க்க உணர்வைக் காட்டிலும் சாதிய உணர்வே தீங்கிழைக்கிறது என்று நம்பியவர்கள். ஆனால், துரதிருஷ்டவசமாக அம்பேத்கரின் இறப்பால் இருவரும் கைகோர்க்கும் நிலை மாறிப்போனது. இங்கே நாம் அறிந்துகொள்ள வேண்டிய கருத்தியலும் கூட அதுவல்ல, ஏனெனில் அரசியலுக்காக வாதம் செய்யும் நோக்கத்தில் இந்த ஆய்வைச் செய்வதற்கு இல்லை. அதனால் நாம் அறிந்து கொள்ள வேண்டிய முக்கியத்துவம் பெற்றது எதுவெனில்?

ராம் மனோகர் லோகியா 1958-இல் சாதியும் வர்க்கமும் என்னும் ஒரு கட்டுரை எழுதினார். அக்கட்டுரை இந்தியாவில் சாதி அழியமுடியாத அளவிற்கு எவ்வளவு தீவிரம் அடைந்துள்ளது என்பதை மிகத் தெளிவாக வெளியிட்டு இருப்பதை நம்மில் அநேகர் அறிந்திருக்கவில்லை. சாதியின் அழிவுதான் அனைத்தையும் சாத்தியமாக்கும் என்பதைவிட அக்கட்டுரை நமக்குச் சாதி அழிந்து விடாதபடி ஒவ்வொரு நிலையிலும் எப்படிக் காப்பாற்றப்படுகிறது என்கிற புரிதலைத்தான் அதிகமாகக் கொடுக்கிறது. அப்புரிதல் சாதியம் இந்தியாவில் வர்க்கப் போராட்டத்தின் மிகப்பெரும் தீவிர இடத்தில் இருப்பதையும், அதற்கு எதிரான போராட்டமே இடதுசாரியத்தின் உண்மையான வெற்றியை தீர்மாணிக்கும் தேவையை பெற்றிருப்பதும் நமக்கு உணர்த்துகிறது. நாம் விஷயத்திற்கு வருவோம். அக்கட்டுரையில் ஓரிடத்தில் ராம் மனோகர் லோகியா இவ்வாறு கூறுகிறார்.

“[1]மேற்கிந்தியாவில் தொழிலாளிகள் மற்றும் விவசாயிகளின் கட்சி மற்றும் குடியரசுக்கட்சி, தென்னிந்தியாவில் திராவிட முன்னேற்றக் கழகம், கிழக்கிந்தியாவில் ஜார்க்கண்ட் கட்சி இவற்றைத் தவிர, கணதந்திரக் கட்சி மற்றும் ஜனதா கட்சி ஆகியவை பிரதேசக் கட்சிகள் மட்டுமல்ல. சாதிக் கட்சிகளும் கூட. அவை அந்தந்தப் பிரதேசங்களில் செயல்படும் சாதிகளுடைய கட்சிகள். இந்தச் சாதிகள் அந்தப் பிரதேசங்களில் பெரும் எண்ணக்கையிலுள்ளன.

ஜார்க்கண்ட் கட்சியின் முக்கியமானவர்கள் சோட்டாநாக்பூர் பிரதேசத்தில் வசிக்கும் ஆதிவாசிகள். குயடிரசுக் கட்சிக்கு மகார்கள்;

---

1 சாதியும் வர்க்கமும் கட்டுரை ராம்மனோகர் லோகியா

தொழிலாளிகள் மற்றும் விவசாயிகள் கட்சிக்கு மாரத்தாக்கள், தி.மு.க.வுக்கு முதலியார்களும், பிராமணரல்லாதாரும் கணதந்திர மற்றும் ஜனதாக் கட்சிகளுக்கு ஷத்திரியர்களும் முக்கியமானவர்கள்.

சமூகத்தில் பெரும் இன்னல்களை அனுபவித்த சாதிகள்தான் மராத்தா, ஜஸ்டிஸ் மற்றும் தலித்துக்களின் கட்சிகளை ஸ்தாபித்தன. இந்த இன்னல்களின் விளைவாக ஏற்பட்ட அதிருப்தியை பிரிட்டிஷார் தங்களுக்குச் சாதகமாகவே பயன்படுத்திக் கொண்டனர். இந்த அதிருப்திக்குக் காரணம் பிரிட்டிஷாரல்லர். அதனால்தான் இந்தப் பிரச்சனை இப்போதும் தொடர்கிறது. சில சந்தர்ப்பங்களில் இந்த அதிருப்திக்குக் காரணமானவர்களும் அதற்குப் பலியானவர்களும் பரஸ்பரம் இடம் மாறியுள்ளனர். இருந்தும் அந்த அதிருப்தி மறைந்து விடவில்லை" என்கிறார் அக்கட்டுரையில் ராம்மனோகர் லோகியா.

இவற்றில் நாம் எதையும் சொந்த விருப்பத்திற்கிணங்கக் கூறவில்லை. அனைத்தும், ராம் மனோகர் லோகியாவின் எழுத்துக்கள்தான். நமக்குப் புரியுமளவிற்கு எளிமையாக இதனைக் கூறவேண்டுமென்றால், தமிழகத்தில் ரெட்டிகளும், முதலியார்களும், சாதிய அடக்குமுறையால் வெகுண்டெழுந்து அரசியல் அதிகாரம் பெற்றனர் என்கிறது கட்டுரை. ஆனால், இன்றைக்குத் தமிழகத்தில் ரெட்டிகளும், முதலியார்களும் அடக்குமுறைக்கு உள்ளான சாதிகளாக இன்றைய தலைமுறையினர் ஒப்புக் கொள்ள வாய்ப்பிருக்கிறதா என்பதே நம் கேள்வி. ஆக, இங்கே சாதிய வர்க்கம் அதன் அடிமைத்தனத்திலிருந்து விடுபட்டாலும், அது தன்னை மட்டுமே முன்னிறுத்துகிறது. அது மேலும் ஒரு சாதிய வர்க்கத்தை உருவாக்க நினைக்கிறது என்பதே இதன் அர்த்தமாகிறது. இதனையே மிகத் தெளிவாக அவர் கடைசி இரு வரிகளில் கூறுகிறார்.

"[1] சில சந்தர்ப்பங்களில் இந்த அதிருப்திக்குக் காரணமானவர்களும் அதற்குப் பலியானவர்களும் பரஸ்பரம் இடம் மாறியுள்ளனர். இருந்தும் அந்த அதிருப்தி மறைந்து விடவில்லை"என்கிறார். ஆனால், அன்றைக்கு அவர் கூறியதைவிட இன்றைக்கு

---

1 சாதியும் வர்க்கமும் கட்டுரை ராம்மனோகர் லோகியா

விஷயம். இன்னும் தீவிரமாக இருப்பதாகத்தான் மாராத்தாக்கள் போன்றோர்களை ஒப்பிட்டுப் பார்க்கும்போது அறிய முடிகிறது. இதையும் கூட அவர் அதே கட்டுரையின் மற்றோர் இடத்திலும் தெளிவாக இவ்வாறு கூறுகிறார்.

"[1]மாராத்தாக்கள் காங்கிரஸ் கட்சியில் சேர்ந்து அதைத் தங்களுக்குக் கீழ்க்கொண்டு வந்தனர். ஒரு சில சாதிகள் மீண்டும் ஒதுக்கி வைக்கப்பட்டன. ஆனால், இப்போது நிலைமையில் ஒரு மாற்றம் வந்தது. அரசியலில் பிராமணர்களுடைய செல்வாக்கு மெல்ல மெல்லக் குறைந்து வந்தது. அதே சமயம் அரசியல் மேலிடத்துக்கு வந்து விட்ட மராத்தாக்கள் தங்களுக்குப் புதியதாகக் கிடைத்த அரசியல் அதிகாரங்களை மற்ற தாழ்ந்த சாதிக்காரர்களுடன் பங்கிட்டுக் கொள்ள விரும்பவில்லை. அவர்களும் அதிகார வெறிபிடித்து அலைந்தனர். தாழ்ந்த சாதிக்காரர்களுடைய எதிர்ப்பையும், சாதியையும் அதனால் விளைந்த அநீதியையும் ஒழிக்கப் பயன்படுத்தாமல் மராத்தாக்கள் தங்களுடைய சொந்த அதிகாரத்தை அதிகரிக்கத்தான் பயன்படுத்திக்கொண்டனர் என்கிறார் ராம்மனோகர் லோகியா.

இதன் கூற்று இறுதியாக எதை முன்னிறுத்துகிறது என்றால் இந்தியாவில் ஒடுக்கப்பட்ட ஒவ்வொரு சாதியும், அதிகாரம் பெறுகின்றபோது அதன் அதிகாரத்தைப் பயன்படுத்தி அதற்குக் கீழ்நிலையில் உள்ள மற்றொரு சாதியை அடக்கி ஆள்வதற்கு மட்டுமே அதன் சாதிய வெற்றியை உறுதி செய்திருக்கிறது. எக்காலத்திலும் மாறாத சாதிய வர்க்கத்தை இது பாதுகாக்கும் முறையைக் கொண்டிருப்பதைத் தான் ராம்மனோகர் லோகியா கூறுகிறார். இவ்வாறான பிரச்சனைகளை இந்தியாவில் சாதிய வர்க்கம் உருவாக்கும்போது மேலைநாட்டு இடதுசாரிய கொள்கை இந்தியாவிற்கு எவ்வாறு பொருந்தும் என்றும் அவர் அதே கட்டுரையின் பிறிதோர் இடத்தில் கேட்கிறார்.

"[2]தமது சொந்த நலனுக்காக சோஷலிசம் பற்றிப் பேசுபவர்கள் அரசியல் மற்றும் பொருளாதார விஷயங்களைப்பற்றி மட்டுமே குறிப்பிடுகிறார்கள். அதாவது கீழ்மட்டத்தில் உள்ளவர்களுக்குக்

---

1 சாதியும் வர்க்கமும் கட்டுரை ராம்மனோகர் லோகியா
2 சாதியும் வர்க்கமும் கட்டுரை ராம்மனோகர் லோகியா

கூடுதல் சம்பளம் அல்லது போனஸ் அளிப்பது மேல் மட்டத்தில் தனியார் வசமுள்ள தொழிற்சாலைகளை மூடிவிடுவது போன்ற விஷயங்கள். ஐரோப்பாவில் இப்போதுள்ள சமூக அமைப்பு மாறிக் கொண்டு வருகிறது. ஆனால், அங்கும்கூடக் கீழ் மட்டத்திலுள்ள படிப்பறிவில்லாத தொழிலாளிகளுக்கும், படித்த உயர் மட்டத்திலுள்ள ஊழியர்களுக்கு மிடையேயுள்ள வேறுபாடுகள் நீக்கப்பட மாட்டாது. ஆனால், இந்தியாவிலுள்ள சாதிமுறை வித்தியாசமானது. அது சமூகத்துக்குத் தீங்கு விளைவிக்கும். அறிவாற்றல் பெற்றவர்களும், க்ஷத்திரியர்களும் இந்தியாவில் உயர்ந்த சாதியினராகக் கருதப்படுகின்றனர். நாட்டில் பொருளாதார மற்றும் அரசியல் புரட்சிகள் நிகழ்ந்த பிறகும்கூட இந்தச் சாதிகள்தான் அரசையும் தொழிற்சாலையையும் நடத்திச் செல்லத் தேவையான மானேஜர்களை நமக்களிக்கும்." என்று இக்கூற்றை நீட்டித்துச் சொல்கிறார் ராம்மனோகர் லோகியா.

அவர் கூறுவதிலிருந்து நாம் அறிந்துகொள்வது யாதெனில், இந்தியாவின் முதன்மையான சோஷலிசவாதியின் கேள்வியும் சந்தேகமும் நமக்குத் தெளிவாக்குவது எதுவென்றால், 1934-இல் காங்கிரஸ் சோஷலிச இயக்கம் ஏற்படக் காரணமானவர்களில் ஒருவரும், சுதந்திர இந்தியாவில் நேரு சோஷலிச சித்தாந்தத்தில் இருந்து தடம் மாறி ஆட்சிசெய்வதாகக் குற்றம் சுமத்தி காங்கிரஸிலிருந்து வெளியேறி சோஷலிச இயக்கம் கண்ட ராம்மனோகர் லோகியா இந்தியாவிற்கான சோஷலிசம் எதுவென்று

கூறினாரோ அதை முற்றிலும் அறியும் நோக்கில்லாமல் ஆனால், அதே நேரம் தம் கருத்தின் தீவிரத்தை மேலும் வலுவாக்கும் விதமாக இ.எம்.எஸ். நம்பூதிரிபாட், தொழிலாளர்களின் போராட்டங்களில் நேரு ஈடுபடவில்லை என்கிற காரணத்தைக் கூறி அவர் மீது சந்தேகம் கொள்கிறார். என்பதை நாம் ஆய்வு செய்தால் முடிவாக ஒரு விஷயத்திற்கு வரமுடியும். நாம் கம்யூனிஸ்டு மற்றம் சோஷலிசத் தலைவராகக் கொண்டாடிய தேசத் தலைவர்கள் எவரையும் கணக்கில் கொண்டால், அவர்கள் தொழிலாளர் நலன் சார்ந்த பிரச்சனைகளுக்குக் குரல்கொடுத்ததற்காக மட்டும், தேசத்தின் கம்யூனிஸ்ட் மற்றும் சோஷலிசத் தலைவராகக் கொண்டாடப்படவில்லை என்பதை அறிய முடியும். அதன்

கொண்டாட்டத்திற்கு உரிய தலைவர்கள் அனைவரும், தேசத்தின் அன்றைய பொதுப் பிரச்சனையாக இருந்த, சுதந்திரம், சாதிய வேறுபாடு, பெண்ணுரிமை, மூட நடவடிக்கைளுக்கு எதிராகப் போராடியவர்களாக இருந்ததாலேயே இருந்திருக்கிறது என்கிற பேருண்மையை நாம் அறிய முயற்சி செய்ய வேண்டும். ஆனால், அவர்களுக்கெல்லாம் கம்யூனிஸ்ட் கட்சியிலோ அல்லது சோஷலிச இயக்கங்களிலோ இருந்ததால், கம்யூனிஸ்டுகளால் கொண்டாடப்பட்டிருக்கிறார்கள். ஆனால், அதே தேவையை முன்னிறுத்திய ஏனைய பல இந்தியத் தலைவர்கள் மற்ற இயக்கங்களில் இருந்ததால், அவர்கள் இடதுசாரியர்களால் சந்தேகக் கண்கொண்டு பார்க்கப்பட்டிருக்கிறார்கள் என்பதையும் நாம் அறிய வேண்டும். இந்தியாவில் பொருளாதார மற்றும் அரசியல் விஷயங்கள் மட்டுமே, இடதுசாரியத்தின் தரப்பிலான கூறுகளாக இருக்க முடியாது என்றும், உயர் சாதிகளில் இருந்தே தொழிற்சாலைகளில் உயர்பதவியும், முதலாளியும் உருவாக முடியும் என்று கூறிய ராம்மனோகர் லோகியா, இந்திய சோஷலிஸ்டுகளால் கொண்டாடப்பட்டால், இந்திய கம்யூனிஸ்டுகளால் ஏற்றுக்கொள்ளப்பட்டால் மகாத்மாவும், நேருவும், அம்பேத்கரும் ஏன் இதில் அவர்களின் சந்தேகத்திற்குரியவர்களாக ஆனார்கள் என்பதின் நியாயமான கேள்விக்கு பதிலிருக்க முடியுமா?

38

இருட்டில் மறைந்த இடதுசாரியர்கள்.

சாதியம் ஏன் இடதுசாரியத்தின் தீவிரத் தேவைகளை இந்தியாவில் கொண்டிருக்கிறது என்பதை நாம் ஏதோ நம் மனம் போன போக்கில் கூறிக்கொண்டிருப்பதாகச் சிலர் இங்கே நினைக்கலாம். அதற்கு அது மட்டும் காரணமல்ல. அல்லது நாம் கூறும் காரணங்கள் பிராமணியத்தை எதிர்த்த திராவிட இயக்கங்களை நினைவுபடுத்துவதாகக் கருதலாம். ஆனால், ஆய்வுகள் அதனைத் தெளிவுபடுத்தவில்லை. அந்த பிராமணியமே தற்போது இடதுசாரியத்தின் தேவையை எதிர்பார்த்துக் காத்துக்கொண்டிருக்கிறது என்பதுதான் ஆய்வின் இறுதி முடிவாகிறது. இந்தத் தொடரில் நாம் இந்தியாவில் இடதுசாரியம் என்பது எதைச் சார்ந்ததாக இருக்க வேண்டும் என்கிற தெளிவினைத் தேடுகிறோம். அதில் மறைந்து போன ஒன்றை வெளிக்கொண்டு வருவதில் வெற்றிபெற வேண்டும் என்பதே ஆய்வின் நோக்கம் அந்த நோக்கத்தின் அடிப்படையில் தான் சென்ற கட்டுரையில் முதலியார்களும், ரெட்டியார்களும், மராத்தாக்களும், யாதவர்களும் விவசாய சூத்திரர்களாக இருந்து உயர் சாதியின் பிடியில் இருந்து மீண்டெழுந்து ஆட்சி அதிகாரத்தைத் தமிழகத்திலும், ஆந்திரத்திலும், மகாராஷ்டிரத்திலும், பீகார், உத்திர பிரதேசத்திலும் தட்டிப்பறித்தைக் கூறியிருந்தோம். வேறொரு விஷயத்தைக்கூட தெளிவுபடுத்தியிருந்ததையும் கூறியிருந்தோம். அதாவது, அவ்வாறு சூத்திரர்களாக இருந்த அவர்கள் ஆட்சி அதிகாரம் பெற்றவுடன் நாளடைவில் அவர்களே உயர் சாதியினராக மாறிப்போன விந்தையான நிகழ்வினையும் கூறியிருந்தோம். இது இவ்வாறு தான் நிகழும் என்பதை இதற்கு முன்பே சரியாக

ராம்மனோகர் லோகியா கணித்திருந்ததையும் கூட நாம் ஆய்வில் எடுத்திருந்தோம். சாதியம் ஒவ்வொரு முறையும் ஏணிபடியில் ஏறி முன்னேறி நகர்வுபெறுகின்ற அதன் மாற்றத்தை சமூகங்களின் ஒட்டு மொத்த வளர்ச்சிக்கும் பயன்படுத்துவதைத் தவிர்த்துவிட்டு சாதிகள் தனித்தனியாக அதிகாரத்தை மட்டுமே முன்னிலைப் படுத்தும் போக்கு நாளுக்கு நாள் அதிகமாகிக் கொண்டிருப்பதே சாதியம் பாதுகாக்கப்படுவதின் உண்மையான கருத்து என்றும் பார்த்திருந்தோம். உதாரணமாக இடஒதுக்கீட்டு முறையால் இன்றைக்கும் தாழ்த்தப்பட்ட சமுதாயத்தைச் சார்ந்தவர்கள் அரசு உயர் பதவியில் அமர்ந்த பிறகு தங்கள் சாதிய அடையாளத்தையே வெளிப்படுத்த பெரும்பாலானோர் தயங்குவதும் கூட இதனுடன் ஒப்பிடக்கூடிய ஒன்றுதான். அந்த அளவிற்கு இந்தியாவில் சாதியம் அடுக்கடுக்கான பல காவல் கட்டுப்பாடுகளால் பாதுகாக்கப்பட்டு தாழ்ந்த நிலையிலிருந்த ஒரு சாதியினர் அதிகாரத்திற்கு வந்தப்பிறகு அந்த அதிகாரத்தைப் பயன்டுத்தி அடுத்தடுத்த நிலையில் மோசமாக இருந்த சாதியை மேலே தூக்கிவிடுவதற்குப் பதில், அந்த அதிகாரத்தை பயன்டுத்தி மேலும் மேலும் தனது சாதிய பெருமையை மெருகேற்றி, கீழுள்ளவர்களை மேலும் கிழாக்க முயற்சி செய்வதில் மட்டுமே கவனம் செலுத்துகிறது. இந்நிலை சாதியவர்க்கப் பிரிவினையை இன்னும் மோசமான கட்டத்திற்கே இட்டுச் செல்கிறது என்கிறபோது அதனினும் இடதுசாரியம் இந்தியாவில் மாற்றியமைக்க வேண்டிய வேறு பணிதான் என்ன? என்கிற எதார்த்தமான மற்றொரு கேள்வியும் எழத்தானே செய்யும். சரி நாம் விஷயத்திற்கும் வருவோம். இன்றைக்கு உயர்சாதியாகத் தங்களை நினைத்துக்கொண்டிருக்கும் விவசாயப் பெருங்குடிகள், ஒருகாலத்தில் எவ்வாறு இருந்தார்கள் என்பதை மகாராஷ்டிரத்தின் ஜோதிராவ் ஃபுலே 1883-இல் விவசாயிகளின் நிலைமை என்னும் கட்டுரையில் இவ்வாறு கூறுகிறார்.

"[1]இப்படியெல்லாம் புலம்பிப் பெருமூச்சுவிட்ட நமது விவசாயி அழுது கொண்டே உறங்கப்போனார். ஈரமான என் கண்களைத் துடைத்துக்கொண்டு நான் வெளியே வந்தேன். சுற்றுமுற்றும் பார்த்தேன். அந்த விவசாயியின் வீடு ஒரு ஓட்டுக் கட்டிடம் என்று

1 நவீன இந்தியாவின் சிற்பிகள் நூலிலிருந்து (ஜோதிராவ் புலே)

தெரிந்தது. அதன் ஒரு பக்கத்தில் ஒரு மாட்டுத் தொழுவம் இருந்தது. அங்கிருந்த வயதான காளைகள் அசைபோட்டுக் கொண்டிருந்தன. ஒரு மூலையில் காலி டின்கள் குவிக்கப்பட்டிருந்தன. வெளியே முற்றத்தில் ஒரு பழைய கட்டை வண்டி இருந்தது. அதன்மேல் ஒரு அறுந்துபோன கூடை. வீட்டுக்கு இடது பக்கம் சதுர வடிவிலான ஒரு மேடை... அதன் மேல்பாகத்தில் தண்ணீர் பிடித்து வைப்பதற்கான இடம். அங்கு நீர் நிரப்பிய சில மண் குடங்கள். அதன் அருகிலேயே ஒரு ஓடு வேய்ந்த குளிக்கும் இடம். அதன் மூன்று பக்கங்களிலும் குட்டைச் சுவர்கள். இந்த இடத்துக்கு வெளியில் பூச்சிகளும் புழுக்களும் மிதக்கும் தண்ணீர் தேங்கியிருந்தது. அதற்கப்பால் ஒரு மரத்தடியில் அரைநிர்வாணமாக, உடல் முழுவதும் அழுக்குப் படிந்த குழந்தைகள் ஆடிக்கொண்டிருந்தனர். அவர்கள் மூக்கில் சளி வழிந்துகொண்டிருந்தது, உடல் முழுவதும் வியர்வை நாற்றம். ஒரு பெண் குழந்தை கடை முதலாளியாக நடித்துக்கொண்டிருந்தது. விதைகளாலான ஒரு 'சலங்கை'யைக் காலில் கட்டிக்கொண்டிருந்த அவள் சாராயம் விற்றுக்கொண்டிருந்தாள். வேறுபல குழந்தைகள் கூழாங்கற்களையும் விதைகளையும் பணமாக அவளுக்குக் கொடுத்தனர். அவர்கள் குடித்துத் தடுமாறுபவர்கள்போல நடித்து, ஒருவர்மேல ஒருவர் விழுந்து அங்குமிங்கும் நடமாடிக் கொண்டிருந்தனர்.

இந்த விவசாயிகள் வீட்டுக்கருகில் மரத்தால் செய்யப்பட்ட உத்திரக்கட்டைகளும் தூண்களும் உள்ள ஒரு மாட்டுத் தொழுவமிருக்கிறது. அதில் சமீபத்தில் கிடாரிக் கன்றை ஈன்ற எருமை படுத்திருந்தது. தொழுவத்தின் சுவர் முழுவதும் பூச்சிகள் நிறைந்திருந்தன. தலையைச்சீவும் போது உதிர்ந்த தலைமுடிகள் கூரையிலிருந்து இடுக்குகளில் ஒட்டிக்கொண்டிருந்தன. இதற்குப் பக்கத்தில் ஒரு கோழிக் கூண்டும் இருந்தது.

இதற்கு அப்பால் குப்பை மலையாகக் குவிந்திருந்தது. அதிலேயே குழந்தைகள் தங்களுடைய காலைக் கடன்களையும் நடத்தியிருந்ததால் அந்தப் பிரதேசம் முழுவதும் ஈக்கள் மயமாக இருந்தது. இதற்குப் பக்கத்தில் குவிந்து வைத்திருந்த புல்லும் வைக்கோலும் தீர்ந்துவிட்டதால் இலைகள் மட்டுமே அங்குக்

காணப்பட்டன. இன்னொரு மூலையில் வறட்டிகள் அடுக்கி வைக்கப்பட்டிருந்தன. இதற்கருகில் மரத்துக்கடியில் சில உடைந்த விவசாயக்கருவிகள் காணப்பட்டன. ஒரு ஊமத்தைச் செடி அங்கு முளைத்திருந்தது. இப்போதுதான் குட்டிப் போட்ட தெரு நாய் அங்குப் படுத்துக்கொண்டு வருவோர் போவோர்களைப் பார்த்து உறுமிக்கொண்டிருந்தது. அதற்கப்பால் ஒன்றுக்கும் உபயோகமில்லாத மாட்டுத் தீவனம் இரைந்து கிடக்கும் இடத்தில் ஒரு இளம் பெண் முழங்கால் அளவுச் சாணியில் நின்றுகொண்டு அதைக் கால்களால் பதப்படுத்திக்கொண்டு இருந்தாள்.

சமையலறையில் தரை மேடும் பள்ளமுமாக இருந்தது. மாவரைத்த தூசியும் கறிகாய்களைக் கழுவிய மிச்சமும் எங்கும் பரவியிருந்தன. அழுகிப்போன வெங்காயம் ஒரு மூலையில் குவிந்திருந்தது. இவற்றிலிருந்து ஒருவித துர்நாற்றம் எழுந்தது."

இவ்வாறு இக்கட்டுரையில் இன்னும் பல கொடுமைகள் நீள்கிறது. விவசாயிகளின் இந்த நிலைமை சோஷலிச சித்தாந்தம் உருவாகக் காரணமான பிரிட்டனைச் சேர்ந்த ஓவன் என்பவர், மான்செஸ்டர் நகரின் தொழிற்சாலைகளில் பணிபுரிந்த தொழிலாளர்கள், பெண்கள், குழந்தைகள் இவ்வாறுதான் சுகாதாரமற்ற நிலையில் வாழ்ந்தார்கள் என்பதால் அவர்களுக்கான பாதுகாப்பு வழிமுறைகளை ஓவன் ஏற்படுத்தியதின் விரிவாக்கமே இடதுசாரியத்தின் தோற்றம் என்று பிடரிக் எங்கெல்ஸ் கூறுகிறார். மேலை நாடுகளில் தொழிலாளர்களின் நிலையில் இந்தியாவில் ஒரு சமூகம் இருக்கிறது என்பதுதான் இதன் இரண்டிற்குமான வேறுபாடு மற்றும் ஒற்றுமையும் கூட. ஆக இந்தியாவின் இடதுசாரியத் தேவை என்பது இங்கே மாறித்தானே போகிறது. ஓரளவுக்கு விவசாயம் செய்து பிழைக்கும் அவர்களின் நிலையே இவ்வாறெனில், தாழ்த்தப்பட்ட மக்களின் நிலை எவ்வாறு இருந்திருக்கும். இங்கே இன்னுமொரு விஷயமும் இருக்கிறது. மேலை நாடுகளில் தொழிலாளர் வர்க்கம் என்பது பொருளாதார அடிப்படையில் அமைகிறது. ஆனால், இந்தியாவில் சாதிய அடிப்படையில் அமைகிறது. அதையும் கூட அதே கட்டுரையில் அந்த விவசாயியே கூறுவதாக ஜோதிராவ் ஃபுலே இவ்வாறு கூறுகிறார்.

"அந்த விவசாயிக்கு உறக்கம் வரவில்லை. நெஞ்சில் கைவைத்துக்கொண்டு பைத்தியம் பிடித்தவரைப்போலத் தனக்குள்ளேயே பேசிக்கொண்டார். "மத்தவங்க மாதிரி நானும்

அந்த மேல் சாதி வேலைக்காரங்களுக்கு லஞ்சம் கொடுக்காததாலே அவங்க அந்த வெள்ளைகார ஆபீசர்கிட்டே கோள்மூட்டி நாம் கொடுக்கவேண்டிய வரித்தொகையை இரட்டிப்பாக்கிட்டாங்க. அந்த வருஷம் மழைவேற சரியாப் பொய்யாம நிலம், தோட்டம், எல்லாம் வறண்டு போயிடுச்சு, எங்கப்பாவும், திடீர்னு இறந்திட்டாரு. அந்தச் சடங்குக்காக நிறைய செலவாச்சு. அதனாலே முதல் வருஷம் வரிகட்டறதுக்காக என்னோட தோட்டத்தை எனக்குக் கடன் கொடுத்தவர்கிட்டே பணயம் வெச்சேன். அதுக்கப்புறம் அவரு நாம் கொடுக்கவேண்டிய வட்டித் தொகையை மூணு, நாலு மடங்காக ஏத்திட்டாரு. கடைசிலே என்னோட தோட்டத்தையே அவர் எடுத்துக்கிட்டாரு. கடன் கொடுத்தவரோட மாமா கலெக்டராபிசிலே கிளார்க்கா இருக்காரு. அவருடைய ஒரு சகோதரன் கலெக்டரோட செக்ரட்டரியா இருக்காரு. மச்சினன் ஒரு முன்சீப். மாமனார் தாலுக்கா போலீஸ் அதிகாரி. பார்க்கப்போனா இங்கே சர்க்கார் ஆபீசிலே வேலை பார்க்கற முக்கால்வாசிப் பேர் அவரோட சாதியைச் சேர்ந்தவங்கதான். அதனாலே அவர்கிட்டே ஏதாவது சண்டை போட்டா அவங்க எம்மேலே பாய்ஞ்சிடுவாங்க. சின்னச் சின்ன விஷயத்துக்காக என்னை ஒண்ணுமே இல்லாமப் பண்ணிடுவாங்க" என்று விவசாயி புலம்புவதாக குறிப்பிடுகிறார்.

ஏறக்குறைய அந்த விவசாயின் புலம்பலில் வெளிப்படும் அனைத்து பதவிகளும் ஆங்கிலேய அரசின் அடிமைத் தொழிலாளர் வர்க்கங்களே. ஆனால், இங்கே ஏழை விவசாயிக்கு அவர்களே முதலாளிகளாக மாறிவிடுகிறார்கள். இந்த வேறுபாடும் நாம் கூர்ந்து கவனத்தில்கொள்ள வேண்டிய ஒன்று. இடதுசாரியத்தின் தீவிரப்போக்கு என்பதே வர்க்கச் சுரண்டலுக்கு எதிரானது. ஆனால், அதே விவசாயியும் கூட ஒரு வர்க்கச் சுரண்டலுக்கு உள்ளாக்கப்பட்டதாக ஜோதிராவ் ஃபுலே அக்கட்டுரையில் இவ்வாறும் கூறுகிறார்.

"[1]விவசாயின் வயதான உடல் நலமில்லாத தாய், தட்டுத் தடுமாறி விவசாயின் அருகில் வந்து அவர் தலைக்கடியில் ஒரு கம்பளியைச் சுருட்டி வைத்தார். பிறகு அவர் தாடையை மடித்துக்கொண்டு அவர் கண்களையே உற்று நோக்கிக்கொண்டு, "கடவுளே! தயவு செஞ்சு கண்ணைத்திற. துர் தேவதைகள் உன்னைப் படுத்தக்கூடாதுங்கறதுக்காக தெய்வத்துக்கு

---

1 நவீன இந்தியாவின் சிற்பிகள் நூலிலிருந்து (ஜோதிராவ் புலே)

எத்தனையோ தடவை காணிக்கை கொடுத்திருக்கேன். சில சமயம் உனக்கே தெரியாது! வீட்டிலிருந்த தானியத்தை வித்து உனக்காகப் பூஜை பண்ணச் சொல்லிப் பிரமாணங்ககிட்டே கேட்டுக்கிட்டேன். அதிகப் பிரமாணப் பெண்களுக்கு சாப்பாடும் போட்டிருக்கேன். குழந்தே! உங்கிட்டச் சொல்லாமலேயே உனக்காக நிறைய செலவழிச்சிருக்கேன், தெய்வம் உன்னைக் காப்பாத்தணும்கறத்துக்காக, அந்தத் தெய்வம் உன்னைத் தவணை முறையிலே வரியைக் கட்ட அனுமதிக்கலாம்னு கலெக்டரைச் சொல்ல வெச்சிருக்கலாமே? ஏ, திருட்டுப் பிரமாணர்களா! என் மகன் பிறந்ததிலேர்ந்து உனக்குக் கெடுதல் வரும்னு சொல்லி என்னைப் பயமுறுத்திக்கிட்டிருந்தீங்க. உங்களிடம் இருந்த நல்ல குணங்கள் எல்லாம் எங்கே போச்சு? சாமி பேரைச் சொல்லியே நீங்க என்னை ஏமாத்திட்டீங்க, அந்தப் பணத்தை உபயோகிச்சு நான் என் மகனைக் குணப்படுத்தியிருப்பேன்" என்று இந்தியாவின் உண்மையான வர்க்கச் சுரண்டலை அப்பட்டமாக ஜோதிராவ் ஃபுலே எடுத்துரைக்கிறார். இதில் நாம் இப்போது இருநிலைகளில் இதனைப் பகுப்பாய்வு செய்ய வேண்டும். 1883ஆம் ஆண்டுகளில் எந்த சமூகம் பெரிய சுரண்டுலுக்கு உள்ளானதோ அதன் காரணம் சாதிய அமைப்பாலும், ஏகாதிபத்திய அமைப்பாலும் உருவாக்கப்பட்டிருப்பதாக ஜோதிராவ் ஃபுலே கூறுகிறார். அதே நேரம் 1957-ஆம் ஆண்டுகளில் ராம்மனோகர் லோகியா அந்த வர்க்கச் சரண்டலுக்கு உள்ளான விவசாய சமூகம் ஆட்சி அதிகாரத்தைக் கைப்பற்றியதையும், ஆனால், அதே நேரம் அவ்வாறு அதிகாரம் பெற்ற விவசாய சமூகம் அதிகாரத்திற்கு வந்தவுடன் அவர்களுக்கு அடுத்த படிநிலையில் இருந்தவர்களின் துயரங்களைப் போக்க முன்வருவதற்குப் பதிலாக அவர்களைச் சுரண்டும் சமூகமாக மாறிப்போனதைக் குறிப்பிடுகிறார். ஆனால், நாம் 2023ஆம் ஆண்டில் பார்க்கும் நிஜம் எதுவெனில் அந்த விவசாய சமூகமே உயர்குடி சமூகமாக மாறிப்போன சாதிய வர்க்கச் சுரண்டலின் அப்பட்டமான உண்மை தோற்றத்தை நமக்குத் தெள்ளத்தெளிவாக எடுத்துரைத்த ஜோதிராவ் ஃபுலே போன்றவர்கள் இடதுசாரியத்தின் பக்கத்தில் ஏன் எழுதப்படவில்லை என்பதே நம் அடுத்த கேள்வியாகிறது என்பதும் அதற்கடுத்த முக்கியத்துவத்தை வேண்டுகிறது.

39

நவீன இந்தியாவின் முதல் சோஷலிஸ்டு ராம்மோகன் ராய்

29.05.2019 தமிழ் ஹிந்துவில் தீக்கதிர் நாளிதழின் முன்னாள் ஆசிரியரும், இடதுசாரிய இயக்கத்தின் தீவிர செயல் வீரருமாக இருக்கும் அ.குமரேசன் ஒரு கட்டுரை எழுதியிருக்கிறார். அதில் தேசத்தில் இடதுசாரியம் தற்போது நடந்து முடிந்திருக்கும் பாராளுமன்றத் தேர்தலில் ஏன் தோல்வியை கண்டிருக்கிறது என்பதற்கான ஆய்வுகளாக அந்தக் கட்டுரையை எழுதியிருக்கிறார். அந்தக் கட்டுரையின் இறுதியில் இவ்வாறு கூறி முடிக்கிறார்.

"[1]சுற்றிலும் காது கொடுப்போம். மண்ணுக்கேற்ற மார்க்ஸியம் வேண்டும்" என்ற குரலைச் சிலர் வலியுறுத்துகிறார்கள். வர்க்கப் பார்வை என்ற பெயரில் பொருளாதார அடிப்படையிலேயே சமூகப் பிரச்சனைகளை அதிகம் அணுகிப் பழகிவிட்டோம். மாறாக, சமூகப் பிரச்சனைகளில் உரிய கவனம் அளிக்க வேண்டும். இந்திய யதார்த்தத்தில் சமூகநீதிக்கும் மொழி உரிமைக்கும் கூடுதல் கவனம் அளிக்க வேண்டும் என்ற குரலைச் சிலர் வலியுறுத்துகிறார்கள். "போராட்டங்களுக்குக் கொடுக்கும் முக்கியத்துவத்தைத் தொண்டுக்கு அளிப்பதில்லை. தொண்டு எத்தகைய சமூக மாற்றத்தை உண்டாக்கும் என்பதை சுதந்திரப் போராட்ட வரலாற்றில் காந்திய உதாரணத்தின் வழி பார்க்க வேண்டும்" என்று சிலர் வலியுறுத்துகிறார்கள். இந்தக் குரல்கள் நமக்குப் புதிதல்ல. ஆனாலும் கேட்போம்.

---

1 29.05.2019 தமிழ் ஹிந்துவில் தீக்கதிர் நாளிதழின் முன்னாள் ஆசிரியரும், இடதுசாரிய இயக்கத்தின் தீவிர செயல் வீரருமாக இருக்கும் அ.குமரேசனின் கட்டுரை

"இயக்கத்தின் பெயரையே இந்தியத் தன்மைக்கு ஏற்ப மாற்ற வேண்டும். வாலிபர்சங்கம், மாதர்சங்கம், மாணவர்சங்கம் உள்ளிட்ட வெகுமக்கள் அமைப்புகள் தனித்தனி பெயர்களில் இயங்குவதால் இயக்கத்துக்கு நேரடிப் பலன் கிடைக்காமல் போய்விட்டது. ஆகவே, இனி அந்த அமைப்புகளைக் கட்சியின் இளைஞர், மகளிர், மாணவர் பிரிவுகளாகவே அறிவித்துவிடலாம்" என்ற குரல்கள்கூடக் கேட்கின்றன. உண்மையாகவே எவையெல்லாம் ஏற்கக்கூடியவையோ அவற்றையெல்லாம் உடனே அமலாக்குவது தொடர்பில் யோசிப்போம்.

உலக அளவிலேயே இடது சிந்தனையில் இன்று பெரும் அரிமானம் ஏற்பட்டிருக்கிறது. பொருளாதார உலகமயமாக்கல் ஆழிப் பேரலைபோல இடதுசாரி சக்திகளை அரித்து, அந்த இடத்தில் வலதுசாரி சக்திகளை முன்னிறுத்தியிருக்கிறது. வரலாற்றிலிருந்து இதற்குப் பதில் தேடுவது சரியாக இருக்க முடியாது. சமகாலத்திலிருந்து பதில் தேடுவோம். திறந்த உரையாடல்களும் மாற்றுச் சிந்தனைகளுக்கு இடமளிப்பதுமே இந்த இறக்கத்திலிருந்து மீள முதல் வழி, காதுகளைத் திறந்து வைத்துக்கொள்வோம்" என்று அக்கட்டுரையில் கூறுகிறார் அ.குமரேசன்.

அநேகமாக நாம் எது குறித்த ஆய்வினை இதுவரை மேற்கொண்டோமோ அதைத்தான் அவர் குறிப்பிட்டிருக்கிறார். இதிலிருந்தே இத்தொடரின் உண்மை நிலையை நாம் அறிந்துகொள்ள வாய்ப்பிருக்கும் அதே நேரத்தில் இக்கட்டுரையிலிருந்து நாம் முக்கியமான வேறொன்றையும் தேட வேண்டும். இந்திய கம்யூனிஸ்டுகள் தவறவிட்டவைகளை ஒரு இடது சாரிய இயக்கத்தின் தன்மையிலிருந்து காங்கிரஸ் ஏற்று, அக்கருத்தியலைத் தொடர்ந்து பயணம் செய்து வந்திருக்கிறது. என்னும் கருத்தியலைக் கூட நாம் இத்தொடரில் எழுதி வந்தோம். அவ்வாறு இருந்தும் கூட காங்கிரசும் இத்தேர்தலில் தோல்வி அடைந்திருக்கிறதே என்னும் சந்தேகமும் கூட நுட்பமானவர்களால் இங்கே எழுப்பப்படலாம். ஆனால், ஒரு விசித்திரம் எதுவெனில் அதற்கும் கூட அந்தக் கட்டுரையில் பதில் கிடைத்திருப்பதுதான் ஆச்சர்யம் அளிக்கும் விஷயம். அக்கட்டுரையின் இறுதியில் அவர் இப்படித்தான் கூறுகிறார்.

"[1]உலக அளவிலேயே இடது சிந்தனையில் இன்று பெரும் அரிமானம் ஏற்பட்டிருக்கிறது. பொருளாதார உலகமயமாக்கல் ஆழிப் பேரலைபோல இடதுசாரி சக்திகளை அரித்து, அந்த இடத்தில் வலதுசாரி சக்திகளை முன்னிறுத்தியிருக்கிறது." என்கிற வரிகள் உண்மையில், நமது கட்டுரையின் தேடுதலின் படி, ஒரு இடதுசாரியக் கொள்கைகளை இந்தியத் தன்மைக்கேற்றவாறு பெற்றிருக்கும் காங்கிரஸ் உலகத்தின் பார்வை மாறியிருப்பதால் தோல்விபெற்றிருக்கிறது என்பதே நிதர்சனம். அமெரிக்கா போன்ற நாடுகளில் 'ட்ரம்ப்' போன்றோர் பெற்றிருக்கும் வெற்றியும் கூட இந்த வகையைச் சார்ந்ததே, மிக மனப்பாரத்திலும் அல்லது வேறு எந்த நோக்கமும் இல்லாமல் நாம் ஒன்றைக் குறிப்பிட வேண்டிய தருணம் இருக்கிறது. அதாவது முழுவதுமாகவே இந்த மண்ணுக்குத் தொடர்பில்லாத இடதுசாரியத்தைப் பின்பற்றிய கம்யூனிஸ்டுகளின் தோல்வி என்பது இந்திய இடதுசாரியத்திற்கானது அல்ல, உண்மையில் இந்திய இடது சாரியத்தைப் பின்பற்றிய காங்கிரசுக்குக் கிடைத்த தோல்வியில் அதைப் பின்பற்றாத கம்யூனிஸ்டுகள் காணாமல் போய்விட்டார்கள் என்பதே வருத்தம் தரக்கூடய உண்மை. இதனை ஏற்கத்தான் வேண்டும். ஏனெனில் இந்திய கம்யூனிஸ்டுகள் மார்க்ஸ்க்கு முன்பே இந்தியாவில் ஒரு நவீனத்துவத்திற்கான வழிமுறைகளைத் தேடிய ராம்மோகன் ராய்யை தங்களின் இடத்தில் முன்னிறுத்தத் தவறியிருக்கிறார்கள். அநேகமாக நவீன இந்தியாவின் முதல் தோற்றுவாசல் என்றும் கூட இவரைக் கூறலாம். பொதுவாக, இவரைப் பெண்ணினத்துக்காகவும் உடன்கட்டை ஏறும் பழக்கத்துக்கு எதிராகப் போராடியவராகவும் மட்டுமே நம்மில் அநேகர் அறிகிறோம். அனால் அவர் ஒரு பிராமணக் குடும்பத்தில் பிறந்தும் கூட 1823-இலேயே நவீனக் கல்வியின் அவசியம் குறித்து கவர்னர் ஜெனரலுக்கு ஒரு கடிதம் எழுதியிருக்கிறார்.

அதில் "[2]கல்கத்தாவில் ஸ்தாபிக்கப்பட்டுள்ள ஒரு புதிய பள்ளிக்கூடம் இந்தியர்களின் இப்போதைய கல்வி முறையை

---

1 *29.05.2019* தமிழ் ஹிந்துவில் தீக்கதிர் நாளிதழின் முன்னாள் ஆசிரியரும், இடதுசாரிய இயக்கத்தின் தீவிர செயல் வீரருமாக இருக்கும் அ.குமரேசனின் கட்டுரை

2 *1823*-இல் நவீன கல்வியின் அவசியம் குறித்து கவர்னர் ஜெனரலுக்கு ராம் மோகன் ராய் எழுதிய கடிதம்

மேம்படுத்த நினைக்கும் பிரிட்டிஷ் அரசின் வரவேற்கத்தக்க விருப்பத்தையே சுட்டிக்காட்டிக் கொண்டிருக்கிறது. இந்தப் பள்ளிக்கூடம் திறக்கப்பட்டபோது, இந்தியாவைப் பற்றிய பாடங்களைக் கற்பிக்க ஒரு பெரிய தொகையை ஒவ்வோர் ஆண்டும் ஒதுக்கவேண்டும் என்று இங்கிலாந்து அரசு உத்தரவிட்டுள்ளதாக அறிகிறோம்.

இந்திய மாணவர்களுக்குக் கணிதம், தத்துவம், வேதியியல், உடற்கூறியல் மற்றும் அதைப்போன்ற மற்ற உபயோகமுள்ள பாடங்களைக் கற்பிக்கும் பொருட்டு ஐரோப்பிய ஆசிரியர்களை நியமிப்பதற்காகத் தொகை செலவழிக்கப்படுமென மனதார நம்பினோம். இந்தக் கல்வித் துறைகள் ஐரோப்பிய நாடுகளில் முழுமைக்கு மிக அருகில் கொண்டு செல்லப்பட்டுள்ளன. அந் நாடுகளின் குடிமக்களை உலகின் பிற பகுதிகளில் இருப்பவர் களைவிட மேலே கொண்டுசென்றுள்ளன.

இந்தியாவின் வளரும் தலைமுறைக்கும் இதுபோன்ற கல்வி தரப்பட்டு, அறிவொளி பரப்பப்படும் என்று மகிழ்ச்சியுடன் எதிர்பார்த்தோம். நாங்கள் அரசுக்கு இது தொடர்பாக ஏற்கனவே நன்றி சொல்லிவிட்டிருக்கிறோம். மேற்குலகிலேயே அதிக விழிப்பு உணர்வும்' மிகுந்த தாராள மனமும் கொண்ட தேசத்துக்கு, நவீன ஐரோப்பாவின் அறிவியல், கலை தொடர்பான அறிவை ஆசியாவிலும் ஊன்றச் செய்யும்படியான உத்வேகத்தை அளித்த சர்வவல்லமை பொருந்திய இறைவனுக்கு நன்றி செலுத்தினோம்.

ஆனால், இந்தியர்களுக்கு ஏற்கனவே தெரிந்ததையே கற்பிக்கும் பொருட்டு இந்து பண்டிட்டுகளின் பொறுப்பில் ஒரு சமஸ்கிருதப் பள்ளிக்கூடத்தை அரசு தொடங்கப்போவதாக இப்போது அறிகிறோம். இந்தப் பள்ளிக்கூடங்கள் (பேக்கன் பிரவுபின் காலத்துக்கு முன்பாக ஐரோப்பாவில் இருந்தவற்றைப் போன்றவை) இளம் வயதினரின் மனங்களில் சமஸ்கிருத இலக்கணத் தத்துவம் தொடர்பான பெரும் சுமையைத்தான் ஏற்றப்போகின்றன. அவற்றால், அவர்களுக்கோ சமூகத்துக்கோ யாதொரு பயனுமில்லை. இரண்டாயிரம் ஆண்டுகளுக்கு முன்பே தெரிந்த விஷயங்களையும் அவற்றைப் பற்றிப் பின்னர் வந்துள்ள சுவைக்குதவாத வெற்று நுட்பங்களையும் விளக்கங்களையும்தான் மாணவர்கள் கற்கப் போகிறார்கள்.

சமஸ்கிருதம் ஒரு கடினமான மொழி, அதை நன்கு கற்றுக்கொள்ள வாழ்நாள் முழுவதும் செலவழிக்க வேண்டும். மக்களிடையே அறிவைப் பரப்புவதற்குத் தடையாக நிற்கிறது அது. அதனைக் கஷ்டப்பட்டுப் படிப்பதால் கிடைக்கும் பலனும் மிக மிகக் குறைவு.

இதைப்போலவே வேதாந்தத்தைப் படிப்பதாலும் மாணவர்களின் நிலைமை மேம்படப் போவதில்லை. உதாரணமாக ஆத்மா இறைவனின் எந்த அளவுக்கு இணைந்திருக்கிறது. இறைவனுடன் அதன் தொடர்பு என்ன என்பவற்றைத் தெரிந்துகொண்டு என்ன ஆகப்போகிறது. அதுபோலவே, நாம் காண்பதொன்றும் உண்மையல்ல. மாயையே. தந்தை, சகோதரர்கள் என யாரும் இல்லை. ஆகவே அவர்களிடம் அன்பு செலுத்தத் தேவையில்லை. அதனால் இந்த உலகை விட்டு எத்தனை சீக்கிரம் போகிறோமோ அத்தனையும் நல்லது. இது போன்ற வேதாந்தக் கொள்கைகளைப் படிப்பதால் சமூகத்தில் அவர்களுடைய நிலை உயராது. மேலும் ஆட்டினைக் கொல்லும் ஒருவன் வேதங்களிலிருந்து எந்தச் சில வரிகளை ஓதினால் அவன் பாவமற்றவனாவான் என்பதையோ, வேதங்களின் தன்மை, அதைப் படிப்பதில் என்ன பயன் என்பதையோ தெரிந்துகொள்வதால் அவனுக்கு ஒரு பிரயோசனமும் இருக்காது.

அதைப்பேலவே இந்தப் பிரபஞ்சத்திலுள்ள பொருட்கள் எத்தனை வகைகளாகப் பிரிக்கப்பட்டிருக்கின்றன. ஆத்மாவுக்கும் உடலுக்கும் இடையே என்னவிதமான தொடர்புள்ளது. காதுக்கும் கண்ணுக்கும் இடையே என்ன தொடர்பு என்பதைப் பற்றிப் பேசுவதால் ஒரு பலனுமில்லை.

பிரிட்டிஷ் அரசு மக்களுடைய அறிவு வளர வேண்டாமெனக் கருதியிருந்தால், பழைய கல்வி முறைக்குப் பதிலாக பேக்கனிய கல்வியை அது அமல்படுத்தியிருக்காது. அதுபோலவே, சமஸ்கிருதக் கல்வியை ஊக்குவிப்பதென்பது இந்த நாட்டுமக்களை அறியாமையில் தொடர்ந்து மூழ்கடிக்கவே செய்யும், அதுதான் பிரிட்டிஷ் நாடாளுமன்றத்தின் நோக்கமா? இந்த அறியாமையைப் போக்கி, மக்களை மேம்பாடடையச் செய்வதுதான் பிரிட்டிஷ் அரசின் குறிக்கோள் என்பதால், கணிதம், தத்துவம், வேதியியல், உடற்கூறியல் போன்ற பல்வேறு உபயோகமுள்ள விஷயங்களைக்

கற்பிக்க வேண்டும். இதற்காக ஐரோப்பாவில் படித்தவர்களை வேலைக்கமர்த்த வேண்டும்.

புதிதாகத் தொடங்கப்படவுள்ள கல்லூரிக்குப் புத்தகங்கள் மேசைகள், நாற்காலிகள், மற்ற உபகரணங்கள் ஆகிய அனைத்தையும் கொடுக்க வேண்டும்.

மாட்சிமை தாங்கிய பிரிட்டிஷ் அரசும், நாடாளுமன்றமும் இங்கிலாந்திலிருந்து வெகு தூரத்திலிருக்கும் இந்திய நாட்டை மிகக் கவனத்துடன் பார்த்துக் கொள்கின்றன. அதன் பிரஜைகளின் நன்மைக்காகப் பாடுபடுகின்றன. இந்த விஷயத்தைத் தங்களுடைய கவனத்துக்குக் கொண்டு வருவதன் மூலம் நாம் இந்தப் பிரிட்டிஷ் அரசுக்கும், எனது சக இந்தியப் பிரஜைகளுக்கும் எனது கடமையை நிறைவேற்றியவனாவேன். எனவே, நாம் கூடுதல் சுதந்தரம் எடுத்துக்கொண்டு இந்த விஷயங்களைத் தங்களுக்கு எடுத்துச் சொன்னதைத் தாங்கள் மன்னித்தருள்வீர்கள் என்று நம்புகிறேன்" என்று கூறுகிறார் ராம்மோகன் ராய். நவீன இந்தியாவின் இன்றியமையாத தேவைகளை முன்னிருத்தி அதற்கான தீர்வுகளை வலியுறுத்தி உலகத்திற்கு ஒரு புதிய புரட்சிகரமான இந்தியாவை உருவாக்க எத்தனை ஆழமாக சிந்தித்த இந்த அரும்பெரும் தலைவரின் சோஷலிச, கம்யூனிச சிந்தனை இந்திய கம்யூனிஸ்டுகளால் போற்றுதலுக்குறியதாக கொண்டாடப்பட்டதற்கான ஆதாரங்களை நாம் எங்கும் காண முடியவில்லை.ஒட்டுமொத்த இந்தியத் தன்மையின் புராதான சிந்தனைகளைத் துறந்து ஒரு புதிய நவீன சமுதாயம் உருவாக்க பாடுபட்ட ராம்மோகன் ராய் இந்தியாவில் கம்யூனிஸ்டுகளால் கொண்டாட மறக்கப்பட்டார் என்பதை நாம் இத்தனை கட்டுரைகள் மூலம் முன்வைத்த கோரிக்கைகளுடன் ஒப்பிட்டுப் பார்க்கும் போது, இந்தியாவின் இடதுசாரியம் தேடும் தீவிரத் தன்மையின் குறைபாடுகள், நிறைகள் குறித்து நம்மால் முழுவதுமாக அறிந்துகொள்ள முடியும். அந்த அறிதல் இந்திய இடதுசாரியத்தில் தேவைப்படும் மாற்றத்தையும் நமக்கு உணர்த்தும்

40

இந்தியாவின் சிறந்த இடதுசாரியத் தலைவர் இந்திராகாந்தி

ஆய்வில் மிக முக்கியமாக இடம் பெற வேண்டியவர் ஒருவர் இருக்கிறார். அவர்தான் இந்திராகாந்தி. அவரைவிட இந்தியா அரசில் மாற்றத்தை சிறந்த இடதுசாரி தலைவர் வேறொருவர் இருக்கவே முடியாது. நாம் இதுவரை இந்தியாவின் உண்மையான இடதுசாரியம் எது என்பது குறித்த உண்மையான கண்ணோட்டத்தினைப் பார்த்தோம். அதில் மேலைநாடுகளுக்கும், இந்தியாவுக்குமான இடதுசாரிய வித்தியாசத் தேவைகள் எவை என்பது குறித்தும் பார்த்தோம். அவ்வாறு பார்க்கும் போது பொருளாதாரத் தேவைகளைவிட சமூகத் தேவைகளே அதிகம் இருப்பதால் இதில் இந்தியத் தீவிர இடதுசாரியர்கள் அதிகம் கவனம் செலுத்தாததின் தவறுகளையும் கூட சுட்டிக்காட்டினோம். அதன் காரணத்தால் நாம் இந்தியாவில் தீவிர இடதுசாரியம் அதன் வெற்றியை பெறுவதற்கு வழியிருந்தும் பெரும் வெற்றியைப் பெறுவதற்கு வாய்ப்பில்லாமல் போனதைக்கூடக் குறிப்பிட்டிருந்தோம். இருந்தாலும் கூட இந்தியாவில் இடதுசாரியம் இல்லாமல் போய்விட்டதா அல்லது அதன் முக்கியத்துவத்தை இழந்து விட்டதா என்றால் நிச்சயமாக இல்லை.

இந்திராகாந்தியின் 1971-இன் தேர்தல் வரை பாராளுமன்றத்தில் முக்கிய எதிர்கட்சி அந்தஸ்து என்பது கம்யூனிஸ்டுகளின் கைகளில்தான் இருந்தது. அதில் காரணம் இல்லாமலும் இல்லை. கம்யூனிஸ்டுகளின் பொருளாதாரம் தொடர்பான வர்க்க வேறுபாடுகளும் இந்தியாவில் இடதுசாரியத்திற்கான தேவையை உறுதிபடச் செய்யும் அளவிற்கான காரணங்களைக் கொண்டிருந்தன என்பதுதான் அதன் முக்கியக் காரணம் என்கிறபோது. நாம் இதுவரையில் சமூக ஏற்றத்தாழ்வுகளே என்று கூறுவது மட்டும்

அதன் நியாயத்தை முற்றிலும் பெற்றிருக்கவில்லை என்பதற்கான செய்தியாகத்தானே இருக்கிறது. ஆனால், இதுவரை காங்கிரஸ் கட்சியால் அத்தகைய பொருளாதாரச் சிக்கல்களை தீர்க்க முடியாமல் இருந்ததற்கான காரணங்களை இந்திராகாந்தி தவிடுபொடியாக்கினார். மன்னர்களையும். ஜமீன்தாரர்களையும், பெரும் தொழிலதிபர்களையும் ஒரே நாளில் நாட்டின் ஏழைக் குடி மகனுக்கு சமமான மனிதராக்கினார். அதனை மிகத் தெளிவாக ஒரு ஆய்வுக்கு தேவைப்படும் நோக்கில் "காந்திக்குப் பிறகு இந்தியா" என்னும் நூலில் ராமச்சந்திரா குஹா இவ்வாறு கூறுகிறார்.

"[1] 1971 தேர்தலில் அவர் பெற்ற வெற்றி, சுதேச அரசர்களுக்கு எதிராக, தீர்மானமாகச் செயல்படத் தைரியமூட்டியது. 1971 முழுவதும் இரு கட்சியினரும் பலமுறை முயன்றும் முடிவு காண முடியாமல் தோற்றனர். சுதேச அரசர்கள் தங்கள் ராஜாமானியத்தை விட்டுக்கொடுக்க முடிவெடுத்தார்கள். ஆனால், தங்கள் விருதுகளையாவது காப்பாற்றிக்கொள்ளலாம் என்று நம்பினர். ஆனால், நாடாளுமன்றத்தில் மிக அதிகப் பெரும்பான்மை பெற்றிருந்த பிரதமருக்கு சமரசம் செய்துகொள்ளத் தேவை இருக்கவில்லை. டிசம்பர் 2 அன்று அவர், சுதேச மன்னர்களின் அனைத்து சலுகைகளையும் ஒழிக்க அரசியல் சட்டத் திருத்த மசோதா ஒன்றைக் கொண்டுவந்தார். மக்களவையில் 381-க்கு 6 என்றும், மாநிலங்கள் அவையில் 167-க்கு 7 என்றும் வாக்குகள் பெற்று மசோதா நிறைவேறியது. பிரதமர் தன் உரையில், "சுதேச அரசர்களை நவீன காலத்து உயர்ந்த மனிதர்களோடு இணைந்து, தங்களுடைய திறமை, ஆற்றல், மக்கள் முன்னேற்றத்துக்கான பங்களிப்பு ஆகியவற்றால் மதிப்பைத் தேடிக்கொள்ளுமாறு அழைப்பு விடுத்தார். "இது, அனைவரும் சமம் என்ற நிலையில் ஒன்றிணைந்து செய்யப்பட்டால்தான் முடியும்" என்ற கருத்தினை இந்திராகாந்தி கொண்டு செயல்பட்டார் என்று ராமச்சரந்திர குஹா கூறியிருக்கிறார். இதன் மூலம் இந்திரா காந்தி அனைவரையம் உழைப்பதற்குத் தயாராக வேண்டும் என்று கூறியதாகவே கருத வேண்டும்.

பொருளாதார ஏற்றத்தாழ்வுகள் என்பது கூட இந்தியாவில், சலுகைகளுடன் கூடிய சமூக வாழ்வோடு தொடர்புடையதாக

1 காந்திக்கு பிறகு இந்தியா ராமச்சந்திரா குஹா

இருந்ததால், கீழிருப்பவனை மேலே எழுப்புவதைக் காட்டிலும், மேலே இருப்பவர்களைக் கீழே உள்ளவர்களுடன் ஒன்றுபடச் செய்வதில் உள்ள சிரமங்களை உணர்ந்தவராக இந்திராகாந்தி செயல்படத் தொடங்கினார்.

ஒரு சமத்துவமான இந்தியாவை, உருவாக்க நினைத்த இந்திரா காந்தியின் செயல்களுக்கு எதிரான திசையில் பிற்போக்குவாதிகளாக காங்கிரஸில் இருந்த எதிரிகளை 1971-இன் தேர்தலில் அவர்களின் நிலைகளைக் கேள்விகுறியாக்கித் தன்னிகரில்லாத தலைவராக உருமாறிய இந்திராகாந்தி இத்தகைய மாற்றங்களை உருவாக்கினார். ஆனால், இப்போது அவருக்கு ஒரு புதுப் பிரச்சனை வேறொரு வடிவில் உருவானது. காங்கிரசிலும், அதற்கு வெளியிலும் இதுவரை இந்திராவின் ஏன் காங்கிரசின் இடதுசாரியக் கருத்தியலை காங்கிரஸின் உள்ளுக்குள்ளும், வெளியிலும் எதிர்த்து வந்த வலது சாரியத் தலைவர்கள் பிரதான எதிர்கட்சி அந்தஸ்தைக் கூடப் பெற முடியாத சூழ்நிலையில் தவித்து வந்தநிலையில், இந்திரா காந்தியின் துணிச்சலான இந்த முடிவுகளால் அரசல்புரசலாக காங்கிரசை எதிர்த்து வந்த கம்யூனிஸ்டுகள் இதற்கு மேல் அவ்வாறான ஒரு நிலைக்கும் வர முடியாத அளவிற்கு காங்கிரசை இந்திரா காந்தி தீவிர இடதுசாரியப் பாதைக்குக் கொண்டு சென்றார். காங்கிரசும், கம்யூனிஸ்டும் வேறுவேறல்ல என்கிற நிலை உருவானது. எனவே கம்யூனிஸ்டுகளின் இடத்தில் வலதுசாரிய இயக்கங்கள் தங்கள் இருப்பிடத்தை நிறுவ முயற்சி செய்தன. இதுவரை காங்கிரஸில் இருந்து வந்த பெரும் எண்ணிக்கையிலான பிற்போக்குத் தலைவர்களின் ஆதரவும் கிடைத்ததால் அதனுடன் மேலும் கிடைத்த பெரும் தொழிலதிபர்களின் ஆதரவாலும், நிலச்சுவான்தாரர்களின் ஆதரவுடனும் அவர்கள் தீவிரமாக இந்திரா காந்தியின் அரசுக்கு எதிராகக் களமிறங்கத் தொடங்கினர்.

இந்நிலையில் பாகிஸ்தானுக்கு எதிரான போரின் தீவிரம் ஆகிய அனைத்தும் சேர்ந்து, ஏழை மக்களின் வறுமையை மேலும் அதிகரிக்கத் தொடங்கிய நிலையில், தேச நலனுக்காக ஏழைகளின் வறுமையை விரட்ட இந்திரா காந்தி பல புதியத் திட்டங்களை கொண்டு வருவதற்கான சூழ்நிலையை ஏற்படுத்தினார். அதாவது, இதுவரை ரஷ்யாவிலும் கூட கம்யூனிஸ்டுகள் கொண்டு வரத் துணியாத பல திட்டங்களை இந்திராகாந்தி கொண்டு வருவதற்கு

முயன்ற போது வலதுசாரிய இயக்கங்கள் ஒருங்கிணைந்து, இந்திரா காந்தியைப் பலகீனப்படுத்த முயன்றபோது, இந்திராகாந்தி எமர்ஜென்சியைக் கொண்டு வந்து 20 அம்சத் திட்டத்தை அமுல்படுத்திய போது ஒரு முழுமையான கம்யூனிஸ்டின் சிந்தனைக்கும் மேலாக என்று சிந்திப்பவராக மாறினார்.

அத்திட்டத்தில் 20 ஏக்கர் நிலத்திற்கு மேல் தனியொருவருக்கு நில உரிமையைக் கொண்டாட அதிகாரமில்லை என்றார். அதற்கு மேலான நிலங்களைக் கையகப்படுத்தி நிலமற்ற ஏழைகளுக்கு அளித்தார். எமர்ஜென்சியையும் 20 அம்சத் திட்டத்தையும் கடுமையாக எதிர்த்த ஜெய.பிரகாஷ் நாராயணன், ஜெயிலில் இருந்த போது தேவ சகாயம் என்ற இந்திய ஆட்சிப்பணி அதிகாரியிடம் கூறியதாக அந்த அதிகாரியே எழுதிய புத்தகத்தில் ஓரிடத்தில் கூறியதைப் பாருங்கள். அப்புத்தகத்தின் 15-ஆவது அத்தியாயத்தில் ஒரு பத்திரிக்கையின் கட்டுரையைப் பற்றிய விவாதத்தில் நமது பொருளாதார அமைப்பு எவ்வாறு இருக்க வேண்டும் என்று ஜெ.பி கூறியதாக தேவ சகாயம் எழுதுகிறார்.

“[1]நம்முடைய நாட்டுக்கெனத் தனிப்பட்ட அரசியல் சித்தாந்தங்கள், பொருளாதாரக் கோட்பாடுகள், சமூக அமைப்புகளை உருவாக்கிக்கொள்ள வேண்டும். நம்முடையது கிராமப்புறச் சூழலை அடிப்படையாகக் கொண்டது. வளர்ச்சி என்பது கிராமங்களிலிருந்து ஆரம்பமாக வேண்டும். தற்போது இருப்பதைப்போல் வளர்ச்சியின் வீச்சு நகரங்களிலிருந்து கிராமங்களுக்குச் செல்வதாக இருக்ககூடாது. இதைத்தான் மகாத்மா காந்தியும் வலியுறுத்தினார். மேற்கத்திய மயமாக்கலும், உலகளாவிய சந்தைப் பொருளாதாரமும் நம்முடைய வேர்கள் தொலைந்து போகக் காரணமாகிவிட்டன. அரசியல் மற்றும் பொருளாதார ரீதியாகப் பல்வேறு பிரச்சனைகளை தினம்தோறும் நாம் சந்திக்க வேண்டியிருப்பதற்கு அதுவே காரணம்” என்கிற ஜெ.பி.யின் கருத்துப்படி.

நமது பொருளாதார அமைப்பு கிராமங்களை மையப்படுத்தி இருக்க வேண்டும் என்றே கூறுகிறது. ஜெ.பி அதே புத்தகத்தில் வேறோர் இடத்தில் அதே அதிகாரியிடம் 13-ஆவது அத்தியாயத்தில் ஒரு சந்தேகத்தைக் கேட்கிறார். மக்கள் எமர்ஜென்சி குறித்து என்ன

1 எமர்ஜென்ஸி ஜெ.பியின் ஜெயில் வாசம் தேவசகாயம்

பேசிக்கொள்கிறார்கள் என்ற கேள்வியைக் கேட்கிறார். அதற்கு அந்த அதிகாரி அளித்த விளக்கமாக அந்தப் புத்தகத்தில் இவ்வாறு இருக்கிறது.

"¹கிராமவாசிகள், நகர்ப்புறத் தொழிலாளர்கள் மத்தியில் பெரிய அளவில் பாதிப்பில்லை. அத்தியாவசியப் பொருள்கள் சரியான நேரத்தில் கிடைப்பதால் எமர்ஜென்சி குறித்து அவர்கள் திருப்தியாகவே இருக்கிறார்கள். நடுத்தர வர்க்கத்தைப் பொறுத்தவரை அவர்களில் 90 சதவிகிதம் பேர் அதிருப்தியில் இருக்கிறார்கள். இப்போதைக்கு அதை வெளிக்காட்டிக் கொள்ளாவிட்டாலும் ஒருநாள் அது வெளியே வரத்தான் போகிறது என்றேன். அத்துடன் ஜெ.பி யிடமிருந்து விடைபெற்றுக்கொண்டேன்" என்கிறார் நூலின் ஆசிரியர். தேவசகாயம்

எமர்ஜென்சியையும், இந்திரா காந்தியின் திட்டங்களையும் மிகக் கடுமையாக எதிர்த்த ஜெ.பி. அதற்காகவே ஒரு போராட்டத்தை ஆரம்பித்து ஜெயில் வாசம் இருக்கின்ற போது இந்தியாவிற்கான பொருளாதார வளர்ச்சி மற்றும் சித்தாந்தங்கள் கிராமங்களின் வளர்ச்சியை உள்ளடக்கியதாக இருக்க வேண்டும் என்கிறார். ஆனால் எமர்ஜென்சி கிராமப்புற சீரமைப்பில் தான் நில உச்சவரம்பு சட்டத்தின் மூலம் சமத்துவத்தை ஏற்படுத்த முயற்சி செய்கிறது என்பதையோ அல்லது அவருடன் ஜெயிலில் நெருக்கமாக இருந்த இந்திய ஆட்சிப்பணி அதிகாரியும், சிறை அதிகாரியுமாக இருந்த தேவசகாயம் கூறியதின்படி, எமர்ஜென்சி அமலானதால், கிராமப்புற மக்களும், நகர்புற தொழிலாளர்களும் மகிழ்ச்சியாக இருப்பதாக கூறிய பிறகும் எமர்ஜென்சியை எதிர்த்தது தவறு என்று ஜே. பி. ஏன் எங்கும் அவ்வாறான ஒரு கருத்தினை பதிவிடவில்லை. ஏனெனில் எமர்ஜென்சி ஏற்படுத்திய இந்த மாற்றமே கம்யூனிச சித்தாந்தம் கோரும் தேவை. ஆனால் இம்மாற்றத்தை விரும்பிய பல தலைவர்கள் கம்யூனிச சித்தாந்தத்தை எதிர்ப்பவர்களாகவும், ஆனால் அதே நேரம் அதன் அதிமுக்கிய தேவைகள் குறித்த கோட்பாட்டினை சரியென்றும் ஒப்புக்கொள்ளும் முரண்பாட்டில் இருந்தார்கள். ஆனால் இதில் மகத்மா, அம்பேத்கர், நேரு, இந்திரா போன்றோர் கம்யூனிசத்தில் எது எடுத்துக்கொள்ளப்பட வேண்டும், எவை தேவையில்லை என்பதை தெளிவாக அறிந்திருந்தார்கள்.

1   எமர்ஜென்ஸி ஜெ.பியின் ஜெயில் வாசம் தேவசகாயம்

41

கம்யூனிஸ்டுகள் ஏன் காங்கிரஸ்காரர்களாக மாறினார்கள்?

இந்திரா காந்தியைப்போல் ஒரு சிறந்த இடதுசாரியர் இந்தியாவில் நிச்சயமாக எவரும் தோன்றியதில்லை என்று கூறலாம். ஏனெனில் தீவிர இடதுசாரி இயக்கத்தின் சார்பில் வெற்றிபெற்று ஆட்சி அமைத்த சில மாநிலங்களில் கூட இந்திரா காந்தி அளவிற்கு வேறு எவரும் இடதுசாரியக் கொள்கைகளை நடைமுறைபடுத்தியதற்கான சான்றுகள் இல்லை என்பதே உண்மை. இந்திராவின் காலத்திற்குப் பிறகுதான் தீவிர இடதுசாரிய இயக்கம் இந்தியாவில் தனது தேய்மானத்தைச் சந்திக்கத் தொடங்கியது என்பதிலிருந்தே இதனை அறிந்து கொள்ளலாம். ஏனெனில், இதற்கு முன்புவரை இந்தியாவில் பிரதான எதிர்கட்சியாக இருந்த தீவிர இடதுசாரிய அமைப்புகள் இந்திராவின் காலத்திற்குப் பிறகு அதன் முகத்தைப் பெரும்பாலும் காங்கிரஸ் பேரியக்கத்தில் தேட ஆரம்பித்ததிலிருந்து நாம் இதனை முழுமையாகத் தெரிந்துகொள்ளலாம். முன்னால் இந்திய ஆட்சிப்பணி அதிகாரி எம்.ஜி.தேவசகாயம் எழுதிய எமர்ஜென்சி என்னும் நூலில் ஜெ.பிரகாஷ் நாராயணன் தனது ஜூன் 22-ஆந்தேதி டைரிக் குறிப்பில் குறிப்பிட்டுள்ளதாக அந்நூலில் இவ்வாறு குறிப்பிட்டிருக்கிறார்.

“[1]ஏகப்பட்ட கம்யூனிஸ்டுகள் காங்கிரஸ்காரர்கள் ஆகியிருக்கிறார்கள். இவர்கள் எல்லாம் ஜனநாயகத்துக்கு எதிரானவர்களாகவே இதுவரை இருந்திருக்கிறார்கள். நினைத்ததைச் செய்து முடிக்க இந்திராவுடன் எந்த அளவுக்கு முடியுமோ அந்த அளவுக்கு

---

1 எமர்ஜென்ஸி ஜே. பியின் ஜெயில் வாசம் தேவசகாயம்

ஒத்துப்போகிறார்கள். கம்யூனிஸ்ட் கட்சியின் (சி.பி.ஐ) திட்டத்தின் பின்னணியில் சோவியத் ரஷ்யா உண்டு. இந்திராவின் மூலமாக இந்த நாட்டில் சோவியத் ரஷ்யாவின் கை ஓங்கி இருக்கிறது. காலம் கனியும். இந்திராவைச் சுற்றி இருப்பவர்களின் முகமூடி கலைந்து போகும்போது உண்மை வெளியே தெரிய வரும்.

எமர்ஜென்சியைக் கொண்டுவந்ததில் இந்திராவுடன் சேர்ந்து கம்யூனிஸ்ட் கட்சிக்கும் (சி.பி.ஐ), அதன் பின்னணியில் இயங்கும் சோவியத் ஏஜெண்டுகளுக்கும் முக்கியப் பங்கு உண்டு என்பது ஜேபியின் அசைக்க முடியாத நம்பிக்கை. இந்த மூன்று பேர்களுக்கும் ஜனநாயகம் என்பது சாபம். அந்தச் சாபத்தில் இருந்து இந்தியாவை விடுவிக்க நீண்ட காலமாகவே திட்டமிட்டு வந்தார்கள். முதலில் சோஷலிச ஜனநாயகத்தை ஏற்படுத்துவது, பின்னர் காங்கிரஸ்காரர்களைக் கவிழ்த்துவிட்டு ரஷ்யாவின் உதவியோடு கம்யூனிஸ்ட் கட்சியே ஆட்சியைப் பிடித்துக்கொள்வது. இதுதான் அவர்களது திட்டம்.

ஜேபியைப் பொறுத்தவரை இரண்டு திட்டங்கள் இருந்ததாக அவர் நம்பினார். ஒன்று, இந்திராவைக் கைப்பாவை ஆக்கி, அவர் உயிரோடு இருக்கும்வரை அவரை முன்னிறுத்தி பொம்மை அரசை நடத்துவது. இரண்டாவது, இந்திராவுக்கோ காங்கிரஸில் இருக்கும் மற்ற கம்யூனிஸ்டுகளுக்கோ கூடத் தெரியாமல், நாட்டைப் படிப்படியாக சோஷலிச ஜனநாயத்தில் இருந்து கம்யூனிச சர்வாதிகாரத்துக்கு எடுத்துச் செல்வது. அப்போது பல தலைகள் உருளும். சோஷலிச ஜனநாயகத்தில் கூடத் தலைகள் உருள்வது தவிர்க்க முடியாத விஷயம் ஆகிவிடும்" என்று ஜெ.பி. யின் கருத்தியலுடன் தனது எண்ணங்களையும் சேர்த்து தேவசகாயம் அந்நூலில் குறிப்பிட்டு இருக்கிறார்.

இதில் ஒன்றை மட்டும்தான் நாம் முடிவாக எடுத்துக்கொள்ள வேண்டும். அதாவது, ஏகப்பட்ட கம்யூனிஸ்டுகள் காங்கிரஸ் காரர்களாக மாறியிருக்கிறார்கள் என்பது மறுக்கமுடியாத ஒரு உண்மை. அது எதனால் நடந்தது என்பது குறித்த விரிவான ஆய்வுகளும் கூட நாம் செய்யத்தான் போகிறோம். ஆனால், அதற்கு முன்பாக நாம் ஒன்றினைத் தெளிவாகப் புரிந்துகொள்ள

வேண்டிய அவசியம் ஏற்படுகிறது. இந்திய கம்யூனிஸ்டுகள் இந்திரா காந்தியைப் பயன்படுத்தி இந்தியாவில் சோவியத் யூனியனின் அதிகாரத்தை நிலைநிறுத்தும் முடிவினைக் கொண்டு வருகிறார்கள், அவர்களின் எண்ணங்களை நிறைவேற்றிக் கொள்ள இந்திராவைப் பயன்படுத்திக்கொள்ள முயற்சி செய்கிறார்கள். அதன் விளைவாகத்தான் சர்வாதிகார ஆட்சியைக் கொண்டுவர எமர்ஜென்சியைக் கொண்டுவந்திருக்கிறார்கள் என்னும் கருத்தியலைக் குறித்து ஜெய.பிரகாஷ் நாராயணன் ஒரு கருத்தைத் தெரிவித்திருக்கிறார். ஆனால், ஒரு விநோதத்தைப் பாருங்கள் அப்புத்தகத்தின் 69 மற்றும் 70ஆவது பக்கங்களில் இக்கருத்தை வெளிப்படுத்தியிருக்கும் ஆசிரியர் 71-ஆவது பக்கத்தில் இவ்வாறு கூறுகிறார்.

"[1]எமர்ஜென்சி விரைவில் முடிவுக்கு வரும் என்றோ, இந்திராவுக்கு அரசியல் ரீதியாகத் தோல்வி வரும் என்றோ சோவியத் எதிர்பார்க்கவில்லை. எமர்ஜென்சியின்போது, இந்திரா ஒரு சர்வாதிகாரி ஆகும் அளவுக்குப் பலம் பெறவில்லை. மக்களையும் எதிர்கட்சிகளையும் அவர் சமாளிக்க வேண்டியிருக்கும் என்பதை ரோவியத் தலைமை எதிர்பார்க்கவில்லை. டெல்லித் தலைமைக்கு இங்கிருக்கும் நிலைமை புரிந்தது என்றாலும், மாஸ்கோவில் இருப்பவர்களோ இந்தியாதான் இந்திரா, இந்திராதான் இந்தியா என்று நினைத்தனர். இந்திராவை ஆதரித்து ஏகப்பட்ட பணத்தை வாரி இறைத்தனர். கடைசிவரை அவர்கள் உண்மை நிலையைப் புரிந்துகொள்ளவே இல்லை என்று அதேநூலில் கூறப்பட்டிருக்கிறது.

இதில் உண்மை எதுவாக இருக்க முடியும். இந்திராகாந்திக்கு சர்வதிகாரியாக ஆகும் எண்ணமே கொஞ்சமும் இருந்திருக்க வில்லை. அவர் தனது எமர்ஜென்சி உரையில் கூட இதனைத் தெளிவாகத் தெரிவித்திருக்கிறார். உடல்நிலை சரியாவதற்கு உட்கொள்ளும் கசப்பான மருந்தை சிறிது காலத்திற்கு ஏற்கத் தான் வேண்டும் என்கிறார். எமர்ஜென்சியை இனிப்பென்று அவர் கூறவில்லை, கசப்பென்கிறார். அவருள் இருக்கின்ற ஜனநாயகத் தன்மைக்கு வேறு ஆதாரம் என்ன வேண்டும். ஆனால், இந்தியாவிற்கு

---

1 எமர்ஜென்ஸி ஜே. பியின் ஜெயில் வாசம் தேவசகாயம்

முற்றிலுமான ஜனநாயகம் சமநிலையை ஏற்படுத்த வழி ஏற்படுத்தாது என்கிற முற்றிலுமான முடிவுக்கும் அவர் வந்திருந்தார். அதனாலேயே இந்திய இடதுசாரியர்கள் இந்திராவையும், காங்கிரசையும் ஏற்றுக் கொள்வதற்குக் காரணம் உருவானது.. உதாரணமாக நாம் பார்ப்போமேயானால் எமர்ஜென்சியின் போது இந்திராகாந்தி கொண்டு வந்த 20 அம்சத் திட்டம் மாத்திரம் புரட்சி ஏற்படுத்துவதற்கும், இடதுசாரியச் சிந்தனைக்குத் தூண்டுதலாக அமைந்தது என்று நம்மில் பெரும்பாலானோர் நினைக்கின்றோம். அது அவ்வாறு மட்டும் இல்லை. இதற்கும் முன்பே இந்திரா இரண்டாவது முறையாகப் பதவியேற்றவுடன் பத்து அம்சத் திட்டம் ஒன்றைக் கொண்டு வந்தார்.

அதில், வங்கிகளைக் கட்டுப்படுத்துவது, தனியார் ஏகபோகத்தை ஒழிப்பது, ஆயுள் காப்பீட்டை தேசிய மயமாக்குவது, சொத்து விவகாரங்களில் வரையறைகள், மன்னர்களுக்கான மானிய ஒழிப்பு, உணவு ஏற்றுமதியில் கட்டுப்பாடு என்று மொத்தம் பத்து அம்சங்கள். ஒட்டுமொத்த இந்தியாவையும் இந்திராவை நோக்கித் திரும்பிப் பார்க்க வைத்த திட்டங்கள்.

20 அம்சத் திட்டங்களில் இருந்தவற்றைக் காட்டிலும் ஒட்டுமொத்த இந்தியாவையும் மாற்றியமைத்த புரட்சிகர திட்டம். இத்திட்டங்களின் கருத்தியல்களே கம்யூனிஸ்டுகளை காங்கிரஸ் பக்கம் திருப்பியது. ஆனால், ஜெயப்பிரகாஷ் நாராயணன், எமர்ஜென்சிதான் அவ்வாறு செய்ததாகக் கூறுகிறார். அது முற்றிலும் தவறு. ஆனால், 10 அம்சத் திட்டங்களின் மூலம் காங்கிரஸ் மீது கம்யூனிஸ்டுகளை ஈடுபாடு கொள்ளச்செய்த அந்த நிகழ்வு எமர்ஜென்சிக்கான விதையாகவும் மாறியது. ஜே. பி கூறுவது போல் எமர்ஜென்ஸி உருவாகுவதற்கான காரணத்தின் பின்னணியில் ரஷ்யா இருக்கிறது என்பது எவ்வளவு கட்டுகதை என்பதை நாம் இதன் மூலம் அறிந்துகொள்ள முடியும். பத்து அம்சத் திட்டத்தினை இந்திரா காந்தி செயல்படுத்த முனைந்த போது உருவான எதிர்ப்பு எமர்ஜென்ஸி உருவாகக் காரணமாகியது. ஏனெனில், இந்திரா காந்தியால் கொண்டுவரப்பட்ட 10 அம்சத் திட்டங்களுக்கு எதிராக வழக்குகள் தொடரப்பட்டிருந்தன. முக்கியமாக அரசியலமைப்புச் சட்டதிருத்தம் தொடர்பான உச்சநீதிமன்ற தலைமை நீதிபதி எஸ்.

எம்.சிக்ரி, தீர்ப்பாயம் ஒன்றை அமைத்திருந்தார். இந்தத் தீர்ப்பாயம் மொத்தம் பதிமூன்று நீதிபதிகள் கொண்டு இருந்தது. அதன் இறுதித் தீர்ப்பு வெளியானது. "அரசியலமைப்புச் சட்டத்தைத் திருத்தும் அதிகாரம் நாடாளுமன்றத்துக்கு உண்டு. ஆனால், சம்பந்தப்பட்ட விஷயம் அரசியலமைப்பின் அடிப்படைக் கூறா இல்லையா என்பதை நாடாளுமன்றம் தீர்மானிக்கமுடியாது. நீதித்துறைக்குத்தான் அந்த அதிகாரம் உண்டு" என்கிற வகையிலான தீர்ப்பு 10 அம்சத் திட்டத்திற்கு எதிரான நிலைப்பாடு கொண்டிருந்ததால் அத்தீர்ப்பு இந்திராவுக்கு ஏற்பட்ட சட்டரீதியான தோல்வி என்றே பார்க்கப்பட்டது.

இந்தியாவில் சமமான நிலையை உருவாக்கவும், ஏற்றத்தாழ்வுகள் அற்ற ஒரு சமூக நிலைக்கு இந்தியாவைக் கொண்டு வருவதற்குக் கொண்டு வரப்பட்ட 10 அம்சத் திட்டங்கள் ஜனநாயகத்தின் கூறுகள் மூலம் தடுக்கப்பட்டது இந்திராவிற்கு ஒரு தழும்பை ஏற்படுத்தியது. அது எமர்ஜென்சிக்கான விதையாக முளைத்திருந்தால் நாம் மறுக்க முடியுமா என்கிற ஐயமும் ஏற்படத்தான் செய்யும்.

42

இடதுசாரியத்தின் திறவுகோல் எமர்ஜென்சி

எமர்ஜென்சி ஏன் ஏற்பட்டது என்பது அந்த நேரத்தின் சில தகவல்களைக் கொண்டு அதன் வீரியம் குறைக்கப்பட்டிருப்பதாகவே நாம் கருதுகிறோம். அதனினும் விநோதமான ஒன்றும் இருக்கிறது. எமர்ஜென்சி ஏற்படுத்தப்பட்டபோது ஆதரித்த இந்திய கம்யூனிஸ்டு வரலாற்றின் பின்பாதியில் காங்கிரஸ் மீது குற்றம் கூறவும் அதனைப் பயன்படுத்திக் கொண்ட விநோதம்கூட ஒரு அரசியல் ஆச்சர்யமாக சாதாரணமாக நாம் கடந்து விடக் கூடியதும் இல்லை. எமர்ஜென்சி பல கட்டங்களாக காங்கிரஸ் மீது சுமத்தப்பட்ட குற்றச்சாட்டின் வழிகளில் அது மிகப்பெரும் குற்றமாகவே காலமாறுதலில் உருவாகிப் போனது அல்லது உருவாக்கப்பட்டிருக்கலாம். அந்த பாதையில் இந்திய கம்யூனிஸ்டும் சிக்கிக் கொண்டபோது அதன் மாறுபட்ட தீவிரத்தை நாம் உணர வேண்டும்.

ஆனால், இந்தியா போன்ற நாட்டின் மிகப்பெரும் பலம், எப்போது உருவாக்கப்பட்டது என்றால் அது எமர்ஜென்சி காலத்தின்போதுதான் என்று தைரியமாகக் கூறலாம். அதனைக் கூறுவதற்கு காங்கிரஸ்காரர்களே தயக்கம் கொண்டுவிட்ட பிறகு மற்றவர்கள் கூறும் குற்றச்சாட்டிற்கு நாம் விடைதான் தேட முடியுமா. உலகில் ஜனநாயக சோஷலிசம் அல்லது சோஷலிச ஜனநாயகத்திற்கு நேருவைத் தவிர வேறெவரும் சொந்தம் கொண்டாட நிச்சயமாக முடியாது. ஒருவேளை அந்தத் தத்துவத்தின் மூலக்கூறுகளை மேலைநாட்டு அறிஞர்கள் நேருவுக்கு முன்பும் கோடிட்டுக் காட்டியிருக்கலாம். ஆனால், உண்மை என்ன தெரியுமா, ஜனநாயகம் என்றால் அமெரிக்காவின் ரூஸ்வெல்ட்டும், ஆப்ரகாம் லிங்கனும், நினைவுக்கு வருவதைப் போல், கம்யூனிசம்

என்றால், லெனினும், ஸ்டாலினும் நினைவுக்கு வருவதைப்போல் அதிகாரத்தில் ஜனநாயக சோஷலிசத்தை நிரூபித்துக் காட்டியதில் நேரு மட்டுமே உலக வரிசையின் தலைவர்களில் நினைவுக்கு வர முடியும். ஆனால், அதன் உண்மையான தன்மையை இந்தியாவில் நிரூபித்துக் காட்டியது நேருவைக் காட்டிலும் இந்திராகாந்திதான் என்றால் அதனை ஆதாரப்பூர்வமாக மறுப்பதற்கு இம்மண்ணில் வாய்ப்பில்லை என்று உறுதிபடக் கூறலாம். ஒரு வித்தியாசம் இருக்கிறது. அந்த வித்தியாசம்தான் நேருவை முதன்மைப் படுத்துகிறது எனலாம். நேரு ஜனநாயக சோஷலிசம் குறித்து அதிகளவில் எழுதியும், பேசியுமிருக்கிறார். அதன் கொள்கை சார்ந்த தேடலை அறிவுப்பூர்வமான வகையில் இந்திரா காந்தி தேடாமல் இருந்திருக்கலாம். அல்லது அவரின் தந்தையிடமிருந்து அவருக்கு அதிகமாக அறிந்துகொண்ட காரணத்தால் இந்திராகாந்தி அதிகாரத்தின் மூலமான செயலில் அதை நிரூபித்துக் காட்டுவதில் அவரின் தந்தையை வென்றிருக்கலாம். ஏனெனில், நேரு ஜனநாயக சோஷலிசத்தை எழுதிய, பேசிய அளவுக்கு அவரின் அதிகாரத்தில் செய்ய முடியவில்லை என்றே கூறலாம். அதன் அடிப்படைக் காரணம் எதுவென்றால் நேருவின் அரசைச் செயல்படுத்திய அப்போதைய காங்கிரஸ் ஜனநாயக சோஷலிசத்தை ஏற்றுக்கொண்ட தலைவர்களை மட்டுமே கொண்டிருக்கவில்லை. புராதன இந்தியாவை மீண்டும் உருவாக்க நினைத்தவர்களை சமாளிப்பதற்கே நேருவின் பாதி நாட்கள் உருண்டோடிவிட்டன.

ஆனால், இந்திரா காந்தியோ அத்தகையவர்களையெல்லாம் வெளியேற்றிய தூய்மையான ஜனநாயக சோஷலிசத்தை ஏற்றுக்கொண்டவர்களைக் கொண்ட காங்கிரசை உருவாக்கினார். ஜனநாயக சோஷலிசத்தை உருவாக்குவதற்கான செயல் வடிவங்களை மட்டுமே கண்டார். எழுதுவதற்கோ, பேசுவதற்கோ அவருக்கு நேரமின்மை ஏற்பட்டது. இவ்வாறான இந்திராவின் செயல் காங்கிரசின் பலம் பொருந்திய தலைவர்கள் மிக நீண்ட காலமாக காங்கிரசை எதிர்த்த பாசிச சக்திகளுடன் இணைந்து செயல்படும் சூழ்நிலையை உருவாக்கியது. அவ்வாறு, காங்கிரஸின் பலம் பொருந்திய பாஸிஸ எண்ணம் கொண்ட தலைவர்கள் அவ்வாறான கொள்கையை எதிர்க்கும் இயக்கத்துடன் ஏற்படுத்திக் கொண்ட பலம் பொருந்திய கூட்டணியாக உருவாகியது. அக்கூட்டணி இந்திராகாந்தியை எதிர்க்கும் அளவிற்கு வலுவாக மாறியது, என்பது

தான் உண்மை. மிகச் சிறந்த சோஷலிசவாதியாக அறியப்பட்ட ஜெ.பிரகாஷ் நாராயணன், அன்றைய ஜனசங்கக் கூட்டத்தில் "[1]நாம் ஜனசங்கத்தை ஆதரிப்பதால் என்னை பாஸிஸ்டு என்றழைத்தால் 'ஆம்' நாம் பாஸிஸ்டு தான்" என்று ஜே. பி கூறுமளவுக்கு நிலைமை மாறிப்போனது. முதலில் நாம் ஜனநாயகம் என்பதற்கான அர்த்தத்தை முழுமையாக உணர வேண்டும். அனைவருக்குமான பாதுகாப்பை முன்னிறுத்துவது ஜனநாயகம். ஒருவேளை வளர்ச்சியடைந்தோரும், தாழ்ந்த நிலையில் இருப்போரும் ஏறக்குறைய சரிபாதி அளவிலோ, சிற்றளவு கூடக் குறைந்த அளவிலோ இருந்தாலோ ஜனநாயகம் அங்கு வேறொரு நிலைப்பாட்டினை எடுக்க முடியும். ஆனால், இந்தியா போன்ற நாட்டில் பிறப்பால் அனுபவிக்கும் சலுகைகள் தொடர்ந்து கொண்டிருக்கும் போது, 75% சதவிகிதத்தினருக்கும் அதிகமானோர் நிலமில்லாமலும், 50%-க்கும் அதிகமானோர், அடிப்படை வசதியில்லாமலும், 30%-க்கும் அதிகமானோர் வீடில்லாமலும், 20%க்கும் அதிகமானோர் கொத்தடிமைகளாகவும் வசித்தால், அங்கே ஜனநாயகம் எந்த உருவத்தில் வெளிப்பட முடியும். அதிலும் இந்த நிலைமைகள் மாறவே கூடாது என்று ஒரு கூட்டம் விருப்பப்பட்டால் அங்கே ஜனநாயகம் எந்த வடிவம் கொண்டு சமுதாயச் சமநிலையை உருவாக்க முடியும் என்பதே அக்காலத்தில் எழுந்த மிகப்பெரும் கேள்விகளாகும்.

ஆம், அங்கு ஜனநாயகம் நிலைப்படுத்த எடுத்த வடிவத்துக்கு சர்வாதிகாரம் என்கிற அடைமொழி கிடைத்தது. இந்நிலையில் ஒரு சிறிய அளவிலான மெத்தப் படித்த அறிவுஜீவிகள் ஜனநாயகம் மற்றும் சர்வாதிகாரத்தின் அளவுகோலை அந்நிய தேசத்திலிருந்தே பார்க்கப் பழகி விட்டதால் அக்கருத்தை இதன் மீதும் திணித்தார்கள். இதனால் எமர்ஜென்சி சர்வாதிகாரத்தின் உருவமாக மாறியது. அதனால்தான் எமர்ஜென்சி போடப்பட்டபோது உள்துறை அமைச்சகம் வெளியிட்ட எமர்ஜென்சி ஏன்? என்கிற வெள்ளை அறிக்கையில் இறுதிப் பக்கம் இவ்வாறு கூறுகிறது.

"[2]1974 ஆரம்பத்தில் குஜராத்தில் நடந்த சம்பவங்களும், 1975 ஜுன் மாதம் டெல்லியில் நடைபெற்ற மக்கள் இயக்கத்தின் தேசிய ஒருங்கிணைப்புக் குழுக் கூட்டத்தில் எடுக்கப்பட்ட

---

1 சுயசரிதை எல்.கே. அத்வானி

2 எமர்ஜென்ஸி வெள்ளை அறிக்கை

முடிவுகளும் அதன் செயல் திட்டங்களும் இந்திய அரசியல் அமைப்புச் சட்டத்துக்கும் ஜனநாயகத்துக்கும் எதிரானவை. அரசுக்கு எதிராகச் செயல்பட்டு நாடாளுமன்ற ஜனநாயகத்தை அடியோடு குலைக்கும் உறுதியோடு பீகாரையும் தாண்டி மற்ற மாநிலங்களிலும் ஜெயப்பிரகாஷ் நாராயண் தலைமையிலான மக்கள் இயக்கம் தீவிரமாகச் செயல்பட்டு வருகிறது. இந்திரா காந்திக்கும் அவரது ஆட்சிக்கும் எதிராகத் தவறான கருத்துகளைப் பரப்புவது, நாட்டு மக்களைப் பிரதமருக்கு எதிராகத் தூண்டிவிடுவது, மக்களால் தேர்ந்தெடுக்கப்பட்ட மக்களாட்சிப் பிரதிநிதிகளை அவர்களது பதவிகளில் இருந்து விலகக் கோருவது என்று சட்டத்துக்குப் புறம்பான காரியங்களில் ஈடுபடுவதையும், அடிப்படை ஜனநாயக உரிமைகளைக் கூடப் புறந்தள்ளிவிட்டு எதிர்கட்சிகள் கடுமையாக நடந்து கொள்வதையும் அரசு அனுமதித்தால் அது நாட்டின் இறையாண்மைக்கே எதிரானது ஆகிவிடும். நாட்டின் பாதுகாப்பு, ஒற்றுமை, அமைதி போன்ற விஷயங்கள்மீது அக்கறை கொண்டிருக்கும் எந்த ஒரு அரசாலும் இவற்றை எல்லாம் சகித்துக்கொள்ள இயலாது. ஆகவே நாட்டில் ஜனநாயகத்தையும் மக்கள் நலனையும் பாதுகாப்பதற்காக இப்படி ஒரு தவிர்க்க முடியாத நடவடிக்கையை எடுக்க வேண்டியதாகிவிட்டது" என்று அந்த வெள்ளை அறிக்கையில் கூறப்பட்டிருக்கிறது.

நாம் இதில் இறுதியாக மூன்று வரிகளை மட்டுமே குறிப்பாகக் குறிப்பிட விரும்புகிறேன். அவ்வரிகளில் ஜனநாயகம் காக்கப்படவும், மக்கள் நலனைப் பாதுகாக்கவும் எமர்ஜென்சி கொண்டுவரப்பட்டது என்கிறது. ஆகவே, ஜனநாயகம் எது என்பதில் இந்திரா காந்தி தெளிவாகவே இருந்திருக்கிறார். அதனை அடுத்த கட்டுரையில் பார்ப்போம். ஆனால், அதற்கு முன்பு இவ்வறிக்கையின் ஏனைய செய்திகள், எமர்ஜென்சி வேறு சில காரணங்களால் கொண்டு வரப்பட்டது என்கிறது. அன்றைய காங்கிரஸ் தலைவர்களும், அறிவுஜீவிகளும் செய்த மிகப்பெரும் தவறு அதுதான். நிச்சயமாக அக்காரணங்கள் அல்ல. பத்து அம்சத் திட்டத்தை கொண்டு வந்ததற்கு ஏற்பட்ட எதிர்ப்பையும் 20 அம்சத் திட்டம் கொண்டு வருவதற்கு இந்திராகாந்தி முயற்சி செய்ததால்தான், பாஸிச சக்திகள் அதனைத் தடுப்பதற்குக் குறுக்கு வழியைத் தேடியபோது இந்திராகாந்தி எமர்ஜென்சி என்னும் ஆயுதத்தைக் கொண்டு வந்தார் என்பதை வரலாறு நமக்குத் தெளிவாக உணர்த்துகிறது.

43

ஜெயபிரகாஷ் நாராயணனின் கருத்தில் எமர்ஜென்ஸி

இப்போது இரண்டு கேள்விகள் முன்னெழக் கூடும். ஒன்று எமர்ஜென்சிக்கும் இடதுசாரியத்துக்கும் என்ன தொடர்பு என்பது முதல் கேள்வி? மற்றொரு கேள்வியோ எமர்ஜென்சியை இன்றைய காங்கிரஸ் இயக்கத்தை சேர்ந்த சிலரே ஒப்புக்கொள்ள மறுக்கும்போது அதனை நியாயப்படுத்த நினைப்பது நியாயமாக இருக்க முடியுமா? என்கிற இரண்டு வகையான கேள்விகள் இங்கே எழுவதில் நியாயமில்லை என்று மறுக்க முடியாது. ஆனால், அதன் நியாயத்தை நாம் உணரத் தவறிவிட்டோம் என்பதுதான் அதன் அடிப்படைக் காரணம். ஏறக்குறைய எமர்ஜென்சிக்கும், இடது சாரியத்திற்குமான தொடர்புகள் குறித்து ஓரளவுக்கு கடந்த இரண்டு கட்டுரைகளில் நாம் தெளிவுபடுத்தியிருக்கிறோம். இங்கே எழும் இரண்டாவது கேள்வி எமர்ஜென்சியை நியாயப்படுத்துவதில் உள்ள சிக்கல்களை உள்ளடக்கிய கேள்வி. நிச்சயமாக ஒரு உண்மையான இடதுசாரிகளால் மட்டுமே எமர்ஜென்சியை நியாயப்படுத்த முடியும். இந்தியாவின் இன்றைய காலகட்டத்திலிருந்து எமர்ஜென்சியை ஆய்வு செய்ய்யும் எவருக்கும் அது தவறென்றுதான் தெரியும். நாம் அதனை அதன் காலகட்டத்திலிருந்து பார்க்கவேண்டும். இன்றைய இந்தியா உலகின் வேறு எந்த தேசமும் கடைபிடிக்க முடியாத அளவுக்கு அபரிமிதமான ஜனநாயக உரிமையோடு சற்றேரக்குறைய ஒரு சமன் நிலையை அடைந்திருக்கிறது. ஆனால், 50 வருடங்களுக்கு முன்பு நிலைமை அவ்வாறு இருந்ததா? நிலமற்ற ஏழைகளையும், வீடற்ற விவசாயிகளையும் கொண்ட

தேசமாகத்தானே இருந்தது. ஒரு குறுகிய அளவிலான மக்கள் பிறப்பின் அடிப்படையில் எந்தப் பிரச்சனையும் இல்லாமல் சுக வாழ்வு வாழ ஒரு பெரும் எண்ணிக்கையில் இருந்த மக்கள் பிறப்பின் அடிப்படையில் அடிமை வாழ்வு வாழ்ந்தால் தேசம் அதன் நிலையைச் சமன்படுத்தாமல் சர்வதேச அளவில் தன்னை அறிமுகப்படுத்தக்கூட அவமானப்படவேண்டிய நிலை. இந்நிலையில் அதனை மாற்ற வேண்டிய கட்டாயத்தில் சோஷலிசத்தின் மகளாகப் பிறந்த இந்திரா முற்பட்டபோது அதற்கு எழுந்த எதிர்ப்பின் பிரதிபலனாக உருவானதுதான் எமர்ஜென்சி என்றால் அதனை மறுப்போர்க்கு ஆய்வின் முடிவுகளான உறுதியான ஒரு ஆதாரத்தைக் காண்பிக்கிறோம் பாருங்கள். முன்னாள்; ஆட்சிப்பணி அதிகாரி எம்.ஜி.தேவசாயம் எமர்ஜென்சி ஜெ.பி. யின் ஜெயில் வாசம் என்னும் நூலில் எந்த ஜெ.பி. எமர்ஜென்சி ஏற்படக்காரணம் என்று பலராலும் நம்பப்படுகிறதோ அந்த ஜெ.பி. கூறியதாக எழுதியிருப்பதைப் பாருங்கள்.

“[1]ஜேபியை சகஜ நிலைக்குக் கொண்டுவருவதற்காக, பொதுவான விஷயங்களைப் பற்றிப் பேசிக் கொண்டிருந்தோம். அப்போது எமர்ஜென்சி தொடரும் என்றும், பிரதமர் 20 அம்சக் கோரிக்கையை நிறைவேற்றுவார்' என்றும் தான் நினைப்பதாக ஜேபி சொன்னார்.

இவ்வாறு ஜெ.பி. நினைப்பதாகக் கூறிய செய்தியை திரு. தேவசகாயம் வெறும் நான்கு வரிகளில்தான் கூறியிருக்கிறார். ஆனால், அதன் ஆழம் எவ்வளவு என்று பார்க்கவேண்டும். முதலில் இந்நூல் ஏதோ பொத்தாம் பொதுவாக எழுதப்பட்ட சராசரி நூலும் இல்லை. ஜெ.பி. யின் ஜெயில் வாசம் முழுவதும் அவரை அருகிலிருந்து பார்த்துக் கொண்ட ஐ.ஏ.எஸ். அதிகாரி, அவருடன் நெருங்கிப்பழகி டைரி குறிப்பெடுத்து எழுதிய ஆதாரப்பூர்வ நூல்.

இதன் உண்மையான நோக்கத்தை உற்றுப்பார்ப்பது அவ்வளவு எளிதானதும் அல்ல. அதாவது நாம் சென்ற கட்டுரையில் பார்த்த உள்துறை அமைச்சகத்தின் எமர்ஜென்சி குறித்த வெள்ளை அறிக்கையில்கூட எமர்ஜென்சி ஏற்பட ஜெ.பி.யின் நடவடிக்கைகள் காரணம் என்று குறிப்பிடப்பட்டிருந்தது. பொது வெளியிலும்கூட அவ்வாறான ஒரு கருத்து பரவலாக நம்பப்பட்டது. இன்னும் கூறுவதென்றால் இந்தியாவெங்கும் உலகமெங்கும் இந்தக்

---

1 எமர்ஜென்ஸி ஜெ.பியின் ஜெயில் வாசம் தேவசகாயம்

கருத்தையே பதிவு செய்து இந்திராகாந்தி மீது களங்கம் ஏற்படுத்த முயற்சி மேற்கொள்ளப்பட்டது. ஆனால், அதன் காரண கர்த்தா என்று நம்பப்பட்ட ஜெ.பி. யோ இந்திராகாந்தி 20 அம்ச கோரிக்கையை நிறைவேற்றாமல் எமர்ஜென்சியை வாபஸ் பெற மாட்டார் என்றும், அவரின் மனசாட்சியின் குரலில் கூறியதாக தேவசகாயம் பதிவு செய்திருக்கிறார். உள்துறை அமைச்சகத்தின் வெள்ளை அறிக்கை எமர்ஜென்சிக்கு ஜெ.பி.யின் போராட்டத்தை காரணமாக தெரிவிக்கிறது. ஆனால் ஜெ.பி. 20 அம்ச திட்டத்தை நிறைவேற்றாமல் இந்திராகாந்தி எமர்ஜென்சியை வாபஸ் வாங்கமாட்டார் என்கிற அவரின் ஆதங்கத்தை வெளிப்படுத்துகிறார். இதிலிருந்து எமர்ஜென்சி உருவானதின் அடிப்படை காரணத்தை உண்மை தன்மையுடன் தெரிந்துகொள்ள முடியும். இத்தனைக்கும் இந்நூல் இந்திராகாந்திக்கும், எமர்ஜென்சிக்கும் எதிரான நிலைப்பாட்டில் எழுதப்பட்ட நூல் என்பதை நாம் நினைவில் கொள்ளவேண்டும். வரலாறு திரிக்கப்பட்டதில்தான் எமர்ஜென்சி தவறாக மாறியது என்ற நமது ஆய்வில் உள்ள நியாயத்திற்கு நாம் இதைவிட வலுவான ஆதாரத்தை எங்கிருந்து கொண்டுவர முடியும். இப்போது அடுத்த கேள்வியும் எழும்.

எமர்ஜென்சிக்கும் இடதுசாரியத்திற்குமான தொடர்பு என்ன என்பதை எவ்வாறு உறுதிபட உங்களால் நிரூபிக்க முடியும் என்பது அடுத்த கேள்வியானால் இதற்கு மிகச்சரியான ஆய்வின் முடிவை சென்ற கட்டுரையில் அளித்திருந்தோம். எமர்ஜென்சிக்குப் பிறகு கம்யூனிஸ்டுகள் பெருமளவில் காங்கிரஸில் இணைந்ததையும் அதற்குப் பிறகுதான் கம்யூனிஸ்டுகளின் வளர்ச்சி என்பது காங்கிரஸோடு சேர்ந்ததையும் கூறியிருந்தோம். அதைவிடச் சிறந்த உதாரணம் வேறு என்ன தேவையென்றாலும் தேவ சகாயத்தின் மேற்படி புத்தகத்திலேயே அதற்கான வேறொரு காரணத்தையும் பார்க்கலாம். எமர்ஜென்சி குறித்த மக்களின் கருத்தாக அதில் கூறியிருப்பதைப் பார்ப்போம்.

[1] "எமர்ஜென்சி பற்றி மக்கள் என்ன பேசிக் கொள்கிறார்கள் என்று தெரிந்து கொள்வதில் ஜேபி ஆர்வமாக இருந்தார். கிராமவாசிகள், நகர்ப்புறத் தொழிலாளர்கள் மத்தியில் பெரிய அளவில் பாதிப்பில்லை. அத்தியாவசியப் பொருள்கள் சரியான நேரத்தில்

1 எமர்ஜென்ஸி ஜெ.பியின் ஜெயில் வாசம் தேவசகாயம்

கிடைப்பதால் எமர்ஜென்சி குறித்து அவர்கள் திருப்தியாகவே இருக்கிறார்கள். நடுத்தர வர்க்கத்தைப் பொறுத்தவரை அவர்களில் 90 சதவிகிதம் பேர் அதிருப்தியில் இருக்கிறார்கள். இப்போதைக்கு அதை வெளிக்காட்டிக் கொள்ளவிட்டாலும் ஒரு நாள் அது வெளியேவரத்தான் போகிறது என்றேன். அத்துடன் ஜேபியிடமிருந்து விடைபெற்றுக் கொண்டேன்.” என்கிறார். இவ்வாறு கூறப்பட்டதிலிருந்தே நாம் தெளிவாகப் புரிந்து கொள்ளலாம். இந்தியாவில் இடதுசாரியத்திற்கான தேவையே கிராமங்களுக்குத்தான் உரியவை. அடுத்ததாக, இயற்கையாகத் தொழிலாளர்கள் இடதுசாரியத் தீவிரப் பற்றாளர்கள் என்பதை நாம் கூறத் தேவையில்லை. இவையனைத்தையும் விட இந்த இரு பிரிவினர்தான் இந்தியாவின் 80 சதவிகித மக்கள் என்பதை தேவசகாயம் அறிந்திருக்கிறாரா என்பதை நாம் அறியவில்லை.

இந்த தேசத்தில் தோன்றிய இடதுசாரிகளில் இந்திரா காந்திக்கு ஒரு சிறப்பான இடமுண்டு. ஒரு விசித்திரமான உண்மை என்னவெனில் ஜெ.பி. என்கிற ஜெயப்பிரகாஷ் நாராயணன் அடிப்படையில் ஒரு சோஷலிஸ்டாகத்தான் அறியப்பபட்டவர். இந்தியாவில் தோன்றிய காங்கிரஸ் ரோசலிச இயக்கத்தின் ஆறு தலைவர்களில் ஒருவராக 1930-களில் உருவான ஜெ.பி. காலப்போக்கில் மாறிப்போனதுதான் விசித்திரம். ஆனால், இன்றுவரை ஜெ.பி. யை ஒரு சோஷலிஸ்டாகவே நினைத்து எமர்ஜென்சிக்கு எதிரான கருத்துப் பொருளில் வைக்கப்பட்டு வாதிடுவதுதான் விசித்திரமான பொருளாகிறது.

ஏனென்றால் சோஷலிசம் அல்லது கம்யூனிசம் இவை எவை ஒன்றும் இடதுசாரியத்தின் கூறுகளே அதில் தீவிரமும், மிதமும் இவ்விரு கொள்கைகளுக்கான வித்தியாசங்களை வேறுபடுத்திக் காட்டிச் சற்று இடைவெளி விட்டு நிற்கலாம். ஆனால், உண்மையென்ன? சமத்துவம் வேண்டுவதே இதன் இரண்டின் அடிப்படைக் கொள்கை. அதனால்தான் ஃபிடல் காஸ்ரோ “என் வாழ்க்கை” என்னும் நூலில் கேட்கப்பட்ட ஒரு கேள்விக்கு ஃபிடல் காஸ்ட்ரோ அளிக்கும் பதிலைப் பாருங்கள்.

“[1] கூலிப்படை ஆக்கிரமிப்பு செய்வதற்குப் பன்றி வளைகுடாவில் வந்திறங்கியது. பிறகு மட்டமான போர். இரண்டுக்கும் ஜனாதிபதி கென்னடி அனுமதி கொடுத்தார். பிறகு 1962 அக்டோபரில் ஏவுகணை நெருக்கடியில் அவர் குருஷ்சேவுடன் முக்கியமான நபராக இருந்தார். ஆனால் நீங்கள் அவரைப் பற்றி வெறுப்பு இல்லாமல் பேசுகிறீர்கள். அவர் மீது உங்களுக்குப் பிரியமிருப்பதாகக்கூடத் தோன்றுகிறது. இதை விளக்குவீர்களா? என்ற கேள்விக்கு பிடல்காஸ்ட்ரோ இவ்வாறாகப் பதிலளிக்கிறார்.

பன்றி வளைகுடா சம்பவம் 1963 ஏப்ரலில் நடைபெற்றது. ஜனாதிபதியாக இருந்த ஐசன்ஹோவரும் உதவி ஜனாதிபதியாக இருந்த ரிச்சர்ட் நிக்ஸனும் அந்தத் திட்டத்தைத் தயாரித்தார்கள். கென்னடி ஜனாதிபதியாகப் பதவியேற்ற பிறகு அது அமுலாக்கப்பட்டது. அந்தக் கட்டத்தில் இது சோஷலிஸ்ட் புரட்சி என்றுகூட நாங்கள் அறிவிக்கவில்லை. ஆனால், கியூபா மீது படையெடுத்து புரட்சியை ஒழிப்பதற்குத் திட்டம் தயாராக இருந்தது.

புரட்சிக்குப் பிறகு விவசாயச் சீர்திருத்தத்தை நிறைவேற்றினோம். பெரிய தொழில்கள், கம்பெனிகள் மற்றும் வங்கிகளை நாட்டுடைமை ஆக்கினோம். மின்சாரம் மற்றும் தொலைபேசிக் கட்டணங்கள், வீட்டு வாடகை ஆகியவற்றைக் குறைத்தோம். அரசாங்கம் மற்றும் மக்களுடைய பணத்தைக் கொள்ளையடித்தவர்களுடைய சொத்துகளைப் பறிமுதல் செய்தோம். கல்லாமையை ஒழிப்பதற்குக் கல்வி நடவடிக்கைகளைச் செய்தோம். ஆனால், மார்க்சிய லெனினியக் கோட்பாடுகளைக் கடைப்பிடிப்பதாக அறிவிக்கவில்லை. நாங்கள் சோஷலிஸ்டுகள் என்று பிரகடனம் செய்யவில்லை” என்று ஃபிடல் காஸ்ட்ரோ அக் கேள்விக்கு பதில் அளித்திருக்கிறார்.

இன்னும் பதில் நீட்டித்துச் சென்றாலும் நமக்கு இதுவே போதுமானதாகத் தெரிகிறது. இதில் ஃபிடல் காஸ்ட்ரோ குறிப்பிடுவது எது? ஏறக்குறைய இந்திரா காந்தியின் பத்து அம்சத் திட்டமும், 20 அம்சத் திட்டமும் இதில் அடங்கியிருப்பதை

---

1 என் வாழ்க்கை பிடல் காஸ்ட்ரோ

நாம் காண நேரலம். ஆனால், 1963-ஆம் ஆண்டுகளில் இத்தகையப் புரட்சிகர மாற்றங்களைக் கொண்டு வந்தபோது அந்த மாற்றத்தை சோஷலிசமாகவோ, லெனினிசமாகவோ நாங்கள் கருதவும் இல்லை. பிரகடனப்படுத்தவும் இல்லை. அதை ஒரு புரட்சிகர முடிவாகவே கொண்டு வந்தோம் என்கிறார். ஆனால், அதுதானே சோஷலிசமாகவும், கம்யூனிசமாகவும், கியூபாவையும், ஃபிடல் காஸ்ரோவவையும் அடையாளப்படுத்தியது என்றால், ஜெ.பி. போன்றோரும் இன்றும் எமர்ஜென்சி குறித்து ஐயம் கொண்டோரும், இந்திரா காந்தியின் இந்தச் செயல்பாடுகள் மீது கொண்ட மதிப்பீட்டை எவ்வாறு கருத்தில் கொள்வது. அல்லது எமர்ஜென்சியின் போது, இந்திரா காந்தியுடன் இருந்த கம்யூனிஸ்டுகள் அதற்குப் பிறகான காலத்தில் எமர்ஜென்சியை எதன்பொருட்டு எதிர்த்தார்கள் என்பதற்கான விடைகள் எவையாக இருக்க முடியும். என்கிற ஆயிரமாயிரம் சந்தேகங்கள் எழுகிறது. எமர்ஜென்சி தோற்றுவித்தபோதும், அதன் பொருட்டு உருவான 20 அம்ச திட்டம் நிறைவேற்றும் போதும். இந்திராகாந்தியுடன் சேர்ந்தே பயணம் செய்த கம்யூனிஸ்டுகள் அதற்கப் பிறகான காலத்தில் ஏன் எமர்ஜென்சி காலத்தை எதிர்த்து குரல் கொடுத்ததில் இருந்த அநீதியை உலகம் கேள்வி கேட்கவில்லை. சரி கம்யூனிஸ்டுகளின் நிலை தான் இப்படி இருந்தது என்றால் காங்கிரஸ்காரர்களாவது இதனை சரியக கணித்த எமர்ஜென்சியை நியாயப்படுத்தும் செயல்களில் ஈடுபட்டிருக்கிறார்களா என்றால் அதுவும் சந்தேகத்தை மட்டுமே பதிலாக கொடுக்கிறது, ஜெ.பி.யே 20 அம்ச திட்டத்தை நிறைவேற்றவே இந்திராகாந்தி எமர்ஜென்சியை கொண்டு வந்ததாக ஒப்புதல் வாக்குமூலம் கொடுத்த பிறகும் அதனை பிரதான நோக்கமாக அறிவிப்பதற்கு ஏன் காங்கிரஸ்காரர்கள் முன்வரவில்லை என்கிற சந்தேகமும் சேர்ந்தே முன்னேழுகிறது. இவ்விரண்டு முக்கிய காரணங்களே எமர்ஜென்சியின் தீவிரத்தையும் அதன் முக்கியத்துவத்தையும் அதன் முக்கிய எதிரிகளால் தேய்மானம் செய்ய முடிந்திருப்பதற்கு அச்சாரமாய் மாறிவிட்டது.

44

எமர்ஜென்சியும் ஜெயபிரகாஷ் நாராயணனும்

அநேகமாக நாம் இந்தியாவின் இடதுசாரியம் என்னும் இந்த நூலின் ஒரு பாகத்தில் மிக அதிகமான முக்கியத்துவத்துடன் எமர்ஜென்சி குறித்து ஆய்வு செய்வதாகவே கருதுகிறோம். ஆனால், அந்த ஆய்வு இந்தத் தொடரின் தலைப்புக்கோ அதன் தன்மைக்கோ முற்றிலும் வேறானது அல்ல என்பதை நாம் மீண்டும் ஒருமுறை இங்கே நினைவுபடுத்த விரும்புகிறோம். உலகின் வரலாற்று நிகழ்வுகள் அனைத்தும் இருவகையாகப் பிரிக்கப்பட்டிருக்கும். ஒன்று, அதன் பலம் வாய்ந்த தலைவர்களை அவர்களின் புனிதம் கெடாமல் வெளிப்படுத்தப்பட்டிருப்பது. இரண்டாவது, நிச்சயமாக அவர்களின் குறைகளையும், அந்தரங்கங்களையும் பகிரங்கமாக வெளிப்படுத்தும் வரலாற்றுக் குறிப்புகள் என்றே உலகின் அனைத்து பகுதிகளின் வரலாற்று வகைகளும் அநேகமாக அறியப்பட்டிருக்கும்.

ஆனால், இந்தியாவிலோ இது முற்றிலும் மாறிய ஒரு விநோத வரலாறு காணப்படும், எப்போதும் அத்தகைய பழமை வாய்ந்த தலைவர்களின் புனிதம் எதன் பொருட்டாவது பாதுகாக்கப்பட மட்டுமே வரலாற்றில் முயற்சி செய்யப்பட்டிருக்கும். அந்த வகையில், ஜெ.பிரகாஷ் நாராயணனின் வரலாறு இந்திய அறிவு ஜீவிகளால் எதனால் புனிதம் கெடாமல் பாதுகாக்கப்பட்டது என்பது நமக்குப் புலப்படாத ஒரு கருத்தாகத் தெரிகிறது. இத்தனைக்கும் அவரை பெரும்பாலான இந்திய அறிவுஜீவிகள் சோஷலிஸ்டாக வெளிப்படுத்த நினைத்த காரணம் மட்டும்தான் நம்மை மிக அதிகமாகவே காயப்படவும் செய்திருக்கிறது. அவர் உண்மையாகவே ஒரு சோஷலிஸ்டாக இருந்திருக்கிறாரா என்று நாமும் எங்கெல்லாம் தேடியும் விடை மட்டும் அறிந்திருக்கவில்லை.

ஒரு பழம்பெரும் தலைவருக்கு ஒருவேளை நாம் மிகப்பெரும் அவமானம் செய்கிறோமா என்றும் கருதுகிறோம். ஆனாலும் ஆய்வுகளின் முடிவுகளை வெளிப்படுத்துவதே நியாயம் என்றும் கருதுகிறோம். 1934-இல் ஆரம்பித்த காங்கிரஸ் சோஷலிச இயக்கத்தின் தலைவர்களில் ஒருவராக, ஜெயப்பிரகாஷ் நாராயணன் தனது அரசியல் மறு பிரவேசத்தை ஆரம்பித்தார். இந்தியாவின் மிகப்பெரும் துறைகளாக இருந்த ரயில்வே, தபால், பாதுகாப்பு ஆகிய ஊழியர் சங்கங்களில் அகில இந்தியத் தலைவராக இருந்ததால் 1948-இல் புதிய சோஷலிஸ்ட் கட்சியை நிறுவும் அளவிற்கு ஒரு சோஷலிஸ்டாக இருந்தார் என்பதை நாம் மறுக்க முடியாது. இவ்வாறு சோஷலிஸ்டாக ஆரம்பித்த அவரின் வாழ்க்கை 1952-இன் பொதுத் தேர்தலுக்குப் பிறகு மாறிப்போனது தான் விசித்திரம். அத்தேர்தலில் வெற்றி பெற்ற காங்கிரஸ் ஆட்சி அமைத்தவுடன் இந்திய சோஷலிஸ்டுகளைக் காங்கிரஸில் சேருமாறு நேரு கோரினார். ஏனெனில் நேரு ஒரு சோஷலிச அரசினை இந்தியாவில் ஆரம்பிப்பதற்குக் கொண்ட ஆர்வத்தினால் தான் அவ்வாறான ஒரு முடிவை மேற்கொண்டார். அதற்கு அது மட்டுமே காரணம் இல்லை என்பதும் ஆய்வு முடிவு. ஏனெனில் அப்போதைய காங்கிரஸில் இருந்த பாசிஸ எண்ணம் கொண்ட தலைவர்களின் செயல்பாடுகளுக்கு முட்டுக்கட்டை போடவும் நேரு அவ்வாறு ஒரு ஏற்பாட்டை விரும்பியதாகவே நாம் கருதுகிறோம். ஆனால், அவ்வாறான ஒரு முடிவுக்கு ஜெ.பிரகாஷ் நாராயணன் ஒப்புக்கொள்ளவில்லை. ஒருவேளை அன்று ஜெ.பிரகாஷ் நாராயணன் தலைமையிலான இந்திய சோஷலிஸ்டுகள் அன்றே ஒப்புக்கொண்டிருந்தால், 1975-இல் இந்திரா காந்தி எமர்ஜென்சி கொண்டு வந்து சீர்திருத்தம் செய்யுமளவுக்கு வளர்ந்து கொண்டிருந்த ஒரு குறிப்பிட்ட பிரிவினரின் வளர்ச்சியை நேருவே தடுத்திருப்பார் என்பதே நிதர்சனமான உண்மை. இதன் மூலம் காங்கிரஸிலிருந்த பாஸிஸ்டுகளுக்கு மறைமுகமாக ஜெ.பிரகாஷ் நாராயணன் உதவி செய்ததாகவே ஆய்வின் முடிவுகள் அறிவிக்கின்றன.

எனவே 1952-இலேயே ஜெ.பிரகாஷ் தனது சோஷலிச பாதையை விட்டு விலகிவிட்டதாகவே கருதவேண்டியுள்ளது. ஆனால், முழுவதும் அவ்வாறு கருத முடியாத அளிவிற்கும் ஜெ.பி. வேறொன்றையும் செய்தார்.

காந்திஜியின் சீடர் வினோபா பாவேயின் 'பூதான' இயக்கம் அவரைக் கவர்ந்தது. தங்களிடம் தேவைக்கதிகமாக உள்ள நிலத்தையோ முழு கிராமத்தையோ ஏழைகளுக்குத் தானமாக அளிக்கும்படி வினோபா பாவே நிலச்சுவான்தார்களுக்கு வேண்டுகோள் விடுத்திருந்தார். இந்தச் சமூக நல இயக்கத்துக்குத் தனது உயிரையும் தியாகம் செய்ய ஜெ.பி. தயாராக இருப்பதாக அறிவித்தார்.

இவ்வாறு இருந்த ஜெ.பி. 10 மற்றும் 20 அம்சக் கோரிக்கையே இதன் அடிப்படையில் அமைந்தபோது அத்தகைய எமர்ஜென்சியை எதிர்க்கக் காரணம் என்ன? ஆனால், எமர்ஜென்சி குறித்து திரு.எம். ஜி.தேவசகாயம் எழுதிய நூலில் எமர்ஜென்சியை ஆதரித்த வினோப பாவே குறித்து ஜெயப்பிரகாஷ் கருதியதாக இவ்வாறு கூறுகிறார்.

"[1]அவரால் பெரிதும் மதிக்கப்பட்ட அறிவுஜீவிகளே எமர்ஜென்சியை ஆதரித்தும் இந்திராவின் தலைமையைப் புகழ்ந்தும், பேசியும், எழுதியும் வந்ததை அவர்களால் பொறுத்துக்கொள்ள முடியவில்லை. குறிப்பாக ஜெயப்பிரகாஷ் நாராயணன் தனது குருவாக நினைக்கும் வினோபா பாவே எமர்ஜென்சியை சுய ஒழுக்கத்துக்கான பொற்காலம் என்று பாராட்டியிருந்தது ஜெயப்பிரகாஷ் நாராயணனை சங்கடப்படுத்தியது" என்று அந்நூலில் ஜெ.பிரகாஷ் நாராயணன் கருத்துகளாகவே தேவசகாயம் இதனைப் பதிவிட்டிருக்கிறார்.

இதிலிருந்து நாம் ஒரு உண்மையை உணர வேண்டும். நிலமற்ற ஏழைகளுக்கு ஜமின்தாரர்களிடமிருந்து நிலத்தைப் பகிர்ந்து அளிக்க வேண்டும் என்கிற நோக்கில் வினோபா பாவே உருவாக்கிய 'பூதானம் இயக்கத்தின்' வெற்றி எமர்ஜென்சியில் உள்ளதை அறிந்து வினோபா பாவே ஆதரித்தபோது அந்த இயக்கத்தின் காரணத்தை நிறைவேற்ற உயிரையும் விடுவதாக கூறிய ஜெ.பிரகாஷ் எமர்ஜென்சிக்கு எதிரான மனப்பான்மைக்கு மாறியது ஏன் என்கிற கேள்வியின் ஆழம் உணரவேண்டும். இதற்கான காரணத்தை நாம் இரு வழிகளின் மூலம் சுலபமாக அறிந்து கொள்ள முடியும். ஒன்று ஜெ.பியின் உள்மனம் ஒரு பாசிச சக்திகளிடம் அகப்பட்டுப் போனதுதான் காரணம் என்கிற முடிவுக்கே வரமுடியும். இதை

1 எமர்ஜென்ஸி ஜெ.பியின் ஜெயில் வாசம் தேவசகாயம்

அறிந்து கொள்ள முதல் வழியாக அதே தேவசகாயத்தின் நூலில் ஜெ.பிரகாஷ் கூறியதாக கூறுவதிலிருந்து அறிந்து கொள்ளலாம்.

அதில் "உண்ணாவிரதம் இருப்பது என்ற முடிவைத் தன்னால் மாற்றிக்கொள்ள முடியாது என்று சொன்ன ஜேபி, "இந்திராவை எதிர்க்க இப்போது யாரும் இல்லை. ஜனசங்கம், ஆர்.எஸ்,எஸ் போன்ற தன்னுடைய நம்பிக்கைக்கு உரிய குழுக்கள்கூட எமர்ஜென்சியை எதிர்த்ததற்காக மன்னிப்பு கேட்டுக்கொண்டு சிறையிலிருந்து வெளியே வருவது வருத்தத்தை அளிக்கிறது" என்று ஜெய.பிரகாஷ் நாராயணன் கூறியதாக நூலின் ஆசிரியர் தேவசகாயம் பதிவிடுகிறார்.

காலப்போக்கிலா அல்லது அவரின் முழு காலத்திலுமா ஜெ.பி. யின் நம்பிக்கைக்குரிய இயக்கங்களாக ஆர்.எஸ்.எஸ். ஜனசங்கம் இருந்ததா என்பதை அறிந்துகொள்ள நம்மிடம் ஆவணங்கள் இல்லை. ஆனால், இன்றைய பா.ஜ.க. வின் வாழ்வுக்கு அன்றைக்கு வழிகோலியவர் ஜெ.பிரகாஷ் நாராயணன் என்றால் அவரை நீங்கள் ஏற்றுக்கொள்ள முடியுமா. 'ஆம்' அவர்தான் தேர்தல் அரசியலில் ஜனசங்கம் பங்குகொள்ளும் விதமாக ஜனதா கட்சியில் அதையும் ஒரு பங்குதாரராக மாற்றினார் என்பதை பா.ஜ.க. வின் மூத்த தலைவரான அத்வானியே அவரின் சுயசரிதையில் இவ்வாறு ஒப்புக்கொள்ளுகிறார்.

"[1]ஜனதா கட்சியின் தன்மை பற்றியும் ஒரு அங்கமாக ஜனசங்கம் இணைத்துக் கொண்டது பற்றியும் நாம் இங்கு விளக்கியாக வேண்டும். காங்கிரஸ் கட்சிக்கு மாற்றாக கம்யூனிஸ்டுகள் அல்லாத ஒரு அரசியல் கட்சியை உருவாக்குகிற ஜெய.பிரகாஷ்ஜியின் தீர்மானத்திற்கு ஜனசங்கம் தனது நிபந்தனையுடன் கூடிய ஒப்புதலை நெருக்கடி நிலைக்கு முன்பு அளித்திருந்தது. அதனால், நெருக்கடி நிலைக்குப் பிறகு முழுமையாகவும் உற்சாகத்துடன் ஆதரித்தது. மிகவும் விரிவான அளவில் எதிர்கட்சிகள் ஒன்று பட்டாலொழிய காங்கிரஸைத் தோற்கடிக்க முடியாது என்பதை நெருக்கடி நிலையின் சோதனைகளும், துயரங்களும் ஜனசங்கத்தைச் சேர்ந்த எங்களுக்கெல்லாம் ஏற்படுத்தியது. கூடுதலான இன்னொரு முக்கியமான அம்சமும் இந்த இணைப்புக்கு நாங்கள் சம்மதிக்க

---

1 சுயசரிதை எல்.கே.அத்வானி

பலமான காரணமாக இருந்தது. நெருக்கடி நிலைக்கு முன்பும், நெருக்கடி நிலைக்குப் பிறகும் ஜனசங்கத்தின் மீதும் ஆர்.எஸ். எஸ்ஸின் மீதும் ஜெய.பிராகாஷ்ஜி கொண்ட நம்பிக்கைதான் அந்தக் காரணம். தான் கைது செய்யப்பட்டால் 1974இல் தன்னால் நிறுவப்பட்ட சர்வாதிகாரத்திற்கு எதிராகப் போராடி வரும் லோக் சங்காஷ் சமதி இயக்கத்தின் முழுப் பொறுப்பையும், ஜனசங்கத்தின் முக்கியத் தலைவர்களில் ஒருவரான நானாஜி தேஷ்முக் ஏற்பார் என்று ஜெ.பிராகாஷ்ஜி அறிவித்திருந்தார்.

1975இல் டெல்லியில் நடந்த எங்களது தேசிய கௌன்சில் மாநாட்டிற்கு வருகை தர அவர் ஒப்புக் கொண்டது பற்றியும் ஒப்புக் கொண்டபடி வந்தது மட்டுமல்லாமல் "ஜனசங்கம் பாசிஸ இயக்கம் என்றால், ஜெய.பிரகாஷ் நாராயணும் ஒரு பாசிஸ்ட்டே" என்று பிரகடனப்படுத்தியதையும், அதனால் கம்யுனிஸ்டுகளின் கடுமையான விமர்சனத்தைச் சந்தித்ததையும், அந்த விமர்சனத்திற்குப் பிறகும் தனது நிலையில் மாற்றமின்றி நின்றதையும் ஏற்கனவே குறிப்பிட்டு இருக்கிறேன்" என்று எல். கே.அத்வானி அவரின் சுயசரிதையில் குறிப்பிட்டுள்ளார்.

இவ்வாறு கூறப்பட்டிருக்கும் தகவலில் அத்வானி குறிப் பிட்டிருக்கும் மிக முக்கியத்துவம் வாய்ந்த கருத்தாக நாம் எடுத்துக்கொள்ள வேண்டியது ஒன்றும் இருக்கிறது. எமர்ஜென்சிக்கு முன்பே கம்யூனிஸ்டுகளுக்கு எதிராக ஒரு இயக்கத்தை ஆரம்பிக்க வேண்டும் என்கிற எண்ணம் ஜெயப்பிரகாஷ் நாராயணனிடம் இருந்ததாகவே அத்வானி குறிப்பிட்டிருக்கிறார். அதுமட்டுமல்லாமல், ஜனசங்கத்தைப் பெருந்திரளான மக்கள் ஆதரவளிக்கும் தேர்தல் முறையில் அனைவரின் கவனத்தையும் ஈர்க்கும் வகையான ஒரு அமைப்பாக முன்னெடுக்கும் வழி முறைக்கும் ஜெ.பி.யே காரணமாக இருந்திருக்கிறார் என்பதையம் நாம் இதிலிருந்து அறிந்துகொள்ள முடிகிறது.

இவ்வாறு இருந்த ஜெ.பிரகாஷ் நாராயணனை சோஷலிஸ்டாக ஒப்புக்கொள்ள வழி இருக்கிறதா அல்லது அவரால் எதிர்க்கப்பட்ட எமர்ஜென்சி தீமைதான் என்று கருத வாய்ப்பிருக்கிறதா?

45

எமர்ஜென்சிக்கும் இடதுசாரியத்துக்குமான தொடர்பு

நாம் ஒவ்வொரு கட்டுரையும் எழுதும்போதும் இந்த எமர்ஜென்சி குறித்த முடிவுகளுக்கு அதிகப்படியான ஒரு ஆரம்பம் கொடுப்பதுபோல் சிலருக்குத் தோன்றலாம். ஆனால், உண்மை என்னவெனில்? எமர்ஜென்சி குறித்த நிகழ்வுகளால் தான் மிகப்பெரும் ஆளுமை படைத்த தலைவராக இருந்த இந்திரா காந்தி பாதிக்கப்பட்டார் என்பதை விட ஒரு படி மேலே கூறுவதென்றால் அதன் சொந்த இயக்கத்தினராலேயே (காங்கிரஸ்) இந்திராகாந்தி மீதான எதிர்மறையான விமர்சனங்கள் மறுப்புக்கிடமின்றி ஒப்புக் கொள்ளப்பட்டதும்தான் விசித்திரம். ஒருவேளை நமது இந்த ஆய்வின் இந்தக் குறிப்பிட்ட பகுதியின் தாக்கம் எதிர்காலத்தில் இன்னும் பலரை எமர்ஜென்சி குறித்து ஆய்வு செய்வதற்குத் தூண்டலாம், அப்போது இதைவிடவும் பல கூடுதல் தகவல்கள் வெளிவரலாம் என்பதாலேயே இந்தப் பகுதி கூடுதல் கவனம் பெறுவதாக நாம் உணர்கிறோம். நம்மால் ஏன் கூடுதலாக ஆவணப்படுத்தபட முயலவில்லை என்றால், நாம் தமிழில் கிடைக்கும் புத்தகங்களைக் கொண்டே ஆதாரங்களைத் தேடுகிறோம். ஆனால், ஆங்கில வழி நூல்களில் அதிகமான ஆதாரங்கள் இருப்பதாகவே நாம் நம்புகிறோம். உதாரணமாக எமர்ஜென்சியை இந்திரா காந்தியின் மிக மோசமான நிகழ்வாக உருவாக்குவதற்குச் செய்த முயற்சியின் விளைவை பா.ஜ.க.வின் மூத்த தலைவரான அத்வானியின் சுயசரிதையில் இருந்தே அறிந்து கொள்ளாம். அவர் தனது சுயசரிதையில் பிரதமர் அலுவலகத்தில், அப்போதைய காலகட்டத்தில் இணைச் செயலாளராக இருந்த பிஷன் என்.தாண்டன் என்கிற இந்திய ஆட்சிப்பணி அதிகாரி

எமர்ஜென்சி குறித்த நிகழ்வுகளை டைரிக் குறிப்பாக எழுதி வைத்ததையும், அவை பின்னாளில் புத்தகங்களாக வந்ததையும் அதில் அவர் குறிப்பிட்ட ஒரு பகுதியை எடுத்துக்காட்டி இவ்வாறு அத்வானி கூறுகிறார்.

"[1]ஒவ்வொரு தீய செயலுக்கும் முன்னதாகவே அறிகுறிகள் இருக்கும். தீச் செயலைச் செய்ய முற்படுவோரின் மனத்தில் அது முன்னோட்டமாகப் புகுத்தப்படும். அந்த முறையில் நெருக்கடி நிலை என்பது தன்னைக் காப்பாற்றிக் கொள்ள இந்திரா காந்தி எடுத்த முயற்சியாகும். 1971ஆம் ஆண்டு இந்திரா காந்தியின் தேர்தலை எதிர்த்து அலகாபாத் நீதிமன்றத்தில் வழக்கு வந்த போதே இதற்கான முன்னோட்டமான முயற்சிகள் ஆரம்பமானதைத் தாண்டன் குறிப்பிடுகிறார். அவசர நிலை வருவதற்கு 2 ஆண்டுகள் முன்னதாகேவே, இந்திரா காந்தி நீதித்துறையின் சுதந்திரத்தைக் கட்டுப்படுத்தும் முறையில் தான் தேர்தலில் செய்த ஊழல்களுக்கு எதிராகத் தீர்ப்பு வராமலிருக்கும் முயற்சிகளில் முனைந்தார்.

இந்திரா காந்தி செய்த சந்தேகத்திற்கிடமான முக்கியமான காரியங்கள் 1973இல் ஆரம்பமாகியது. நீதித்துறையில் முதலிடத்தில் இருக்கும் நீதிபதிகளான ஜே.எம்.ஷீல்ட், கே.எஸ். ஹெக்டே மற்றும் ஏ.என்.குரோவர் ஆகியோரை ஓரம் கட்டிவிட்டு, ஏ.என். ரேயை உச்சநீதி மன்றத்தின் பிரதம நீதிபதியாக நியமித்தார். அவர் மேற்கு வங்க முதலமைச்சரான சித்தார்த் சங்கர் ரே அவர்களின் நெருங்கிய உறவினர். இரண்டாண்டுகளுக்குப் பின்னர், பிரதமரின் நம்பிக்கைக்குரிய சட்ட ஆலோசகராக, ஜனநாயகத்தைக் குலைப்பதில் யோசனை தந்ததில் சித்தார்த் சங்கர் ரேக்கு பெரும்பங்குண்டு. 'கட்டுப்படுத்தப்பட்ட நீதித்துறை' என்கிற கொள்கையை காங்கிரஸிம் இடதுசாரிக் கட்சிகளும் அந்நாளில் வற்புறுத்திக் கொண்டிருந்தன" என்று அத்வானி தனது சுயசரிதையில் குறிப்பிட்டுள்ளார்.

இதன் நிலையிலிருந்து நாம் இரண்டு விஷயங்களைத் தெளிவாக்கிக் கொண்டு விஷயத்திற்கு வருவோம், முதலில் சிலருக்கு நமது ஆய்வில் சில சந்தேகங்கள் இருக்காலம். அந்த

---

1   சுயசரிதை எல்.கே.அத்வானி

சந்தேகம் எமர்ஜென்சிக்கும் இடதுசாரியத்துக்குமான தொடர்பு குறித்தது என்றால், நீங்கள் இதைப்போன்ற எமர்ஜென்சி குறித்த ஒவ்வொரு விமர்சனத்திலும் இடதுசாரியம் வந்து செல்வதிலிருந்தே எமர்ஜென்சி இந்திய இடதுசாரியத்தின் தவிர்க்க முடியாத அம்சம் என்பதை உணரலாம். இரண்டாவதாக எழும் சந்தேகத்தில் எமர்ஜென்சி ஏற்படுத்தப்பட்டது அப்போதைய சூழ்நிலைகளால் ஏற்பட்ட காரணங்கள் என்பதை மறுக்கும் விதமாக நாம் 10 மற்றும் 20 அம்சத் திட்டங்களோடு எமர்ஜன்சியை தொடர்புபடுத்திப் பார்ப்பது தவறென்றும் சிலர் கருதியிருக்கலாம். ஆனால், அத்வானி போன்ற மூத்த தலைவர்கள் எமர்ஜென்சி ஏற்படுவதற்கு முன்பே 1973-இலேயே நீதிபதி நியமனத்தில் அதற்கான முன்னோட்டம் ஏற்பட்டதாக கூறுகிறார்கள். அது எத்தனை தவறான கருத்து என்பதையும் அதிலிருந்தே எமர்ஜென்சி ஏற்படுவதற்கான நமது தரப்பிலான வாதம் சரியென்று கருதும் காரணம் ஆரம்பமாகிவிட்டது என்று நாம் நம்புகிறோம். அதாவது அத்வானியின் எண்ணத்திற்கு முற்றிலும் மாறுபட்ட நமது கண்ணோட்டத்தில் உள்ள நியாயங்களை நீங்களே தீர்வு செய்துகொள்ளுங்கள். தமிழில் ஆர்.முத்துக்குமார் எழுதிய இந்திரா என்னும் நூலில் சில ஆவணங்களை எடுத்துவைத்து, இந்திராகாந்தி மீது குற்றம் சுமத்த முற்பட்டிருக்கிறார் முத்துக்குமார். நமக்கு அவர் கூறும் குற்றச்சாட்டுகளைவிட இவ்விடத்தில் ஆவணங்களே தேவைப்படுவதாக இருப்பதால் அதைப் பார்ப்போம்.

“[1]ஆட்சிக்கு வந்த புதிதில் இந்திரா செய்த சில அதிரடி காரியங்களுக்கு இப்போது பதில் சொல்ல வேண்டியிருந்தது. வங்கிகள் தேசியமயம் ஆக்கப்பட்டன, மன்னர்களுக்கு வழங்கப்பட்டு வந்த மானியங்கள் ஒழிக்கப்பட்டன, இந்திய அரசியலமைப்புச் சட்டத்திருத்தம் ஆகியவற்றுக்கு எதிராக வழக்குகள் தொடரப்பட்டிருந்தன முக்கியமாக அரசியலமைப்புச் சட்டதிருத்தம் தொடர்பான வழக்குக்கு உச்சநீதிமன்றத் தலைமை நீதிபதி எஸ்.எம்.சிக்ரி, தீர்ப்பாயம் ஒன்றை அமைத்திருந்தார். மொத்தம் பதிமூன்று நீதிபதிகள் கொண்டது. இறுதித் தீர்ப்பு வெளியானது. ‘அரசியலமைப்புச் சட்டத்தைத் திருத்தும் அதிகாரம்

1 இந்திரா ஆர்.முத்துக்குமார்

நாடாளுமன்றத்துக்கு உண்டு. ஆனால், சம்பந்தப்பட்ட விஷயம் அரசியலமைப்பின் அடிப்படைக் கூறா இல்லையா என்பதை நாடாளுமன்றம் தீர்மானிக்கமுடியாது. நீதித்துறைக்குத்தான் அந்த அதிகாரம் உண்டு.' இந்திராவுக்கு ஏற்பட்ட சட்டரீதியான தோல்வி என்றே இந்தத்தீர்ப்பு பார்க்கப்பட்டது. இது இந்திராவை வெகுவாகப் பாதித்திருந்தது. பாதிப்பு விரைவாகவே வெளிப்பட்டது. எப்படி?

தீர்ப்பை வழங்கிய நீதிபதி சிக்ரி மறுநாளே ஓய்வு பெற்றிருந்தார். அவருக்கு அடுத்த இடத்தில் இருந்தவர் நீதிபதி ஜே.எம்.ஷிலட், இவர் அரசுக்கு எதிரான கருத்தை அந்த வழக்கில் கொண்டிருந்தார். ஆகவே, அவருடைய பணிமூப்பு, அனுபவம் எல்லாம் தயவு தாட்சண்யமின்றிப் புறக்கணிக்கப்பட்டன. அவருக்கு அடுத்த இரண்டு இடங்களில் இருந்தவர்களும் அரசு எதிர்ப்பு காரணமாக ஒதுக்கிவைக்கப்பட்டனர். புதிய தலைமை நீதிபதியாக ஏ.என். ரே நியமிக்கப்பட்டார். இவர் அரசுக்கு ஆதரவான தீர்ப்பு வழங்கிய நீதிபதிகளில் மூத்தவர்.நீதித்துறையை வளைக்கத் தொடங்கி விட்டார் இந்திரா என்று எதிர்கட்சிகளும் பத்திரிகைகளும் வரிந்து கட்டத் தொடங்கிவிட்டன" என்கிறார். அப்புத்தகத்தில் முத்துக்குமார் கருத்தியலும், அத்வானி அவரின் சுயசரிதையில் கூறியதும் ஏறக்குறைய ஒரே கருத்தியலே என்றாலும், ஒரு பெரும் வேறுபாடு இருக்கிறது. மன்னர் மானியம் ஒழிப்பு, வங்கிகள் தேசிய மயமாக்கியது, அதன் பொருட்டு இந்திய அரசியலமைப்புச் சட்டம் திருத்தப்பட வேண்டிய அவசியம் ஆகியவற்றுக்கு எதிராகத் தீர்ப்பளித்தவர்களைக் கொண்டு சமத்துவத்தை எவ்வாறு ஏற்படுத்த முடியும் என்கிற கேள்வியை ஆர்.முத்துக்குமார் அவருக்கே தெரியாமல் அவரின் சந்தேகத்திற்குள் அடக்கியிருக்கிறார். ஆனால், அத்வானி அக்கருத்தியலை, குறிப்பிட்டு இந்நிகழ்வை வரையறை செய்யவில்லை என்பதே இங்குப் பல சந்தேகங்களை முன்னெழுப்புகிறது.

இதில் இந்திரா காந்திக்கு ஏற்பட்ட தோல்விகள் ஒருபுறம் இருக்கட்டும் அவர் நீதித்துறையை வளைக்க முற்பட்டார் என்கிற குற்றச்சாட்டும் ஒரு புறம் இருக்கட்டும். ஆனால், அதற்கான காரணங்களைப் பாருங்கள். அவை இந்திராகாந்தியின் சொந்தப் பிரச்சனைகளுக்காகவா... இல்லையே? இடதுசாரியத்தின் இதய

கொள்கைகளை நிறைவேற்றுவதற்காகத்தான் இத்தனையும் செய்தார். என்பதை நாம் உள்ளுணர்வோடு உணர மறுக்கிறோம்.

அதன் முக்கியதுவம் வாய்ந்த வரலாற்றுப் பார்வை ஏன் நமக்கில்லாமல் போனதுப் பிரபலமான பத்திரிக்கையாளர் குல்தீப் நாயர் தனது குறிப்பொன்றில் "[1]நீதிபதிகள் ஜே.எம். ஷீலட், கே.எஸ்.ஹெக்டே, ஏ.என்.குரோவர் ஆகியோர்களைப் பிற்போக்குவாதிகளாகவே சுட்டிக் காட்டுகிறார்." ஆனால், இந்தியாவின் சமன் நிலையை உருவாக்க முற்போக்குச் சிந்தனை கொண்ட ஒரு நீதிபதி இந்திரா காந்திக்குத் தேவைப்பட்டார். ஒருவேளை இந்திரா காந்திக்குத் தன்னைக் காப்பாற்றிக்கொள்ளும் நோக்கம் இருந்திருந்தால் அதற்காக நீதித்துறையை உடைக்க முற்பட்டால் அவர் ஜெ.பிரகாஷ் நாராயணனுக்கு வேண்டப்பட்ட நீதிமன்ற நீதிபதியைத்தான் மாற்றியிருக்க வேண்டும். ஆனால், இந்திரா காந்திக்கோ தன்னைவிட தேசமே கவனத்தில் இருந்ததால் தன்னையே பலியாக்கிக் கொண்டார் என்பதே உண்மை. இதனை இன்னும் ஆழமாக ராமச்சந்திர குஹா எழுதிய 'காந்திக்குப் பிறகு இந்தியா' என்னும் நூலில் அவர் கூறுகிறார். ஆனால், இந்திரா காந்தியை விமர்சிக்கும் எண்ணத்தோடுதான்.

"[2]அரசியல் சட்ட நிபுணரான ஏ.சி.நூரானி, சிந்திக்கக்கூடிய கட்டுரை ஒன்றில், நீதிபதிகள் பலர் தங்கள் வரம்புக்கு அப்பாற்பட்ட விஷயங்களைப் பற்றிப் பேசுவதையும், நீதிபதிகளும் நீதித்துறையும் அரசியல்மயமாக்கப்படுவதையும், இது ஏ.என்.ரே போன்ற சில வெளிப்படையான 'முற்போக்கு' நீதிபதிகளுக்குப் பதவி உயர்வு கொடுக்கப்பட்டுள்ளதில் வெளிப்பட்டுள்ளதையும் கண்டித்தார். பத்திரிகைகளோ வக்கீல்களோ, நீதித்துறையின் சுதந்தரத்துக்கு ஏற்படும் அபாயம் குறித்து எச்சரிக்கை உணர்வுடன் இல்லை என்று அவர் கவலை தெரிவித்தார். இந்தச் சவால்களைச் சந்திக்காவிட்டால், "இந்தியாவில் தனி மனித சுதந்தரம் பறிக்கப்படும் நிலைக்கு நம்மைத் தயார்படுத்திக்கொள்ள வேண்டியதுதான் என்று எச்சரித்தார். இந்தியத் தலைமை நீதிபதி தேர்ந்தெடுக்கப்படுவதற்கு முன்பாகவே பல முக்கியமான அரசுப்பதவிகள் திருமதி காந்தி

1 ஸ்கூப் குல்திப் நாயர்

2 காந்திக்குப் பிறகு இந்தியா ராமச்சந்திர குஹா

மற்றும் அவருடைய ஆலோசகர்களுடைய சோஷலிச சித்தாந்தத்தை ஏற்றுக்கொண்ட அதிகாரிகளுக்கே அளிக்கப்பட்டன. 1973 வாக்கில் இந்தச் சித்தாந்தம் ஒவ்வொரு புதிய துறைக்கும் பரவியது." என்கிறார் குஹா.

இதில் குஹா தெளிவுபடுத்த விரும்புவது இந்திராகாந்தியால் நீதித்துறை வளைக்கப்படுவதைக் கண்டிக்க வேண்டும் என்பதும் பல அரசுத் துறைகளில் அவர்களுக்குத் தேவையான அதிகாரிகள் வலுக்கட்டாயமாகத் திணிக்கப்படுவது 1973-இல் நிகழ்ந்தது என்னும் குற்றச்சாட்டினைதான். ஆனால், அதற்கான காரணமாக அவர் குறிப்படுவது, முற்போக்கான சிந்தனை மற்றும் சோஷலிச சித்தாந்தாம் என்கிறபோது எமர்ஜென்சிக்கும், இடது சாரியத்திற்குமான தொடர்பு புலப்படுகிறது. அத்வானியின் எண்ணத்தில் மாறுபட்ட கோணத்தில் சொல்லவேண்டுமெனில் எமர்ஜென்சிக்கான விதை 1973-இல் ஆரம்பமாகிவிட்டது என்பது உண்மைதான். ஆனால், வடிவம்தான் வேறானது.

46
கம்யூனிஸ்ட் கட்சி அறிக்கையின் பத்து அம்சத் திட்டமும், இந்திராகாந்தியின் இருபது அம்சத் திட்டமும் – ஒரு ஒப்பீடு

அநேகமாக நாம் மிக முக்கியமான ஒரு நிகழ்வை இப்போது பார்க்கப்போவதாகவே கருதுகிறோம். அந்த நிகழ்வை நாம் அறிந்துகொள்வதின் மூலம் இந்தியாவின் மிகச்சிறந்த இடதுசாரியச் சிந்தனையாளர் இந்திராகாந்தி என்பதை அறிந்து கொள்வதோடு, அதற்குச் சற்றும் குறையாத ஜனநாயகவாதி என்பதையும் புரிந்து கொள்ளலாம். இவற்றிற்கெல்லாம் மேலாக எமர்ஜென்சி இடதுசாரி சிந்தனையாளர்கள் கொண்டாட வேண்டிய கொள்கை முடிவின் வெளிப்பாடு என்பதையும் உள்ளங்கை நெல்லிக்கனி போல் புரிந்துகொள்ளலாம். கம்யூனிஸ்ட் கட்சியின் அறிக்கையின் 129ஆவது பத்தி ஒரு புதிய தேடலைத் தொடங்கியது. 129ஆவது பத்தி என்ன கூறுகிறது என்று பார்ப்போம்.

"[1]தொழிலாளிகள் நடத்தும் புரட்சியின் முதல் படி, பாட்டாளி வர்க்கத்தை ஆளும் வர்க்கமாக உயர்த்துவது. ஜனநாயகத்தை வென்றெடுப்பது என்பதை நாம் ஏற்கனவே மேலே கண்டோம்" என்று கூறுகிறது.

அதாவது ஜனநாயகம் என்பதே கீழ்நிலைப்படிகளில் உள்ளவர்களை மேலே உயர்த்துவதில்தான் அடங்கியிருப்பதாக இப்பத்தி கூறுகிறது. இந்த 129ஆவது பத்தியை நிறைவேற்றுவதற்கான வழிமுறைகளை கம்யூனிஸ்ட் கட்சியின் அறிக்கை தொடர்ந்து அதன் மற்ற பத்திகளிலும் கூறுகிறது. அதன்படி அதன் 133ஆவது

---
1 கம்யூனிஸ்ட் கட்சி அறிக்கை

பத்தி 10 அம்சத் திட்டத்தை முன்னெடுக்கிறது. அதாவது 129-ஆவது பத்தியை நிறைவேற்றுவதற்கான வழிமுறைகளை வரைமுறைப்படுத்த 133-வது பத்தி கொண்டுவரும் பத்து அம்சத் திட்டங்களை பார்ப்போம்.

10 அம்சத் திட்டம்

1. நிலச் சொத்தைப் பறிமுதல் செய்து நில வாடகையை அரசு செலவினங்களுக்குப் பயன்படுத்துதல்.
2. வளர்வீத விகிதத்தில் வரி விதித்தல்.
3. சொத்து வாரிசு உரிமையை ஒழித்தல்.
4. நாட்டை விட்டு வெளியேறியவர்கள், கலகக்காரர்கள் அனைவரது சொத்தையும் பறிமுதல் செய்தல்.
5. அரசு மூலதனத்துடனும் அரசுக்கு மட்டுமே உரிய ஏகபோக உரிமையுடனும் ஒரு தேசிய வங்கியை நிறுவி, கடன்கள் வழங்குவதை அந்த வங்கியின் மூலமாக அரசின் கைகளில் மையப்படுத்துதல்.
6. போக்குவரத்துச் சாதனங்கள் முழுவதையும் அரசின் கைகளில் மையப்படுத்துதல்.
7. ஒரு பொதுத் திட்டத்திற்கு உகந்தவாறு தேசியத் தொழிற் சாலைகளையும் உற்பத்திக் கருவிகளையும் அதிகரித்தல், நிலத்தைச் சாகுபடிக்குக் கொண்டு வருதல், அதை மேம்படுத்துதல்.
8. உழைப்பைச் சரிசமமாக எல்லோரும் செய்ய வேண்டிய கடமையாக ஆக்குதலும், குறிப்பாக வேளாண்மைக்குத் தொழிலுற்பத்திச் சேனைகளை நிறுவுவதும்.
9. வேளாண்மை, தொழிலுற்பத்தி ஆகியவற்றை மேற் கொள்வதில் ஒன்றிணைந்த செயல்முறைகளும். அவற்றின் மூலம் நகரத்துக்கும் நாட்டுப்புறத்துக்குமுள்ள முரண்தன்மையைப் படிப்படியாக ஒழித்துக் கட்டுதலும்.
10. கட்டணமின்றி எல்லாக் குழந்தைகளுக்கும் பொதுக் கல்வியை வழங்குதல். குழந்தைகள் தொழிற்சாலையில்

வேலை செய்யும் தற்போதைய வடிவத்தை ஒழித்துக் கட்டுதல். கல்வியையும் பொருளாயத உற்பத்தியையும் ஒன்றிணைத்தல். இன்ன பிற

கம்யூனிஸ்டு கட்சியின் இந்த 133-ஆவது பத்தி எடுத்துவைக்கும் பத்து அம்சத் திட்டமும், அன்னை இந்திரா காந்தியால் எமர்ஜென்சிக்கு முன்பு கொண்டு வரப்பட்ட 10 அம்சத் திட்டமும், அதன்பிறகு எமர்ஜென்சியின் போது கொண்டுவந்த 20 அம்சத் திட்டத்தையும், நாம் ஒப்பிட்டுப் பார்க்க வேண்டும். இப்போது 20 அம்சத் திட்டங்கள் எவையென்று பார்ப்போம்.

1. அத்தியாவசியப் பண்டங்களின் விலைகளைக் கணிசமாகக் குறைப்பது.
2. அரசாங்கத்தினுடைய செலவுகளைக் கணிசமாகக் குறைப்பது.
3. விவசாய நிலங்களுக்கு நில உச்சவரம்பை நடை முறைப்படுத்துவது.
4. உபரி நில விற்பனையை வேகப்படுத்துவது. நிலப் பதிவேடுகளைத் தொகுப்பது.
5. நிலமற்றோர் மற்றும் நலிவுற்றோருக்கு வீட்டு மனை தேடலைத் துரிதப்படுத்துதல்.
6. கொத்தடிமை முறைகளைச் சட்டவிரோதம் என்று அறிவித்தல்.
7. கிராமப்புறக் கடன்களை ஒழிக்கும் திட்டம் மற்றும் நிலமற்ற தொழிலாளர்கள், சிறுவிவசாயிகள் மற்றும் கைவினைஞர்களின் கடன் காலம் நீட்டிப்பு.
8. குறைந்தபட்ச விவசாயக் கூலிச் சட்டங்களை மறு ஆய்வு செய்தல்.
9. நீர்ப்பாசனத்துக்குள் ஐம்பது லட்சம் ஹெக்டேர் நிலத்தைக் கூடுதலாகக் கொண்டுவருதல் மற்றும் நிலத்தடி நீரைப் பயன்படுத்துவதற்கான தேசியத் திட்டம்.
10. கைத்தறித் துறையில் முன்னேற்றம் மற்றும் துணியின் தரத்தையும் விநியோகத்தையும் அதிகரித்தல்.
11. நகர்ப்புற நிலத்தைப் பொதுவாக்குதல் மற்றும் காலி நில உரிமை மற்றும் உடைமைக்கு உச்சவரம்பு நிர்ணயித்தல்.

12. வெளிப்படையான நுகர்வை மதிப்பிடுவதற்கும், வரி ஏய்ப்பைத் தடுப்பதற்கும் விரைவான விசாரணைக்கும் பொருளாதாரக் குற்றவாளிகளுக்குத் தண்டனை அளிப்பதற்கும் சிறப்புப் படைகளை உருவாக்குதல்.
13. கடத்தல்காரர்களின் சொத்துகளைக் கையகப்படுத்து வதற்கான சிறப்புச் சட்டங்களைக் கொண்டுவருதல்.
14. முதலீட்டு நடைமுறைகளைத் தாராளமயமாக்குதல் மற்றும் இறக்குமதி உரிமைகளைத் தவறாகப் பயன்படுத்துபவர்கள் மீது நடவடிக்கை எடுத்தல்.
15. தொழில்துறையில் தொழிலாளர் சங்கங்களுக்குப் புதிய திட்டங்களைக் கொண்டு வருதல்.
16. சாலைப் போக்குவரத்துக்குத் தேசிய உரிமைச் சட்டம் கொண்டுவருதல்.
17. வருடத்துக்கு எட்டாயிரம் ரூபாய் வரை வருமானம் பெறுபவருக்கு வருமான வரியில் இருந்து விலக்கு அளித்தல்.
18. விடுதியில் உள்ள மாணவர்களுக்குக் கட்டுப்படுத்தப்பட்ட விலையில் புத்தகங்கள் மற்றும் எழுது பொருள்களை வழங்குதல்.
19. குறைந்தபட்ச விவசாயக் கூலிச் சட்டங்களை மறு ஆய்வு செய்தல்.
20. நலிவுற்ற பிரிவினருக்கு வேலை வாய்ப்பு மற்றும் பயிற்சிகளை அளிப்பதற்குப் புதிய திட்டங்களை அறிமுகப் படுத்துதல்.

கம்யூனிஸ்டு கட்சி அறிக்கையின் 10 அம்சத் திட்டத்தின் முதல் கூறுடன் 20 அம்சத் திட்டத்தின் 3-ஆவது கூறு ஒத்துப்போவதைப் பாருங்கள். அறிக்கையின் 3-ஆவது கூறு இந்திராகாந்தியின் பத்து அம்சத் திட்டத்திலிருந்த மன்னர் மானியம் ஒழிப்பு, ஜமீன்தாரி முறை ஒழிப்பு ஆகியவற்றோடு தொடர்பு கொண்டிருப்பதை நாம் கவனிக்க வேண்டும். அறிக்கையின் 4-ஆவது கூறு 20 அம்சத் திட்டத்தின் 13-ஆவது கூறுக்கானது என்பதையும் நாம் சுலபமாக அறியலாம். அறிக்கையின் 5-ஆவது கூறு, 20 அம்சத் திட்டத்தின் 7-ஆவது கூறு அளிக்கும் ஏழைகளுக்கான கடன் அளிக்கும்

வரைமுறையை ஏற்படுத்துவதோடு, இந்திராகாந்தியின் 10 அம்சத் திட்டத்தின் வங்கிகள் தேசியமயமாக்கப்படுவதோடு சேர்வதையும் நாம் கவனிக்க வேண்டும். அறிக்கையின் 6-ஆவது கூறு 20 அம்சத் திட்டத்தின் 16-ஆவது கூற்றை நினைவுபடுத்துவதையும் நாம் உணரலாம். அறிக்கையின் 2-ஆவது கூறு 20 அம்சத் திட்டத்தின் 9 மற்றும் 10-ஆவது கூறுகளை கொண்டு வருவதற்கான காரணியாக அமைந்திருக்கிறது என்பதையும் நாம் கூர்ந்து கவனித்தால் அறிய முடியும்.

இவ்வாறு அன்னை இந்திராகாந்தியால் கொண்டுவரப்பட்ட 10 மற்றும் 20 அம்சத் திட்டங்கள் கம்யூனிஸ்ட் கட்சி அறிக்கையின் 133-வது பத்தியின் 10 அம்சத் திட்டங்களோடு 75% ஒருங்கிணைந்து நிறைவேற்றப்பட்டிருப்பதை நாம் அறியமுடியும். இந்திராகாந்தி இவ்வாறான திட்டங்களையே கம்யூனிஸ்ட் கட்சி அறிக்கையின் தகவல்களிலிருந்தே கொண்டு வந்தார் என்பதை நாம் மறுப்பதற்கான வலுவான ஆதாரங்களைக் கொடுக்க முடியுமா? நிச்சயமாக முடியாது. ஏனெனில் அவர் அவ்வறிக்கையின் மூலங்களிலிருந்தே அத்தகவல்களைப் பெற்றிருக்கிறார் என்பதாலேயே எமர்ஜென்சியின் போது இடதுசாரிய கம்யூனிஸ்ட்டுகள் இந்திராகாந்திக்கு ஆதரவு அளித்திருந்தார்கள். ஆனால், வரலாறு திரிக்கப்பட்டு எமர்ஜென்சியின் முகம் மாற்றப்பட்டதாகவே ஆய்வுகள் கூறுகின்றன. இதிலும் கூட ஒருசிலர் அறிக்கையின் 10 அம்சத் திட்டம் முழுவதும் இந்திராகாந்தியின் 10 மற்றும் 20 அம்சத் திட்டங்களில் காணப்படவில்லையே. மீதமுள்ள 25% திட்டங்கள் ஏன் காணப்படவில்லை என்கிற குதர்க்கமான கேள்வியைக் கேட்கக் கூடும். அதற்கும் கூட கம்யூனிஸ்ட் கட்சி அறிக்கையின் 133-ஆவது பத்திக்கு முந்தைய 132-ஆவது பத்தியே அதற்கான விளக்கத்தினை கொடுத்து விடுகிறது.

"இந்த நடவடிக்கைகள் இயல்பாகவே வெவ்வேறு நாடுகளைச் சார்ந்த வெவ்வேறானவையாக இருக்கும்" என்று 132ஆவது பத்தி கூறுகிறது.

அதாவது 129-ஆவது பத்தியை நிறைவேற்ற நினைக்கும் இடதுசாரிய அரசு 133-ஆவது பத்தி கூறும் பத்து அம்சத்

திட்டங்களோடு, ஏனைய திட்டங்களையும் நிறைவேற்றுவதில் 132-ஆவது பத்தி கூற்றின்படி சில மாற்றங்களை அந்த அந்த நாடுகளுக்கு ஏற்றவாறு அமைத்துக் கொள்ளலாம். ஆனால், மூலம் எதுவெனில், கீழ் நிலையில் உள்ள சமூகம் அதிகார வர்க்கமாக மாற்றப்பட வேண்டும் என்கிற சாராம்சத்தில் நிலைபெற்றிருக்கிறதா என்பதே முக்கியம் என்பதே அறிக்கையின் கருத்தாகிறது. இவ்வாறெனில் இந்திரா காந்தியையும் எமர்ஜென்சியையும் விட இடதுசாரியத் தேடலுக்கு இந்தியாவில் வேறு என்ன இருக்க முடியும்.

47

எமர்ஜென்சிக்கு வழி கூறும் கம்யூனிஸ்ட் கட்சி அறிக்கை

இந்தியாவின் இடதுசாரியம் என்னும் இந்த ஆய்வு நூலில் இந்திராகாந்திக்கு அதிக முக்கியத்துவம் கொடுப்பதைப் போல் சிலர் நினைக்கலாம். ஆனால், ஒரு உண்மையை நாம் சவாலாகவே இங்குக் குறிப்பிட விரும்புகிறோம். இந்திரா காந்திக்கு இணையாக இந்தியாவில் ஒரு இடதுசாரியத் தலைவரை நாம் அடையாளம் காண முடியுமா என்பதை உங்களிடமே விட்டுவிடுகிறோம். இந்த சவாலை எதிர்கொள்ளும் ஒரு சிலர் அதிகாரத்திற்கு வந்திடாத தீவிர இடதுசாரியக் கொள்கைக்காகப் போராடிய தலைவர்களைக் கூறவும் வாய்ப்பிருக்கிறது. அதைப்போன்றவர்களைக் குறிப்பிடுவது என்பது இயல்பான மறுப்பதற்கு இடமில்லாத ஒரு விஷயமாகவே நாம் ஒப்புக்கொண்டாலும்கூட அதன் தீவிரம் இந்திராகாந்தி பெற்றிருக்கும் அளவுக்கு இருக்க முடியுமா என்பது சந்தேகமே. அதேவேளை அதிகாரத்தில் இருந்த தலைவர்களில் இடதுசாரியச் சிந்தனை கொண்டவர்களை வரிசைப்படுத்த முயற்சி செய்யும் போது, நிச்சயமாக ஜவஹர்லால் நேரு சிறிதும் ஐயத்திற்கு இடமின்றி இவ்விடத்துக்கு வந்துவிடுவார்' என்பது முற்றிலும் உண்மைதான். உலகின் பார்வையிலும், இந்த தேசத்தின் பார்வையிலும் சிறந்த சோஷலிஷ்டாக அறியப்பட்ட நேரு தன்னால் ஒரு சிறந்த சோஷலிஸ்டாக வாழ முடிந்ததே தவிர அரசு நிர்வாகத்தில் அதனைத் தீவிர அளவில் செயல்படுத்த முடியவில்லையே என்கிற ஆதங்கம் எப்போதும் அவருக்கு இருந்திருக்கிறது. அதனைப் பல முறைகளில் தெரியப்படுத்தவும் அவர் செய்திருக்கிறார். ஆனால், சமீபத்தில் இந்து தமிழ் நாளிதழின் (23.08.2019) ஆகஸ்டு மாதம்

23-ஆந்தேதி செய்தித்தாளில் "காஷ்மீர் காலவெளியில் ஒரு பயணம்" என்னும் இந்து பத்திரிக்கையின் ஆவணக் காப்பகத்திலிருந்த செய்திகளின் அடிப்படையில் ஒரு கட்டுரை வெளியாகியிருந்தது. அதில் காஷ்மீர் ஒப்பந்தம் பற்றி நேரு என்னும் பத்தியில் இவ்வாறு கூறப்பட்டிருக்கிறது.

"[1]வேறு எந்த மாநிலங்களையும்போல ஜம்மு-காஷ்மீரும் இந்தியாவின் ஒரு பகுதிதான். இந்தியாவுடன் அது சட்டப்படியாகவும் உண்மையிலும் இணைந்துவிட்டது. அது இப்போது இந்தியாவின் ஒரு பிரதேசம்தான் என்று பிரதமர் ஜவஹர்லால் நேரு நாடாளுமன்றத்தில் திட்டவட்டமாக அறிவித்தார். காஷ்மீர் பிரச்சனையின் அடி முதல் நுனி வரை அவையில் விவரித்த நேரு, காஷ்மீரின் எதிர்காலம் குறித்த ஷேக் அப்துல்லாவுடனும் பிற தலைவர்களுடனும் பேசி முடித்த பிறகே, ஒப்பந்தம் குறித்து அறிவித்ததாகக் குறிப்பிட்டார். கட்டாயப்படுத்தியோ, பலவந்தமாக நிர்பந்தித்தோ காஷ்மீரை நம்முடன் சேர்ப்பது நம்முடைய நோக்கமாக இருந்ததில்லை. மக்களுடைய இயல்பான விருப்பத்தின் அடிப்படையிலேயே காஷ்மீர் இணைப்பு நடந்தது என்றார். இது சர்வதேசப் பிரச்சனையாகிவிட்டதால், ஐக்கிய நாடுகள் சபையைப் புறக்கணித்தோ, அதற்கும் தெரியாமலோ எதையும் செய்யக் கூடாது என்பதில் கவனமாக இருப்பதாகக் குறிப்பிட்டார். ஒத்துழைப்பதன் மூலமும் நட்புறவுடனும் காஷ்மீர் விவகாரத்தில் அரசு செயல்படுகிறது என்றார். ஜம்மு-காஷ்மீர் மாநிலத்தில் யாரும் 23 ஏக்கருக்கு மேல் நிலம் வைத்துக்கொள்ளக் கூடாது என்று நிலச் சீர்திருத்தம் கொண்டுவந்திருப்பதைப் பாராட்டினார். இதற்காகப் பொறாமைப்படுவதாகவும் கூறினார். இந்தியாவின் பிற மாநிலங்களில் இது சாத்தியமில்லாதபோது காஷ்மீரில் நடந்துவிட்டது என்று புகழ்ந்தார். மேய்ச்சல் நிலங்கள் தனியார் பெயரில் இருப்பதையும் சுட்டிக்காட்டினார். அதேவேளையில், வெளியார் யாரும் நிலம் வாங்கக் கூடாது என்று மகாராஜா காலத்திலிருந்தே தடை இருப்பதையும், காஷ்மீர்

---

[1] இந்து தமிழ் நாளிதழின் (23.08.2019) ஆகஸ்டு மாதம் 23ஆந்தேதி "காஷ்மீர் காலவெளியில் ஒரு பயணம்" என்னும் இந்து பத்திரிக்கையின் ஆவணக் காப்பகத்திலிருந்த செய்திகளின் அடிப்படையில் வெளிவந்த கட்டுரை

தட்ப-வெப்ப நிலை நன்றாக இருப்பதால் பிரிட்டிஷாரும் ஐரோப்பியர்களும் நிலங்களை வாங்கிவிடக் கூடாது என்று ராஜா முன்னெச்சரிக்கையாக இருந்திருப்பதைச் சுட்டிக்காட்டினார். ஜம்மு-காஷ்மீர் மாநிலத்தலைவரைத் தேர்ந்தெடுப்பது மக்களின் விருப்பம். அதைச் செயல்படுத்துவது தேர்ந்தெடுக்கப்பட்ட உறுப்பினர்களின் உரிமை. அதில் தான் தலையிட விரும்பவில்லை என்று கூறிய நேரு, பிற மாநிலங்களில் முதலமைச்சர்களைத் தேர்ந்தெடுப்பதைப் போலவே காஷ்மீரிலும் நடக்கட்டும் என்றே விரும்பினார். *(26-07-1952)*"

இந்தப் பத்தி காஷ்மீர் குறித்த அநேக விஷயங்களை தெரியப்படுத்தினாலும், நமக்குத் தேவையானது இரண்டே வரிகளில் இருக்கிறது. அதாவது, காஷ்மீர் மாநிலத்தில் 23 ஏக்கருக்கு மேல் நிலம் தனியாருக்குச் சொந்தமாக இருக்க கூடாது என்னும் வகையிலான நிலச் சீர்திருத்தச் சட்டம் கொண்டு வந்திருப்பதைக் குறித்து கூறும்போது இதைப்போன்ற திட்டம் இந்தியாவில் ஏனைய பகுதிகளில் இல்லாதது குறித்த வேதனையையும், அதே சமயம் காஷ்மீரில் நிறைவேற்றியிருப்பதைக் குறித்து பொறாமை கொள்வதாகவும் நேரு குறிப்பிடுகிறார் என்றால் இதன் உண்மை நிலையென்ன, அவரால் இந்தியாவில் கொண்டு வரமுடியாத அளவுக்கு இங்கே வலதுசாரியச் சிந்தனை கொண்டவர்களால் தடை இருந்தது என்று நாம் இதற்கு முன்பு இதே ஆய்வில் குறிப்பிட்டதற்கான வலுவான ஆதாரம் என்றே இதனைக் கருதுகிறோம். அதே நேரத்தில் இந்திராகாந்தி அதற்காகப் போராடியதையும், அதற்காகவே பல வலதுசாரியச் சிந்தனை கொண்டவர்கள் இல்லாத காங்கிரஸை உருவாக்கினார் என்பதற்கான உண்மையும் உள்ளங்கை நெல்லிக்கனி போல் புரிவதாகவே கருதுகிறோம். இறுதியாக இந்த ஆதாரம் இந்திரா காந்தி எமர்ஜென்சி கொண்டு வருவதற்கான காரணத்தை ஏற்படுத்தியது என்றும் கருத தோன்றுகிறது. ஒருபுறம் நேரு போன்ற சிறந்த சோஷலிஸ்டு மேதைகளால் கூட இங்கே அடித்தட்டு மக்களை மேலே கொண்டு வருவதற்கான முயற்சிக்கு முட்டுக்கட்டை போடும் பழைமைவாதிகள். இத்தகையவர்களால் இந்தியாவில், காலங்காலமாகத் தொடர்ந்து வரும் பிறப்புரிமை அடிப்படையில்

சலுகைகளை அனுபவிக்கும் போக்கு எவ்வகையிலும் பாதிப்பில்லாமல் தொடரச்செய்யும் முயற்சி, அதனை மாற்றியமைக்க முயற்சித்த இந்திராகாந்திக்கு நீதிமன்றங்களின் மூலம் தடை என்று சீர்திருத்தம் செய்வதற்கான வாய்ப்புகளே ஏற்படாத நிலையில் அத்தகைய சீர்திருத்தம் செய்வதற்கும் கம்யூனிஸ்ட் கட்சி அறிக்கையே வழியும் ஏற்படுத்துகிறது. நாம் சென்ற கட்டுரையில் பார்த்த கம்யூனிஸ்ட் கட்சி அறிக்கையின் 133ஆவது பத்தியின் பத்து அம்சத் திட்டத்தை நிறைவேற்றுவதற்கான வழிமுறைகளை 131ஆவது பத்தி கூறுகிறது.

"[1] தொடக்கத்தில், சொத்து உரிமையிலும் பூர்ஷ்வா உற்பத்தி உறவுகளிலும் எதேச்சாதிகாரமான முறையில் குறுக்கிட்டுத்தான் இந்தப் பணியை நிறைவேற்ற முடியும். அதாவது, பொருளாதாரரீதியாகப் போதாதவையாகவும் வலுக் குறைந்தவையாகவும் தோன்றினாலும், நடைமுறைப்படுத்தப்படும் போக்கில் தமது சொந்த வரம்புகளைத் தாண்டிச் செல்பவையாகவும், உற்பத்தி முறை முழுவதையும் மாற்றியமைக்கும் வழிமுறை என்னும் வகையில் தவிர்க்க முடியாதவையாகவும் உள்ள நடவடிக்கைகள் மூலமே இந்தப் பணியைச் செய்ய முடியும்" என்கிறது அறிக்கை.

அதாவது உண்மையான மாற்றங்களைச் செய்வதற்குத் துணிந்த ஒரு இடதுசாரிய அரசு வரம்புகளை மீறத்தான் வேண்டும். அவ்வாறு இல்லாமல் மாற்றத்தைக் கொண்டு வரமுடியாது என்றே கம்யூனிஸ்ட் கட்சியின் இந்தப் பத்தி தெளிவாகக் கூறுகிறது. ஆனால், இந்தியாவிலோ ஏனைய தேசங்களைக் காட்டிலும், சிக்கலான சூழ்நிலை நிலவுகின்ற போது மனிதன் என்னும் அடையாளமே மறுக்கப்பட்ட இனக்குழுக்கள் வாழும் ஒரு தேசத்தில் இந்திராகாந்தி மாற்றத்தைக் கொண்டு வருவதற்குச் செய்த முயற்சியாக 'எமர்ஜென்சி' இங்கே தவறாகப் பார்க்கப்படுகிறது. ஆனால், இதே 131-ஆவது பத்தியை ஆதாரமாகக் கொண்டு ரஷ்யாவில் மிகக் கடுமையான மாற்றத்தைக் கொண்டு வந்த லெனின் வரலாற்றில் போற்றப்படுகிறார். ஆனால், அதைவிடப் பன்படங்கு குறைவாகவே வரம்புகளை மீறி ஒட்டுமொத்த இந்தியாவின்

1 கம்யூனிஸ்ட் கட்சி அறிக்கை

முகத்தையும் மாற்றிய வரலாற்றுச் சிறப்புமிக்க எமர்ஜென்சிக்கு நாம் வைத்திருக்கும் பெயர் 'இருண்ட காலம்' இதன் மதிப்பீடு சரியா, தவறா என்பதை உங்களிடமே விட்டுவிடுகிறேன். ஆனால், இந்திராகாந்தி வரலாற்றில் தனக்கான சிறந்த இடத்தையும் விட்டுக்கொடுத்திருப்பதை நாம் அறிந்து கொள்ளவே முயற்சி செய்யவேண்டும். அவர் செய்த சீர்திருத்தங்களெல்லாம் வரலாற்றில் தவறானதாக உருவாக்கப்பட்டிருக்கிறது. வரலாறு சிலரால் எப்படியும் திரித்து எழுதப்படலாம் என்பதற்கு எமர்ஜென்சி குறித்த தற்காலத்திய கருத்தியல்களே நம்முன் சாட்சியாக இருக்கின்றன. ஆனால், இந்தியாவில் பூரண இடதுசாரியக் கொள்கையை அதன் தீவிர கம்யூனிஸ்டுகளின் சார்பில் நின்று நிறைவேற்றிக் காட்டியவர் இந்திரா காந்தி என்றால் அதை எந்நாளும் எவரும் ஆதாரங்களுடன் மறுக்க முடியாது. ரஷ்யாவில் லெனின், ஸ்டாலின் புரட்சிகளை நியாயப்படுத்திய இந்திய கம்யூனிஸ்டுகள், இதில் பத்து சதவிகித சர்வாதிகாரத் தன்மைகூடப் பொருந்தாத அளவில் சீர்திருத்தங்கள் செய்த போது அக்காலத்தில் அவருடன் இருந்த இந்திய கம்யூனிஸ்டுகள் அதற்குப் பிறகு அதே எமர்ஜென்ஸியைக் காரணம் கொண்டு இந்திரா காந்தி மீது குற்றம் குறை கண்டதைக் கொண்டு இதன் உண்மைத் தன்மையை நாம் அறிந்து கொள்ள முடியும். அது முற்றிலும் இந்தியத் தன்மைக்கேற்ப உண்மை நிலையைச் சரியாகக் கொண்டிருந்ததால்தான் இந்திரா காந்தியால் மீண்டும் ஜனநாயக முறையில் தேர்தலை நடத்தி ஆட்சிக்கு வரமுடிந்ததையும் நாம் அறிந்துகொள்ள வேண்டும்.

48

இடதுசாரியத்திற்கும் வலது சாரியத்திற்குமான வேறுபாடு

சென்ற கட்டுரையில் நாம் இந்திராகாந்தி ஒரு சிறந்த இந்திய இடதுசாரிய தலைவர் என்கிற இடத்தை விட்டுக்கொடுத்திருக்கிறார் என்று கூறி முடித்திருந்தோம். அது முற்றிலும் உண்மையானது. இந்தியாவில் இடதுசாரியக் கருத்துகளை உள்வாங்கிய எத்தனையோ தலைவர்கள் உருவாகியிருக்கலாம். ஆனால், இந்திராகாந்தி அளவுக்கு இந்தியாவை முன்னிலைப்படுத்திய ஒரு ஆட்சியாளர் இவ்வளவு தீவிரமான இடதுசாரியப் பற்றாளராக இருந்திருக்கிறாரா என்பதை நீங்கள் எவ்வளவு தேடினாலும் கிடைக்காது. ஆனால், துரதிருஷ்டவசமாக, அவர் காலத்தில், அவரின் தந்தையின் காலத்திய தலைவர்களும் தங்களுக்கான இடத்தைத் தேடும்போது, அவர்களால், இந்திராகாந்தியை வெல்ல முடியாமல் போனது அவரின் காலத்தியத் வரலாற்றுப் பதிவாக இருப்பது சிறந்ததாக இருந்தாலும், அத்தகைய நேருவின் காலத்தியத் தலைவர்கள் இந்திராகாந்தியின் துணிவையும், சாதனையையும் இருட்டடிப்பு செய்து உலக வரலாற்றில் இடம் பெற வேண்டிய இந்திரா காந்தியை வேறு விதமாகக் காட்டியதின் மூலம் பழம்பெரும் தலைவர்கள் ஒருவகையில் பெரிய வெற்றியே பெற்றிருக்கிறார்கள் என்றே வரலாறு நமக்கு உணர்த்துகிறது. இந்திய வரலாற்றில் இந்திராகாந்தியிடம் தோற்றவர்கள் உலக வரலாற்றில் இந்திராகாந்தியின் இடத்தை மறைத்ததில் வெற்றி பெற்று விட்டார்கள் என்று இதனைச் சுருக்கமாக இரண்டு வரிகளில் கூறலாம்.

அவ்வாறான ஒரு கருத்தை அவர்கள் இன்றுவரையிலும் கூறிவருவதுதான் நமக்கு ஆச்சர்யத்தைக் கொடுக்கிறது. அந்த

ஆச்சர்யம் அதிசயமாக மாறுவது எங்கிருந்து என்றால், அதே கருத்தை அவரின் சொந்த இயக்கத்தினரும் எதிர்க்க மறுத்து அடங்கிப் போவதில் இருப்பதாகவே நாம் கருதுகிறோம். இதற்குப் பிறகுதான் நாம் மிக முக்கியமான ஒரு கட்டத்திற்கு வருவதாக உணர்கிறோம். ஏனெனில், இப்போது காங்கிரஸின் எதிரிகளாலும் அல்லது அதன் குற்றத்தை மட்டுமே பார்க்க விரும்பும். எப்போதாவது கூட்டு சேரும் கூட்டணியினரும் அல்லது பொதுவான எதிர்மறை கருத்துகளைக் கொண்ட கேள்விகளைக் கேட்டுக்கொண்டேயிருக்கும் பெரும்பாலானவர்களின் ஒரு கேள்வி எழுகிறது. இந்திராகாந்தி காலம் மட்டும் இடதுசாரியத்தின் கருத்துகளை இந்தியாவில் காங்கிரஸ் பேரியக்கம் மட்டுமே கொண்டிருந்தது என்பதை நீங்கள் நிருபித்துவிட்டீர்கள். அதில் நியாயமும் இருந்தது. ஆனால், அவரின் காலத்துக்குப் பிறகு காங்கிரஸின் ஆட்சியில் இடதுசாரியம் இருந்ததா என்பதை நீங்கள் ஆய்வில் நிரூபிக்க முடியுமா? என்ற கேள்வி எழும். ஏனெனில் கடந்த முப்பத்தைந்து ஆண்டுகளாக ராஜீவ்காந்தி காலம் முதல் நரசிம்மராவ், மன்மோகன் போன்ற காங்கிரஸ் பிரதமர்களின் காலத்தில்தான் இந்தியாவில் முதலாளித்துவம் வளர்ந்தது.

அந்நிய முதலீடு அதிகரித்தது. இதைப்போன்ற செயல்பாடுகளால், இந்திய கம்யூனிஸ்டுகள் மட்டும் காங்கிரஸைக் குறை கூறியிருந்தால் கூட நாம் ஒரு கணம் சிந்தித்து இருக்கலாம். ஆனால், பாசிச வலது சாரியக் கொள்கையில் தீவிரம் கொண்ட பா.ஜ.க. கூட அக்கால கட்டத்தில் காங்கிரஸ் ஒரு முதலாளித்துவ அரசாகச் செயல்படுகிறது என்கிற குற்றச்சாட்டினை முன்னறிவித்ததுதான் ஆச்சர்யமாக இருந்தது. இந்த ஒட்டுமொத்த தாக்கமும் இப்போது ஒரு கேள்வியை முன் வைக்கிறது. உண்மையில் நாம் இடதுசாரியத்திற்கும் வலது சாரியத்திற்குமான வேறுபாட்டை உண்மையில் உணர்ந்திருக்கின்றோமா என்கிற அடிப்படையான சந்தேகத்தை எழுப்புவதை நாம் உணரவில்லை.

இதனை நமது ஆய்வுகள் கூறுவதன் மூலம், எங்கிருந்தோ மிகச் சத்தமாக ஒரு குரல் நம் காதில் விழுகிறது. ஆய்வு என்கிற பெயரில் எதையோ கூறி இப்போது ராஜீவ்காலம் தொடங்கி மன்மோகன் காலம் வரை முதலாளித்துவ அரசாகச் செயல்படவில்லை என்று நியாயப்படுத்தப்படுகிறதா என்கிற அந்தக் குரலின் நியாயம்

நமக்குப் புரிகிறது. ஆனால், நாம் அவ்வாறு கூறப்போவதில்லை. அக்காலக் கட்டத்தில் காங்கிரஸ் ஒரு முதலாளித்துவ பூர்ஷ்வா ஆதரவு அரசை வெளிப்படுத்தியது என்பதை நாம் பகிரங்கமாக ஒப்புக் கொள்கிறோம். அதிலிருந்தே நாம் அதன் இடது சாரிய நியாயத்தை அடுத்த கட்டுரையின் ஆய்வில் உணர்த்துகிறோம்.

49

இந்திய இடது சாரியத்தின் எதிர்ப்பாளர் பூர்ஷ்வா சமூகமா?

நாம் இந்தக் கட்டுரையில் பார்க்கப்போகும் பகுப்பாய்வு மிக முக்கியமானது என்றே கருதுகிறோம். இந்த விஷயத்தை நாம் மிகத் துணிவாக எடுத்துக்கொண்டது நமக்கே கூட ஆச்சர்யமாக இருக்கிறது. அந்த ஆச்சர்யங்களின் மூலம், நாம் கடந்த இரண்டு மாதங்களாக எதிர்கொண்ட நமது சவாலான தருணங்களே காரணம் என்று கருதுகிறோம். அதனை நிரூபிப்பது போலவே இந்தத் தொடரின் மிக ஆச்சர்யமான தருணங்கள் அனைத்தும் நாம் விரும்பும் வகையிலும், ஆச்சர்யமூட்டும் வகையிலும், கடந்த ஏழு கட்டுரைகளாக வெளிவந்திருப்பதாகவே நாம் உணர்கிறோம். மிக அதிகமான நமது மனப்போராட்டம், இன்னும் அதிகமாக நம்மை வெளிப்படுத்த வேண்டும் என்கிற நமது ஆவலைத் தூண்டியிருப்பதாலேயே, நாம் எமர்ஜென்சிக்குப் பிறகு இப்போது காங்கிரஸ் ஏற்படுத்திய முதலாளித்துவ அரசின் நிஜப் பக்கங்களை எடுத்துரைக்க முன்வந்திருக்கும் மனோதிடத்தை நமக்குக் கொடுத்திருக்கிறது என்று கருதுகிறோம். ஏனெனில், ராஜீவ் காலத்திலிருந்து மன்மோகன்சிங் காலம் வரையும், காங்கிரஸ் ஏற்படுத்த விரும்பிய தகவல் தொழில்நுட்பப் புரட்சியாகட்டும், அந்நிய முதலீட்டுக்கும், சர்வதேச சந்தைக்கும் இந்தியச் சந்தையை திறந்து விட்ட முடிவிற்காகவும் ஆகட்டும் அப்போதெல்லாம், தீவிர இந்திய இடதுசாரிய இயக்கங்கள் ஆகட்டும் அல்லது பிரதான எதிர்கட்சிகள் அனைத்தும், காங்கிரஸ் அரசின் இந்தத் தொழில் புரட்சியை எதிர்த்துப் போராட்டம் நடத்திய போது, அதனை காங்கிரஸ் நேர்கொண்டு எதிர்க்கத் தவறியது, தேசத்தின் வளர்ச்சிக்கு

இந்த மாற்றங்கள் தேவை என்று அதன் தலைமை அதிகாரம் கூறியதே தவிர, எதிர்கட்சிகளின் போராட்டம் உண்மையான இடதுசாரியத்தின் தன்மையில் இல்லை என்று கூற காங்கிரஸ் முன்வரவில்லை.

அவ்வாறு காங்கிரஸ் உணர்ந்திருந்தால், நாங்கள் செய்து கொண்டிருப்பதில்தான் உண்மையான தொழிலாளர் நலன் இருக்கிறது என்பதை எடுத்துரைத்திருக்கும். இதனை நாம் முழுவதுமாக உணர்ந்துகொள்ள வேண்டுமென்றால் மீண்டும் நாம் மார்க்ஸ், எங்கெல்ஸ், லெனின் கோட்பாடுகளை உற்றுநோக்க வேண்டும். மார்க்ஸ் இடதுசாரியத்தின் மிகச்சிறந்த கூறாக பூர்ஷ்வா சமூகத்தையே கூறுகிறார். தொழிலாளர் வர்க்கம் உருவாக்கப்பட்டதும், அவர்களின் புரட்சிக்கு வழி ஏற்படுத்தியதும் நவீன பூர்ஷ்வா வர்க்கமே என்கிறார். கம்யூனிஸ்ட்டு கட்சி அறிக்கையில் பிற்போக்கு சோஷலிசம் என்னும் பிரிவில் நிலப்பிரபுத்துவ முறைகளைக் குறித்துக் குறிப்பிடும் மார்க்ஸ், எங்கெல்ஸ் அதன் 140, 141, 142 பத்திகளின் குறிப்பிட்டுள்ளதை மிகத் தெளிவாகப் பார்க்க வேண்டும்.

"[1]140. தமது சுரண்டல் முறை பூர்ஷ்வா வர்க்கத்தின் சுரண்டல் முறையிலிருந்து மாறுபட்டிருந்ததைச் சுட்டிக்காட்டும் நிலப்பிரபுத்துவ வாதிகள், காலங்கடந்தவையாகிவிட்ட, முற்றிலும் வேறுவகைப்பட்ட சூழல்களிலும் நிலைமைகளிலும் தாம் சுரண்டியதை இப்போது மறந்துவிடுகிறார்கள். தங்களுடைய ஆட்சியில் நவீன பாட்டாளி வர்க்கம் இருந்ததில்லை என்பதை எடுத்துக்காட்டும் அவர்கள் தங்களுடைய சமூக அமைப்பின் தவிர்க்க முடியாத விளைவே நவீன பூர்ஷ்வா வர்க்கம் என்பதை மறந்துவிடுகிறார்கள்.

[2]141. எப்படியிருப்பினும், பூர்ஷ்வா வர்க்கத்தின் ஆட்சியின் கீழ் பழைய சமுதாய அமைப்பு முழுவதையும் தகர்த்துவிடப் போகும் ஒரு வர்க்கம் வளர்ச்சியடைகிறது என்பதே அந்த வர்க்கத்துக்கு எதிரான இவர்களது முதன்மையான குற்றச்சாட்டாக இருப்பதால்

---

1 காங்கிரஸ் கட்சி அறிக்கை
2 கம்யூனிஸ்ட் கட்சி அறிக்கை

அவர்களால் தமது விமர்சனப்பகுப்பாய்வின் பிற்போக்குத் தன்மையைச் சிறிதுகூட மூடிமறைக்க முடிவதில்லை.

"[1]142. பாட்டாளி வர்க்கத்தை உருவாக்குகிறது என்பதைவிட புரட்சிகரப் பாட்டாளி வர்க்கத்தை உருவாக்குகிறது என்பதற்காகவே அவர்கள் பூர்ஷ்வா வர்க்கத்தைக் கடிந்து கொள்கிறார்கள் என்றே கம்யூனிஸ்ட் கட்சி அறிக்கை கூறுகிறது."

இதில் குறிப்பிடப்பட்டிருக்கும், பூர்ஷ்வா வர்க்கமே காங்கிரஸ் அரசுகளால் கொண்டு வரப்பட்டது என்கிற குற்றச்சாட்டினைச் சிலர் முன்வைக்கின்றனர். ஒரு உண்மையை இந்தியத் தீவிர இடதுசாரியர்கள் மட்டுமல்ல பொதுமக்களும், அறிவு ஜீவிகளும் கூட உணர்ந்துகொள்ள வேண்டும். இந்தியாவில் நீங்கள் கூறும் புரட்சிகர நவீன பாட்டாளி வர்க்கம் உருவாக்கப்படவேயில்லை. இந்திரா காந்தி காலம் வரையும் அதற்கு வழியே ஏற்படவில்லை என்பதை நாம் உணர வேண்டும். இங்குப் படிநிலை வர்க்கப் பிரிவுகள் சாதியப் பிரிவுகளில் மட்டுமே இருந்ததே தவிர எதிரணியினர் தூக்கிக் கொண்டாடும், பொருளாதாரப் பிரிவுநிலைகளில் இல்லை என்பதை உணர வேண்டும்.

அவ்வாறு நீங்கள் மேற்கத்திய இடதுசாரியக் கொள்கையை இந்தியாவில் அமல்படுத்த விரும்பினால் இங்கே முதலாளித்துவ சமுதாயம் என்றும் ஒன்று உருவாக வேண்டும். இவ்வாறான ஒரு சமுதாய அமைப்பே உருவாகாமல், வெறும் நிலப்பிரபுத்துவ அமைப்பை எதிர்த்தே போராடும் போராட்டத்தில் மேற்கத்திய முறையை, அதாவது நவீன பாட்டாளி வர்க்கத்தின் போராட்டமாகவே சிந்திக்க நினைப்பதில் உள்ள தவறுகளை நாம் உணரவில்லை. இது எதையோ நினைத்து எதையோ மென்ற கதைதானே. அடிப்படையில், இடதுசாரியத்தின் வேரான பூர்ஷ்வா பிரிவினர் உருவாகாமலேயே நாம் அதனை எதிர்த்துக்கொண்டிருந்ததாக வெறும் கனவில் மட்டுமே இந்தியத் தீவிர இடதுசாரிய இயக்கங்களும், ஏதோ காரணத்திற்காக அவ்வப்போது சோஷலிசம் பேசிய சில எதிர்கட்சிகளும் நினைத்துக் கொண்டிருந்தன. ஆனால், அவர்கள் நவீன பாட்டாளி வர்க்கம் என்று கருதியவர்களும், உண்மையின் தன்மையில் பாட்டாளிகள் இல்லை. அதைப்போலவே

---

1 கம்யூனிஸ்ட் கட்சி அறிக்கை

அவர்கள் எதிர்த்தவர்கள் அவர்கள் நினைத்திருந்த நவீன பூர்ஷ்வா சமூகத்தினரும் இல்லை. அவர்கள் எதிர்த்தது நிலப் பிரபுத்துவ சமுதாயத்தையே என்பதையே நாம் உணர வேண்டும், இதிலிருந்து சிலர் வேறு கேள்வியை முன்வைக்கலாம். அதனாலென்ன இருக்கிறது, பிரச்சனையைத் தானே எதிர்க்க வேண்டும். ஆம் நாமும் அதை மறுக்கவில்லையே, நிலப்பிரபுத்துவ சமுதாயம், அடக்குமுறையில் சுரண்டினால் அதனை இடதுசாரியத்தின் பார்வையிலிருந்து நாம் எதிர்ப்பதில்தானே நியாயம் இருக்க முடியும். ஆனால், நம் கேள்வி அதுவல்ல, அவ்வாறான ஒரு அமைப்பைதான் நாம் எதிர்த்துக்கொண்டிருக்கின்றோம் என்பதை நாம் உணரவில்லை. அவ்வாறு எதிர்ப்பவர்கள், தங்களை நவீன பாட்டாளி வர்க்கமாகவும், எதிரில் இருப்பவர்களை நவீன பூர்ஷ்வா வர்க்கமாகவும் நினைத்துக்கொள்வதில்தான் தவறிருப்பதாக நாம் கருதுகிறோம்.

நவீன பூர்ஷ்வா சமூகத்தை விட நிலப் பிரபுத்துவ சமுதாயம் ஆயிரம் மடங்கு தீங்கானது என்பதையும் நாம் ஒப்புக்கொள்ள வேண்டும். அதிலும் பிறப்பை அடிப்படையாகக் கொண்ட இந்திய ஆதிக்கச் சமூகம் இன்னும் ஆயிரம் மடங்கு அதிக ஆபத்தைக் கொண்டிருக்கிறது. அதனால் இந்தியா போன்ற நாட்டில் நவீன பூர்ஷ்வா சமூகம் ஒரு தேவையான வர்க்கம் என்பதையும், நாம் கம்யூனிஸ்ட்டு கட்சியின் அறிக்கையிலிருந்தே உணர முடியும். அவ்வறிக்கையின் 10ஆவது கூறு இவ்வாறு கூறுகிறது.

[1]10. நிலப்பிரபுத்துவ சமுதாயத்தின் வீழ்ச்சியிலிருந்து முளைத்தெழுந்த நவீன பூர்ஷ்வா சமுதாயம், வர்க்கப் பகைமையை ஒழித்துக் கட்டவில்லை. அது செய்ததெல்லாம் பழைய வர்க்கங்கள், ஒடுக்குமுறை வடிவங்கள், போராட்ட நிலைமைகள் ஆகியவற்றின் இடத்தில் புதிய வர்க்கங்கள், ஒடுக்குமுறை நிலைமைகள், போராட்ட வடிவங்கள் ஆகியவற்றை வைத்தது மட்டுமே என்று அறிக்கை கூறுகிறது.

அவ்வாறு நாம் 10ஆவது பத்தியின் கூற்றுப்படி நவீன பூர்ஷ்வா வர்க்கம் மேற்கத்திய பாணியில் வர்க்கப் பிரிவினையை அழிக்காமல்,

---

1 கம்யூனிஸ்ட் கட்சி அறிக்கை

பல பிரிவுகளை இரண்டு பிரிவுகளாக மாற்றியது, மார்க்ஸ்க்கும், எங்கெல்சுக்கும் ஒரு சிறு தவறாகத் தெரிந்திருக்காது. ஆனால், இந்தியாவில் அந்த மாற்றம், பூர்ஷ்வா சமூகத்தால் நிகழ்ந்திருக்கலாம். அவ்வாறு நிகழ்ந்தால் அதன் பயன் எப்படியிருந்திருக்கும் என்பதை நீங்களே முடிவு செய்து கொள்ளுங்கள். ஏனெனில், இந்தியாவில் இரண்டு வர்க்கங்கள் என்பது நாம் கனவிலும் காணமுடியாதது. இவ்வாறு இரண்டு வர்க்கம் உருவாகாமல் போனதற்கு நாம் நவீன பூர்ஷ்வா சமூகத்தைக் கொண்டிருக்கவில்லை என்பதை அதன் அடிப்படைக் குற்றமாகக் கருத வேண்டும். சரி, அதனால் காங்கிரஸ் அரசுகள் இந்தியாவில் தொழில்துறை மாற்றங்களை ஏற்படுத்தியதால், பூர்ஷ்வா சமூகம் வளர்ந்ததால் என்ன மாற்றம் நடந்து விட்டது என்றும் ஒரு கேள்வி முன்னெழலாம். அரிதான அரசியல் மாற்றங்கள் நடத்திருக்கின்றன. அவற்றை அடுத்த கட்டுரையில் பார்ப்போம்.

50

ஒடுக்கப்பட்ட சமூகங்களின் எழுச்சி

காங்கிரஸ் அரசுகள் செய்த இரண்டு பெரும் இடதுசாரிய ஜனநாயக மாற்றத்தால் மிகப்பெரிய அளவில் பாதிப்படைந்ததும் காங்கிரஸ் கட்சிதான். தொழில்துறை வளர்ச்சிக்காக சர்வதேச சந்தைக்கு இந்தியச் சந்தையைக் கொண்டுசெல்ல முயற்சி செய்தது, முதலீடுகளை அதிகரிப்பதற்கு வழிவகைகளைச் செய்தது இரண்டாவதாகத் தகவல் அறியும் உரிமைச் சட்டத்தைக் கொண்டு வந்தது. ஆகிய இரண்டு திட்டங்களில் அந்த அரசின் கட்சி எவ்வாறு பாதிக்கப்பட்டது என்பதை பார்ப்போம்.

இப்போது ஒரு சிலர் நமது முந்தைய கேள்வியை முன்னெழுப்புவர். ஆம், அதில் முதல் திட்டத்தை தான் நாங்கள் எதிர்த்தோமே, காங்கிரஸ் அரசுகள் செய்த மிகப்பெரிய வரலாற்றுப் பிழை. அதுவரை ஒரு சோஷலிச அரசாக இருந்த இந்தியாவை காங்கிரஸ் ஒரு முதலாளித்துவ இந்தியாவாக மாற்றி மிகப்பெரும் தவறு செய்து விட்டது என்ற குற்றச்சாட்டினை முன்வைப்பர். ஆனால், அத்தகைய குற்றச்சாட்டின் மீதான உண்மைதன்மையை அறிய முயற்சிக்க வேண்டும். சோஷலிசம் என்பது வெறும் தொழிலாளர்களை மட்டுமோ அல்லது உள்நாட்டுத் தொழில்முறையைப் பாதுகாப்பதில் மட்டுமோ அடங்கிவிடுவதல்ல, முக்கியமாக சோஷலிசம் முதலாளித்துவத்தை உள்ளடக்கியது. ஆனாலும், அதற்கான விரிவான விளக்கத்திற்குச் செல்வதற்கு முன்பு நாம் வேறொன்றையும் இப்போது புரிந்துகொள்ள வேண்டும். இவ்வாறான ஆட்சேபிக்கும் கருத்தினை முன்வைக்கும் அவர்கள் உண்மையில் சோஷலிசம் எதுவென்று கருதிவந்தார்களோ, அவ்வாறான சோஷலிசத்தைக் குறைந்த பட்சம்

காப்பாற்றி வந்திருப்பதும் கூட காங்கிரஸ் அரசுகள் என்பதை நினைவில் கொள்ள வேண்டும். ஏனெனில் தொடர்ந்த காங்கிரஸ் அரசுகளின் இடையில் ஏற்பட்ட ஜனதா அரசுகூட நவீன பூர்ஷ்வா வர்க்கத்தை ஏற்படுத்தும் அரசாக இருக்கவில்லை. மாறாக அவ்வரசு பழைய ஜமீன்தாரி முறையைப் பாதுகாக்கவும் மன்னர் மானியத்தை அறுவடை செய்வதற்காகவும் அவர்களால் உருவாக்கப்பட்டு, அதற்கான பாதுகாப்புக்கு கவனம் செலுத்திய அரசு என்பதையே ஆய்வுகள் தெரிவிக்கின்றன. இந்தியாவில் மட்டுமல்ல, இன்றைக்கு உலகம் முழுவதும் வலதுசாரியம், பாசிசம், இடதுசாரியம் குறித்த தவறான அர்த்தம் கொள்ளப்படுகிறது. வலதுசாரியம், பாசிசம் என்பது இனவாதக் குழுக்களின் மோதல் அல்லது ஆர்வம் என்ற வகையில்தான் கொள்ள வேண்டும். ஏனெனில், இதுவரை உலகில் எந்த இடத்திலும் நவீன பூர்ஷ்வா வர்க்கத்திற்கு எதிராக எந்தவிதமான புரட்சியும், போராட்டமும் பெரிய அளவில் ஏற்பட்டு மாற்றம் நடைபெற்றிருக்கவில்லை. பிரஞ்சுப் புரட்சி நவீன பூர்ஷ்வா வர்க்கம் ஏற்படுத்திய புரட்சி. ரஷ்ய புரட்சியோ, ஜாரிசத்திற்கு எதிரான புரட்சி. ஏனெனில் அக்காலகட்டத்தில் அங்கே நவீன பாட்டாளி வர்க்கமே உருவாகவில்லை. இதுகுறித்த விரிவான ஆய்வை அடுத்த கட்டுரையில் பார்ப்போம்.

இப்போது வேறு ஒரு விஷயத்துக்கு நாம் வருவதால் இத்துடன் இதனை முடித்துக்கொண்டு, விஷயத்துக்கு வருவோம். இவ்வாறான முறைகளில், நவீன பூர்ஷ்வா வர்க்கத்தின் தொடக்கத்தினை இந்தியாவில் தொடங்கிய காங்கிரஸ் அரசுகளால் ஏற்பட்ட மாற்றங்களை நாம் பார்த்தோமேயானால், இந்தியாவில் கம்யூனிஸ்ட் கட்சி அறிக்கை கூறுவதுபோல் வர்க்கங்களைச் சுருக்கி இரண்டாக மாற்றியதா என்றால் இல்லை. இனக்குழுக்களுக்கான வேறுபாடுகளைக் கலைத்ததா? என்றால் அதுவும் இல்லை ஏனெனில்? இந்தியா போன்ற நாட்டில் அதன் வலதுசாரிய எண்ணம் கொண்டவர்களால் மிக நீண்ட காலமாகவே அதுவே நமது கலாச்சாரமாக மாற்றப்பட்டு நமது ரத்தங்களில் ஊறிவிட்ட பிறகு அதனை மாற்றுவது அவ்வளவு எளிதான காரியமல்ல, ஆனால், அவ்வாறான ஒரு மாற்றத்திற்கு ஒரு முன்னோட்டத்தினைப் புதிதாக உருவான நவீன பூர்ஷ்வா வர்க்கம் உருவாக்கியது என்கிற

உண்மையை உணர்ந்துகொள்ளத் தவறிவிட்டோம். இந்தியப் பெண்களின் ஒட்டுமொத்த சதவிகிதத்தில் 50% மேலானோர், 1991-இல் உலகப் பொருளதாரச் சந்தைக்கு இந்திய சந்தையைத் திறந்துவிட்டதின் மூலம் உண்மையில் இந்தியா உன்மையான ஒரு புரட்சிகரமான பூர்ஷ்வா வர்க்கத்தை வளர்க்கத் தொடங்கிய பிறகு சுயவருமானம் கொண்ட ஒரு வர்க்கமாக மாறியது என்கிற உண்மையை நாம் உணர்ந்திருக்கின்றோமா?.

இவைகளைவிட மேலான ஒரு மாற்றத்தை இந்தியாவில் நவீன பூர்ஷ்வா வர்க்கம் 1991-க்குப் பிறகு உருவாக்கியது. அதுதான் மிகப்பெரிய மாற்றம். நாம் அறிந்திடாத மாற்றம். அதுவரையிலும், இந்தியாவின் பெரும்பாலான மாநிலங்களில் காங்கிரஸ் கட்சி உட்பட வேறு எந்த ஒரு ஜனநாயக அமைப்பின் இயக்கத்தின் தலைமையும் தாங்கள் நினைத்தவர்களை எல்லாம் அந்தந்த மாநிலங்களின் முதல்வர்களாக நியமிக்கலாம் என்கிற நிலையிலிருந்தது. ஆனால், இப்போதோ, ஒவ்வொரு மாநிலத்திலும், அந்த மண்ணைச் சார்ந்த பிரபலமான தலைவர்கள் உருவானார்கள். இதுதான் நாம் இக்கட்டுரையின் காங்கிரஸ் கட்சியின் தேசிய தலைமையிடமிருந்த வரம்பில்லா அதிகாரத்தை குறைக்க தொடங்கியது. ஆரம்பத்தில் கூறியிருந்த காங்கிரசே பாதிப்படைந்த காங்கிரஸ் அரசால் கொண்டுவரப்பட்ட முதல் திட்டத்தின் உருவாக்கமான நவீன பூர்ஷ்வா வர்க்கம், அந்தந்த பகுதிகளைச் சார்ந்த ஒடுக்கப்பட்ட, தாழ்த்தப்பட்ட சமூகத்திலிருந்து தலைவர்கள் உருவாவதற்கு வழிவகை செய்தது. இதன் அடிப்படைக் காரணம் எதுவெனில் நவீன பூர்ஷ்வா வர்க்கம், பரந்து விரிந்த இந்த தேசத்தின் பலமாகாணத் தலைவர்களை அது அடையாளம் கண்டது. அவர்களின் உதவியால்தான் பூர்ஷ்வா வர்க்கம் பலன்பெறும் யதார்த்த சூழ்நிலையைக் களத்தில் கண்டது. அத்தகைய உள்ளூர் தலைவர்களோ, அதுவரை தாம் வளர்வதற்குத் தேவையான ஆதாரத்தைக் கொண்டிருக்காமல் இருந்த நிலையிருந்து தங்களது அடுத்த பரிமாணத்தை நவீன பூர்ஷ்வா வர்க்கம் உருவாக்கிக் கொடுத்ததைச் சரியாகப் பயன்படுத்தி மேலெழும்பத் தொடங்கியது. அதன் மாற்றமே, மாயாவதி போன்ற தலீத் சமுதாயத் தலைவரும் முதல்வராக வரமுடிந்தது. அதுவரை இந்தியாவின் எந்த

மாநிலத்திலாவது, ஒரு தலித் முதல்வராக வந்திருக்கிறார்களா? என்பதை நாம் பார்க்க வேண்டும். அதன் எண்ணிக்கை பலம் நமது கலாச்சார முறையில் கரைந்து போயிருந்ததை நவீன பூர்ஷ்வா வர்க்கம் கிராமங்களில் கண்டது. இதன் வெளிப்பாடே, இந்தியாவின் பல பகுதிகளிலும், அக்காலகட்டத்தில் தலித் அமைப்புகள் விழிப்புணர்வு அடைந்து வளர்ச்சியடைந்ததற்குக் காரணம். இதைப் போன்ற மாற்றங்கள் இந்தியாவெங்கும் உருவானது. மாநிலத்தில் செல்வாக்குப் பெற்ற தலைவர்கள் பலர் ஒடுக்கப்பட்ட சமூகத்திலிருந்து உருவானார்கள். 1960களில், பிராமணியத்திற்கு எதிராக அதன் அடுத்த அடுக்கு நிலையிலிருந்த முதலியார், ரெட்டியார், படேல், ராஜபுத்திரர்கள் அரசியல் அதிகாரம் பெற்றார்கள் என்றால் 1991-க்குப் பிறகு நவீன பூர்ஷ்வா வர்க்கம் பெருமளவில் உருவான பிறகு வன்னியர், யாதவர், தலித்துக்கள் போன்ற அதற்கடுத்த படிநிலைப் பிரிவுகள் மேலே எழுந்துவரத் தொடங்கியது. ஒன்று ஒடுக்கப்பட்ட அப்பிரிவினர் அமைப்பாக திரளத்தொடங்கினர். அல்லது அவர்களுக்குப் பிரதான அரசியல் இயக்கங்கள் முக்கியத்துவம் கொடுக்க தொடங்கியது. இவ்வாறான மாற்றம் நடைபெறுவதற்கான குணாதிசயங்களை நவீன பூர்ஷ்வா வர்க்கம் கொண்டிருந்தது. ஏனெனில் அறிக்கையின் கூற்றுப்படி நவீன பூர்ஷ்வா வர்க்கம் புரட்சிகர மாற்றத்தை ஏற்படுத்தும் என்பதை கம்யூனிஸ்ட்டு கட்சி அறிக்கை கூறுகிறது. அத்துடன் நவீன பூர்ஷ்வா வர்க்கத்தின் குணாதிசயங்களாக அறிக்கை அதன் 171-ஆவது பத்தியில் இவ்வாறு கூறுகிறது.

"[1]171. பொருளாதாரவாதிகள், ஈகையர்கள், மனிதநேயர்கள் உழைக்கும் வர்க்கங்களின் நிலைமையை மேம்படுத்துபவர்கள், தானதர்ம காரியங்களை ஏற்பாடு செய்பவர்கள், விலங்குகளைத் துன்புறுத்துவதை எதிர்ப்பவர்கள், குடிப்பழக்க ஒழிப்புச் சங்கங்களின் நிறுவனர்கள், சின்ன சின்ன சீர்திருத்தங்களைச் செய்யும் பல்வேறு வகையினர் இந்தப் பிரிவைச் சேர்ந்தவர்கள் ஆவர். இந்த பூர்ஷ்வா சோஷலிசம் முழுமையான தத்துவ அமைப்பாகக்கூட உருவாக்கப்பட்டிருக்கிறது" என்கிறது அறிக்கை.

---

1 கம்யூனிஸ்ட் கட்சி அறிக்கை

கம்யூனிஸ்டு கட்சி அறிக்கை பல விஷயங்களையும் கூறுகிறது. ஏறக்குறைய திருக்குறளைப்போல தான் அனைத்து விஷயத்திற்கும் தீர்வு கண்ட போதும், சில தீவிர இடதுசாரியப் பற்றாளர்கள், அதன் ஒரே முழக்கத்தில் நின்றுவிட்டால் என்ன செய்ய முடியும். இன்னும் கூட நம்மில் அநேகர் நம்ப மறுக்கலாம். இவ்வளவு பெரிய விஷயத்துக்கு ஒரே கட்டுரையில் அனைத்தையும் கூறிவிட முடியாது. ஒருவேளை மேலோட்டமாக இக்கருத்தினை ஏற்க மறுப்பவர்கள் நிச்சயமாக அடுத்த கட்டுரையில் ஒப்புக்கொள்ளும் நிலைக்கு வரலாம் என்பதால் அடுத்த கட்டுரையில் பார்ப்போம்.

51

முதலாளித்துவம் இல்லாத இடதுசாரியமா?

முதலாளித்துவத்திற்கு ஆதரவான ஆய்வா என்கிற அந்தக் கேள்வி முற்றிலும் புறம் தள்ளிவிடக் கூடியதாக இல்லைதான். இந்தக் கேள்வியின் மறுபிம்பமாக நாம் கூறியதுதான் கடந்த நம் கட்டுரையை முற்றிலும் ஏற்க மறுப்பவர்கள் அடுத்த கட்டுரையை வாசிக்க வேண்டும் என்று கூறியிருந்ததற்கும் இந்தக் கேள்விக்குமான ஒற்றுமையாக இருக்கிறது. இரண்டும் ஒரே விஷயத்தைத் தான் முன்னெடுக்கின்றன. சில நியாயமான கேள்வியை நாம் கேட்டுக்கொள்வதும் உண்டு. நாம் கேட்டுக்கொண்ட கேள்வியைத் தான் சென்ற கட்டுரையை நாம் முடிக்கும்போது கூறியிருந்தோம். அதையே என் சக நண்பர்கள் வேறுவிதமான கேள்விகளாக என்னிடம் முன்வைக்கிறார்கள். இவையனைத்துக்குமான அடிப்படைக் காரணம் எதுவென்று பார்த்தால் முதலாளித்துவம் தொடர்பான புரிதல் குறைவே என்று கருதுகிறோம். இக்குறைவை போக்குவதற்கு முன்பே நம் வேலையைச் சுலபமாக்கும் முயற்சியாக அன்று 30.09.2019 தமிழ் இந்துவில் குர்சரண்தாஸ் என்கிற கொருளாதார நிபுணர் எழுதிய ஒரு ஆங்கிலக் கட்டுரையின் தமிழாக்கம் அப்பத்திரிக்கையின் கடைசிப் பக்கத்தில் வெளிவந்திருந்தது. அக்கட்டுரை உண்மையில் பொருளாதார மேம்பாடு அடையும் வழிமுறைகளை முதலாளிகளுக்கு எடுத்துரைக்கும் வகையில்தான் அமையப்பெற்றிருந்தது. ஆனால், அதன் முதல் பத்தி நமது தொடர்புக்கான முகாந்திரங்களை எடுத்துரைப்பதாகவே கருதுகிறோம். அதனைப் பார்ப்போம்.

"[1]கடந்த 2007-08ஆம் ஆண்டில் சர்வதேச நிதி நெருக்கடி ஏற்பட்ட பிறகு முதலாளித்துவம் பல நெருக்கடிகளைச் சந்தித்து வருகிறது. மேற்கத்திய நாடுகளில் உள்ள இளைஞர்கள் முதலாளித்துவச் சந்தைக்கு எதிராக திரும்பி வருகின்றனர். இது சமூக ஏற்றத்தாழ்வை அதிகரித்து வருவதாகவும் தலைமை அதிகாரிகளின் கொழுத்த சம்பளம் வெறுப்பை அளிப்பதாகவும், செய்யும் தொழிலில் நம்பகத்தன்மை குறைந்து வருவதாகவும் கூறியுள்ளனர். ஹார்வர்டு பல்கலைக்கழகம் கடந்த 2016-ஆம் ஆண்டில் நடத்திய ஒரு ஆய்வில், அமெரிக்காவில் 18 முதல் 29 வயதுக்கு உட்பட்டவர்கள் முதலாளித்துவத்தை நிராகரித்துள்ளனர். இரண்டு ஆண்டுகள் கழித்து, 2018-இல் கேலப் நிறுவனம் நடத்திய கருத்துக் கணிப்பில், இந்த வயதினரின் 45 சதவீதம் பேர் மட்டுமே முதலாளித்துவ முறைக்கு சாதகமாக கருத்துத் தெரிவித்துள்ளனர். அமெரிக்காவில் ட்ரம்ப் அதிபரானதும் பிரெக்ஸிட்டுக்கு ஆதரவாக வாக்குகள் கிடைத்திருப்பதும் இந்தப் போக்கைத்தான் காட்டுகிறது" என்று அந்த கட்டுரை நீண்டு செல்கிறது.

இந்தப் பத்தியில் அதன் ஆசிரியர் குர்சரண் தாஸ் குறிப்பிட விரும்புவது எதனை. மேற்கத்திய நாடுகளில் உள்ள இளைஞர்கள் முதலாளித்துவத்துக்கு எதிரான மன நிலைக்குத் தள்ளப்பட்டிருக்கின்றனர். அதன் விளைவாகவே அவர்கள் அமெரிக்காவில் ட்ரம்புக்கு வாக்களித்திருப்பதும், பிரிட்டனில் பிரெக்ஸிட்டுக்கு வாக்களித்திருப்பதும் என்கிறார். இதில் அவர் எந்தக் காரணத்தாலோ, இந்தியாவில் மோடியின் வெற்றியைக் குறிப்பிடவில்லை. ஆனால், பிரதமர் மோடியின் வெற்றியும் அவர் பொருட்டு ஒன்று என்றே கொண்டால் அதிலிருந்து தொடங்கி இதனை நாம் ஆய்வு செய்வோமேயானால். ஒரு உண்மை புலப்படும். ட்ரம்புக்கு அமெரிக்காவில் வாக்குகள் அதிகரித்திருப்பதை இந்தியாவில் எவராவது விரும்புகிறீர்களா என்பதல்ல நம் கேள்வி, அவ்வாறான ஆதரவு பெருகுவது இடதுசாரியத்தின் மூலத்திலிருந்தா என்பதே நம் கேள்வி. அவ்வாறு ட்ரம்புக்கும், பிரெக்ஸிட்டுக்கும் ஆதரவு அதிகரிப்பது இடது

---

1   30.09.2019 தமிழ் இந்துவில் குர்சரண்தாஸ் என்கிற பொருளாதார நிபுணர் எழுதிய ஒரு ஆங்கிலக் கட்டுரையின் தமிழாக்கம்

சாரியத்தின் வகையில் சேராதபோது, இந்த நாளிதழின் கட்டுரையின் ஆசிரியர் அவ்வாறான மாறுதலை முதலாளித்துவத்துக்கு எதிரான மனநிலை என்று எவ்வாறு வகைப்படுத்துகிறார் என்பதே நம் கேள்வி. கட்டுரை ஆசிரியர் குறிப்பிடும் வெற்றிகள் அனைத்தும் முதலாளித்துவத்திற்கான வெற்றிகள் அல்ல. பழமைவாதம் மற்றும் குறுகிய பிராந்திய உணர்வுகள், இன மோதல் சிக்கல்கள் மாத்திரமே. இந்த வெற்றிகளுக்குப் பின்புலமாக இருக்கும் போது அவற்றை முதலாளித்துவம் என்கிற தவறான புரிதல் எவ்வாறு வழிநடத்தலாம் என்பதில் உள்ள குறைகளே முதலாளித்துவம் குறித்த தவறான புரிதலை உள்ளங்கை நெல்லிக்கனி போல் உணர்ந்து கொள்ளக் காரணமாகிறது. இத்தனைக்கும் கட்டுரை ஆசிரியர் ஒரு பொருளாதார மேதை, அவருக்கே இந்தப் புரிதல் தடுமாற்றம் இருக்கின்ற போது சாமனியர்களின் நிலையை நாம் கூறவும் தேவையில்லை.

எனவே, ஆய்வுகளின் முடிவுகளிலிருந்து இதைப் பார்த்தோமேயானால். முதலாளித்துவத்தின் வீழ்ச்சி என்பது இடதுசாரியத்திலிருந்துதான் தொடங்க வேண்டும். அவ்வாறு அல்லாமல், மேற்கத்திய நாடுகளில் ஏற்பட்டிருக்கும் அம்மாற்றம், முதலாளித்துவத்தின் வீழ்ச்சி என்றால், அதற்கான காரணமாக வகைப்படுத்த விரும்புவது சந்தேகத்திற்கிடமில்லாத வகையில், பிற்போக்குத்தனமான, பழமைவாத, பாஸிசக் கருத்துகளையே என்பது உறுதிபட நிருபணமாகிறது. நமது ஆய்வும் கூட அதைத்தான் கூறுகிறது. உண்மையான இடதுசாரியத்தின் தன்மைகளை அறிந்து கொள்வதில் தடுமாற்றம் ஏற்பட்டிருப்பது வெட்டவெளிச்சமாகிறது. இதன் மூலத்திலிருந்துதான் முதலாளித்துவம், இடது சாரியத்தின் பிரிக்க முடியாத அம்சமாக வகைப்படுத்தப்பட வேண்டிய முக்கியத்துவத்தை ஆய்வுகளின் வழியே வலியுறுத்துகிறோம்.

உதாரணமாக நம் இந்திய தேசத்தின் சமீப கால நிகழ்வுகளைப் பாருங்கள். தெளிவாகப் புரிந்து கொள்ளலாம். 2007-2008ஆம் ஆண்டில் சர்வதேச அளவில் பொருளாதார நெருக்கடி ஏற்பட்டது. ஆனால், இந்தியாவில் அதன் சுவடே தெரியவில்லை ஏன்? ஏனெனில், டாக்டர் மன்மோகன் சிங் பிரதமராக இருந்த காங்கிரஸ் அரசின் முதலாளித்துவக் கொள்கை முடிவுகள் நம்மைப்

பாதுகாத்தது என்பதே உண்மை. ஆனால், அதே நேரம் உலகளவில் எவ்விதமான பொருளாதார நெருக்கடிகளும் ஏற்படாத போதும், இந்தியாவில் 2018-ஆம் ஆண்டிலிருந்து கடுமையான பொருளாதார நெருக்கடிகள் ஆரம்பித்து 2019-இல் அது நம் கழுத்தை நெரித்திருக்கிறதே ஏன்? நாம் இதனை இப்போது சுலபமாக அறியமுடியும். பா.ஜ.க.வின் மோடி அரசு பிற்போக்குத் தனமான பழமை வாதத்தைப் பாதுகாக்கும் பாஸிச எண்ணம் கொண்ட அரசாக இருப்பதால், அதற்குப் பொருளாதார நெருக்கடிகள் குறித்து அவ்வளவாகக் கவலையில்லை. தீவிர தேசியவாத எண்ணத்திலேயே மக்களை மூழ்கியிருக்கச் செய்ய வேண்டும் என்பதிலேயே கவனம் செலுத்தியதே அதன் மூலகாரணம்.

பா.ஜ.க அரசு ஏன் அவ்வாறு செய்யவேண்டும்? அதற்கும் காரணம் இருக்கிறது. நவீன முதலாளிவர்க்கம், தனது வளர்ச்சியின் பாதையில் இனவாதம், சாதியப் பாகுபாடு மற்றும் பழைய கலாச்சார முறைகளை அழித்தொழித்துச் செல்கிறது. அதற்குத் தனது லாபமே குறிக்கோள் என்கிற சுயநலம் அதற்குக் காரணமாக இருக்கிறது. அதனால் தனது நிறுவனங்கள் இயங்கும் அந்தந்த கிராமங்கள் மற்றும் நகரங்களில் இருந்த பெரும்பான்மை மக்களைத் தனது பாதுகாப்பான அம்சமாக மாற்றிக்கொண்டு பிற்போக்குத் தனங்களைப் பாதுகாத்து வந்த அந்தந்த பகுதியின் பிறப்பால் உயர்குடியின் சிறுபான்மை இனங்களுக்குப் பெரும் அச்சுறுத்தலாக மாறிப்போனது. நவீன முதலாளி வர்க்கத்துக்கு இருந்த லாபநோக்கத்தின் ஆர்வம் இந்தியாவில் உண்மையில் இடதுசாரியத்துக்கான மாறுதலை ஏற்படுத்தும் காரணியாக மாறிப்போனது. ஆனால், இந்தியாவின் பிற்போக்குத் தனங்களைப் பாதுகாக்கும் இயக்கங்களும் உலகத்தின் பல பகுதிகளில் மீண்டும் முளைத்தெழுந்த பிராந்திய இனவாத இயக்கங்களும், இப்போது தங்களுக்கு முதலாளி வர்க்க முகத்தை அணிந்துகொண்டு, சாதியத்தையும், பிராந்திய இன உணர்வையும் பாதுகாக்கக் கருதிய வெற்றியாக அறிவித்து முதலாளி வர்க்கத்தின் மீது களங்கத்தை ஏற்படுத்தி அதனை வெற்றிகரமான முறையில் நம்மை நம்பவும் செய்திருக்கிறார்கள்.

இவ்வாறெல்லாம் நாம் கூறுவதால், நவீன முதலாளி வர்க்கம், இந்திய இனவாதத்துக்கு எதிரானது என்றும் கூறிவிட முடியாது. அதன் தேவை நமக்கு எங்கிருந்து தொடங்குகிறது என்றால், அதன் இடம்பெயரும் தன்மையில் இருக்கிறது. நவீன முதலாளி வர்க்கம் அதன் பூர்வீகத்தில் மட்டும் தொழில் செய்வதில்லை. அவ்வர்க்கம் தேசம் முழுவதும் இடம் பெயர்கிறது. இடமாறுதல் அதற்கு அதன் பழைய கலாச்சார முறைகளைப் பாதுகாப்பதைக் காட்டிலும், இலாபம் பெரிதென எண்ணுகிற நிலையை உருவாக்குகிறது. அந்த எண்ணமே பல புரட்சிகர மாற்றங்களை ஏற்படுத்துகிறது. இதிலிருந்து உலகின் ஏனைய பகுதிகளைக் காட்டிலும், இந்தியாவில் இடதுசாரியத்துக்கான மாறுதலை ஏற்படுத்த நவீன முதலாளி வர்க்கத்தின் தேவை அதிகரிப்பதாக ஆய்வுகள் உணர்த்துகின்றன.

அந்த உணர்வுகளை பா.ஜ.க. அரசும் உணர்ந்ததின் விளைவே, 2020ஆம் ஆண்டிற்குப் பிறகு மத்திய பா.ஜ.க. அரசு முற்றும் முதலுமான ஒரு முதலாளித்தவ அரசாக மாறத்தொடங்கியது. அதன் பழம்பெரும் கொள்கைகள் பாதுகாக்கப்பட வேண்டும் என்கிற பதம், அதன் கட்சியின் மற்ற நிர்வாகிகளால் பேசுபொருளாக மட்டுமே இருக்கத் தொடங்கியது. ஆனால் அதன் அதிகார அரசு இயந்திரம், வளர்ச்சியை முன்னெடுக்க வேண்டியதின் அவசியத்தை உணர்ந்து, முதலாளித்தவத்திற்கும். பாஸிசத்திற்குமான வேறுபாடுகளை உணர்ந்து, ஒரு முதலாளித்துவ அரசாக மாறத் தொடங்கியவுடன் இந்திய பொருளாதார வளர்ச்சி தற்போது மீள் உருவாக்கம் பெற்று பா.ஜ.க. அரசின் முகத்தையும் மாற்றியிருக்கிறது. இந்த மாற்றம் தான் இந்திய மக்களுக்கே உரிய இயற்கையான இடதுசாரிய குணாதிசயம் என்பதையும் கூட நாம் இறுதி தருணத்தில் இன்னும் அதிகமான ஆய்வுகள் மூலம் பார்க்கத்தான் போகிறோம்.

52

சமூக சமன்நிலையில் பொருளாதார வளர்ச்சி

04.10.2019 வெள்ளிக்கிழமை தமிழ் இந்து பத்திரிகையில் பிஸ்னஸ்லைன் என்கிற ஆங்கிலப் பத்திரிகையில் பிரதீக் ராஜ், ஸ்ருதி மோகன் மேனன் எழுதிய கட்டுரையின் மொழிபெயர்ப்பு வெளியானது. அந்தக் கட்டுரை தென்னிந்தியாவின் வளர்ச்சியையும், தொழில் முதலீடுகள் பெருகுவதற்கான வாய்ப்புகள் குறித்தும் அதற்கான காரணங்களையும் அலசுகின்ற போது அக்கட்டுரை இவ்வாறு கூறுகிறது.

“[1]பொருளாதார வளர்ச்சி பெற உகந்த வகையில் அனைத்து அம்சங்களிலும் முன்மாதிரியாகவும், பொருளாதார வளர்ச்சிக்கு மூல விசையாகவும், சமூக முன்னேற்றத்துக்கு உந்து மேடையாகவும் தென்னிந்திய மாநிலங்கள் இருக்கின்றன. தகவல் தொழில்நுட்பம், மோட்டார் வாகன உற்பத்தி ஆகியவற்றுக்குக் கேந்திரமாக விளங்குகின்றன. விவசாயத்தில் அதிக உற்பத்தித்திறன் கொண்டவையாகவும் காபி, தேயிலை, ஏலக்காய், கிராம்பு என்று தோட்டக்கலை, நறுமணப் பயிர்களுக்குத் தாய்வீடாகவும் திகழ்கின்றன. தமிழ்நாடு, கேரளம், கர்நாடகம், ஆந்திரம், தெலங்கானா என்ற ஐந்து மாநிலங்களின் நபர்கட்டுரைி வருமானமானது உத்தரப் பிரதேசத்தைப் போல மூன்று மடங்காகவும், பிஹாரைப் போல ஐந்து மடங்காகவும் இருக்கிறது.

பொருளாதார வளர்ச்சியில் மட்டுமின்றி, சமூக வளர்ச்சியிலும் தென்னிந்திய மாநிலங்கள் முன்னேறியுள்ளன. நாட்டின் பிற

1 *04.10.2019* வெள்ளிக்கிழமை தமிழ் இந்து பத்திரிகையில் பிஸ்னஸ்லைன் என்கிற ஆங்கில பத்திரிகையில் பிரதீக் ராஜ், ஸ்ருதி மோகன் மேனன் எழுதிய கட்டுரையின் மொழிபெயர்ப்பு

பகுதிகளை விட தென்னிந்தியாவில் பெண்கள், பட்டியலினத்தவரின் சமூக-பொருளாதார நிலை மேம்பட்டதாக இருக்கிறது. பாலின விகிதம் கிட்டத்தட்ட சமமாக இருக்கிறது. குடும்பக் கட்டுப்பாடு முறை சிறப்பாக அமலில் இருக்கிறது. சிறு குடும்பம்தான் பெரும்பாலும் ஏற்கப்பட்ட நெறியாகிவிட்டது. தீண்டாமை ஒழிப்பு நடவடிக்கைகளிலும் தென்னிந்தியா முன்னிலை வகிக்கிறது.

தென்னிந்தியாவின் வளர்ச்சியானது சமூகத்தின் எந்தப் பிரிவு மக்களையும் ஒதுக்கி வைத்து நடப்பதல்ல மாநிலங்களின் அனைத்து நிர்வாக நடவடிக்கைகளும் மக்களுடைய நன்மையையே அடிப்படையாகக் கொண்டவை. பல மொழி, மத, கலாச்சாரங்களையும் வரவேற்று ஆதரிக்கும் பன்மைத்துவக் கலாச்சாரமே தென்னிந்தியாவின் அடையாளம். 'நாம்' - 'அவர்கள்' என்ற குறுகிய மனப்பான்மையால் பகையை மட்டும் வளர்க்கும் பகுதிகளிலிருந்து வேறுபட்டிருப்பதாலேயே தென்னிந்தியா முன்னேறிய பிரதேசமாக இருக்கிறது.

இருபதாம் நூற்றாண்டில் தோன்றிய சமூகச் சீர்திருத்த இயக்கங்கள் தென்னிந்தியாவை வளப்படுத்த முக்கியக் காரணங்களாக இருந்தன. இந்தப் பாரம்பரியமே அனைவரையும் உள்ளடக்கிய வளர்ச்சித் திட்டங்களுக்கு அடிப்படையாக இருக்கிறது. பெங்களூருவும் ஹைதராபாத்தும் நவீன காலத்தில் வேலைவாய்ப்பு தேடி வருவோருக்குப் புகலிடமாக இருப்பது சமீபத்திய சான்று.

பொருளாதார தாராளமயமாக்கலுக்குப் பிறகு, முதலீட்டுக்கு ஏற்ற சூழலும் களமும் தென்னிந்தியாவில் அதிகம் காணப்பட்டன. நாட்டின் வேறு பகுதிகளில் வளர்ச்சிக்கு மட்டுமே முக்கியத்துவம் தந்தனர். சமூக முன்னேற்றம் என்பதைத் துணை விளைவாகவே கருதினர். தொழில் வளர்ச்சியில் முன்னேறிய மாநிலமாக அறியப்பட்டாலும் குஜராத்தில் இன்னமும் ஆண்-பெண் விகிதம் சமமின்றி இருக்கிறது; தீண்டாமையும் நிலவுகிறது. சமூக முன்னேற்றம் ஏற்படாததால் அங்குப் பொருளாதார வளர்ச்சி நிலைக்குமா என்ற கேள்வி எழுகிறது. தென்னிந்தியாவில் இரண்டு அம்சங்களிலும் முக்கியத்துவம் நிலவுகிறது. தனியார் முதலீட்டை ஈர்க்க சந்தைக்கு ஆதரவான கொள்கைகளை மாநில

அரசுகள் வகுக்கின்றன அனைவருக்கும் முன்னேற்றத்தில் பங்கு தரப்படுகிறது" என்கிறது அக்கட்டுரை.

இக்கட்டுரை பார்ப்பதற்கு புதிய கருத்துகளைக் கூறுவதைப் போலவும் அல்லது இவ்வாய்வுக்குத் தொடர்பில்லாதது போலவும் தோன்றலாம். ஆனால், நம் ஆய்வுகளின் தேடலில் இக்கட்டுரை அளவிற்கு வேறெதுவும் நமக்கு வலுசேர்க்கவில்லை என்றே தோன்றுகிறது. அதனினும் முக்கியமாக நாம் குறிப்பிட மறந்து போன விஷயத்தை அக்கட்டுரை ஞாபகப்படுத்துவதற்காகவே வெளிவந்திருப்பதைப் போல் தோன்றுகிறது.

நாம் இதுவரை எத்தகைய ஆய்வினைச் செய்தோம்? நவீன முதலாளி வர்க்கம், தனது சுயசார்பு நிலைக்காகிலும் இன வேறுபாடுகளை அழித்தொழித்துச் செல்கிறது என்று கூறியிருந்தோம். அந்த வகையில், முன்னாள் பிரதமர் ராஜீவ் மற்றும் டாக்டர் மன்மோகன் சிங் கொண்டு வந்த நவீன பொருளாதாரக் கோட்பாடு ஒரு மாற்றத்தை தேசத்தில் கொண்டு வந்திருந்தது என்பதைக் கூறியிருந்தோம். ஒரு வேளை அக்கருத்தில் இன்னும் சிலருக்கு வேறுபட்ட கருத்து இருக்குமேயானால் அவர்கள் இந்தக் கட்டுரையின் மூலம் மேலும் தங்களைத் தெளிவாக்கிக் கொள்ளலாம். ஆனால், அது நடைபெறவேண்டுமென்றால், அக்கட்டுரையைப் படிப்பதால் மட்டும் சாத்தியமாகாது. அக்கட்டுரையின் கருத்துகளோடு நமது ஆய்வை ஒப்பீட்டளவில் ஆய்வு செய்ய வேண்டும். இக்கட்டுரையில் தென்னிந்தியா, நவீன பொருளாதாரக் கோட்பாடுகளின் மூலம் அதிவிரைவாக வளர்ந்திருக்கிறது எனக் கூறப்படுகிறது. அதே சமயம், இக்கட்டுரையின் வேறொரு பகுதி தென்னிந்தியாவில் ஏற்பட்ட பகுத்தறிவு விழிப்புணர்ச்சி, சாதிய மறுப்பு எண்ணங்கள் மிக நீண்ட காலமாகவே இருந்திருக்கிறது என்பதையும் கட்டுரை பதிவு செய்கிறது. அதன் மூலம் பொருளாதார வளர்ச்சியும், சமூகச் சமச்சீர் நிலையும் ஒன்றோடொன்று தொடர்பு கொண்டதாகவே கட்டுரை பதிவு செய்ய விருப்பப்படுகிறது.

இந்தக் கட்டுரையின் நோக்கத்தின் அருகாமையில்தான் நவீன முதலாளிவர்க்கத்தை நாம் தொடர்புபடுத்துகிறோம் என்பது இங்கே முக்கிய பொருளாகிறது. அதாவது இக்கட்டுரையின் தாக்கத்தை நாம் இவ்வாறு எடுத்துக்கொள்ள வேண்டும் ஒன்று நவீன முதலாளி

வர்க்கம் முன்னேற்பாடாக முன்பே ஓரளவிற்குச் சரி செய்யப்பட்ட சமூக மேம்பாட்டில் தனது பங்களிப்பைச் செய்வதற்கு எளிதாக இருந்திருக்கலாம். அல்லது நவீன முதலாளி வர்க்கம் செய்த புரட்சிகர மாற்றம் எளிதில் பயன்பெறத்தக்க வகையில் தென்னிந்தியாவில் சூழ்நிலைகள் சாதகமாக இருந்ததால் அவை வளர்ச்சியை அபரிதமாக வெற்றியை எட்டிப் பறித்திருக்கலாம். இதன் மூலம் நவீன பூர்ஷ்வா வர்க்கம் இனி வர்க்கப் பிரிவினையை ஓரளவுக்கு அழித்தொழித்த பகுதியைத் தனக்குச் சாதகமானதாக கருதுகிறது. என்று கருதுவதாக இருந்தாலும் அல்லது அங்குதான் இன்னும் வேலை சுலபம் என்று கருதி மேலும் புரட்சிகர மாற்றங்களைச் செய்வதற்கு முயல்வதாக இருந்தாலும் ஆய்வின் கூற்று இரண்டும் ஒன்றுதான். கட்டுரை இவ்வாறு தெரிவித்திருக்கும் தென்னிந்திய மாநிலங்களில் அநேகமாகப் பெரும்பாலும் சமூகநீதி மனோபாவம் நிகழ்வதை நினைவில் கொள்ள வேண்டும்.

இதனையே நாம் சுருக்கமாக இதுவரை ஒற்றை வரியில் கூறிவந்திருக்கிறோம். அங்குத் தொழில் செய்வதற்கு ஏற்ற பாதுகாப்பான சூழ்நிலை நிலவுகிறது என்று கூறியிருப்பதன் பின்னணி என்பது இவையனைத்தையும் சேர்ந்த ஒரு விஷயம் தான் என்று நாம் கருதுவோமேயானால், நாம் மிகச் சுலபமாக சமூகநீதி கோரும் அரசுகளின் செயல்பாட்டுக்கும் மற்றவர்களுக்கும் உள்ள வேறுபாடுகளைச் சுலபமாகத் தெரிந்து கொள்ளலாம்.

இதனை அறிந்து கொள்ள நாம் தற்போதைய பாஜக அரசின் செயல்பாடுகளைக்கொண்டே அறிந்து கொள்ளலாம். ஒரு சிலர் தற்போது பாஜக அரசின் தவறான பொருளாதாரக் கொள்கையினால், பெரும் பொருளாதார நெருக்கடிகளைச் சந்திப்பதாகக் கூறுகின்றனர். ஆனால், நாம் ஒன்றை உணர வேண்டும். பாஜகவுக்குத் தவறான பொருளாதார கொள்கை கூட ஒப்பீட்டளவில் இல்லை என்பதுதான் உண்மை. ஏனெனில், தவறான பொருளாதாரக் கொள்கை கூட அவ்வளவு துரிதமாக இந்திய பொருளாதாரத்தைப் பாதிக்காத அளவுக்கு இந்தியா வலுவான பொருளாதாரக் கட்டமைப்பில் இருந்திருந்தும் இவ்வளவு துரிதமாகப் பாதிப்படைந்து இருக்கின்றன என்றால் அதன் மூல காரணம் எதுவென்று பார்க்க வேண்டும். பொருளாதாரக் கோட்பாடு பாதிப்படையாமல் இருப்பதற்கு

மிக முக்கியத் தேவை சமூக கட்டமைப்பை நாம் பாதுகாப்பாக வைத்திருக்க வேண்டும் என்கிற அடிப்படை சிந்தாந்தத்தில் பாஜக அரசு தவறிழைத்துவிட்டதே அதன் அடிப்படைக் காரணம் என்பதை நாம் அறிய வேண்டும். இதன் ஒரு மிகப்பெரிய உதாரணம் சமீபத்திய பாதுகாப்புதுறை அமைச்சர் ராஜ்நாத் சிங்கின் பேச்சு, அவர் சமீபத்தில் இந்தியாவுக்கு கடல் வழியாக ஆபத்திருப்பதாகக் கூறியிருக்கிறார். ராணுவத் தளபதியோ, பல தீவிரவாதிகள் நாட்டின் உள்ளே வந்திருக்கிறார்கள். பெரும் நகரங்களும், புராதானக் கோவில்களும் பாதிப்புக்குள்ளாகலாம் என்கிற கருத்தினை தெரிவித்திருக்கிறார். இதைப்போன்ற தகவல்கள் இதற்கு முன்பு காங்கிரஸ் அரசுகள் நடந்த காலங்களில் ஏற்படவில்லை என்றா கருத முடியும். இவை எப்போதும் நடந்தேறிக்கொண்டே இருக்கும். என்ன வித்தியாசம் என்றால் காங்கிரஸ் அரசு காலத்தில் இதைப்போன்ற நிகழ்வுகள் ராஜ்ஜிய ரகசியங்களாக பாதுகாக்கப்படும், அதன் பொருட்டு அக்கால கட்டங்களில் ஊடகத் துறையினர் இத்தகவல்களை அறிந்து கொள்ள ரகசிய வேலையெல்லாம் செய்வார்கள்.' ஆனால், இப்போது பாஜக அரசிலோ அதற்கெல்லாம் வேலையே இல்லை. அவர்களாகவே தெரிவித்து ஒரு பதற்றத்தை மக்களிடம் ஏற்படுத்துகிறார்கள். அனைத்தையும் விட இதுவே முக்கியம் என மக்களை நம்பச் செய்கிறார்கள். ஆனால், அவர்கள் அறியவில்லை இதைப்போன்ற காரணங்கள்தாம் பொருளாதாரத்தை செல்லரிக்கின்றன என்பதை, உதாரணமாகப் பார்த்தால் அதிகமாகச் சண்டைகள் நடைபெறும் ஊரிலோ, பிரச்சனைக்குரிய பகுதியிலோ நிலங்களை வெளியிலிருந்து யாரும் வாங்க மாட்டார்கள். இதுதான் பொருளாதாரத்தின் அடிப்படைத் தத்துவம் இந்த தத்துவம் ஒரு காரணியை மட்டுமே பிரதானமாக பொருளாதார வளர்ச்சிக்கு முன்னிருத்துகிறது என்கிற அடிப்படையில் ஆய்வுகளை மேற்கொண்டால் அதற்கான தீர்வான விடையாக நமக்கு கிடைப்பது சமூக சமன்நிலை வேகமான பொருளாதார வளர்ச்சிக்கு வித்திடுகிறது என்பதாக இருக்கும்.

அதனை பா.ஜ.க. அரசு தனது இரண்டாவது ஆட்சிக்காலத்தில் உணரத் தொடங்கியது, தேசத்திற்கிடையேயான சண்டை சச்சரவுகள் பொருளாதார பாதிப்புகளை எற்படுத்தும் என்பதை உணர்ந்து லடாக் போன்ற மிகவும் உணர்ச்சி பூர்வமான விஷயங்களை அவர்களுக்கே உரிய முறையில் கொண்டு சென்று அதன் வீரியத்தை குறைத்திருக்கிறார்கள். பெண்களுக்கு 33% இடஒதுக்கீடு என்கிற சமூக சீர்திருத்த சட்டத்திற்கு பா.ஜ.க. அரசில் விடிவு கிடைக்கும் என உலகம் நினைத்துப்பார்க்க முடியாத மாற்றத்திற்கு வழி கண்டிருக்கிறார்கள். அதனால் பொருளாதார நிலையை மீண்டும் கட்டுக்குள்ளும் கொண்டு வந்திருக்கிறார்கள். இத்தகைய மாற்றம் இந்தியாவிற்கே உரிய இயற்கையான இடதுசாரிய குணாதிசயம் என்பதை நாம் நினைவில் கொள்ள வேண்டும். பொதுவாகவே இந்தியர்கள் எது மக்களின் அத்யாவசிய தேவையோ அதற்கேற்றவாறு அதன் எந்தவொரு அரசும், அரசனும் மாற்றத்தை ஏற்படுத்திக்கொள்ளும் இயற்கையான இடதுசாரியத் தன்மையை பெற்றவர்கள் என்பதற்கு இத்தலைய மாற்றங்களே சிறந்த உதாரணம் என்றும் கொள்ளலாம்.

53

பொருளாதாரத்தில் முன்னேற்றம் ஏற்பட P.V.நரசிம்மராவைப் பின்பற்றக் கூறும் பாஜகவின் பொருளாதார நிபுணர்.

காங்கிரஸ் அரசுகளால் கொண்டு வரப்பட்ட பொருளாதார சீர்திருத்தங்கள் எல்லாம் முதலாளித்தவத்திற்கு சாதகமானதாக இருந்தது என்கிற இந்திய தீவிர இடதுசாரியர்களின் குற்றச்சாட்டிற்கும், இவ்விதமான குற்றச்சாட்டினை 1990களில் பா.ஜ.க.வே கூட முன்வைத்ததில் உள்ள குறைபாடுகளையும், மிக தெளிவான நமது ஆய்வுகளின் முடிவுகள் மூலம் அது அவ்வாறு இல்லையென்றும், நவீன முதலாளித்துவம், இடதுசாரிய கூற்றையே சார்ந்தது என்றும் நிரூபித்து இருப்பதாகவே ஆய்வின் முடிவுகள் தெரிவித்திருக்கிறது. அதுமட்டுமல்லாமல், கூடுதலாக நவீன முதலாளித்துவம் கம்யூனிஸ்ட் கட்சி அறிக்கையின்படி பல புரட்சிகர மாற்றங்களைச் செய்யும் என்பதையும், இதுவரை ஆதாரப்பூர்வமாக ஆய்வு செய்து வந்திருப்பதாக நம்புகிறோம். அதிலும், இந்தியா போன்ற நாடுகளில் அத்தகைய மாற்றம் மிக இன்றியமையாதது என்பதையும், அதனால் இந்தியாவில் ஏற்பட்ட மாற்றங்களையும் நாம் விளக்கமாகக் கூறினோம். அதன்படி இதுவரை இந்தியாவில் ஏற்பட்ட அனைத்து சமூக புரட்சிகர மாற்றங்களையும், காங்கிரஸ் அரசுதான் கொண்டு வந்திருக்கிறது என்பதற்கான ஆய்வில், பெரும்பாலோரால் இதுவரை நேரு, இந்திரா காலங்களை ஒப்புக் கொண்டவர்கள் பெரும்பாலும், ராஜீவ், நரசிம்மராவ், மன்மோகன் காலங்களை ஒப்புக்கொள்ளவே மறுத்து வந்திருந்தனர். அதற்கான காரணங்களாக அவர்கள்

நம்பியது ராஜீவ் காலத்திற்குப் பிறகு அதுவரை காங்கிரஸ் கடைப்பிடித்திருந்த சோஷலிசப் பாதையிலிருந்து விலகி நவீன முதலாளித்துவ சமுதாயத்தை உருவாக்கியதே அதன் காரணம் என்று நம்பியிருந்தனர். ஆனால், காங்கிரஸின் சோஷலிசப் பாதையின் எந்தப் பகுதியின் பாதிப்புக்கும், நவீன முதலாளி வர்க்கம் தடையாக இருக்கவில்லையென்பதையும், சோஷலிசம், கம்யூனிசம் என்பதே நவீன முதலாளித்துவத்தையும் உள்ளடக்கியதே என்பதையும் நமது ஆய்வில் தெளிவுபடுத்தியிருந்தோம். அதற்கு மேலும் கூட கடந்த கட்டுரையில் பாஜக அரசின் தவறான சமூக நலன் சார்ந்த விஷயங்கள் பொருளாதார நெருக்கடிகள் ஏற்படவும் காரணம் என்றும் கூறியிருந்தோம். அதன் காரணங்களாக ராஜீவ், நரசிம்மராவ், மன்மோகன் கொண்டு வந்த நவீன பொருளாதாரக் கொள்கைகளை பாஜக ஏற்க மறுத்ததையும், அதற்கான காரணத்தையும் கூட எழுதி வந்திருக்கிறோம். அதன் முத்தாய்ப்பாக நமக்கும் மீறிய ஒரு சக்தி நம்மை மேலும் மேலும் சிந்திக்கத் தூண்டியும், நமக்கான வலுவான ஆதாரங்களையும் வலுவாக அளித்துக் கொண்டிருப்பதுதான் நமக்கு வியப்பாக உள்ளது. கடந்த 15.10.2019 தமிழ் இந்து பத்திரிகையின் வணிகச் செய்திக்கான பக்கத்தில் தற்போதைய பாஜக அரசின் மத்திய நிதி அமைச்சர் நிர்மலா சீதாராமனின் கணவரும், லண்டன் ஸ்கூல் ஆப் பிஸினஸில் பொருளாதாரப் பிரிவில் பட்டம் பெற்றவரும், சிறந்த பொருளாதார நிபுணராகவும் அறியப்பட்ட பிரபாகர் பிரகாலா, ஒரு கருத்தினைத் தெரிவித்திருப்பதாகச் செய்தி ஒன்று வெளியாகியிருக்கிறது. அந்தச் செய்தியின் தலைப்பு இந்தியாவைச் சரிவிலிருந்து மீட்க நரசிம்ம ராவ், மன்மோகன்சிங் சிந்தனைகள் தேவை என்ற தலைப்பிலான செய்திச் சுருக்கத்தையும் சற்றே நாம் பார்க்கலாம். அதில்

“[1] இந்தியா தற்போது நிலவும் பொருளாதார மந்த நிலையிலிருந்து மீண்டு வர வேண்டுமெனில் நரசிம்ம ராவ்-மன் மோகன்

1 *15.10.2019 தமிழ் இந்து பத்திரிகையின் வணிகச் செய்திக்கான பக்கத்தில் தற்போதைய பாஜக அரசின் மத்திய நிதி அமைச்சர் நிர்மலா சீதாராமனின் கணவரும், லண்டன் ஸ்கூல் ஆப் பிஸினஸில் பொருளாதாரப் பிரிவில் பட்டம் பெற்றவரும், சிறந்த பொருளாதார நிபுணராகவும் அறியப்பட்ட பிரபாகர் பிரகாலா, ஒரு கருத்தினை தெரிவித்திருப்பதாகச் செய்தி ஒன்று வெளியாகியிருக்கிறது.*

சிங் கூட்டணியின் சிந்தனைகளைப் பயன்படுத்தலாம் எனப் பொருளாதார நிபுணர் பிரபாகர் பிரகாலா கருத்து தெரிவித்துள்ளார். இந்தியா தற்போது கடுமையான பொருளாதார நெருக்கடியைச் சந்தித்துவருகிறது. நுகர்வு வெகுவாகக் குறைந்து உற்பத்தித் துறையும், சேவைத் துறையும் ஒருசேர பாதிப்பைச் சந்தித்துள்ளன. நடப்பு நிதி ஆண்டில் ஜிடிபி வளர்ச்சி 6 சதவீதமாகக் குறையும் என உலக வங்கி தெரிவித்துள்ளது. இந்நிலையில் இத்தகைய கடும் பொருளாதாரச் சரிவிலிருந்து மீட்க சரியான பொருளாதார சிந்தனைகள் அவசியம்"

பாஜக அரசு பிவி நரசிம்ம ராவ் - மன்மோகன் சிங் கூட்டணியின் சிந்தனைகளைப் பயன்படுத்துவது குறித்து யோசிக்கலாம். உலகமயமாக்கல், சந்தைப் பொருளாதார உலகில் நடைமுறைக்கு ஏற்ற கொள்கைகளை வகுப்பதும் செயல்படுத்துவதும் அவசியமானது. எனவே, பாஜக அரசியலைத் தாண்டி ராவ்-மன்மோகன் சிங் கூட்டணியின் பொருளாதாரச் சிந்தனைகளைப் பயன்படுத்திக்கொள்ள வேண்டும்.

இதன் மூலம் குறிப்பிடத்தக்க மாற்றத்தை இந்தியப் பொருளாதாரத்தில் கொண்டுவர முடியும். அதேசமயம் பாஜகவின் பொருளாதாரக் கொள்கைகளின் மீது நிலவும் நம்பிக்கையற்ற தன்மையை உடைக்கவும் முடியும். அதனால், எப்படி சர்தார் வல்லபாய் படேல் பாஜகவின் அரசியல் முகமாகயிருக்கிறாரோ, அதைப் போல நரசிம்மராவ் அதன் பொருளாதாரக் கொள்கைகளின் முகமாக மாற வாய்ப்புள்ளது.

ஏனெனில் துறைகளின் சரிவு விவரங்கள் தொடர்ந்து செய்திகள் மூலமாக மக்களைச் சென்றடைந்துகொண்டிருக்கின்றன. மக்களிடையே அதுகுறித்த விவாதமும் நடந்து கொண்டிருக்கிறது என்பதை சமூக வலைத்தளங்களில் பகிரப்படும் தகவல்களிலிருந்து தெரிந்து கொள்ள முடிகிறது. ஆனால், அரசு எல்லாச் செய்திகளையும் மறுத்துக்கொண்டே இருக்கிறது. பொருளாதாரம் சரிந்து கொண்டிருப்பதையே ஏற்றுக் கொள்ளவில்லை. அந்தப் போக்கு நாட்டுக்கு நல்லதல்ல, அரசு விரைவில் பொருளாதாரத்தை மீட்டெடுப்பதில் அக்கறையுடன் இருக்கிறது என்ற நம்பிக்கையை மக்களுக்கு ஏற்படுத்த வேண்டிய கடமையைப் பெற்றிருக்கிறது என்று அவர் கூறியது அக்கட்டுரையில் வெளி வந்திருக்கிறது.

இந்த செய்தி பல விஷயங்களை நமக்கு உணர்த்துகிறது. உணர்த்துவதில் மிக முக்கியமானதாக நாம் முதலில் பார்க்க வேண்டியது, கருத்து தெரிவித்து இருப்பவர் பாஜக அரசின் நிதி அமைச்சரின் கணவர் என்பதால் கவனத்துடன் இருக்கிறார். அத்தகைய கவனத்தின் முதல் வெளிப்பாடு அவர் ராஜீவ் காந்தியைத் தவிர்த்து இருக்கிறார். ஏனெனில் தற்போதைய பா.ஜ.கவிற்கு நேரு குடும்பம் மட்டும்தான் காங்கிரஸ் என்கிற மனநிலையை பிரபாகர் புரிந்திருக்கிறார். அப்போதும் கூட அவர் தனது ஜாக்கிரதையான போக்கை விட்டுக் கொடுக்கவில்லை. இரண்டாவதான முக்கியமான பிரச்சனைக்கு வருவோம். காங்கிரஸ் அரசுகள் கொண்டு வந்த மாற்றத்துக்கும், அவர்களின் எண்ணங்களுக்கும் நாம் திரும்பவும் செல்வதுதான் தற்போதைய பொருளாதார நெருக்கடி நிலையிலிருந்து தேசம் வெளியேறுவதற்கான வழி என்றுரைக்கிறார் பிரபாகர். என்றால் நாம் முன்பே குறிப்பிட்டதைப்போல் நவீன முதலாளித்துவத்தை உருவாக்குவதில் பாஜக அரசு தங்களது மோடி தலைமையிலான முதலாவது ஆட்சிக் காலத்தில் பின்வாங்கியிருக்கிறது என்பது நிஜமாகிறது. இதே செய்தியில், ஜீடிபி 6 சதவிகிதம் என்றும், பொருளாதார நெருக்கடி குறித்து மக்கள் ஆராயத் தொடங்கிவிட்டதையும், ஆனாலும், பாஜக அரசு அப்படி ஒரு நிலையை ஒப்புக் கொள்ளாமல் செல்வதையும் அவர் கூறியிருக்கிறார். இவ்வாறு நாம் கூறுவதிலிருந்து இப்போது ஒரு கேள்வி எழும். பாஜக அரசு நவீன முதலாளித்துவத்தை ஆதரித்துச் செயல்படவில்லை என்று கூறுகீறீர்களே?. அவர்களும் அம்பானி, அதானி போன்றவர்களுக்குத்தான் அனைத்தையும் கொடுக்கிறார்கள் என்பது இயற்கையாகவே நமது ஆய்வின்மீது எழுந்திடும் குற்றச்சாட்டு. அவ்வாறு இருக்கையில் இறுதியாக இந்த ஆய்வு அவர்களையும் அல்லவா நியாயப்படுத்த முன்வருகிறது. என்பதும் கூட இங்கே முற்றிலும் புறந்தள்ளக்கூடிய தேவையற்ற கேள்வி அல்ல. நியாயமாக எழும் கேள்விதான். இந்தக் கேள்வி எழாமல் போனால்தான் தவறென்று கருதலாம். நாம் நவீன முதலாளித்துவம் என்று வகைப்படுத்துவது மிக நீண்ட காலமாக நவீன முதலாளித்துவத்தில் திளைத்தவர்களை அல்ல. நவீன முதலாளித்துவம் என்பதும் கூட பரவலாக உருவாக்கப்பட

வேண்டும். அதாவது இடைநிலைச் சமூகத்தில் இருந்தும் தாழ்த்தப்பட்ட சமூகங்களில் இருந்தும் நாடு முழுவதிலும் இருந்து பரவலாக உருவாக்கப்பட வேண்டும். அவ்வாறு உருவாக்கப்படுவதற்கே புதிய பொருளாதாரக் கொள்கை காரணமாக இருந்தது. ஒரு வகையில் முப்பது நாற்பது வருடங்களுக்கு தொடர்ந்து நவீன முதலாளித்துவத்தில் வேறொருவரையும் அனுமதிக்காமல் தன் நிலை காக்கும் நவீன முதலாளித்துவம் நிலவுடைமை முதலாளித்துவத்தை விட ஆபத்தானது என்பதையும் நாம் மறுக்கக் கூடாது. விஷயம் இதுதான். மிக ரத்தின சுருக்கமாகக் கூறுவதென்றால், பணமதிப்பிழப்பு, ஜி.எஸ்.டி வரி விதிப்பில், ஒட்டுமொத்த நவீன இடைநிலை முதலாளிகளும் பாதிக்கப்பட்டு, ஒரு சில பெரும் முதலாளிகள் மட்டுமே. நீடித்து நிலைபெற்றிருக்கும் சூழ்நிலை உருவாக்கப்பட்டதே அதைத்தான் பொருளாதார நெருக்கடி மற்றும் நிலைவுடைமை ஆதிக்கத்திற்கான ஆரம்ப கட்ட வழிமுறைகளாக ஆய்வுகளின் முடிவு தெரிவிக்கிறது. இதன் உணர்தல் என்பதை மிகத் தெளிவான நிலையிலிருந்து பார்க்க வேண்டும். இந்தியாவில் பிராமணியத்தை அடுத்து இருந்த சாதிப் பிரிவில் இருந்தவர்கள் அரசியல் அதிகாரம் பெற்றதும் அவர்கள் பிராமணியத்தை எதிர்ப்பதைக் காட்டிலும் தங்களுக்குக் கீழான சாதிகளை அப்படியே கீழ்நிலைகளிலேயே பாதுகாப்பதில் காட்டிய முனைப்பு எவ்வாறு சாதிய அமைப்பைப் பாதுகாத்தது என்கிற குற்றச்சாட்டினை நாம் இதற்கு முன்பு முன்வைத்தோமோ அதற்குச் சற்றும் குறையாத போக்கு இதிலும் இருக்கிறது. மிக நீண்ட காலமாக முதலாளிகளாகத் தொடர்வதற்கு அரசின் சலுகைப் பிரிவுகள் ஒத்துழைத்து ஒரு சிலரை காப்பாற்றுகின்ற போது அத்தேசத்தில் வேறு எந்த இடைநிலை முதலாளி வர்க்கமும் ஏற்படாதவாறு பெரும் முதலாளி வர்க்கம் அவர்களை அழித்தொழிக்கும் திட்டங்களைத் தீட்டும் என்பதாலும், அத்தகைய நீண்ட பாரம்பரிய உரிமையுள்ள முதலாளி வர்க்கம் புராதன நிலவுடைமை வர்க்கமாகவே கருதப்பட வேண்டும் என்பதும் இங்கே மறுப்பதற்கில்லாத உண்மையாகிறது எனவே, முதலாளி வர்க்கம் எது என்பது குறித்த சரியான புரிதலுக்கும் நாம் வரவேண்டும். இந்தியாவின் நவின முதலாளி வர்க்கம், அதன் சமூக

படிநிலையின் கீழ்வரிசையிலும் தொடங்கப்பட வேண்டும் என்பதே அதன் உண்மையான பூரணத்தை நமக்கு கொடுக்கும். அதன் புரிதல் ஏறக்குறைய பா.ஜ.க. தலைமையிலான மோடி அரசு இரண்டாவது முறை ஆட்சிக்கு வந்தபிறகு ஏற்பட்டிருக்கிறது என்பதையும் நாம் மறுத்திடக் கூடாது. ஸ்டார்ட் அப் திட்டங்கள் கொண்டு வந்த மாற்றமும், பா.ஜ.க.விற்கே உரிய தேசிய உணர்வுடன் கூடிய உள்ளூர் பொருட்களை மட்டுமே வாங்க வேண்டும் என்கிற ஆர்வத்தை தூண்டிய போக்கும், 2020ஆம் ஆண்டிற்குப் பிறகு இந்திய பொருளாதாரத்தில் வளர்ச்சியைக் கொண்டு வந்திருக்கிறது என்பதையும் நாம் ஒப்புக்கொள்ளத்தான் வேண்டும். இதையும் நாம் மாற்றங்களை உள்வாங்கும் போக்குகள் கொண்ட இந்திய இடதுசாரியத்தின் மண்ணுக்கேற்ற மனதின் வெளிப்பாட்டிற்கு சான்றாக மட்டுமே கொள்ள வேண்டும்..

54

சமஸ் இடதுசாரியத்தைச் சரியாகக் கணித்தாரா?

23.10.2019 தமிழ் இந்து பத்திரிக்கையில் அதன் நடுப்பக்க ஆசிரியர் சமஸ் எழுதிய 'அடுத்த நூற்றாண்டின் பொதுவுடைமை இயக்கம்' என்னும் கட்டுரை வெளிவந்திருந்தது. அக்கட்டுரையோ நமது தொடருடன் நெருங்கிய கருத்துகளை உள்வாங்கி வெளிவந்திருந்தது என்பதால் நாம் தீர்மானம் செய்திருந்த விஷயத்தை தள்ளிவைத்துவிட்டு இப்போது சமஸ் எழுதிய கட்டுரையைச் சற்றுப் பார்க்கலாம் என்று கருதுகிறேன். ஆனால்; இதனுடன் நமது சென்ற கட்டுரையின் தொடர்ச்சியும் கூட இருப்பதாகவும் நாம் கருதுகிறோம்.

அநேகமாக இந்த ஆய்வு ஆரம்பிக்கப்பட்டு எழுதப்பட்ட ஆரம்ப காலங்களிலிருந்தே தமிழ் இந்து பத்திரிக்கையின் நடுப்பக்கக் கட்டுரை அவ்வப்போது நமது பாதையைச் சிறிது நிறுத்தி ஆரம்பத்திருக்கிறது என்பதை நாம் ஒப்புக்கொள்ளத்தான் வேண்டும். அதற்குக் காரணம் எதுவென்றால், அக்கட்டுரை சமகாலத்தில் நம்மோடு பயணம் செய்யும் கருத்துகளை எந்த வகையிலோ பெற்றிருந்தது என்பதும் தான் அதன் தீர்மானமான காரணம். இக்கருத்துகளைப் பொறுத்து சிலர் ஒரு கேள்வியை முன்வைக்கலாம், அவ்வாறான கட்டுரைகள் வரலாற்று ஆவணங்களா என்ன? அவற்றை ஆதாரமாக நீங்கள் ஏன் பயன்படுத்த வேண்டும் என்கிற அக்கேள்வி முற்றிலும் புறந்தள்ளிவிடக் கூடியதும் அல்ல. ஆகையால், அதன் உண்மையான தன்மையை நாம் உணரவேண்டும். நம் ஆய்வுகள் சம காலத்தோடு அதன் கருத்தியலுக்கு ஆதரவாகவோ அல்லது எதிராகவோ சமகால வல்லுநர்களால் வெளிப்படுத்தப்படும் கருத்துகள் வரலாற்று ஆவணங்களை விட வலுவான கருத்தியலைக் கொண்டிருப்பதாக நாம் கருதுகிறோம். அந்த வகையில், நமது ஆய்வுக்கு ஆதரவைப்

பாதியாகவும் எதிர்ப்பைப் பாதியாகவும் கொண்டு வந்திருப்பதுதான் சமஸின் மேற்கூறிய கட்டுரை வெளிப்படுத்தும் நிகழ்வு என்கிற போது நிச்சயமாக அக்கட்டுரையைத் தவிர்த்துவிட்டு செல்ல முடியாத அளவுக்கு முக்கியத்துவம் பெற்றிருப்பதாக உணர்கிறோம். முதலில் நமது ஆய்வுக்கு ஆதரவாக அந்தக் கட்டுரையில் என்ன இருக்கிறது என்று பார்த்தால், இடதுசாரியம் என்பது அனைத்து தேசத்திற்கும் ஒன்றானதாக இருக்க முடியாது என்பதையும், இந்தியாவில் அதன் தேவையின் அர்த்தம் வேறு புள்ளியில் தொடங்குவதாக நாம் கூறியிருந்தோம். அதே கருத்தை சமஸ் அக்கட்டுரையின் ஓரிடத்தில் இவ்வாறு கூறுகிறார்.

"[1]சோவியத் ஒன்றியம் தொடங்கி சீனா வரை, க்யூபா தொடங்கி வியட்நாம் வரை கம்யூனிஸ நாடுகளில் இந்த நூற்றாண்டுகளில் ஜனநாயக அனுபவம் என்னவாக இருந்திருக்கிறது? இந்தியாவில் ஜனநாயகத்துக்காக உரத்த குரல் கொடுக்கும் பொதுவுடைமை இயக்கத்தினர், இதில் எந்த நாட்டின் அணுகுமுறையை நியாயப்படுத்த முடியும்? 'சமத்துவம்' தான் ஒரே லட்சியம் என்பதை உறுதியாக்கிக்கொண்டால் 'கம்யூனிஸட்' என்ற சொல்லைக் காட்டிலும் 'சோஷலிஸ்ட்' என்ற சொல் இங்குள்ள பொதுவுடைமை இயக்கத்தினருக்குக் கூடுதல் பொருத்தமாக இருக்கும். என்னைப் பொறுத்த அளவில் இன்றைக்குச் சீனத்தைக் காட்டிலும் பிரிட்டனும், வெனிசுலாவைக் காட்டிலும் டென்மார்க்கும் கூடுதல் இடதுசாரித்தன்மையுள்ள – மனிதத்தன்மையுள்ள நாடுகள். அயல்நாடுகளின் சர்வாதிகார வரலாற்றுச் சுமையிலிருந்து நம் நாட்டுப் பொதுவுடைமை இயக்கத்தினரை இந்தப் பெயர் மாற்றமானது விடுவிப்பதோடு, சமகாலத்தில் இந்திய அரசியலில் அவர்கள் எதிர்கொள்ளும் நான்கு பெரிய சிக்கல்களுக்கும் அது விடை கொடுக்கும்.

உலகமயமாக்கல் காலகட்டத்துக்குப் பிந்தைய பொருளாதாரத்தை எப்படி அணுகுவது, மதத்தை எப்படி அணுகுவது, தேசியத்தை எப்படி அணுகுவது, அரசியலை எப்படி அணுகுவது இந்த நான்கு

---

1 *23.10.2019 தமிழ் இந்து பத்திரிக்கையில் அதன் நடுப்பக்க ஆசிரியர் சமஸ் எழுதிய "அடுத்த நூற்றாண்டின் பொதுவுடமை இயக்கம்" கட்டுரை*

விஷயங்களிலுமே இந்தியப் பொதுவுடைமை இயக்கத்தினருக்கும் பெரிய தடுமாற்றம் இருக்கிறது" என்கிறது கட்டுரையின் ஓரிடம்.

இத்தகைய கருத்து பல்வேறு வகையான சந்தேகங்களையும் நமக்கு ஏற்படுத்துகிறது. மதிப்புக்குரிய சமஸ் அவர்களும் கூட இதில் சிறிது தடுமாறவே செய்திருப்பதாக நாம் உணர்கிறோம். கம்யூனிசம், சோஷலிசம் என்பது, இடதுசாரியத்தின் இரண்டே பக்கங்கள் கொண்ட புத்தகத்தின் இரண்டு பக்கங்கள். அவை பிரிக்க முடியாதவை, பிரித்தாலும் சரியான பொருள் கொடுக்க முடியாதவை என்றுதான் நாம் நினைக்கிறோம். சமஸ் மாத்திரம் அல்லர் உலகத்தில் ஏனைய அறிஞர்களும் கூட இப்பதத்தை எப்போது பிரித்தாள முயன்றார்கள் என்று ஆய்வு செய்தால், அவை அநேகமாக பிரஞ்ச் புரட்சியின் போதும், ருஷ்யப் புரட்சியின் போதும் முதலில் புரட்சி செய்து முடியரசைத் தூக்கியெறிந்தவர்கள் நவீன முதலாளித்துவ வகையைச் சார்ந்தவர்களாக இருந்தார்கள். ஆனால், அவர்கள் வரலாற்றில் சோஷலிஸ்டுகளாக வகைப்படுத்தப் பட்டதால், அதற்கடுத்த அதன் பரிமாண வளர்ச்சி காரணமாக அவர்களையும் தூக்கியெறிந்த அதற்கடுத்த ருஷ்யப் புரட்சிக் கம்யூனிஸ்டுகளின் புரட்சி என வகைப்படுத்த வேண்டிய ஒரு நிலை ஏற்பட்டு விட்டது. இதில், பிரெஞ்ச் புரட்சி இன்றுவரை நவீன முதலாளித்துவப் புரட்சியின் வகையில் சேர்ந்தே இருப்பதால், இடதுசாரியாளர்கள் அதனைக் கொண்டாடினாலும், கம்யூனிஸ்ட்கள் அதனைத் தங்கள் வகையில் சேர்ப்பது இல்லை. ஆனால், ருஷ்யாவில் நிலைமையே வேறு, அங்கு ஜார் மன்னனின் ஆட்சியைத் தூக்கியெறிந்து ஏற்பட்ட முதல் அரசு நவீன முதலாளித்துவ அரசே.

ஆனால், தொடர் போரின் தாக்கத்தால் ஏற்பட்ட பஞ்சத்தால், பாட்டாளி மற்றும் குடியானவர்களின் அடுத்த நிலை புரட்சியால் மட்டுமே லெனின் தலைமையில் புதிய அரசாங்கம் ஏற்பட்டது. அது கம்யூனிஸ்டுகளின் அரசாங்கமாக மாறிப்போனது. இவ்வாறு ஏற்பட்டது அநேகமாக கம்யூனிஸ்டு கட்சி அறிக்கையின் மூலமும் எனலாம். ஏனெனில், அதில் மார்க்ஸ் சோஷலிசம் என்பதைக் குட்டி பூர்ஷ்வா சோஷலிசம், பூர்ஷ்வா சோஷலிசம், நிலப்பிரபுத்துவ சோஷலிசம் என்று வகைப்படுத்தியதால், ஒரு பிரிவு நிலை ஏற்பட்டுவிட்டது. அவ்வாறு அந்த அறிக்கையின் மூலத்திலிருந்து

பார்த்தாலும், பிரான்சிலும், ருஷ்யாவிலும், சோஷலிசமே முதலில் புரட்சி செய்தது. அதன் அடுத்த பரிமாணமாக கம்யூனிசம் உருவாகி இருந்தாலும், சோஷலிசத்தின் வலிமை, கம்யூனிசத்திற்கு உள்ளதா என்பதை நாம் ஆய்வு செய்து பார்க்க வேண்டும்.

இங்கே சோஷலிசத்தின் புரட்சிகள் அடைந்த வலிமையான அஸ்திவாரம் கம்யூனிசத்துக்கு ஏற்பட்டிருக்கிறதா என்பதை உற்றுநோக்க வேண்டும். சமஸே கூறுவது போல், பிரிட்டனும் – டென்மார்க்கும் இடதுசாரியத்தின் பார்வையில் சோஷலிச வகையைச் சார்ந்து இருக்கிறது என்பது தான் அதன் அடிப்படைக் காரணம். ஆனால், கம்யூனிச அரசாங்கங்களாக வகைப்படுத்தும் நாடுகள், ஒன்று அதன் அமைப்பைச் சிதறவிட்டிருக்கின்றன அல்லது சமஸ் எழுப்பும் கேள்வியைப் போல் மனித சமூகத்திற்கான நீதியை தொலைத்துவிட்டுத் தொடர்ந்திருக்கின்றன. உதாரணமா, தமது அரசு ஒரு சோஷலிச அரசு என்று அறிவித்த நேருவின் அரசும், தனது அரசியல் சாஸனம் ஒரு சோஷலிச வகையைச் சார்ந்திருப்பதால் கம்யூனிஸ்டுகள் என்னை எதிர்க்கலாம் என்று கூறிய அம்பேத்கரின் அரசியல் சாசனமும் நீடித்து நிலைபெற்றிருக்கிறது. அதனால், மதிப்புக்குரிய சமஸ் எழுப்பும் பொதுவுடைமை இயக்கத்திற்கான மாற்றம் என்பது இன்னும் கூடுதல் விஷேசத் தன்மை உடையதாகக் கருதுகிறோம். இந்தியா மட்டுமல்லாமல் ஒட்டுமொத்த உலகமும் இடதுசாரியத் தன்மையைப் பாதுகாக்க வேண்டுமென்றால் அதன் உண்மையான தன்மையை அது அறிந்துகொள்ள வேண்டும். அமெரிக்காவும் கூட ட்ரம்ப்-இன் அரசுக்கு முன்பு வரை ஒரு சோஷலிச அரசுதான் எனலாம். இங்கே புதிதாக உருவாக்கப்படும் நவீன முதலாளித்துவத்தைத் தவிர்த்துவிட்டு உண்மையான இடதுசாரியத்தைத் தேடுவது, கண்களைக் கட்டிக்கொண்டு தேடுவதைப் போல்தான். ஆனால், சமஸோ அவ்வாறான ஒன்றுக்கு இந்தியாவில் புதிதான ஒரு அமைப்பை அக்கட்டுரையின் முக்கியக் கருத்தாக தேடுவதால், நாம் அடுத்த கட்டுரையிலும் இக்கட்டுரையைத் தொடர வேண்டியிருக்கிறது.

55

சமஸ் தேடிய பொதுவுடைமை இயக்கம்.

நாம் சென்ற ஆய்வுக் கட்டுரையில் ஒரு தவறிழைத்திருக்கிறோம். அதனை நாம் தவறென்றும் கருத முடியாது. கோர்வையாக்கியதில் ஏற்பட்ட பிழையென்றுதான் கருதுகிறோம். அடிப்படையில் தமிழ் இந்து பத்திரிக்கையின் நடுப்பக்க ஆசிரியர் சமஸ் அக்கட்டுரையில் எழுதிய சிலவற்றை ஆய்வு செய்து அதற்கு எதிர்மறையான கருத்தியலை முன்வைத்திருக்கும் நாம், நமது இந்த ஆய்வுக்கு மிக முக்கிய வலு சேர்த்திருக்கும் கருத்தியலை போற்றுதலுக்குறியதாகவும், நமது ஆய்வுக்கு பொருத்தமானதாக இருப்பதையும் சுட்டிக்காட்ட தவறிவிட்டோம் அதாவது இன்றைய கம்யூனிஸ்டுகள் ஏற்க வேண்டிய மாறுதல்களையே நாம் கூறிவந்த நிலையிலேயே சமஸ் அவர்களும் நின்றிருக்கிறார் என்பதுதான் உண்மை. ஆனால், அதில் இந்திய வர்க்கப்பிரிவினையைக் கருத்தில் கொள்ளாமல் இடது சாரியத்தின் பார்வை முழுமை பெறாது என்று கூறத் தவறிவிட்டதையும் அத்துடன் இல்லாமல் தற்போதைய இந்திய தேசத்துக்கு மாநிலங்களுடன் கூட்டமைப்பில் உருவான ஒரு பொதுவுடைமை இயக்கத்தையும் புதிதாக சமஸ் அவர்கள் கோரிக்கையாக முன்வைத்ததையும் பெரும் விமர்சனத்திற்குள்ளாக்க வேண்டிய அவசியம் கூட இந்த ஆய்விற்கு இருக்கவே செய்கிறது. அவர் அக்கட்டுரையின் இறுதியில் இவ்வாறு கூறி முடிக்கிறார்.

"பொதுவுடைமை இயக்கத்தினர் இப்படி ஒரு பெரும் மாற்றத்தை நோக்கி நகர்கையில், கூட்டு பலமே அதற்குப் பெரும் உத்வேகம் கொடுப்பதாக அமைய முடியும். ஊருக்குப் பத்து குழுக்களாக வெவ்வேறு பெயர்களில் உதிரிகளாகப் பிரிந்து கிடப்பவர்கள் சக்தி மிக்க அமைப்பாக உருமாற முதலில்

ஒன்றிணைய வேண்டும். இணைப்புக்கு எதிரான மயிர்ப்பிளப்பு வாதங்களைக் கடந்த கால வரலாற்றிலிருந்து மீண்டும் இடதுசாரிகள் தோண்டியெடுக்க வேண்டியதில்லை.

வங்கத்தில், மம்தாவை எதிர்கொள்கிறோம் என்ற பெயரில் 2016 தேர்தலில் காங்கிரஸோடும், 2019 தேர்தலில் பாஜகவுடனுமே கைகோத்து இரண்டற ஒன்றுகலந்துவிட்ட பின் இனியும் 1964 முரண்பாடுகளைப் பேசிக்கொண்டிருப்பதில் ஏதேனும் அர்த்தம் இருக்கிறதா? இந்திய கம்யூனிஸ்ட் கட்சி செங்குத்துப் பிளவை எதிர்கொண்டு மார்க்ஸிஸ்ட் கட்சி உருவாக்கப்பட்டபோது அதன் நிறுவன உறுப்பினர்களான 32 பேரில் ஒருவர் சங்கரய்யா இன்றைக்கு அவருடைய மனமும்கூட இணைப்பையே விரும்புவதை அவருடைய நூற்றாண்டு உரை சூசகமாக வெளிப்படுத்தாமல் இல்லை. இந்திய கம்யூனிஸ்ட் கட்சியின் முதுபெரும் தலைவரும் இன்னொரு போராளியுமான நல்லக்கண்ணு இணைப்புக்கான தன் விருப்பத்தைப் பல முறை வெளிப்படையாகவே தெரிவித்திருக்கிறார்.

லெனின், ஸ்டாலின், மாவோ, ஹோசிமின், ஃபிடல் காஸ்ட்ரோ என்று இந்திய நிலத்துக்கு வெளியே தங்கள் முன்னுதாரணங்களைத் தேடிய பொதுவுடைமை இயக்கத்தினர் இங்கே நிகழ்ந்த அற்புதங்களிலிருந்தும் காலம் கடந்தேனும் பாடம் கற்க முனைய வேண்டும். காந்தி, பெரியார், அம்பேத்கர், அண்ணா இவர்களையெல்லாம் கடந்த காலங்களில் கண்கொண்டு காண முடியவில்லை என்றால் தங்களுடைய லட்சியத்தைப் புத்தகங்கள் வழியாகப் பார்க்கிறோமா, வாழ்க்கையனுபவம் வழியாகப் பார்க்கிறோமா என்ற கேள்வியைத் தங்களுக்குள் எழுப்பிக்கொள்ள வேண்டும். இடதுசாரித்தன்மை என்பதற்கு இந்தியாவில் நீண்ட பொருள் தேவைப்படுகிறது.

காந்தி, பெரியார், நேரு, அம்பேத்கர், அண்ணா தொடங்கி இன்று வரை வெவ்வேறு தளங்களில் சமத்துவத்துக்காக உழைத்துக்கொண்டிருக்கும் எல்லோரையுமே இந்திய இடதுசாரிகள் சுவீகரித்துக்கொள்ளலாம். இந்திய மக்கள் இன்று கற்பனையும் துடிப்பும் செயலூக்கமும் மிக்க எதிர்கட்சிகளைத் தேடுகிறார்கள். பழைய தோலை உரித்துப்போட்டுவிட்டு புது வடிவம் எடுப்பதன் வாயிலாகவே அந்த இடம் நோக்கி இடதுசாரிகள் நகர முடியும்.

பெயர் மாற்றம் - பண்பு மாற்றம் வரலாற்றில் புதிது அல்ல லெனினிடமிருந்தே அவர்கள் முன்னுதாரணம் கொள்ளலாம்"என்று சமஸ் அக்கட்டுரையில் கூறுகிறார்.

இதில் சமஸ் ஏன் இவ்வளவு முரண்படுகிறார் என்றுதான் நமக்குத் தெரியவில்லை. இவ்வாய்வுகள் ஆரம்ப கட்டத்திலேயே நாம் சமஸின் இந்தக் கருத்துகளை முன் மொழிந்திருக்கிறோம். இந்திய கம்யூனிஸ்டுகள் இந்தியாவுக்கு ஏற்ற இடதுசாரியத் தன்மையை பெற வேண்டும் என்ற விருப்பத்துக்குள் ஏன் செல்வதில்லை என்கிற தன்மையை நாம் சுட்டிக் காட்டியிருக்கிறோம். இந்திய கம்யூனிஸ்டுகளும் சோஷலிஸ்டுகளும் இத்தலைவர்களை ஏற்றுக் கொள்வதில் மட்டும் பிரச்சனை அடங்கிவிடவில்லை. அதற்கப்பாலும் அதன் வீரியம் தொடர்வதாகத் தெரிகிறது. டாக்டர் அம்பேத்கர் இந்திய அரசியல் சாசனத்தை வெளியிடும்போது கம்யூனிஸ்டுகள் இந்த சாசனத்தை எதிர்ப்பர். என்று எதனால் கூறினார். ஏனெனில் அவர்களுக்கு ஏற்றமாதிரி இது அமையவில்லை என்பதும் அதன் காரணம் என்றாரே அதன் உண்மையான அர்த்தம் என்ன? இந்திய கம்யூனிஸ்டுகள் இந்தியாவிற்கான அடிப்படையான இடதுசாரியத் தன்மையை அதன் போக்கில் புரிந்து கொள்ளத் தவறிவிட்டதுதான். அதன் முதன்மையான காரணம். ஆனால், நேரு அதனை புரிந்து கொண்டிருந்தார். 07.04.1948-இல் தொழில் துறை மந்திரி டாக்டர் சியாமா பிரசாத் முகர்ஜி பிறப்பித்த தொழிற்கொள்கை மீதான விவாதத்தின் போது நேரு இவ்வாறு கூறுகிறார்.

"¹தொழில் மேல் பெரும் பாரம் இருக்கப் போகிறது. ஏனெனில் சமூகப் பிரச்சனைகளால் இத்தேசத்தின்மேல் பெரும்பாரம் சுமத்தப்பட்டிருக்கிறது. அவற்றைத் தீர்க்க வேண்டும் அல்லது சோஷலிச சமுதாயமாக இருப்பதிலிருந்து மாறி, போலீஸ் ராஜ்யமோ மற்றவகை ராஜ்யமோ அதன் ஸ்தாபனத்தைப் பிடித்துக் கொள்ள வாய்ப்பு ஏற்படும். அதன் பிரச்சனைகளைத் தீர்க்க வேண்டும்" என்று அப்போது நேரு பேசுகிறார்.

அவ்விதத்தில் இந்த இடத்தில், தாம் நடத்திக் கொண்டிருக்கும்

---

1   07.04.1948இல் தொழில் துறை மந்திரி டாக்டர் சியாமா பிரசாத் முகர்ஜி பிறப்பித்த தொழிற்கொள்கை மீதான விவாதத்தின் போது நேரு கூறியது.

அரசினை ஒரு சோஷலிச சமூகமாகக் கூறுகிறார். அவ்வாறு இருந்தாலும் கூட ஏதோ ஒரு மாறுதலை நாம் செய்யத் தவறினால், நாம் சோஷலிச சமூகமாக இருப்பதிலிருந்து மாறி ஒரு சர்வாதிகார சமூகமாக மாறிவிடுவோம் என்கிற அச்ச உணர்வை ஏற்படுத்துகிறார். அவ்வாறு இல்லாமல் போக வேண்டும் என்றால் எதையெல்லாம் செய்ய வேண்டும் என்றும் கூறுகிறார். அதே விவாதத்தில் பிறிதோர் இடத்தில் இவ்வாறும் நேரு கூறுகிறார்.

”இச்சபை ஆலோசிக்க நாம் விரும்பும் மற்றொரு அம்சம் இருக்கிறது. இலட்சிய உலகின் கோணத்திலே சிந்திக்கிற, மிக ஆர்வமுடைய நம் புரட்சிக்காரர்களில் பலர், உலகப் பிரச்சனைகளைத் தாங்கள் சாஸ்திர ரீதியில் அணுகுவதில் அசாதாரணமாக மாறுதல் வேண்டாதவர்களாக இருக்கிறார்கள் என்பது விந்தையான விஷயம். நாம் சொல்வதை விளக்கமாகக் கூறலாமென்றால், ‘சாஸ்திர ரீதிம’ என்ற பதத்தை அதன் குறுகிய அர்த்தத்தில் நாம் உபயோகப்படுத்துகிறேன். நம் சிநேகிதர்களில் பலர் சோஷலியலிஸ்டுகளோ, கம்யூனிஸ்டுகளோ உற்பத்தி முறை இப்பொழுது இருப்பது போலவே இருக்கும் என்ற எண்ணத்தில் எப்பொழுதும் சிந்திக்கிறார்கள். ஆம், அவர்கள் அதை ஒத்துக் கொள்ளமாட்டார்கள். இல்லை, அது மாறுதலடைந்து கொண்டிருக்கிறது என்று அவர்கள் கூறுவார்கள். ஆனால், உண்மையில் உற்பத்தியின் புது வழிகளோடு, உற்பத்தியின் புதுமுறைகளோடு கூடிய, சதா மாறிக் கொண்டிருக்கும் இந்த உலகத்தையல்ல, அநேகமாய் மாறாமல் நிலையாயிருக்கும் உலகத்தின் மேல்தான் தங்கள் திட்டங்களை வகுக்கிறார்கள். உதாரணமாக நிலக்கொள்கை மாறுவதைப் பற்றி அவர்கள் சிந்திக்கிறார்கள். மிகவும் சரி. மற்றொரு சமுதாயத்தை நிர்மாணிப்பதற்கு முன் நிலப் பிரபுத்துவ முறை ஒழிய வேண்டும் என்பது அடிப்படையான விஷயம். அதுவரை மிகவும் சரி நிலக் கொள்கையை மாற்றுங்கள் தொழில்களையும் எடுத்துக் கொள்ளும் நோக்கில் அவர்கள் சிந்திக்கிறார்கள். காரணம், சோஷியலிஸ சமுதாயமென்றால் பெரும் தொழில்கள் தேசத்தின் கைகளில் இருக்க வேண்டுமாம். ஆம், மிகவும் நல்லது. ஆனால், இப்பொழுதிருக்கிற தொழில்முறைகளையும், விவசாயத்தில் கையாளப்படும் வழிகளையும், முழுதும் பொருந்தாததாக

ஆக்கிவிட ஏதுவான உற்பத்தி வழிகளில் பெரும் மாறுதல்கள் நடந்து கொண்டிருப்பதை மனத்தில் கொண்டு அவர்கள் சிந்திப்பதில்லை. இதை ஏன் எடுத்துக் கொள்ளவில்லை. அதை ஏன் எடுத்துக் கொள்ளவில்லை? என்று அவர்கள் கேட்கிறார்கள். 90 சதவீதம் பொருந்தாமல் போய்விட்ட விஷயங்களை எடுத்துக் கொள்வதில் பெருமளவு பணத்தை வாரியிறைப்பதா? உண்மையில் தொழில் நுணுக்கக் கலை, விஞ்ஞானம் இவற்றின் முன்னேற்றத்தை நோக்கின், இந்தப் பொருந்தாமற் போய்விட்ட யந்திரங்கள் தொழிற்சாலைகள் மற்றும் இன்று இருக்கிற ஸ்தாபனங்களை எடுத்துக் கொள்வது முற்றிலும் பணத்தைப் பாழாக்குவதாக இருக்கலாம். புது நவீன தொழிற்சாலைகளும், புதுத் தொழில் விஞ்ஞான முறைகளும் புகுத்தப்படாதவரை, அவை உபயோகமாக இருக்கலாம் என்பது உண்மை. உங்களிடம் பணமும் சாதனங்களும் அளவு கடந்து இருந்தால் அவற்றை நிச்சயம் எடுத்துக் கொண்டு மற்ற அம்சங்களிலும் முன்னேறுங்கள். சாதனங்கள் குறைவாக உங்களிடமிருந்தால், இன்றைய மாறாத நிலையான தொழில் விஞ்ஞான கோணத்தில் சிந்திக்காமல், மாறிக் கொண்டிருக்கும் தொழில் விஞ்ஞானத்தின்க் கோணத்தில், புது சாதனங்களை, புது மாறுதல்களை - எங்குப் பழமை தடை செய்கிறதோ, எங்கு உங்கள் திட்டத்துக்கு முன்னேற்றத்துக்கும் முட்டுக்கட்டையாக இருக்கிறதோ அவைகளைத் தவிர மற்ற பழமையானவைகளையல்ல - தேசம் அடைவதற்கான கோணத்தில் சிந்திக்க வேண்டியதுதான் செய்ய வேண்டிய மிக முக்கியமான செயல்" என்று பேசுகிறார் நேரு.

இவ்விவாதத்தில் இன்னும் பல ஆலோசனைகளை அவர் கூறியிருந்தாலும், இதனை நாம் இந்த ஆய்வுக்கு மிக முக்கியமாகக் கருதுகிறோம். நிலப்பிரபுத்துவ முறையைக் கடுமையாக எதிர்க்கும் நேரு இங்கே அதே வகையிலான மாற்றத்தை நவீன முதலாளி வர்க்கத்துக்கு எதிராகத் திருப்புவது அவ்வளவு சரியான செயல்பாடுகள் அல்ல என்கிறார். கம்யூனிஸ்டுகளும், சோஷலிஸ்டுகளும் உலகின் அனைத்து பிரச்சனைகளும் ஒரே மாதிரியாக இருப்பதாகக் கருதுவதிலிருந்து மாற வேண்டுமென்றே இதில் வெளிப்படையாக நேரு கூறுகிறார். இந்தியாவுக்கான பிரச்சனையை அதன் கோணத்திலிருந்தும் பார்க்க அறிவுறுத்துகிறார். அதற்கான காரணங்களையும் பட்டியலிடுகிறார். இதன் மூலம் தீர்க்கமாக

நேரு அறிவுறுத்த விரும்புவது இதுவாகத்தான் இருக்க முடியும். தொழில் துறையில் வளர்ந்து வரும் இந்தியாவில் இடதுசாரியத்தின் உண்மையான தேவைகள் அடங்கியிருக்கவில்லை. அதன் சமுத்துவ சமுதாய சோஷலிசம் உருவாக வேண்டுமென்றால் பன்னெண்டுங் காலமாகப் பொருளாதாரச் சுரண்டலில் ஈடுபட்டுவரும் நிலவுடைமை சமூகம் மாற்றி அமைக்கப்பெற்று, புதியதோர் சமூகம் உருவாக்கப்படுவதில்தான் இந்தியாவின் சோஷலிசத் தேவை இருக்கிறது என்பதையே நேரு இதில் வலியுறுத்துகிறார்.

அதற்காக அவர் பெரும் முதலாளிகள் வசம் பெரும் பணம் சேர்வதையும் ஒப்புக் கொள்ளவில்லை. நமது முதல் சுதந்திர தினத்தன்று அவர் பேசிய பேச்சின் ஓரிடத்தில் இவ்வாறு கூறுகிறார்.

"[1] இன்று உற்பத்திக்குத்தான் முதல் ஸ்தானம். உற்பத்தியைத் தடுக்கும் அல்லது குறைக்கும் எந்த முயற்சியும் தேசத்துக்குத் தீமை. அதைவிட தொழிலாளர் சமூகத்துக்குத் தீமை பயக்கக் கூடியது. உற்பத்தி மட்டும் போதாது, ஏனெனில் அது சிலரின் கைகளில் செல்வத்தைக் குவிக்கும். அது வளர்ச்சிக்குக் குறுக்கே நிற்கும். அது இன்றைய சூழ்நிலையில் ஸ்திரமின்மையையும், அபிப்பிராய பேதங்களையும் உருவாக்கும். ஆகவே, இந்தப் பிரச்சனைக்கு எந்தவிதமான தீர்வும் காண நேர்மையுள்ளதும் நியாயமுள்ளதுமான பங்கீடு அவசியம் தேவை" என்கிறார் நேரு.

நேரு இதில் இந்தியாவுக்கே உரிய பொதுவுடைமைக் கொள்கையைக் கண்டார். அதனையே இந்திய மண்ணுக்கு உரிய இடதுசாரிய கோட்பாட்டின் இன்றியமையாத தேவையாக்கி அந்த கோட்பாட்டின் செயல்திறனை நடைமுறைப்படுத்தும் பாதையையும் வகுத்தளித்திருக்கிறார். நேருவின் பாதையில் அந்தக் கோட்பாட்டை பின்தொடர்பவர்களை நாம் ஆய்வில் எடுக்க வேண்டும்.

---

1   முதல் சுதந்திர தினத்தின் நேரு பேச்சிலிருந்து

56

ரஷ்யாவில் முதலில் ஏற்பட்டது நவீன முதலாளித்துவப் புரட்சியா? நவீன பாட்டாளி வர்க்கப் புரட்சியா?

கடந்த இரண்டு கட்டுரைகளில் நாம் பார்த்த விஷயத்திலிருந்து ஒன்றினை மிகத் தெளிவாகப் புரிந்து கொள்ளலாம். இந்திய இடதுசாரியத்தை விரும்புகிறவர்கள் ஒரு புறமாகவும், தீவிர இடதுசாரியத்துக்கான பாதையாகக் கூறிக்கொள்ளும் இந்திய கம்யூனிஸ்டுகள் மற்றொரு பக்கமாக நின்று கொண்டிருக்கிறார்கள் என்பதை உணர்ந்தும் உணராமலும் நாம் இருந்து கொண்டிருக் கிறோம் என்கிற நிதர்சனமான உண்மையை இப்போது ஓரளவுக்கு நாம் தெளிவாகப் புரிந்திருக்கலாம் என்று கருதுகிறோம். நமக்கோ, அல்லது சமஸைப் போன்ற இன்றைய இடதுசாரிய வல்லுநர்களுக்கோ மட்டும் இந்திய கம்யூனிஸ்டுகளிடம் மாற்றம் தேவைப்படவில்லை. மிக நீண்ட காலத்துக்கு முன்பே நேருவுக்கு அவை தேவைப்பட்டிருப்பதுதான் இங்கே உண்மையில் நாம் ஆச்சர்யம் கொள்ளத்தக்க விஷயம் என்று கருதலாம். இங்கே உண்மையாக இடதுசாரியத்தின் வழியில் வந்தவர்கள் நேருவின் வாரிசாக அவர்களுக்குள் இருக்கின்ற அல்லது அவற்றுக்குள் இருக்கின்ற பிணக்குகளை களைய வேண்டிய அவசியத்தை உணர்த்துகிறார்கள். அதே நேரம், இந்திய கம்யூனிஸ்டுகளை நேரிடையாக எதிர்க்கும் மற்ற சிலரும் கூட அக்காரணத்திற்கான தேடலில் வழி கிடைக்காமல் ஏற்படுகின்ற ஏக்கத்தில் கோபம் கொள்கிறார்கள். வித்தியாசம் அவ்வளவுதான் என்பதை நாம் புரிந்து கொண்டோம் என்றே கருதுகிறோம். ஆனால், மிக முக்கியமான ஒரு விஷயத்தை நாம் புரிந்து கொள்ள வேண்டிய சமயத்தில் தடைபட்டுபோன ஒரு விஷயத்தை நாம் தொடரலாம் என்று கருதுகிறோம்.

நவீன முதலாளித்துவம் இடதுசாரியத்தின் முதல் புரட்சிகர இயக்கம் என்கிற நமது பதம் அநேகமாக நாம் 1991-க்குப் பிரகான காங்கிரஸ் அரசுகளின் தன்மைகளுக்கு வக்காளத்து வாங்குவதற்காக ஏற்படுத்தப்பட்ட பதம் என்று இன்னமும் கூடச் சிலர் இங்கே நம்புவார்களேயானால் அவர்கள் வரலாற்றிலிருந்து ஒரே ஒரு ஆதாரத்தைக் காட்டமுடியுமா என்பதே நமது கேள்வி.

இந்த உலகத்தின் எந்தப் பகுதியிலும் நவீன முதலாளித்துவத்துக்கு எதிரான புரட்சியில் மாற்றம் ஏற்படவில்லை என்கிற அடிப்படை உண்மையை நாம் உணர்ந்துகொள்ள வேண்டும். புரட்சிகள் எங்கும், நவீன உலகில் நவீன முதலாளித்துவத்தால் மட்டுமே தொடங்கப்பட்டு கொடுங்கோல் அரசும், மன்னராட்சியும் அகற்றப்பட்டிருக்கிறதே தவிர நிச்சயமாக அதற்கு வேறெந்தக் காரணமும் வரலாற்றில் இருப்பதற்கான ஆதாரம் ஏதும் இல்லை. ஒரு வேளை அத்தகைய மாற்றம் ஏற்பட்ட பிறகு நவீன முதலாளித்துவம் நிறுவிய அரசுகளை உடைத்தெறிந்து நவீன பாட்டாளி வர்க்கம் மாற்றம் தரும் அரசுகளை நிறுவியிருக்கலாம். ஆனால், விஷயம் என்ன? அத்தகைய அரசுகள் மக்களை திருப்தியடையச் செய்திருக்கிறதா அல்லது அதன் நிலைபெறும் தன்மை உறுதிபெற்றிருக்கிறதா என்பதை நாம் நினைவில் கொள்ள வேண்டும். இங்கே இந்தப் பதத்துக்கு மிக ஏற்றதோர் உதாரணமாக நாம் சென்ற கட்டுரையில் நேருவின் விவாதத்தில் வந்ததை மீண்டும் எடுத்துக் கொள்ளலாம்.

"[1]தொழில் மேல் பெரும் பாரம் இருக்கப் போகிறது. ஏனெனில் சமூகப் பிரச்சனைகளால் இத்தேசத்தின்மேல் பெரும்பாரம் சுமத்தப்பட்டிருக்கிறது. அவற்றைத் தீர்க்க வேண்டும். அல்லது சோஷியலிச சமுதாயமாக இருப்பதிலிருந்து மாறி, போலீஸ் ராஜ்யமோ மற்றவகை ராஜ்யமோ அதன் ஸ்தாபனத்தைப் பிடித்துக் கொள்ள வாய்ப்பு ஏற்படும். அதன் பிரச்சனைகளைத் தீர்க்க வேண்டும்" என்கிற நேருவின் கருத்தை நாம் இதனுடன் பொருத்திப் பார்க்க வேண்டும்.

---

1 07.04.1948இல் தொழில் துறை மந்திரி டாக்டர் சியாமா பிரசாத் முகர்ஜி பிறப்பித்த தொழிற்கொள்கை மீதான விவாதத்தின் போது நேரு கூறியது.

இந்தியாவில் நேருவும், அம்பேத்கரும், அளவில் மகாத்மா கூட எதிர்கால சந்ததியினரும் ஆச்சர்யப்படும் அளவுக்கு அந்த காலத்தில் விஷயங்களைக் கூறியிருப்பார்களா என்பதை நாம் அறிய முடியவில்லை. இதில், ஒரு சோஷலிச அரசு அதன் நிலைகளை மீறும் போது அவை சர்வாதிகார அரசாக மாறிவிடும் என்று நேரு கூறுகிறார். இதன் உண்மையான அர்த்தமே நாம் இதுவரை கூறிவந்த நிலையில் நிற்பதில்தான் அடங்குகிறது என்பதை அறிந்து கொள்ளலாம். இங்கே நாம் இதற்கான இன்னும் அற்புதமான விஷயத்தை நோக்க வேண்டும் என்றால் கம்யூனிஸ்டுகள் கொண்டாடும் ரஷ்யப் புரட்சியை நோக்க வேண்டும். ஸ்டாலினின் பேச்சுகளையும், கட்டுரைகளையும் தொகுத்து வெளிவந்திருக்கும் ”லெனினியத்தின் அடிப்படைக் கோட்பாடுகள்” என்னும் நூலினை நீங்கள் முழுவதுமாக வாசித்தாலும் கூட அல்லது ரஷ்யாவின் 1920 ஆம் ஆண்டுக்குப் பிறகான வரலாற்றின் பெரும் பகுதியிலும் கூட அவர்களின் அடிப்படைக் கோட்பாடுகள் ஜாரிசத்தை எதிர்த்தே நின்றியிருக்கிறது. மேற்கூறிய நூலில் ஸ்டாலின் லெனினியத்தின் வரலாற்றுப் பூர்வமான வேர்கள் என்னும் கட்டுரையின் ஓரிடத்தில் ஸ்டாலின் இவ்வாறு கூறுகிறார்.

”[1]எல்லாவற்றுக்கும் முன்னதாக, ஜாரிச ரஷ்யாவானது, முதலாளித்துவ – காலனிய - இராணுவ என்று, எல்லா வகையான ஒடுக்கு முறைகளுக்கும் பிறப்பிடமாக இருந்தது. அங்கு இருந்த ஒடுக்கு முறையோ ஆகமிகக் கொடூரமானதாகவும் ஈவ்விரக்கமற்ற காட்டுமிராண்டித்தனமானதாகவும் இருந்தது. ரஷ்யாவில், மூலதனத்தின் சர்வவல்லமை எவையெவற்றுடன் இணைந்திருந்தது என்பது யாருக்குத்தான் தெரியாது? ஜாரிச எதேச்சதிகாரத்துடன் அது இணைந்திருக்கவில்லையா? ரஷ்ய தேசியவெறியுடன் அது இணைந்திருக்கவில்லையா? ரஷ்யர்கள் அல்லாதவர்களைத் துருக்கி, பாரசீகம், சீனா ஆகியவற்றைக் கொண்ட பெரும் பிரதேசங்களைச் சுரண்டுவதற்கு, ஜாரிசம் துணைபோகவில்லையா? இதற்காக இந்த நாடுகளின் பிரதேசங்களை, ஆக்கிரமிப்புப் போர்கள் மூலம் ஜாரிசம் கைப்பற்றவில்லையா? இவையெல்லாம் யாருக்கும் தெரியாதா? இவற்றையெல்லாம் ஜாரிசத்துடன் சேர்ந்து தானே மூலதனம் செய்தது? ஜாரிசம் என்பது ஒரு “இராணுவ –

1 லெனினத்தின் அடிப்படை கோட்பாடுகள் ஸ்டாலின்

பிரபுத்துவ – ஏகாதிபத்தியத்தின் ஆகப்படுமோசமான கூறுகள் அனைத்தையும் தன்னகத்தே தாங்கி, அவற்றை அதியுயர் நிலையில் கொண்டிருந்ததுதான் ஜாரிசம்" என்கிறார் ஸ்டாலின்.

இதிலிருந்து தெரிவது என்ன? ஜாரிசத்தைத் தாக்க, தமது கரங்களை ஓங்குபவர்கள் யாராயிருந்தாலும், அவர்கள் ஏகாதிபத்தியத்துக்கு எதிராகவும் தமது கரங்களை ஓங்குவது அவசியமாக இருந்தது என்பதுதான். ஜாரிசத்துக்கு எதிராகக் கிளர்ந்தெழுபவர்கள் யாராக இருந்தாலும், அவர்கள் ஏகாதிபத்தியத்துக்கு எதிராகவும் கிளர்ந்தெழ வேண்டியிருந்தது என்பதுதான். ஜாரிசத்தைத் தூக்கியெறிவதில் ஈடுபடுபவர்கள் யாராக இருந்தாலும், அவர்கள் ஏகாதிபத்தியத்தையும், தூக்கியெறிவதில் ஈடுபடவேண்டியதாக இருந்தது என்பதுதான். ஜாரிசத்தை தோற்கடிப்பது மட்டுமல்லாமல், அதை அடியோடு அழித்தொழிக்க ஒருவர் உண்மையிலேயே விரும்பினால் இதைத் தவிர வேறு வழியில்லை என்பதுதான். இவ்வாறாக ஜாரிசத்துக்கு எதிரான புரட்சி என்பது அந்த எல்லைக் கோட்டைக் கடந்து, ஏகாதிபத்தியத்துக்கு எதிரானதொரு புரட்சியாக முன்னேற வேண்டியிருந்தது. பாட்டாளி வர்க்கப் புரட்சியாக முன்னேற வேண்டியிருந்தது.

இதிலிருந்து தெரிவது என்ன? ரஷ்யாவில் ஏற்பட்ட அந்தப் புரட்சியானது, பாட்டாளி வர்க்கப் புரட்சியாக அல்லாமல், வேறு எந்தவிதமான புரட்சியாகவும் இருந்திருக்க முடியாது என்பதுதான். தொடக்கம் முதற்கொண்டே அப்புரட்சி சர்வதேசத் தன்மை வாய்ந்ததாக அல்லாமல், வேறு எந்த விதமாகவும் இருந்திருக்க முடியாது என்பதுதான். ஆகவே, அப்புரட்சி உலக ஏகாதிபத்தியத்தின் அடித்தளங்களையே உலுக்கி எடுப்பதாக அல்லாமல், வேறு எப்படியும் இருந்திருக்க முடியாது என்பதுதான். என்கிற ஸ்டாலின் கூற்றிலிருந்து நாம் அறிய முடிவது யாதெனில், ஜாரிசத்தை எதிர்ப்பதே பாட்டாளி வர்க்கத்தின் பணியென்றே ஸ்டாலின் லெனினியக் கோட்பாடாக வரையறுக்கிறார் இவ்வாறான வரையறைகள் நாளடைவில் ரஷ்யாவில் ஜாரிசத்தை அழித்தொழித்தது. நவீன பாட்டாளி வர்க்கம் மட்டுமே என்னும் இறுதிநிலைக்கும் அனைவரும் வந்து விட்டனர். ஆன போதிலும் கூட இதன் இறுதியான பத்து வரிகளை மீண்டும் நீங்கள் படித்துப் பாருங்கள் அதில் ஸ்டாலின் ரஷ்யாவில் ஏற்பட்ட அந்தப்

புரட்சியானது பாட்டாளி வர்க்கப் புரட்சி அல்லாமல் வேறு எந்த விதமான புரட்சியாகவும் இருந்திருக்க முடியாது என்று ஏன் கூறுகிறார். அது உண்மையில் அவரின் மனசாட்சியோடு சம்மந்தப்பட்ட பதம்தான். ஏனெனில், ரஷ்யாவில் ஜாரிசத்தை எதிர்த்து அறுத்தெறிந்து முதலில் ஏற்பட்டது ஒரு புரட்சிகர முதலாளித்துவ அரசு. ஆனால், அப்புரட்சியே ரஷ்யாவின் முதல் எழுச்சியாக இருந்தபோதும், அத்தகைய முதல் புரட்சியை மட்டுமே எதிர்த்து லெனின் அதிகாரத்தைக் கைப்பற்றியவுடன் அப்புரட்சிக்குப் பாட்டாளி வர்க்கப் புரட்சியென்று அடையாளம் கொடுத்த பிறகு அதற்கு மிக நீண்ட நாட்களுக்குப் பிறகு ரஷ்யாவின் அந்த முதல் புரட்சியையும் உள்ளடக்கிய அர்த்தத்தில் ஸ்டாலின் பாட்டாளி வர்க்கப் புரட்சியாக ஏன் அடையாளப்படுத்துகிறார். அவ்வாறு ஸ்டாலின் அந்த முதல் புரட்சியையும் பாட்டாளி வர்க்கப் புரட்சியாக அடையாளப்படுத்துவதும் கூடத் தவறானது அல்ல. ஆனால், ஸ்டாலின் கோட்பாடு மட்டுமல்ல, உலகிலுள்ள ஏனைய சோஷலிஸ்டுகள் அனைவரும் பிரான்சில் நடைபெற்ற பிரெஞ்சுப் புரட்சியைக் கொண்டாடச் செய்தார்கள். ஆனால், அந்தக் கொண்டாட்டம் நீடித்திருக்கவில்லை. ஆனாலும், அதைப்போலவே 1917-இல் ஜூன் மாதத்தில் ரஷ்யாவில் ஏற்பட்டது புரட்சியாக இருந்தும் கூட உலகின் சோஷலிஸ்ட்களில் பெரும்பாலோனோரில் அதே ஆண்டில் நவம்பர் புரட்சியைக் கொண்டாடிய அளவில் கொண்டாவில்லை என்பதையும் கூட நாம் உற்று நோக்கத்தான் வேண்டும். பிரெஞ்ச் புரட்சி ஒரு முதலாளித்துவ புரட்சியே, அதைப்போலவே 1917-ல் முதலில் நவம்பர் புரட்சிக்கு முன்பு ஏற்பட்ட ஜூன் புரட்சியும் கூட ஒரு முதலாளித்தவப் புரட்சியே. இந்த இரு புரட்சிகளும் பாட்டாளிகள் ஒத்துழைப்பில் நடைபெற்றதே. ஆக உலகின் பாட்டாளிகளின் புரட்சிகள் யாவும் முதலாளித்துவத்தால் மட்டுமே நடந்தேறி இருக்கிறது. இதன் மூலம் பாட்டாளி வர்க்கம் முதலளித்துவ வர்க்கத்தை அழித்தொழிக்கும் என்கிற பதத்தை நமது முந்தைய இரு கட்டுரைக்கு முந்தைய கட்டுரையில் ஆய்வு செய்யப் போகிறோம் என்கிற வாதம் இதனுடன் முற்றும் பொருந்தி தொடங்கப் போவதாகவே இருக்கிறது.

57

ஜாரிசத்தை எதிர்த்தது நவீன முதலாளித்தத்துவமே

ரஷ்யாவில் முதலில் ஏற்பட்டது நவீன முதலாளித்துவப் புரட்சியே என்பதையும் பாட்டாளி வர்க்கம் முதலாளித்தவத்தை அழித்தொழிக்குமா? என்பதையும் அறிவதற்குத் தொடர்வோம் என்று கூறியிருந்தோம்.

சென்ற கட்டுரையில் ஸ்டாலின் கூறியதாக நாம் குறிப் பிட்டுள்ளதில் இறுதியான பத்து வரிகளைப் பார்த்தால் நமக்குச் சிலவற்றின் உண்மை நிலை புரியும் என்று கூறியிருந்தோம். லெனின் கோட்பாடாக ஸ்டாலின் கூறிய ஷரத்துக்களில் இது மிக முக்கியத்துவம் வாய்ந்தது என்று கருதுகிறேன். மீண்டுமொரு முறை நாம் மிக முக்கியமாகக் கவனிக்க வேண்டிய சில வரிகளை மட்டும் இப்போது இங்கே எடுத்துக் கொள்வோம். ஸ்டாலின் கூறியதாகச் சென்ற கட்டுரைத்தில் நாம் குறிப்பிட்டதில் சில வரிகளை மீண்டும் குறிப்பிடுகிறேன்.

"[1]ஜாரிசத்தைத் தூக்கியெறிவதில் ஈடுபடுபவர்கள் யாராக இருந்தாலும், அவர்கள் ஏகாதிபத்தியத்தையும், தூக்கியெறிவதில் ஈடுபடவேண்டியதாக இருந்தது என்பதுதான். ஜாரிசத்தைத் தோற்கடிப்பது மட்டுமல்லாமல், அதை அடியோடு அழித்தொழிக்க ஒருவர் உண்மையிலேயே விரும்பினால் இதைத் தவிர வேறு வழியில்லை ரஷ்யாவில் ஏற்பட்ட அந்தப் புரட்சியானது, பாட்டாளி வர்க்கப் புரட்சியாக அல்லாமல், வேறு எந்தவிதமான புரட்சியாகவும் இருந்திருக்க முடியாது என்பதுதான். தொடக்கம் முதற்கொண்டே, அப்புரட்சி சர்வதேசத் தன்மை வாய்ந்ததாக அல்லாமல், வேறு

---

1 லெனினியத்தின் அடிப்படைக் கோட்பாடுகள் ஸ்டாலின்

எந்த விதமாகவும் இருந்திருக்க முடியாது என்பதுதான். ஆகவே, அப்புரட்சி உலக ஏகாதிபத்தியத்தின் அடித்தளங்களையே உலுக்கி எடுப்பதாக அல்லாமல், வேறு எப்படியும் இருந்திருக்க முடியாது என்பதுதான் என்கிற ஸ்டாலினின் அந்த வரிகள்.

ஜாரிசத்தைத் தூக்கியெறிய விரும்புபவர்கள் ஏகாதிபத்தியத்தையும் தூக்கியெறிய வேண்டும் என்பதை வலியுறுத்துகிறது. இங்கே அவர் ஏகாதிபத்தியமாக அவர் கூறுவது நவீன முதலாளித்துவ அரசினையே, அதிலும் அவர் மிக முக்கியமாகக் குறிப்பிட விரும்புவது 1917-இல் ஆரம்பத்தில் ஏற்பட்ட கேரென்ஸ்கிய்யின் இடைக்கால அரசினைத்தான். அதைப்போலவே ரஷ்யாவில் ஏற்பட்ட புரட்சி பாட்டாளி வர்க்கப் புரட்சியாக இல்லாமல் வேறு எந்தவிதமான புரட்சியாகவும் இருந்திருக்க முடியாது என்றும் அதில் ஸ்டாலின் கூறுகிறார்.

அவ்வாறு ஒரு சந்தேகத்துடன் அவர் பாட்டாளி வர்க்கப் புரட்சியின் மீது ஒரு சந்தேகத்தைப் புகுத்துவது ஏன் என்றால்? ரஷ்யாவில் நடந்த 1917-இன் புரட்சி ஜூன் மாதப் புரட்சியா அல்லது நவம்பர் புரட்சியா என்பது இன்னமும் கூடச் சிலரால் அறுதியிட்டுக் கூற முடியாத அளவில் உள்ளதால் அதனை நவீன பாட்டாளி வர்க்கப் புரட்சியாக உறுதி செய்வதற்கான முயற்சியாக இதனைக் கொள்ளலாம். 1917ஜூன் மாதத்தில் நவீன முதலாளித்துவப் புரட்சி அதன் சீறிய அமைப்பான நவீன பாட்டாளி வர்க்கத்துடன் சேர்ந்து ஜார் அரசாங்கத்தை வீழ்த்தி ஒரு ஜனநாயக அரசினை ஏற்படுத்தியது. அவ்வரசின் தலைமைப் பொறுப்பில் கேரென்ஸ்கி இருந்தார். ரஷ்யாவில் ஜாரிசத்தை அழித்தொழித்து ஏற்படுத்தப்பட்ட முதல் அரசு அதுதான். அவ்வரசினை ரஷ்ய கம்யூனிஸ்டுகள் ஒரு இடைக்கால அரசாகக் கூறினார்கள்.

இதன் அடுத்த பரிமாணத்துக்கு செல்வதற்கு முன்பு நாம் ஒன்றைத் தெளிவாகப் புரிந்து கொள்ள வேண்டும். பிரான்சில் ஏற்பட்ட புரட்சியும், ரஷ்யாவில் ஏற்பட்ட புரட்சியும் முதலில் நவீன முதலாளித்துவத்தால்தான் உருவாக்கப்பட்டது. ஆனால், ஒரு அதிசய நிகழ்வாக இரண்டு தேசங்களிலும், முதலில் ஏற்படுத்தப்பட்ட முதலாளித்துவ அரசுகள் நிலைபெறவில்லை.

என்பதையும், நாம் கவனத்தில் கொள்ள வேண்டும். அதன் அடிப்படையான காரணமாக நாம் அலசி ஆராய்ந்தால், உலகில் இந்த இரு நாடுகளில் ஏற்பட்ட அளவில் போர் நவீன உலகில் வேறெந்த தேசமும் கண்டிருக்கவில்லை என்கிற உளவியல் காரணமும் இதனுள் இருக்கிறது. 17-ஆம் நூற்றாண்டிலிருந்து தொடர்ந்து இரண்டு நூற்றாண்டுகள் இவ்விரண்டு தேசங்களும் போரிலேயே வாழ்ந்திருந்தன. அக்காலகட்டங்களில், அத்தேசத்தில் ஏற்பட்ட நவீன இலக்கியங்கள் கூட போரினை மையப்படுத்தாமல் அல்லது அதனூடே பயணம் செய்யாமல் அத்தேசங்களின் புதினங்களே வெளிவந்ததில்லை. உதாரணமாக மிகப் பிரபலமான லியோ டால்ஸ்டாயின் போரும் வாழ்வும் - நூலினையே நாம் எடுத்துக் கொண்டாலும் கூட அக்காதல் கதையிலும், உணர்ச்சிமிக்க குடும்ப உறவுகளிலும், போரின் தாக்கங்கள் தாங்கி வருவதை நாம் உணர முடியும். போரின் தாக்கத்தால் தான் அவ்விரு தேசங்களிலும் புரட்சியே உருவானது. ஆனால், மிகுந்த எதிர்பார்ப்புகளுடன் போரின் தீவிரத்தால் பாதிப்படைந்திருந்த நிலையிலிருந்து மாற்றம் கொடுக்கும் என்கிற நம்பிக்கையைப் புரட்சி சரி செய்ய முடியாததால், குறுகிய காலங்களிலேயே அவ்வரசுகள் மீண்டும் புரட்சியை சந்திக்க நேரிட்டது என்பதுதான் உண்மை. உண்மை இன்னும் இருக்கிறது தொடர்வோம்.

58

லெனினும் ஒப்புக் கொண்ட நவீன முதலாளித்துவப் புரட்சி

நாம் மட்டும் இங்கே நவீன முதலாளித்துவப் புரட்சிதான் இந்நாடுகளில் முதலில் ஏற்பட்டது என்கிற கருத்தினைப் பதிவு செய்வதாக எவரும் தவறாக நினைத்திட வேண்டாம். நாம் குறிப்பிட்ட "லெனினியத்தின் வரலாற்றுப் பூர்வமான வேர்கள்" என்னும் கருத்தியலில் ஸ்டாலினும்கூட இவ்வாறு மற்றோர் இடத்தில் பதிவு செய்திருக்கிறார். ஆனால், ஸ்டாலின் அக்கருத்தினை கார்ல் மார்க்ஸின் கருத்தாக இவ்வாறு பதிவு செய்கிறார்.

[1]"1840-ஆம் ஆண்டுகளில், ஜெர்மனிக்கும் மார்க்ஸ்-எங்கெல்சுக்கும் என்ன வாய்ப்பு கிட்டியதோ, ஏறக்குறைய அதே வாய்ப்பு, ரஷ்யாவுக்கும் லெனினுக்கும் கிட்டியது என்று நாம் சொல்ல முடியும். இருபதாம் நூற்றாண்டின் தொடக்கத்தில் ரஷ்யா இருந்தது போலவே, ஜெர்மனியும் அக்காலத்தில் முதலாளித்துவப் புரட்சியைக் கருக்கொண்டு இருந்தது. அந்தக் காலத்தில் கம்யூனிஸ்டு அறிக்கையில் பின்வருமாறு எழுதினார் மார்க்ஸ்.

கம்யூனிஸ்ட்கள்தம் கவனத்தை முதன்மையாக ஜெர்மனியின் மீது செலுத்துகிறார்கள். ஏனென்றால், அந்த நாடு ஒரு முதலாளித்துவப் புரட்சி நடக்கக் கூடிய தருணத்தில் இருக்கிறது. அதிலும், அந்தப் புரட்சியானது ஐரோப்பிய நாகரிகத்தின் முன்னேறிய சூழ்நிலைகளில் நடக்கவிருக்கிறது. 17-ஆம் நூற்றாண்டில் இங்கிலாந்திலும், 18-ஆம் நூற்றாண்டில் பிரான்சிலுமிருந்த பாட்டாளி வர்க்கத்தைக்

---

1 லெனினியத்தின் வரலாற்றுப் பூர்வமான வேர்கள் ஸ்டாலின்

காட்டிலும், மிகவும் அதிகமாக வளர்ச்சியடைந்த பாட்டாளி வர்க்கம் ஜெர்மனியில் உள்ளது. இதுமட்டுமல்ல, ஜெர்மனியில் நடக்கும் முதலாளித்துவப் புரட்சியானது, உடனடியாகவே தொடங்கப் போகும் பாட்டாளி வர்க்கப் புரட்சிக்கான பீடிகையாகவே இருக்கப் போகிறது" என்கிற மார்க்ஸின் கருத்தை ஸ்டாலின், லெனினியக் கருத்தியல் சார்ந்த நூலில் தெரிவித்திருக்கிறார்.

அதன்படி, கார்ல் மார்க்ஸ் கூறியதில் அநேகமாக ஸ்டாலின் உடன்பட்டிருக்கிறார் என்பதை விட அதனை லெனினியக் கோட்பாட்டின் எண்ணமாகவும் அவர் பிரதிபலிப்பதிலிருந்து நாம் ஒன்றினைத் தெளிவாகப் புரிந்து கொள்ளலாம். பாட்டாளி வர்க்கப் புரட்சியானது நவீன முதலாளி வர்க்கப் புரட்சியிலிருந்து பிறந்த அதன் குழந்தை என்பதை இங்கு எவரேனும் மறுக்க முடியுமா? இவ்வாறெல்லாம் நாம் கூறுவதால், நவீன பாட்டாளி வர்க்கத்தின் புரட்சியைக் கொச்சைப்படுத்துவதற்காக என்று எவராவது நினைத்தால் அது புரிந்துகொள்ள மறுப்பதின் வெளிப்பாடு என்பதையும் தெளிவுபடுத்தி விடுகிறோம். இவ்வுலகின் இன்றைய இடதுசாரியம், நவீன முதலாளித்துவத்தை வெறுப்பதில் நியாயம் இருக்க முடியுமா என்பதையும், அதனைத் தவிர்த்துவிட்டு இடதுசாரியத்தின் பார்வையை ஒழுங்கு படுத்தமுடியுமா என்கிற யதார்த்தமான கேள்வியைத்தான் முன்னெழுப்புகிறோமே தவிர வேறொன்றுமில்லை. இவ்வாறான கருத்தை மார்க்ஸ் மட்டும் முன்வைக்கவில்லை. லெனினும் கூட முன் வைத்திருக்கிறார் என்பதை அதே பகுதியின் தொடர்ச்சியில் ஸ்டாலின் இவ்வாறு கூறுவதிலிருந்து அறியலாம்.

"[1]இருபதாம் நூற்றாண்டின் தொடக்கத்தில் இருந்த ரஷ்யாவின் நிலைமைக்கு இதைப் பொருத்திச் சொல்வோமானால், அது இன்னும் மேலதிக அளவில் பொருந்தக் கூடியதாகவே இருக்கும். அப்போது ரஷ்யாவானது ஒரு முதலாளித்துவப் புரட்சி நடக்கும் தறுவாயில் இருந்தது. ஐரோப்பாவில் இருந்த சூழ்நிலைகள் மேலதிகமாக வளர்ச்சியுற்று இருந்த நிலைமையில், அக்கடமையை ரஷ்யா சாதிக்க வேண்டியிருந்தது. ரஷ்யப் பாட்டாளி வர்க்கமோ, 1840-ஆம் ஆண்டுகளில் இருந்த ஜெர்மன் பாட்டாளி வர்க்கத்தை

---

1 லெனினியத்தின் வரலாற்றுப் பூர்வமான வேர்கள் ஸ்டாலின்

(17-ஆம் நூற்றாண்டில் இருந்த பிரிட்டிஷ் பாட்டாளி வர்க்கம் மற்றும் 18-ஆம் நூற்றாண்டில் இருந்த பிரெஞ்சுப் பாட்டாளி வர்க்கம் பற்றி இங்கே கூற வேண்டியதே இல்லை) காட்டிலும் மேலதிக வளர்ச்சியை அடைந்திருந்தது. இது மட்டுமல்ல, ரஷ்யப் புரட்சியானது மேலும் பெரிய கொந்தளிப்பை ஏற்படுத்தியே தீரும் என்பதற்கும், அடுத்து வரக்கூடிய பாட்டாளி வர்க்கப் புரட்சிக்கான பீடிகையாக அது இருந்தே தீரும் என்பதற்கும், எல்லாவிதமான சான்றுகளையும் எடுத்துக்காட்டுவதாக அப்போதைய ரஷ்யா இருந்தது.

ரஷ்யப் புரட்சியானது, இன்னமும் கருவடிவில் இருந்த நிலையிலேயே, 1902-ஆம் ஆண்டிலேயே, “என்ன செய்ய வேண்டும்” என்ற தமது நூலில், தொலை நோக்குடன் லெனின் எழுதியவற்றை, ஏதோ தற்செயலாக, ஏதோ மனம்போன போக்கில் எழுதியதாக நாம் கருத முடியாது. லெனின் அப்போது தீர்க்கதரிசனத்துடன் எழுதியதைக் கவனிப்போம்.

“[1]நாம் (ரஷ்ய மார்க்கசியவாதிகள் - ஸ்டாலின்) எதிர்கொண்டு சாதிக்க வேண்டிய உடனடியானதொரு கடமையை வரலாறு நம்முன் வைத்துள்ளது. வேறெந்தவொரு நாட்டின் பாட்டாளி வர்க்கமும் எதிர்கொண்டு சாதிக்க வேண்டிய உடனடிக் கடமைகள் எல்லாவற்றையும் விட, நாம் ஆற்ற வேண்டிய உடனடிக் கடமைகள் ஆகமிகப் புரட்சிகரமானது. ஐரோப்பியப் பிற்போக்குக்கு மட்டுமல்லாமல், ஆசியக் கொடுங்கோன்மைக்கும் வல்லமைமிக்க பிற்போக்குக் கோட்டையாக விளங்கும் ஜாரிசத்தை அழித்தொழிப்பதே அக்கடமை. இதைச் சாதிப்போமானால், அச்சாதனை, ரஷ்யப் பாட்டாளி வர்க்கத்தை, புரட்சிகர சர்வதேசப் பாட்டாளி வர்க்கத்தினுடைய முன்னணிப் படையாக்கிவிடும்” என்று லெனின் கூறியதாக ஸ்டாலின் கூறுகிறார்.

இதில் லெனின் கருத்துகளுடன், ஸ்டாலின் தனது கருத்துகளையும் சேர்த்துள்ளதால் நமது பணி சுலபமாகிவிட்டது என்றே கருதுகிறோம். முதலில் ஸ்டாலின் பாட்டாளி வர்க்கத்தின் ஆகமிகச் சிறந்த புரட்சித் தன்மையைச் சுட்டிக் காட்டினாலும் கூட இருபதாம் நூற்றாண்டில் ரஷ்யாவில் ஏற்படப் போகும் நவீன முதலாளித்துவப் புரட்சியைக் குறிப்பிட்டுள்ளார். அதே

1 என்ன செய்ய வேண்டும் லெனின் (1902)

நேரம் அந்தப் புரட்சியானது பாட்டாளி வர்க்கப் புரட்சிக்கு ஒரு அடித்தளத்தை ஏற்படுத்தும் என்றும் பகிரங்கமாக ஒப்புக் கொண்ட பிறகு நாம் ஆதாரங்கள் ஏன் தேட வேண்டும். அதே நேரம், லெனின் கூட 1902 ஆம் ஆண்டில் எழுதிய ஒரு புத்தகத்தில் கூறியதையும் ஸ்டாலின் மேற்கோள் காட்டுகிறார். அதில் லெனின், ஜாரிசத்தை அழிப்பதில் பாட்டாளி வர்க்கம் பங்கெடுத்துப் பணியாற்றுவது அப்புரட்சியின் முன்னணிப் படையாகப் பாட்டாளி வர்க்கத்தை மாற்றிவிடும் என்றும் கூறுகிறார்.

இப்போது ஒரு சிலர் தீர்க்கமாக ஒரு முடிவுக்கு வந்து சரி, ரஷ்யாவிலும் முதலில் ஏற்பட்டது நவீன முதலாளித்துவப் புரட்சியாகவே இருக்கட்டும். அதனாலென்ன, பாட்டாளி வர்க்கத்துக்கு இணையாக நவீன முதலாளித்துவத்தை உருவகப் படுத்த விரும்புகிறீர்களா? என்றும் அடுத்த கேள்வியை இங்கே சிலர் கேட்கலாம்.

அக்கேள்வி நியாயமானதுதான். ஆனால், அவர்கள் நாம் கொண்டு வரும் பாதையைப் புரிந்து கொள்ளவில்லை என்பதே நமது குறைபாடு. அதாவது ஆகமிகச் சிறந்தவர்கள் என்பது இடதுசாரியத்தின் பார்வையில் நவீன பாட்டாளி வர்க்கமே என்றாலும், அதன் குடும்பத் தலைவரான தந்தை நவீன முதலாளித்துவம் என்கிறோம். இரண்டும் ஒன்று சேராமல், இடதுசாரியம் பூர்த்தி பெறுவதற்கு வாய்ப்பில்லை என்கிறோம். அதனினும் கொடுமையாக வரலாற்றின் போக்கில் மாறிப்போன ஒன்றை நினைவுபடுத்த விரும்புகிறோம். புரட்சி ஆரம்பத்தில், நவீன முதலாளித்துவத்தால் ஏற்படுத்தப்பட்டது என்கிற உண்மையை கார்ல் மார்க்ஸ், எங்கெல்ஸ், லெனின், ஸ்டாலின் ஒப்புக் கொண்டுள்ளதையும் நாம் பார்த்தோம். ஆனால், இன்றைய இடது சாரிய இளைஞர்களிடம் ஒரு கேள்வியை முன் வையுங்கள். உங்களின் பிரதான எதிர்முகாம், இலக்கு எதுவென்று கேட்டால் அவர்கள் தங்களைச் சுற்றிலும் இருக்கிற அத்தனை பிற்போக்குவாதிகளையும் ஒதுக்கிவிட்டு நவீன முதலாளித்துவத்தை நோக்கிக் கை காட்டுவது எதனினும் நியாயமாக இருக்க முடியுமா என்கிற கேள்வியைத்தான் இப்போது இங்கே இதன் பொருட்டு முன்னெழுப்பப்பட வேண்டும் என்பதே ஆய்வுகளின் முடிவு என்கிறோம்.

59

இடதுசாரியத்தின் முழுமையான கருத்தியல் முதலாளித்துவம்

உறுதியாக நம்மை விடுவதில்லை என்கிற அளவில் தமிழ் இந்து தொடர்வதாகக் கருதுகிறேன். அல்லது நாமாக நமக்குத் தேவையானதைத் தேடிக்கொள்கிறோமா என்பதும் புரியவில்லை. கடந்த கட்டுரைகளில் மிக முக்கியமான நமது ஆய்வுடன் தொடர்புகள் ஏற்படுத்திக் கொண்ட செய்திகள் தமிழ் இந்துவில் வந்திருப்பது முக்கியமாகக் கவனம் பெறுவதாக உணர்கிறோம். அந்த உணர்தல், நாம் அவர்களைத் தொடர்கிறோமா, அல்லது விதி அவர்களை நம்மைத் தொடரச் செய்கிறதா என்கிற ஐயத்தை ஏற்படுத்தி இருக்கிறது. 25.12.2019இல் அதன் நடுப்பக்கக் கட்டுரையில் பாலசுப்ரமணியன் பொன்ராஜ் 'மகிழ்ச்சி' முதலாளித்துவத்தின் வாக்குறுதியா?, என்கிற தலைப்பில் முதலாளித்துவத்தை மிக மோசமாக ஆனால், நாகரிகமாக விமர்சித்திருக்கிறார். காலகாலமாக மூன்று நூற்றாண்டுகளாக நவீன முதலாளித்துவத்தின் மீது ஏற்பட்ட மிக மோசமான விமர்சனங்களின் மிச்சங்கள்தாம் அவை என்ற போதும், அதன் விமர்சனம் குறிப்பாக அந்தக் கட்டுரையின் விமர்சனம் முதலாளித்துவத்தின் எதிர்தரப்பிலான நியாயத்தைச் சார்ந்திருப்பதாகவே நாம் உணர்கிறோம். அநேகமாக முதலாளித்துவத்தின் மீது முன்வைக்கப்பட்டிருக்கும் விமர்சனங்களை நாம் படித்ததில் எதிர்தரப்பின் வாதத்திற்கு வலு சேர்க்கும் அளவிலான வகையில், அதன் உண்மையை உரக்கச் சொன்னவர்கள் எவரும் இல்லை என்றே கொள்ளலாம். ஆனால், அக்கட்டுரை அதற்காக எழுதப்பட்டதும் அல்ல. ஏனெனில்,

முதலாளித்துவத்தின் முகத்தை இவ்வளவு கோரமாகச் சிதைக்க முடியாது என்கிற நம்பிக்கையில் எழுதப்பட்ட கட்டுரையே அவை என்ன குழப்பமாக இருக்கிறதா, நீங்களே அக்கட்டுரையின் சில வரிகளை பாருங்கள்

"[1]நமது விருப்பாற்றலில் விழும் முட்டுக்கட்டையே துன்பம். ஜெர்மானியரான ஷோபான்ஹெய்ர் இவ்வாறு சொன்னார். புத்தருக்கு ஏறக்குறைய 2,300 ஆண்டுகளுக்குப் பிறகு துன்பத்தை மனித வாழ்வின் ஒரே யதார்த்தமாக, பிரதான குறிக்கோளாக முன்வைத்தவர் அவர் ஒருவரே. ஆனால், புத்தர் துன்பத்தைச் சிந்தித்து அதிலிருந்து விடுபடக்கூடிய வழியையும் பரிந்துரைத்தார். ஷோபன்ஹெய்ர் யதார்த்தவாதி, எந்த ஒரு வழியையும் பரிந்துரைக்கவில்லை.

இந்தியத் தத்துவங்கள் எவையுமே மகிழ்ச்சியை வாழ்வின் குறிக்கோளாக முன்வைத்தவை அல்ல. நிலையாமை இந்தியச் சிந்தனையின் அச்சாகவும், தத்துவச் சிந்தனைகள் அச்சில் இணையும் ஆரங்களாகவுமே இருக்கின்றன. நமது துக்கம் எவ்வளவு நிலையற்றதோ அதைப் போலவேதான் மகிழ்ச்சியும் நிலையற்றது. எனவேதான், எந்தத் தத்துவமும் மகிழ்ச்சியை லட்சியமாக முன்வைக்கவில்லை. எல்லா உயிரும் இன்புற்றிருப்பது என்பது ஒரு உன்னதமான கற்பனை.

இந்தியச் சமூக அமைப்பு ஒன்றையொன்று சார்ந்து, அதேசமயம் கலவாமல் இருந்த பிரிவுகளால் ஆன ஒன்று. அவ்வாறு நன்கு பிரிக்கப்பட்ட, அதேசமயம் பிணைந்திருந்த சமூக அமைப்பே நிரந்தரமானதென்று அது நம்பியது. ஒவ்வொரு பிரிவுக்கும் மேற்சொன்ன நான்கு பகுப்புகளை வேறுவேறு நிறங்களில் பகிர்ந்தளித்தது, மறுத்தது. மீறுவதற்குக் கடினமான இந்தச் சமூக அமைப்பு மனித வாழ்வின் குறிக்கோளைக் குறித்த கவலையின்றி ஏற்கெனவே தங்கள் வாழ்வொழுங்கில் பதியமாகிவிட்ட தர்மங்களைப் பேணுவதையே அதன் லட்சியமாகியது. மூன்று நூற்றாண்டுகளுக்கு முன்னால் யாராவது இந்தியக் கிராமங்களில் வசிக்கும் ஒருவரைப் பார்த்து வாழ்வின் குறிக்கோள் என்னவென்று

---

1 25.12.2019 இல் அதன் நடுப்பக்க கட்டுரையில் பாலசுப்ரமணியன் பொன்ராஜ் எழுதிய மகிழ்ச்சி முதலாளித்துவத்தின் வாக்குறுதியா? என்கிற தலைப்பில் வெளிவந்த கட்டுரை

கேட்டிருந்தால் விதவிதமான பதில்களை அவர் அளித்திருக்கும் வாய்ப்பே அதிகம். ஆனால், மகிழ்ச்சியே வாழ்வின் குறிக்கோள் என்று சொல்லியிருக்க மாட்டார். இன்று, வாக்காளர் பட்டியலில் உள்ள யாரைக் கேட்டாலும் வாழ்வின் குறிக்கோள் மகிழ்ச்சியே என்பர்.

வலியும் துன்பமுமே தத்துவங்களை, சிந்தனைகளை, மதங்களை உருவாக்கியிருக்கின்றன. மகிழ்ச்சி என்பது ஒரு விடுதலை நிலை என்பதால் அந்த நிலையிலிருந்து ஒன்றுமே தோன்றாது. அந்த நிலை புதிதாக எதையுமே உருவாக்காது. அப்படி உருவாக்க முனைந்தால் அது துன்பத்துக்கே வழிவகுக்கும் என்று அதற்குத் தெரிந்திருக்கிறது.

ஆனால், நம் காலத்தில் நிலைபெற்றுவிட்ட முதலாளித்துவ உற்பத்தி முறையும், அதன் எலும்புகளைச் சுற்றிக் கட்டப்பட்ட சமூகங்களின் அனைத்துத் தசைகளும் மகிழ்ச்சி எனும் நிரந்தரக் கற்பனையின் அணுக்களால் நிரம்பியுள்ளன. அவை துன்பத்திலும் துன்பமான வறுமையிலிருந்து உலகை விடுவிப்பது மட்டுமல்ல அனைத்தையும் உழைப்போடு பிணைத்து அதற்கு ஒரு உன்னத வடிவை வழங்குகின்றன. உழைப்பு துன்பமா என்றால், ஆம் என்றுதான் சொல்ல வேண்டும். மத்தியக் காலத்தில் விவசாயி ஒருவரிடம், “உழைத்தால் என்னவாக முடியும்?” என்று கேட்டிருந்தால் அவர், “எவ்வளவு உழைத்தாலும் நாம் விவசாயியாகவே தொடர முடியும்” என்று சொல்லியிருப்பார். ஆனால், முதலாளித்துவம் நாம் உழைத்தால் நமது நிலையிலிருந்து வேறொன்றாக மாறிவிட முடியும் என்ற நம்பிக்கையைத் தருகிறது.

தொழில்நுட்ப வளர்ச்சியைத் தனது வெற்றிக்கான கருவியாகக் கையாளும் முதலாளித்துவம் முந்தைய சமூக அமைப்புகளின் வழியாக உருவான லட்சிய நிலைகளைத் தகர்த்து, வாழ்வை உள்ளீடற்றுப்போகச்செய்வதன் வழியாக உருவாகும் வெற்றிடத்தைப் பண்டங்களால் நிறைக்கிறது. நாம் எனது வீட்டில் இருக்கும் கடவுள்களை அன்றாடம் வணங்கி ஒரு ஐபோனை வாங்கும் நிலைக்கு எனது வாழ்வு உயர வேண்டுமென்று வேண்டுகிறேன். பண்டங்களை லட்சியமாகக் கொண்ட எனது வாழ்வுக்கு அருள் செய்யவில்லை என்றால் கடவுளின் பயன்தான் என்ன?” என்கிற அக்கட்டுரையின் ஆங்காங்கே சில பகுதிகளைத்தான் நாம் துண்டித்துப் போட்டிருக்கிறோம்.

ஆனால், அம்முழுக் கட்டுரையின் சாராம்சம் எதுவென்றால், மகிழ்ச்சியை ஆசையாக காட்டி மனிதனைத் தூண்டி அழிவுக்கு வழிவகுக்கிறது முதலாளித்துவம். அதனால், உலகத்தில் இருந்த பழைய தத்துவங்களைப் போல், புதியதாக எவையும், எம்மதங்களும் உருவாக்கப்படவில்லை. மனிதன் தேடல்கள் இல்லாமல் போகும் அளவுக்கு முதலாளித்துவம், அவனை மூளையற்றவனாக மாற்றிவிட்டது என்கிறது அக்கட்டுரை ஆனால், இதில் நமது கேள்வி எதுவென்றால் அதன் ஆசிரியர் கூறுவதைப்போல், இந்தியாவில் அதன் பழைய அமைப்பு பாதுகாக்கப்பட்டிருக்கும் நிலையை முதலாளித்துவம், அழித்துவிட்டது என்கிற கூற்று முதலாளித்துவம், எத்தகைய தீவிரமான இடதுசாரிய அமைப்பு என்பதை உறுதியாகக் கூற முற்படவில்லையா அல்லது ஆசிரியர் கூறுவதைப் போல், மூன்று நூற்றாண்டுகளுக்கு முன்பு இந்தியாவில் இருக்கும் ஒருவர் வாழ்வின் குறிக்கோளாக எதைக் கொண்டிருக்கிறீர்கள் என்று கேட்டால், மகிழ்ச்சியைத் தவிர அனைத்தையும் கூறலாம் என்று கூறுகிறார். அதாவது முனிவராக, சாதிப்பற்றாளராக (வர்ணாசிரம விரும்பியாக) இன்னும் எவையோ, தெரியவில்லை. ஆனால், ஆசிரியர் இறுதியாகக் கூறியிருக்கும் இரண்டு விஷயங்கள் மிக முக்கியமானதாகக் கருதுகிறேன். உழைப்பை, முதலாளித்துவம் மட்டுமே உன்னதமாக முன்னெடுக்கிறது என்பதும், அதனால், ஒரு விவசாயி விவசாயியோடு நிற்பதிலிருந்து, கடுமையான உழைப்பின் மூலம் மேன்மையடையலாம் என்று கூறுகிறது. ஒரு வேளை, ஆசிரியருக்கோ அல்லது முதலாளித்துவத்தை தொடர்ந்து எதிர்ப்பவர்களுக்கோ அதன் மேன்மை தீமையானதாகப் படலாம். அது வேறு விஷயம்.

ஆனால், இடதுசாரியம் எதைக் குறிக்கிறது என்பது, இங்கே முதலாளித்துவத்தின் இடம் அதில் எங்கிருக்கிறது என்பதின் தீவிரமான கேள்வியை முன்னெழுப்பவில்லையா? தொடர்ந்து இடதுசாரியத்தில் நவீன முதலாளித்துவம் எதிர்ப்பதற்கான பொருளா? என்கிற அடுத்த கேள்வியையும் அது முன்னெழுப்பவில்லையா? அடுத்ததாக ஆசிரியர் தொழில்நுட்ப வளர்ச்சியை முதலாளித்துவம் தவறுதலாகப் பயன்படுத்தி மக்களை மயக்குகிறது என்கிறார். இங்கே ஆசிரியர் அதன் பொருளைத் தவறாகக் கணித்துவிட்டார் என்றே

கருதுகிறேன். அவர் கூறுவதைப் போல், ஐ போனுக்காக மட்டும் அல்ல. கடந்த நூற்றாண்டுகளில் பசியாலும், பட்டினியாலும் மடிந்த மக்களின் உணவுப்பஞ்சத்தை முதலாளித்துவம் தொழில் நுட்ப வளர்ச்சியால் தீர்த்திருக்கிறது. உடைகளையும், உடமைகளையும், வாரி வழங்கியிருக்கிறது. ஏறக்குறைய மனித வாழ்வின் ஏற்றத்தாழ்வுகளை அதுவே வேரறுத்திருக்கிறது. இதைவிட என்ன காரணம் வேண்டும் இடதுசாரியத்தின் இதயம் நவீன முதலாளித்துவம் என்று கூறுவதற்கு.

நவீன நாகரிக மனிதனின் இன்றியாமையாத தேவை இடதுசாரியம். ஆனால், அந்த இடதுசாரியத்தின் பூரணம் நவீன முதலாளித்துவம் என்கிற கட்டமைப்பை நாம் பாதுகாக்கத் தவறிவிட்டதால்தான் இடதுசாரியம், சில குறிப்பிட்ட வகையினர்களுக்குச் சொந்தமானதாக நின்றுவிடுகிறது. அதை வேரறுக்க வேண்டுமென்றாலும் இடதுசாரியத்தை பாதுகாத்து சமூகப் பொதுவுடைமையாக்க வேண்டுமென்றாலும் மிக கவனமுடன் நவீன முதலாளித்துவத்தை நாம் எதிர்க்க வேண்டும் என்பதே அதன் அடிப்படைத் தத்துவம் என்பதை மறக்க கூடாது.

60

திட்டமிட்டுக் களங்கப்படுத்தப்பட்ட நவீன முதலாளித்துவம்

கடந்த கட்டுரையில் நாம், நவீன முதலாளித்துவத்தின் மீது முன் வைக்கப்பட்ட கடுமையான விமர்சனத்துக்கு ஆதாரப்பூர்வமான முறையில் தீர்வுகாண முயற்சி செய்திருப்பதை ஓரளவுக்கு நாம் புரிந்திருக்கலாம் என்றே கருதுகிறேன். இதன் ஆழமான பிரச்சனை என்பது நவீன முதலாளித்துவத்தை எதன் காரணம் கொண்டோ, எதிர்க்கத் துணிந்துவிட்ட தீவிர இடதுசாரியத்தின் தவறான போக்குகளை ச் சுட்டிக்காட்டவே அன்றி வேறு காரணம் ஏதுமில்லை. தீவிர இடதுசாரியம், நவீன முதலாளித்துவத்தை எதிர்ப்பது என்ற அளவுகோல் இடதுசாரியத்தின் ஒட்டுமொத்த கோட்பாட்டுக்கும் எதிரானது என்பதல்ல நம் வாதம், தீவிர இடதுசாரியத்தின் முதன்மை மற்றும் முற்றிலுமான எதிரியாக அதன் சொந்த சகாவாக இருக்கிற நவீன முதலாளித்துவம் எதன் அடிப்படையில் மாறிப்போனது என்கிற தேடலில் உருவான விதமாகவே நாம் இதனைக் கருதுகிறோம். இடதுசாரியத்தின் கூர்மை மங்கச் செய்ய எதிரிகளால் முன்னெடுக்கப்பட்ட ஆயுதமாக இதனை நாம் கருதலாமா என்கிற யாதார்த்தமான சந்தேகத்தின் அடிப்படையில் உருவான வாதம் என்றும் இதனைக் கொள்ளலாம். அதற்கு மிக முக்கியமான ஆதாரத் தேடலில் நாம் முன்வைக்கும் கருத்துகள் அனைத்தும் உண்மையின் அடிப்படையில் அமைந்திருப்பதையும் நாம் தெளிவாக உணர முடிந்தது. சென்ற கட்டுரையில் 30.12.2019-ல் தமிழ் இந்துவில் ஒரு செய்தி வந்திருப்பதாகக் கூறி முடித்திருந்தேன். அந்தச் செய்தி

"[1]தொழில் வளர்ச்சியை ஊக்குவிக்கும் வகையில் பிரதமர் நரேந்திர மோடி பல்வேறு முன்னெடுப்புகளை மேற்கொண்டுவந்தார்.

---

1 30.12.2019இல் தமிழ் இந்து கட்டுரை கை சோர்மன் (பிரெஞ்சு)ப் பொருளாதார நிபுணர்)

ஆனால், தற்போது அவற்றையெல்லாம் கைவிட்டுவிட்டு, அரசியல் சார்ந்து செயல்படத் தொடங்கியுள்ளார். அவர் முன்வைக்கும் அரசியலால் நாட்டின் பொருளாதாரம் கடும் பாதிப்புக்கு உள்ளாகி இருக்கிறது. உள்நாட்டு மற்றும் வெளிநாட்டு முதலீட்டாளர்கள் இந்தியாவில் முதலீடு செய்ய அச்சம் கொள்கின்றனர்" என்று பிரஞ்சுப் பொருளாதார நிபுணர் கை சோர்மன் தெரிவித்துள்ளார்.

உலகின் மிக முக்கியமான பொருளாதார நிபுணர்களில் ஒருவராகக் கருதப்படும் கை சோர்மன், 'மோடி ஆரம்பத்தில் இந்தியத் தொழில் முனைவோர்களுக்குச் சாதகமான பொருளாதார நடவடிக்கைகளை மேற்கொண்டு வந்தார். ஊழல் ஒழிப்பு தொடர்பாக அவருடைய முன்னெடுப்புகள், மேக் இன் இந்தியா போன்றவை குறிப்பிடத்தக்கவை. ஆனால், திடீரென்று நாட்டின் பொருளாதாரம் சார்ந்த நோக்கத்தில் இருந்து விலகி அரசியல் நோக்கத்தில் கவனம் செலுத்தத் தொடங்கிவிட்டார். அவருடைய அரசியல் நடவடிக்கைகளால் உலகளாவிய அளவில் இந்தியாவுக்கு அவப்பெயர் ஏற்பட்டுள்ளது. தற்போது யாரும் இந்தியாவில் முதலீடு செய்ய விரும்புவதில்லை' என்று குறிப்பிட்டுள்ளார்.

மோடியின் அரசியல் சார்ந்தோ, குடியுரிமைச் சட்டம் சார்ந்தோ கருத்துகள் தெரிவிக்க விரும்பவில்லை. ஆனால், அவருடைய நடவடிக்கைகளால் நாட்டின் பொருளாதாரம் கடும் பாதிப்புக்கு உள்ளாகி இருக்கிறது என்பதைச் சுட்டிக்காட்ட விரும்புகிறேன் என்று அச்செய்தி கூறுகிறது.

ஒரு அரசின் மீது நம்பிக்கை இருக்கும் பட்சத்தில் மட்டுமே அந்நாட்டில் முதலீடுகள் மேற்கொள்ளப்படும். ஆனால், மோடியின் ஆட்சி காலத்தில் அந்த நம்பிக்கை சிதைந்து வருகிறது. இது மிகக் கவலைக்குரிய விஷயம் என்று அவர் குறிப்பிட்டார். இதைப் போன்ற செய்திகள், இரண்டு விஷயங்களை நமக்கு தெளிவுபடுத்துகின்றன. முதலாவதாக, நாம் இதுவரை இந்த தொடரில் கூறியிருப்பதைப் போல், இடதுசாரியம், வலதுசாரியம், என்பதற்கான முழுமையான வித்தியாசங்களை எடுத்துரைக்கிறது. அதாவது, தவறான பொருளாதாரக் கொள்கை என்பதற்கும் மேலான ஒரு கருத்தியல்தான் வலதுசாரியம், அத்தகைய கோட்பாடு ஒரு போதும், பொருளாதாரம் சார்ந்து அமையப் பெறாமல், புதியதோ, பழையதோ ஆனால், மனிதனின் அன்றாடத் தேவைகளை

முன்னிறுத்தாமல், பழமையானது அல்லது எதிர்காலம் குறித்த ஆசைகளை, பயமுறுத்தல்களை முன்னிறுத்தி அமையப் பெறுவது மட்டுமே வலது சாரியம் என்னும் முடிவான முடிவுக்கு நாம் வரும் வகையில்தான் இதன் முடிவுகள் அமையப் பெறுவதைச் இச் செய்திகள் நமக்கு உணர்த்துகின்றன. உண்மையில், இத்தொடரை எழுத ஆரம்பிக்கும் ஆரம்பத்தில், எனக்கே கூட வலதுசாரியம் என்பது, நவீன முதலாளித்துவத்தைச் சார்ந்த கோட்பாடாகவே உணர்ந்தும், எழுதியும் இருக்கிறேன் என்பதை இதன் ஆரம்பங்களை நீங்கள் வாசிக்க நேரிடும்போது தெளிவாக உணர முடியும். ஆனால், நமது தொடர்ந்த தேடலில் உண்மை வேறானதாக முடிகிறது என்பது இத்தொடரை ஆரம்பத்திலிருந்து படிக்க நேரிட்டால் நாமே உணர்ந்து வெட்கப்படும் சூழலை ஏற்படுத்தலாம்; என்பதே உண்மை. இரண்டாவதாக இச்செய்தி தொடர்ந்து வேறொன்றையும் நமக்கு உணர்த்துகிறது. பொருளாதாரம் குறித்துக் கவலைப்படாமல் அதன் மூலாதாரமாக இருக்கின்ற நவீன முதலாளித்துவத்தைக் காலில்போட்டு மிதித்து, மதம், இனம், போர் முதலானவற்றை நியாயப்படுத்த முடிகிறது என்றால், அதன் ஆய்வின் முடிவுகள் நமக்கு அதிர்ச்சியூட்டும் ஒரு செய்தியைக் கூறுவதாக அமைகின்றன. இங்குப் பெரும்பான்மையினரால், நவீன முதலாளித்துவமே வலதுசாரியக் கோட்பாடாக நம்பப்பவது ஒருபுறமிருந்தால், அந்த நவீன முதலாளித்துவத்துக்கு எதிராகச் செயல்படுவதாக காட்டிக் கொண்டால், நம்மை, கல்லைக் கட்டி கடலில் விட்டாலும், நமக்குப் புலப்படாத வகையில், நவீன முதலாளித்துவத்தின் மீது திட்டமிட்டுக் காலங்காலமாகக் களங்கம் ஏற்படுத்தி அவர்களை வலதுசாரியக் கோட்பாட்டை வளர்த்தெடுப்பதற்கான இரையாகப் பயன்படுத்தி வந்திருந்தனர் என்கிற ஆபத்தான உண்மையும் நமக்கு இங்கே தெளிவாகிறது. 7-1-2020 தமிழ் இந்து பத்திரிகையில், ஜெயராணி என்கிற பத்திரிகையாளர் எழுதிய ‘விவசாயத்தை எப்போது சாதியற்ற தொழிலாக மாற்றப் போகிறோம்’ என்கிற நடுப்பக்கக் கட்டுரையின் ஒரு சிறு பகுதியை இங்கு பார்ப்போம்.

“[1]விவசாயத்தின் மீது நமக்குப் பொதுவாக ஒற்றைப் பரிமாணப் பார்வைதான். அது பரிவு, பற்று, பாசம். சேறு, சோறு என்று

1 7.1.2020 தமிழ் இந்து பத்திரிகையில், ஜெயராணி எழுதிய விவசாயத்தை எப்போது சாதியற்ற தொழிலாக மாற்றப் போகிறோம் என்கிற நடுப்பக்க கட்டுரை

எதுகை மோனையில் பேசி உணர்ச்சிவசப்படுவது! நிலத்தில் வேலைசெய்யும் அடிமைகள், ஆண்டையின் கருணையாலும் பெருந்தன்மையாலும் மகிழ்ச்சியாகத் தம் அடிமை வாழ்வை அனுபவிப்பதான கற்பனை நமக்கு உண்டு.

எதுவொன்றைக் கண்மூடித்தனமாகப் புனிதப்படுத்துகிறோமோ, நிபந்தனையற்று அங்கீகரிக்கிறோமோ அதுகுறித்த சிக்கல்கள் நம் கண்களுக்குப் புலப்படுவதில்லை. அதனாலேயே, விவசாயத்தில் நிலவும் சர்வாதிகாரப் போக்கையும் ஜனநாயகமற்ற தன்மையையும் யானை கட்டிப் போரடித்த காலம் தொட்டு நம்மால் மாற்றவே முடியாமல் போய்விட்டது.

கொத்தடிமை முறை ஒழிக்கப்பட்டுவிட்ட நிலையிலும் விவசாயத் தொழில் பரவலாக ஆண்டை - அடிமை என இரு எல்லைகளுக்குள் ஒரு சாதித் தொழிலாகவே இயங்குகிறது. இந்தியாவைப் பொறுத்தவரை விவசாயம் என்பது பயிரல்ல, நிலம். அதாவது, அது வாழ்வாதாரமல்ல அதிகாரம். ஆக, விவசாயம் பற்றிய நமது பெருமையெல்லாம் நிலவுடைமைச் சமூகமான ஆண்டைகளை மையப்படுத்தியதுதான்.

உலகத்தின் முக்கால்வாசி நாடுகள் விவசாயம் செய்கின்றன. ஆனால், இந்தியாவைப் போல நிலம் என்பது சமூக ஆதிக்கத்தின் குறியீடாக உள்ள நாடு வேறு இல்லை. வளர்ந்த, வளரும் நாடுகள் பல வேளாண் தொழிலாளர்களுக்குக் கௌரவமான ஊதியத்தை வழங்குகின்றன. ஆனால், ஊதியம் நிர்ணயிக்கப்பட்டிருந்தாலும் இந்தியாவில் விவசாயம் இன்றும் கூலிக்கு மாரடிக்கும் அடிமை வேலையாகவே இருக்கிறது. விவசாயம் இங்கே மண்ணின் பண்பாட்டோடு இரண்டறக் கலந்திருக்கிறது எனப் பெருமைப்படுவோர் அந்தப் பண்பாட்டுக்குச் சாதியே அடித்தளமாக இருக்கும் கொடூர உண்மையை மறந்துவிடுகின்றனர். நிலத்துக்கும் சாதிக்குமான உறவு, அதிகாரத்துக்கும் ஆதிக்கத்துக்குமான உறவாக உள்ள அவலநிலையைச் சுதந்திரம் அடைந்து 70 ஆண்டுகள் கடந்துவிட்ட நிலையிலும் நாம் திருத்தி எழுதவே இல்லை” என்கிறது அக்கட்டுரையின் ஆரம்ப வரிகள். அவ்வரிகளில் நம் கருத்துக்கு வலுசேர்க்கும் வகையில் இதன் ஆழமான கருத்து அடங்கியிருக்கிறதா என்று பாருங்கள்.

இது முற்றிலும் உண்மை. மிக வெட்கக்கேடான முறையில் இருக்கும், ஒன்றை நாம் தொடர்ந்து புனிதப்படுத்திப் பழக்கப்பட்டு விட்டோம் என்பதற்கு உள்ளே உண்மை இருவேறு கோணங்களில் இருக்கப்போவதுதான் யாதர்த்தமான உண்மை. நிச்சயமாக விவசாயம் குறித்த தனித்துவமான ஒரு ஆய்வு அதன் கோர முகங்களை நமக்குச் சுட்டிக் காட்டும்போது இப்போதைய சூழ்நிலையில், நிலவுடைமையாளர்களும், பரிதாபத்துக்குரியவர்கள் என்பதை மறுப்பதற்கில்லை. ஆனால், அதன் உள்ளே அந்த பரிதாபத்தில் இருக்கின்ற ஆண்டான் - அடிமை குறித்த நமது கருத்துக்கு அவர்களின் மீதான பரிதாப உணர்ச்சி நியாயம் கற்பித்துவிட முடியுமா? என்பதே இங்கே நம் கேள்வி.

இது குறித்து நமது வாதமாக நாம் முன்வைக்க விரும்புவது இதுதான். விவசாயத்தைப் புனிதமாக்கி, கேள்விகளற்ற முறையில் அதனை ஒழுங்குபடுத்த அந்த அந்தப் பகுதியின் பெரும் விவசாயிகளால், அந்தப் பகுதியைச் சார்ந்த உழைப்பாளர்களை அங்கிருக்கும், நவீன முதலாளித்துவ நிறுவனங்கள் மீது வெறுப்பு கொள்ளச் செய்து அதில் வெற்றி பெற்றதின் விளைவே, விவசாயம் புனிதமாக்கப்பட்டதின் காரணம் என்கிறோம். ஒரு விவசாயக் குடும்பத்தில் பிறந்தவன் என்கிற முறையில் இதனைக் கூறுவதற்கு நாம் வேதனைப்படுகிறோம். ஆனால், அதன் ஆண்டான்-அடிமை முறை எதன் காரணம் கொண்டும், அதன் தூய்மையைத் தொடரச் செய்ய முடியாது என்றும் நம்புகிறோம். இதைப்போன்றேதான், மதம், இனம், முதலான கருத்தியலும், நவீன முதலாளித்துவத்தின் மீது வெறுப்புகளை உருவாக்கி அவ்வப்போது நம்மை ஆட்கொள்ளச் செய்து வெற்றியடைந்து விடுகிறது. அந்த வெற்றி இடதுசாரியத்தின் கோட்பாட்டுக்கு இழப்பாகிறது என்பதே நம் வாதம்.

ஏனெனில் நவீன முதலாளித்துவத்தை எதிர்ப்பதே இன்றைய தீவிர இடதுசாரியத்தின் பணி என்றாகிவிட்டால் இடதுசாரியம் தனது மனைவியுடன் சண்டையிட்டுக் குடும்ப உறவில் வெற்றி பெறத் துடிக்கும் சமானிய மனிதனின் நிலையில் இருக்கிறது என்கிறோம்.

61

லியோ டால்ஸ்டாயின் இடதுசாரியத் தன்மையும், ஸ்டாலினின் சோஷலிசமும்

ரஷ்யாவில் உருவான நவம்பர் புரட்சியை கம்யூனிஸ்டுகள் பாட்டாளிகளின் புரட்சியாக வெற்றி பெற்ற ஒரு நிகழ்வாக ஒரு ஆதாரமாக மாற்றிக்கொண்டனர். ஆனால், அந்தப் புரட்சியையும், அதற்கு முந்தைய ரஷ்யாவின் நிகழ்வுகளையும் பார்க்கும்போது உண்மையில் நாம் வரலாற்றைப் பெருமளவில் இழந்திருக்கிறோம் என்பதை அறிய முடியும். பெரும் குழப்பங்களும் கூட இறுதியாக மிஞ்சுவதாக அறிய முடிகிறது. 1800 களின் இறுதிகளில் நடந்த நிகழ்வுகளை அக்காலத்திய சமகால ரஷ்யாவின் எழுத்தாளர்களின் புதினங்களின் மூலம் மட்டுமே சிறப்பாக அறிய முடியும் என்பதே நமது தீர்மானமான ஆய்வுகளின் முடிவாக இருக்கிறது. அதிலும் சிறப்பாக அக்காலகட்டத்தில் லியோ டால்ஸ்டாய், மக்சீம் கார்க்கி போன்ற வரலாற்றுச் சிறப்பு மிக்க எழுத்துகள் அக்காலத்திய நடப்புகளை நம் கண்முன் நிஜத்தில் நிறுத்தி விடுவதாக இருக்கிறது.

இதில் மக்சீம் கார்க்கி, தீவிர இடதுசாரியக் கொள்கையில், லெனினுடன் சேர்ந்து பணியாற்றியவர் என்பதால், அவரின் எழுத்துகளின் தன்மை குறித்து அதிகமான ஆய்வுகளை மேற்கொள்ளத் தேவையில்லை ஆனால், லியோ டால்ஸ்டாய் தான் இங்கே விசித்திரமாகத் தெரிகிறார். மகாத்மா காந்தியின் வாழ்வு நிலை மாறுவதற்கு அவரின் நூல்களே காரணம் என்று மகாத்மாவே கூறியிருக்கிறார். ஆனால், வரலாற்றில் நாம் மகாத்மாவையும் சரி, லியோ டால்ஸ்டாயையும் சரி சிறந்த இடதுசாரியத் தன்மை கொண்டவர்களாக நேரிடையாக ஒப்புக் கொண்டதே இல்லை.

ஆனால், ஆய்வு தெரியபடுத்தும் உண்மையானது ரஷ்யாவின் ஆகமிகச் சிறந்த சோஷலிசவாதி லியோ டால்ஸ்டாய்தான். இந்த உலகத்தில், எத்தகைய தத்வார்ந்தக் கருத்துகளும், அதன் உரைநடை முறையில்தான் கட்டுரைத் தொகுப்புகளாகப் புரிந்து கொள்ளச் சிரமமானதாக வெளிவந்திருக்கிறது.

ஆனால், லியோ டால்ஸ்டாய் சம்பவங்களின் ஊடே தத்தவத்தை எளிமையாக மனிதன் பின்பற்றும் வகையில் அமைத்துக் கொடுத்தவர். ஆனால், அவர் வாழ்வியலின் சிறப்பான பகுதிகளையும் மனிதனுக்கு அளித்ததினால் அவர் இடதுசாரியத் தன்மையற்றவராக மகாத்மாவைப் போலவே கருதப்பட்டாரா என்பது விளங்கவில்லை. லியோ டால்ஸ்டாயின் 'புத்துயிர்ப்பு' என்னும் அவரின் நூலில் அதன் மையப்பாத்திரமான நொஹ்லுதின் ராணுவ அதிகாரியாகவும், நிலப்பிரபுவாகவும் இருப்பவர். ஒரு முறை யதேச்சையாக கிராமத்தில் நடந்து செல்கின்றபோது அந்த கிராமத்தில் அவர் பார்க்கின்ற வறுமை, அவரை நிலைகொள்ளச் செய்கிறது. இது ஏறக்குறைய நமது புராதான மன்னர்களின் நகர்வலம் போன்ற நிகழ்ச்சிதான். அதிலிருந்து அந்தப் பாத்திரம் வறுமைக்கான காரணமாக எதையெல்லாம் கருதுகிறது என்பதைப் பட்டியலிடுவதாகக் கூறும் வகையில் லியோ டால்ஸ்டாய் [1]புத்துயிர்ப்பு நூலில் இவ்வாறு கூறுகிறார்.

"மக்கள் மடிந்தொழிந்து வருகிறார்கள். மடிந்தொழிவதற்குத் தம்மைப் பழக்கப்படுத்திக் கொண்டுவிட்டார்கள். இப்படி மடிந்தொழிவதற்கு உகந்த வாழ்க்கை வழிமுறைகளை உருவாக்கிக் கொண்டுவிட்டார்கள். குழந்தை மரண விகிதமும், பெண்கள் அளவுக்கு மீறிய வேலைப் பளுவுக்கு உள்ளாவதும், உண்ண உணவில்லா நிலைக்கும் எல்லாரும் - முக்கியமாக முதிய வயதினர் - பலியாதலும் மிதமிஞ்சி அதிகரித்து விட்டன. சிறுகச் சிறுக மக்கள் இந்த அவல நிலையை வந்தடைந்திருப்பதால் இதன் முழுப் பயங்கரத்தை அவர்கள் உணராமலும் இது குறித்து முறையிடாமலும் இருக்கிறார்கள். ஆகவே, நாம் அவர்களது இந்த நிலை இயற்கையானதுதான். வேறு எப்படியும் இருப்பதற்கில்லை என்பதற்காகக் கருதிக் கொள்கிறோம்.

---

1 புத்துயிர்ப்பு லியோ டால்ஸ்டாய்

நிலம் ஒன்றால் மட்டுமே மக்களுக்கு உண்ண உணவு அளிக்க முடியும். இந்த நிலத்தை அவர்களிடமிருந்து நிலச்சுவான்தார்கள் கைப்பற்றிக் கொண்டு விட்டதுதான் மக்களது வறுமைக்கான பிரதான காரணம். இதை இம்மக்கள் நன்கு அறிந்திருந்தனர். எப்போதுமே சுட்டிக்காட்டியும் வந்துள்ளனர். பட்டப்பகலில் தெரிவது போல் அவ்வளவு தெளிவாக அப்போது அவருக்கு இந்த உண்மை புலப்பட்டது. குழந்தைகளும் வயது முதிர்ந்தவர்களும் ஏன் இப்படி மடிகிறார்கள் என்றால் ஆடுமாடுகளை மேய விடுவதற்கும் புல்லும் தானியமும் பயிரிட்டு அறுத்துக் கொள்வதற்கும் வேண்டிய நிலம் அவர்களிடமும் இல்லை. இது தெள்ளத் தெளிவாகவே தெரிந்தது. மக்களுக்கு உணவு அளிக்க வல்ல நிலம் அவர்கள் வசமின்றி நிலத்தில், தமக்குள்ள உரிமையைப் பயன்படுத்தி இம்மக்களது உழைப்பை அபகரித்து வாழ்வோர் வசமிருப்பதுதான் மக்களது எல்லா இன்னல்களுக்குமுரிய, தலையாயதும் உடனடியானதுமான காரணமாகும். நிலம் இல்லாமற் போனதும் மக்கள் மாண்டொழிய வேண்டியதாகிறது. அந்த அளவுக்கு அவர்களுக்கு நிலம் இன்றியமையாததாய் இருக்கின்றது. ஆனால், இந்த நிலத்தில் விளையும் தானியத்தை வெளிநாடுகளில் விற்பனை செய்து நிலச்சுவான்தார்கள் தமக்குத் தொப்பிகளும், கைப்பிரம்புகளும், கோச் வண்டிகளும், வெண்கலப் பதுமைகளும், இன்ன பிறவும் வாங்கிக் கொள்ளும் பொருட்டு அரைப்பட்டினி கிடக்கும் மக்கள் உழுது பயிரிடுகிறார்கள். அடைப்பினுள் அடைக்கப்பட்ட குதிரைகள் அங்குள்ள புல் அனைத்தையும் மேய்ந்த பிறகு, தொடர்ந்து புல் தின்பதற்கு வேறோர் இடத்தில், மேயவிடப்பட்டால் ஒழிய மெலிந்து போய்ப் பட்டினியால் மடியவே நேரிடும் என்பது எவ்வளவு தெளிவாய் விளங்கியதோ, அதே போல மேற்கூறிய உண்மையும் இப்போது நெஹ்லூதவுக்குத் தெள்ளத் தெளிவாய் விளங்கியது. இந்த நிலைமை பயங்கரமானது. இனியும் தொடர்ந்து இது இப்படி இருக்கலாகாது. இருக்கவும் முடியாது. இந்த நிலைமையை இல்லாதொழிப்பதற்கு அல்லது குறைந்தது இதில் பங்கு கொள்ளாதிருப்பதற்கு உரிய வழிமுறைகளை வகுத்துக் கொள்ள வேண்டும்” என்று லியோ டால்ஸ்டாய் அவரின் பாத்திரம் மூலம் கூறுகிறார்.

இதைவிடச் சிறந்த இடதுசாரியத்தன்மை வேறிருக்கிறதா? ஆனால், இவர் வரலாற்றில் கம்யூனிஸ்டுகளால் சிறிதளவும் கொண்டாடப்பட்டதற்கான ஆதாரம் ஏதுமில்லை. இந்நூலில் இதற்கு மேலும் கூட டால்ஸ்டாய் கூறுகிறார். இந்நூலின் மையப்பாத்திரமாக இருக்கும் நெஹ்ருதின் சிறையில் சந்திக்கும் ஒரு பெண்ணின் நியாயத்தை எடுத்துரைத்து அவர் விடுதலைக்கான நியாயமான காரணத்தையும், அப்பெண்ணையும் நியாயப்படுத்த முயற்சி செய்கிறார். ஆனால், அப்பெண்ணோ, நரோப்நயா வோல்யா (மக்கள் சித்தம்) என்னும் அமைப்பில் பணியாற்றியதாகக் கூறுகிறார். இந்த இயக்கம் நரோத்களிக்களால் நிறுவப்பட்டது என்கிறார். மேற்கூறிய இயக்கமே ஜார் அரசன் 2-ஆம் அலெக்சாண்டரை வெடிகுண்டு வீசிக் கொன்ற இயக்கம் என்பதையும் நாம் நினைவில் கொள்ள வேண்டும். ஆனால், இதனுடன் வேறொன்றையும் நாம் தொடர்பு படுத்திப் பார்க்கின்றபோது, அவ்விஷயம் நம்மை இன்னும் அதிர்ச்சியுறச் செய்கிறது. அராஜகவாதமா, சோஷலிசமா என்னும் தலைப்பில் 1906 மற்றும் 1907 ஆம் ஆண்டுகளில் ஸ்டாலின் எழுதிய தொடர் கட்டுரைகளில் நரோத்கனிகளை குறித்து ஸ்டாலின் வேறுவிதமாக கூறுகிறார். அதில் அவர் இவ்வாறு கூறுகிறார்.

“[1]1880 - ஆம் ஆண்டுகளில் புரட்சிகர ரஷிய அறிவாளிகள் மத்தியில் ஒரு பெரும் வாக்குவாதம் வெடித்தது. ரஷியாவை விடுவிக்கும் கடமைக்குத் தோள்கொடுக்கக் கூடிய வர்க்கம். கிராமப்புறத்திலும் நகர்ப்புறத்திலும் உள்ள குட்டி முதலாளி வர்க்கம்தான் என்று நரோத்னிக்குள் அடித்துக் கூறினர். அது ஏன்? என்று வினா எழுப்பினர் ரஷிய மார்க்சியவாதிகள். நரோத்னிக்குகளோ பின்வரும் பதிலைக் கூறினர். ஏனென்றால், கிராமப்புற மற்றும் நகர்ப்புறக் குட்டி முதலாளிகள் சமுதாயத்தில் பெரும்பான்மையினராக அமைகின்றனர். மேலும் இத்துடன் அவர்கள் ஏழைகளாகவும் ஏழ்மையில் உழல்பவர்களாகவும் இருக்கின்றனர் என்று நரோத்னிக்குகள் காரணம் காட்டினர்.

இங்குத் தெளிவாகத் தெரிவது என்ன? மார்க்சியவாதிகள் வாழ்க்கையை இயங்கியல் ரீதியில் பார்க்கிறார்கள், நரோத்னிக்குகளோ இயங்கியல் மறுப்பில் நின்று விதண்டாவாதம் பேசுகின்றனர்.

---

1 அராஜகவாதமா, சோஷலிசமா ஸ்டாலின்

சமுதாய வாழ்க்கையை ஏதோ மாறாத ஒன்றாக அவர்கள் படம் பிடித்துக் காட்டுகின்றனர்" என்று ஸ்டாலின் இவ்வாறு கூறுவதிலிருந்து நாம் ஒரு பெரும் பிரச்சனைக்குள் போவதை நீங்கள் அறிய முடிகிறதா? நமது ஆய்வில் நாம் வாதித்து வந்ததை சிலர் விமர்சனத்தோடு பார்த்திருந்தால் அதன் நியாயத்தை இப்போது உணர்ந்திருக்கலாம். அநேகமாக அல்லது முற்றிலும் என்று கூட கொள்ளலாம். லியோடால்ஸ்டாய் இரண்டாம் ஜார் அரசன் அலெக்ஸாண்டரை கொன்ற நரோத்கனிக்களையும் அதன் உட்பிரிவான நரோப்நயா வோல்யா தரப்பிலான நியாயத்தை எடுத்துரைக்கவே கதையின் நாயகன் அந்த சூழலில் பணியாற்றிய பெண்ணிற்கு உதவி செய்வதற்கு முன்வந்ததை உள்ளீடாக குறிப்பிட்டிருக்கிறார். ஆனால், ஜார் அரசனை கொன்றவர்களையே ஸ்டாலின் மார்க்ஸியவாதிகளாக ஒப்புக் கொள்ள மறுக்கிறார். அதன் பொருட்டு அதனை உள்ளீடாக எழுதிய டால்ஸ்டாயை அவர்கள் ஒப்புக் கொள்வதில் உள்ள சிரமங்களை நாம் அறிந்துக் கொள்ள முடியும். அதனால் இதுகுறித்து ஆழமான ஆய்வுக்கு நாம் செல்வது, பெரும் சவாலான விஷயம். அவ்வளவு சுலபத்தில் உணர்ந்திடமுடியுமா? உணர்ந்திட இன்னும் தொடரலாம் வாருங்கள்.

62

இடதுசாரியம் நவீன பாட்டாளிக்கு மட்டுமே சொந்தமானதா?

சென்ற கட்டுரையில் லியோ டால்ஸ்டாயின் நிலம் தொடர்பான கருத்தியல் மிகத் தீவிரமான இடதுசாரியத்தன்மை பெற்றிருந்தும் கூட அவரை ஒரு சிறந்த சோஷலிஸ்டாக நாம் முன்னெடுக்காமல் போனது ஏன் என்கிற அளவிலான நமது கேள்வியை நிறுத்தியிருந்தோம். அந்தக் கருத்தில் அநேகமாக இரண்டு விஷயங்கள் உள்ளடங்கியதாகக் கருதுகிறோம்.

முதலாவதாக, லியோ டால்ஸ்டாய் நிலம் தொடர்பான பிரச்சனைகளே வறுமை ஏற்படக் காரணம் என்கிறார். அதைத் தவிர்த்து மற்ற நூல்களில், அதே காரணங்களோடுப் போரினால் ஏற்படும் தீமைகளையும் சாத்விக எண்ணங்களின் உறுதிப்பாட்டையும் குறித்தே அதிகம் கூறுவதால், தீவிர இடதுசாரியர்கள் அதனை அவர்களுக்கான கருத்தாக எடுத்துக்கொள்ள மனத்தளவில் மறுதலித்ததின் வெளிப்பாடாக இருக்கலாம். லியோ டால்ஸ்டாயை அவர்களில் ஒருத்தராக அவர்கள் விரும்பாததற்கு அது முதன்மையான காரணம் என்றால், அதன் தொடர்ச்சிகள் இரண்டாவது காரணத்துடன் நிறைவடைந்துவிட வாய்ப்பில்லை என்றே கருதுகிறோம். ஆனாலும், கூட லியோ டால்ஸ்டாயை இடதுசாரிகள் விரும்பாததின் இரண்டாவது காரணி நம்மை இடதுசாரியத்தின் அடிப்படை மீதே சந்தேகம் கொள்ளத்தக்க வகையில் முன்னெழுவதை நம்மால் உணர முடியும். ரஷ்யாவின் மற்ற இரு புகழ்பெற்ற எழுத்தாளர்களான தாஸ்தாவ்ஸ்கி, மக்ஸிம் கார்க்கி ஆகியோர்களின் நூல்களையும் கூட ஆய்ந்து பார்த்தால் அவை

பெரும்பாலும், விவசாய நிலம், பண்ணை முறை, போர் ஆகியவை குறித்தே அதிகம் அலசிப் பார்த்திருக்கிறது. டால்ஸ்டாயிக்குப் பிறகு மிக நீண்ட காலத்துக்கு எழுதி வந்த மக்ஸிம் கார்க்கி அடிப்படையில் ஒரு தொழிலாளர்களின் தரப்பிலான தீவிர இடதுசாரியக் கருத்தியலைக் கொண்டவர். தீவிர போல்ஷ்விக் உறுப்பினராக இருந்தவர். லெனினுடன் நெருக்கமாக அதே வேளையில் அவர்களுடன் சச்சிரவுகளையும் தொடர்ந்திருந்தார். அநேகமாக ரஷ்யாவில் தொழிலாளி வர்க்கம் வளர்ச்சியடைந்து விட்ட பிறகு உருவான காலகட்டத்தைக் குறித்து எழுதிய பிரம்மசாரியின் டைரி என்னும் நூலில் அதன் நாயகனும், அவரது தந்தையும், ஒரு சணல் ஆலை நடத்துபவர்களாக ஆலை முதலாளிகளாக உருவாக்கப்பட்ட பாத்திரத்தை மையமாக கொண்ட அந்நூலில் அந்த ஆலை குறித்தோ அதன் தொழிலாளர்கள் குறித்தோ அதிகம் சொல்லப்படாமல் பண்ணை வேலை நடைபெற்றதையும், போரையும், புரட்சியையும் குறித்தே அதிகமாக எழுதப்பட்டிருக்கிறது.

[1]இந்நாவலைக் குறித்து பிரபல ரஷ்ய அறிஞர் ஜ.பிளெக்கானோவ் கருத்து தெரிவிக்கும் போது, 'லூயி பிலிப்பேயின் மீட்சிக் காலத்திலே பிரான்சின் மனோ தத்துவத்தைப் புரிந்து கொள்ள எவ்வாறு பால்ஸாக் நாவல்களைப் படித்தாக வேண்டுமோ, அதைப் போலவே கடந்த நூற்றாண்டின் ருஷ்யச் சமுதாயத்தைப் புரிந்து கொள்ள மாட்வி என்ற கதைத் தலைவனைப் படைத்த இந்நவீனத்தைப் படித்தாக வேண்டும் என்று அவர் கூறுகிறார். அந்த அளவுக்கு அந்நூல் அந்தக் காலத்தோடு ஒன்றிச் சென்றிருக்கிறது. அனைத்தையும் விட பண்ணை முறை குறித்தே அந்நூலிலும் அதிகமாகப் பேசுவதாக நாம் நூலை வாசிக்கும் போது அறிய முடியும்.

இவ்வாறான நமது ஆய்வுகளின் முடிவுகளின் மூலம் மிகத் தெளிவாக நாம் புரிந்து கொள்ள வேண்டிய மிக முக்கியமான கருத்தியல், மிக அதிக எண்ணிக்கையில், என்பது மட்டுமல்லாமல் மிக அதிகமான வறுமையில் உழன்றவர்களும் விவசாய மக்களே என்பதிலிருந்து நாம் மிகத் தீவிரமான ஒரு முடிவுக்கு வர முடியும்

---

1 பிரம்மச்சாரியின் டைரி மக்ஸிம்ன் கார்கி

என்று நம்புகிறோம். அதாவது இவ்வளவு தீவிரமான கருத்தியல்கள் விவசாயம் சார்ந்து இருந்தும், தீவிர இடது சாரியம் அதனை முதன்மையான கருத்தியலாகச் சமூகப் பிரச்சனையாக அங்கீகரிக்க மறுப்பது ஏன்? அது மறுக்கிறதா, ஆதரிக்கிறதா என்பதில் அல்ல பிரச்சனை. அவ்வாறு அதன் முதன்மையான பிரச்சனையை ஏற்க மறுப்பதினால் இடதுசாரியத்துக்கு ஏற்பட்ட பாதிப்புகள் அதன் அடிப்படையை ஆட்டம் காணச் செய்திருக்கிறது என்கிற உண்மையும் சேர்ந்தே அதனுடன் புதைந்து போனதையே நாம் சுட்டிக் காட்ட விரும்புகிறோம். லியோ டால்ஸ்டாய் மாத்திரம் அல்லர். தீவிர போல்ஷ்விக் உறுப்பினராகத் தன்னைப் பதிந்து கொண்ட மாக்ஸிம் கார்க்கியைக் கூட ஜான் ரீடுவின் உலகைக் குலுக்கிய பத்து நாள்கள் என்னும் நூலில் குட்டி முதலாளித்துவ ஆதரவாளராக சுட்டிக்காட்டி வகை பிரித்தே சுட்டிக்காட்டிருப்பதை உலகை உலுக்கிய பத்து நாட்கள் நூலை வாசிக்கும் போது அறிந்துகெள்ள முடியும். தீவிர பாட்டாளி வர்க்கப் போராட்டக்காரராகத் தன்னைப் பதிவு செய்து கொண்ட மாக்ஸிம் கார்க்கி, ஜான் ரீடு போன்றவர்களால் குட்டி முதலாளித்துவவாதிகளாக ஏன் வகைப்படுத்தப்படுகிறார்கள். ஆனால், அதே நேரம், நாம் லியோ டால்ஸ்டாயின் புத்துயிர்ப்பு நூலில் ரஷ்ய நரோத்களிக்கலால் உருவாக்கப்பட்ட நரோப்நயா வோவ்யா என்னும் அமைப்பில் பணியாற்றிய பெண்ணின் தரப்பிலான நியாயத்தை எடுத்துரைத்ததின் மூலத்தையும், அந்த இயக்கமே ஜார் அரசன் 2-ஆம் அலெக்ஸாண்டரை வெடிகுண்டு வீசிக் கொன்ற இயக்கம் என்பதையும் தொடர்புபடுத்திப் பார்க்கின்ற போது லியோ டால்ஸ்டாவின் மனோநிலையை நாம் ஒருவாறு தெளிவாக அறிந்துகொள்ளும் அதே நிலை ஏற்படுகிறது. அந்த அமைப்பின் ஆணிவேரான நரோத்களிக்கள் குறித்து ஸ்டாலினின் கருத்துகளையும் அறியும் வாய்ப்பும், “சோஷலிசமா அராஜக வாதமா“ என்னும் நூலின் மூலம் கிடைத்திருப்பது இன்னும் அதிர்ச்சியளிக்கக் கூடிய வகையில் உள்ளது. மார்க்ஸிய வாதத்தையும் நரோத்களின் வாதத்தையும் ஒப்பிட்டுப் பார்க்கும் ஸ்டாலின், நரோத்களின்களைக் குட்டி முதலாளித்துவ வாதியாகவே குறிப்பிடுகிறார். அதற்கான காரணமாக கிராமங்களில் உள்ள விவசாயிகள் மற்றும் விவசாயக் கூலிகளாகவும் இருக்கும்

எண்ணிக்கையில் அதிகமானோரின் உதவியால் மட்டுமே புரட்சியை வெல்ல முடியும் என்று நரோத்களிக்கள் நம்புவதை ஆதாரமாகவும் ஸ்டாலின் சுட்டிக்காட்டியிருக்கிறார். ஆனால், இதன் உண்மையான கருத்தியல் எதுவென்று நாம் ஆய்வு செய்து பார்த்தால் ஒரு உண்மை தெள்ளத்தெளிவாகத் தெரியும். மாக்ஸிம் கார்க்கி 'ஒரு பிரம்மச்சாரியின் டைரி" என்னும் நூலை எழுதும் பொழுது அவர் ஒரு தீவிர போல்ஷ்விக் உறுப்பினராகவும், லெனினின் கருத்தியலுடன் தீவிரப் பிடிப்புடனும் இருந்ததால் நவீன தொழிலாளர் வர்க்கத்தைக் குறித்து எழுத வேண்டும் என்ற எண்ணத்தில் நூலின் நாயகனையும் அவரின் தந்தையையும் ஒரு ஆலை முதலாளியாகச் சித்தரித்து நூலை எழுதிய போதும் அந்நூலில் ஆலைத் தொழிலாளர்கள் குறித்து அதிகம் எழுதியதைக் காட்டிலும், குட்டி விவசாயிகள் மற்றும் விவசாயத் தொழிலாளர்களின் அவல நிலை குறித்து மட்டுமே அதிகம் எழுதப்பட்டிருக்கிறது என்பது மாக்ஸிம் கார்க்கியின் மீதான குற்றமல்ல, அன்றைய உண்மையான ரஷ்யர்களின் நிலையில் இருந்து நூல் பின்வாங்குவது என்பது இயங்குதலுக்கு உட்பட்ட ஒன்றாக இருக்க முடியாது. அவ்வாறு இருக்கின்ற போது ஸ்டாலின் பார்க்கத் தவறிய இயங்குதல் தத்துவம் என்பது, இந்நூலைப் பொறுத்தவரை மார்க்ஸியக் கோட்பாட்டின் இயங்குதல் தத்துவம் அன்றைய ரஷ்யாவில் விவசாயிகள் மற்றும் விவசாயத் தொழிலாளர்களின் நிலை மட்டுமே இடதுசாரியத்தின் தரப்பிலிருந்து தீவிர பிரச்சனைக்குரிய இயங்குதல் தன்மை பெற்றிருந்தது. அதே சமயம் லெனினும், ஸ்டாலினும் தொடர்ந்து ஜாரிசத்தை எதிர்ப்பதில்தான் சோஷலிசத்தின் வெற்றி அடங்கி இருப்பதைச் சுட்டிக்காட்டி இருப்பதைப் பொருத்தி பார்க்கின்றபோது அத்தகைய ஜாரிசத்தை அழிப்பதில் முன்னோடியாகச் செயல்பட்ட நரோத்களிக்களை ஸ்டாலின் குட்டி முதலாளித்துவவாதிகளாக வகைப்பிரிப்பதில் உள்ள சமச்சீரற்ற முறையும்கூட நாம் இதனுடன் தொடர்புபடுத்திப் பார்க்கின்றபோது ஒரு உண்மை மட்டுமே நமக்குத் தெளிவாகக் காணக் கிடைக்கிறது. நாம் கம்யூனிசத்திலிருந்து குட்டி முதலாளித்துவமோ அல்லது முதலாளித்துவமோ ஆனாலும் அவற்றை வெகுதூரம் விலக்கி வைத்துப் பார்க்கும் கோட்பாடாக இருக்க முடியாது என்பதே அதன்

இறுதி முடிவாகிறது. ஆனாலும் ஆங்காங்கே இதைப்போன்று சோஷலிச முன்னோடிகள் அவ்வப்போது அப்போதைக்கப்போது சில நேரங்களில் தேவையை முன்னிறுத்தித் தெரிவித்த கருத்துகளை ஆதாரமாகக் கொண்டு உலகெங்கும் உள்ள கம்யூனிஸ்டுகளின் போக்கில் ஒருவித மாற்றத்தை உண்டு பண்ணியது. இடதுசாரியம் என்பதோ, அல்லது தீவிர இடதுசாரியத்தின் சாயலாக இருக்கின்ற கம்யூனிசம் என்பதோ, நவீன பாட்டாளி வர்க்கத்தைக் காட்டிலும் வேறெதுவும் இல்லை என்கிற அபரிதமான நம்பிக்கையை விதைத்து விட்டது என்பதையும் நாம் மறுக்க முடியாத அளவுக்குச் செயல்பாட்டில் இருப்பதற்கான காரணத்தை வலுவாக்கியது. இவ்வாறான எண்ணம் அவர்களுக்கு நவீன முதலாளித்துவம் மாத்திரம் அல்ல விவசாயக் கூலிகளையும் கூடத் தங்களின் முழு அங்கீகாரம் பெற்ற முகவர்கள் அல்லர் என்ற எண்ணத்தை ஏற்படுத்தி விட்டது. 1600 களிலும் 1700 களிலும் நவீன முதலாளித்துவப் புரட்சி ஏற்பட்டு விட்ட இங்கிலாந்திலும், பிரான்சிலும் நவீன பாட்டாளி வர்க்கம் எண்ணிக்கையில் அதிகமாகி விட்டதால், புரட்சிக்குத் தேவையான விகிதாசார அடிப்படையில், மார்க்சும், எங்கெல்சும் கூறியிருந்தால், அதனை அத்தனை தேசங்களுக்கும் பொதுவாகப் பொருந்துவதாகக் கருதுவதற்கு வாய்பில்லை என்பதே நமது ஆய்வு. இதில் இன்னொரு வேடிக்கையான விநோதத்தை நாம் புரிந்து கொள்ள தவறியிருக்கிறோம். எங்கெல்ஸ் அடிப்படையில் ஒரு நவீன முதலாளி கார்ல் மார்க்ஸோ சோஷலிச இலக்கியவாதி இவர்களின் கூற்றுப்படியே, இவர்களும் நவீன பாட்டாளி வர்க்கத்தைச் சார்ந்தவர்கள் அல்லர். சோஷலிசத்தின் பிதா மகன் ஓவன் கூட ஒரு நவீன முதலாளிதான். ஆனால், இவர்கள் அனைவரையும் கம்யூனிஸ்ட் கட்சி அறிக்கையும், மூலதனமும், இடதுசாரியத்தின் பிரிவாகக் கொண்டுள்ளபோதும் மிகத்தீவிரமான போக்குகொண்ட ரஷ்யப் புரட்சி இடதுசாரியத்தை நவீன பாட்டாளி வர்க்கத்துக்கு மாத்திரமே சொந்தமென மாற்றியது எவ்வகையில் நியாயம் என்பதே நம் கேள்வி? அவ்வாறு மாற்றியதில் நியாயம் உள்ளதென நினைத்தால் மார்க்சும், எங்கெல்சும் எந்த வகையில் உங்களுக்குச் சாதகமானவர்களாக மாறிப்போனார்கள். அவர்களின் கருத்தியல் மட்டுமே காரணம் என்றாலும், அவர்களின் அதே

கருத்தியல்தான் நவீன முதலாளித்துவமும் சோஷலிச வகையைச் சார்ந்தது என்று கூறுகிறது. அவர்கள் நவீன முதலாளித்துவத்துக்கு மட்டும் அவ்வாறு கூறவில்லை. அவர்களுக்கும், சேர்த்தும் கூட சோஷலிச இலக்கியவாதிகளையும், அதே வகையில் பிரித்தெடுத்திருக்கிறார்கள். அப்படியிருந்தும் சிலர் நவீன முதலாளித்துவத்தை மட்டும் இடதுசாரியத்தின் முதன்மையான எதிரியாக எப்படிப் பிரித்தெடுக்கலாம் என்பதே நம் ஆய்வுகள் ஏற்படுத்தும் கேள்வி.

ஆனால், இதற்கெல்லாம் காரணமாக நமது ஆய்வுகள் கூறுவது எதுவெனில் முன்னுக்குப் பின் முரணான பல வரலாற்றுச் சம்பவங்களே இவ்வாறு மாற்றியமைப்பதற்கு அடிப்படைக் காரணம் என்பது நமது ஆய்வுகளின் முடிவுகள் தெரிவிப்பதாகவே நாம் நம்புகிறோம். வரலாற்றின் அந்தப் பெரும் மாறுதல்களை நாம் விளக்கமாக அறிந்துகொள்ள வேண்டுமென்றால், மேலோட்டமாக நாம் அறிந்துள்ளதையும், தெரிந்து கொள்ள வேண்டும். ரஷ்யப் புரட்சியைப் பொறுத்தவரை இன்றைய சோஷலிஸ்டுகள், கம்யூனிஸ்டுகள் யதார்த்தமாக அறிந்துள்ள கருத்தியல் எது? ஜார் அரசன் வெடிகுண்டு வீசிக் கொல்லப்பட்டான். அவ்வரசன் மக்களைக் கொடுமைப்படுத்தினான். பழைமைவாதத்தை வளர்த்தெடுத்தான். பிரபுத்துவ முறைக்கு வரம்பிலா அதிகாரங்கள் அளித்ததின் விளைவாகக் கொல்லப்பட்ட அரசனுக்குப் பிறகு வந்த அரசர்களும் மக்கள் துயரங்களைப் போக்க முயற்சி செய்யவில்லை. அதனால், செங்காவற்படை கொண்டு புரட்சி செய்து நவீன பாட்டாளி வர்க்கம் அதன் சர்வாதிகார ஆட்சியை நிலைநாட்டியது என்பதுதான் ரஷ்யப்புரட்சி குறித்த சுருக்கமான வரலாறாக அநேகர் அறிந்திருப்போம்.

அதில் வெகு சிலரே 1917-ஆம் ஆண்டு மார்ச் நவீன முதலாளித்துவப் புரட்சி மூலம், ஒரு இடைக்கால அரசாங்கம் ஏற்பட்டது அந்த அரசாங்கம் ஏற்படுவதற்கான புரட்சிக்கும் செங்காவற்படை உதவி செய்ததையும் அறிந்திருப்பர்.

இதிலும் வெகுசிலர், அந்த இடைக்கால அரசாங்கத்தை எதிர்த்தே நவம்பர் புரட்சியை ஏற்படுத்தி, லெனின் தலைமையில் பாட்டாளி வர்க்க அதிகாரம் நிலைநாட்டப்பட்டதை அறிந்திருப்பர். இதில்

எங்கோ ஒருவர் அறிந்ததும், அதிலும் கூட அதன் அடித்தளத்தின் காரணம் தெரியாமல் போன விஷயங்களையே நாம் உங்கள் முன் கொண்டு வர விரும்புகிறேன்.

முதலில், ஜார் அரசன் கொல்லப்பட்டதும், அவர்களைக் கொன்றவர்களுக்கும் ரஷ்யப் புரட்சியின் நாயகர்களாக விளங்கிய போல்ஷ்விக்குகளுக்குமான தொடர்புகளைக் குறித்து அடுத்த கட்டுரையில் பார்ப்போம்.

63

நவீன முதலாளித்துவம் சிறுபான்மையினரா?

ரஷ்யாவில் புரட்சிகர அரசாங்கத்தை நிறுவியவர்களாகக் கருதப்படும் போல்ஷிக்குகளுக்கும், அதன் எதிராளியாக கருதப்படுபவர்களுக்கும் இடையேயான வேறுபாட்டை எவ்வாறு கணிப்பது என்பதில் ஏற்பட்ட குழப்பங்களே ரஷ்யப் புரட்சி மற்றும் முதலாளித்துவத்தின் மீது ஏற்பட்டிருக்கும் அனைத்து விதமான சந்தேகங்களுக்கும் அடிப்படைக் காரணம் என்று கருதுகிறோம். ஆனால், மிக முக்கியமான ஒரு விஷயம். எதுவென்றால், போல்ஷிக்குகளும், மென்ஷிக்களும் அடிப்படையில் ஒரே நேர்க்கோட்டில் நின்றிருந்தும், அவர்கள் ஒருவரையொருவர் குறை கூறிச் செய்து கொண்ட விமர்சனங்களின் போக்குகள், மிகச் சாதுர்யமாக சர்வ தேசக் கொள்கையாக அதன் வெற்றியாளர்களால் உருமாற்றப்பட்டிருக்கிறது என்பதே ஆய்வுகளின் முடிவுகள் தெரியப்படுத்துவதாக அறிகிறோம். கேரென்ஸ்கியின் இடைக்கால அரசாங்கத்துக்கும், அதனை எதிர்த்த லெனினைச் சார்ந்த போல்ஷிக்குகளும், அடிப்படையில் ஜார் அரசினை எதிர்த்தே குரல் கொடுத்தவர்கள். இவர்கள் அனைவரும் என்பதைக் காட்டிலும், ரஷ்யாவில் ஏற்பட்ட அனைத்துப் புரட்சிகர இயக்கங்களும், ஜார் அரசின் போக்குகளுக்கும் அதன் கட்டமைப்பைத் தகர்ப்பதற்காகவும் மட்டுமே உருவாக்கப்பட்டது என்பதை எவரும் மறுக்க முடியாது. ஆனால், அத்தகைய சர்வாதிகார மன்னராட்சிக்கு எதிரான போராட்டத்தில் இந்த இரு தரப்பினரும் ஒருவரை ஒருவர் விமர்சனம் செய்து கொண்டதின் பரிமாண மாற்றத்தில் முதலாளித்துவம் என்பது சிக்கிக்கொண்டு அதன் பொது எதிரியின் மீதான பார்வையிலிருந்து மிக நீண்ட காலத்துக்குப் பொதுமக்களையும்

தடம் புரளச் செய்து விட்டது என்பதைக் காலம் கடந்தேனும் நாம் அறியத்தான் வேண்டும்.

இத்தகைய கருத்து மோதல்களால், தீவிர இடதுசாரியத்தைச் சார்ந்த பலரும், வலதுசாரிகளாக வகைப்படுத்தப்பட்டனர். அதன் காரணம், அவர்கள் நவீன முதலாளித்துவத்துக்கு ஆதாரவனவர்களாக அறிய வைக்கப்பட்டதுதான் அபத்தத்திலும் அபத்தமாக மாறியது. இதன் அடிப்படைக் காரணம் நவீன முதலாளித்துவத்தால், சமூகத்தில் மிக நீண்ட காலமாக நிலவி வந்த மன்னராட்சி முற்றிலும் அழிக்கப்பட்ட பிறகு அதன் அழிப்புக்குக் காரணமான அதன் பல சகாக்களில் பொதுவான ஒரு எதிரியைத் தேடித் தீர்மானிக்க வேண்டிய கட்டாயமும் அந்த சமூகத்துக்கு ஏற்பட்டது. அந்தக் கட்டாயமே அதன் சொந்த சகாவையே மிகப்பெரும் எதிரியாகப் பொதுமக்கள் பார்வைக்கு முன்வைக்கத் தூண்டியது. ஆனால், இந்த நிகழ்வே இடதுசாரியக் கோட்பாட்டுக்கு ஒரு பெரும் பின்னடைவையும் கொண்டு வந்தது என்பதை கம்யூனிஸ்டுகள் உணர மறுத்தனர். இடதுசாரிய வகைகளில் முற்றும் முதலானவர்கள் நவீன முதலாளி வர்க்கமாக இருந்தாலும், அதன் பல சகாக்களால் முக்கிய அச்சானியான அந்த நவீன முதலாளிவர்க்கம் தகர்க்கப்பட்டபோது ஆரம்பத்தில் அதன் ஆபத்தினை அவர்கள் உணர்ந்திருக்கவில்லை. ஆனால், நவீன முதலாளித்துவம் அழிக்கப்பட்ட எந்த தேசத்தின் நவீன பாட்டாளி வர்க்க சர்வாதிகார அரசும் நீடித்து நிலைபெற முடியாமல் அழிந்து போயின. ஆய்வுகளின் முடிவுகள் அதைவிட ஆபத்தான மற்றொன்றையும் முன்னிறுத்துவதாக அறிகிறோம். நவீன முதலாளித்துவம், இடதுசாரியத்தின் மிக முக்கியத் தீவிர எதிரியாக உருவாக்கப்பட்ட பிறகு, இவர்களால் முன்பே அழிக்கப்பட்டதாக கருதப்படும். மன்னராட்சியின் பிற்போக்குத்தனங்கள், பாசிசமாக உருவாக்கம் பெற்று ஜனநாயக உரிமையோடு அதன் கட்டமைப்பை வேறு வடிவில் வளர்த்து அவர்கள் மீண்டெழுவதற்கு மறைமுகமான காரணியாக மாறி விட்டது தான் மிகவும் ஆபத்தானதாக நாம் உணர வேண்டும். இது ஏறக்குறைய ஒரு விவசாயி பயிரில் களை அதிகமாக இருக்கிறதே என்று களைத் தடுப்பான் மருந்துகளை ஆசையின் மிகுதியில் அதிகமாகப் போட்டுப் பயிரையும் சேர்த்து அழிப்பதைப் போன்றதொரு நிகழ்வுதான். இங்கே நாம் இவ்வாறு

எல்லாம் கூறுவதற்கு ஏதேனும் ஆதாரமிருக்கிறதா என்றும் எவராவது கேட்கலாம். இதற்கான ஆதாரங்களே ஏராளமாக மலிந்து கிடைக்கின்றன என்பதை நாம் பார்க்கலாம். உதாரணமாக இரண்டாம் அலெக்ஸாண்டரைக் கொன்ற நரோத்கனிக்களின் சார்பாகவே இடைக்கால அரசின் தலைமைப் பொறுப்பில் கேரன்ஸ்கி இருந்தார் என்பதை ஜான் ரீடு தனது உலகைக் குலுக்கிய பத்து நாள்கள் நூலில் கூறியிருந்தார். அவர் இவ்வாறு கூறுகிறார்.

"[1]நரோத்னிய (மக்கள்) சோஷலிஸ்டுகள் அல்லது துருதொவிக்குகள் (உழைப்பாளர் குழு) எண்ணிக்கையில் சொற்பமான சிறுகட்சி, எச்சரிக்கை மிகுந்த அறிவுத்துறையோரையும், கூட்டுறவுச் சங்கங்களின் தலைவர்களையும், பழைமைவாத விவசாயிகளையும் கொண்டது. சோஷலிஸ்டுகளாய்க் கூறிக் கொண்ட இந்த நரோத்னிக்குகள் உண்மையில் எழுத்தர்கள், கடைக்காரர்கள் முதலானோரைப் போன்ற குட்டி முதலாளித்துவப் பிரிவினருடைய நலன்களின் ஆதரவாளர்களாய்ச் செயல்பட்டனர். நான்காவது அரசாங்க டூமாவில் பெரும்பாலும் விவசாயிப் பிரதிநிதிகளாலாகிய உழைப்பாளர் குழுவாய் இருந்தோரின் சமரசவாத மரபின் நேர் வாரிசுகளாவர்கள் இவர்கள். 1917 மார்ச் புரட்சி மூண்டபோது அரசாங்க டூமாவில் கேரென்ஸ்கி இந்தத் துருதொவிக்குகளின் தலைவராய் இருந்தார். நரோத்னிய சோஷலிஸ்டுகள் தேசியவாதக் கட்சியாகச் செயல்பட்டனர். இந்தப் புத்தகத்தில் இவர்களுடைய பிரதிநிதிகளாய் விளங்குவோர் பெஷெஹோனவ், செய்க்கோவ்ஸ்கி."

இவ்வாறு ஜான் ரீடு கூறியிருக்கும் இதில் நரோத்னிக்களை குட்டி முதலாளித்துவ ஆதரவு அமைப்பு என்றோ அல்லது சொற்பமான சிறு கட்சி என்று கூறியதிலோ நாம் அதிகம் கவனம் செலுத்த வேண்டாம். ஒரு வேளை அதன் காரணமும் கூட இதன் பின்னர் பரிசீலிக்கப்படுவதில் உணர்ந்து கொள்ள வாய்ப்பிருப்பதாகவே நாம் கருதுகிறோம். நாம் இங்கே மிக முக்கியமாக கவனத்தில் கொள்ள வேண்டியது. ஜார் அரசனை வெடிகுண்டு வீசிக் கொன்றவர்கள் இவர்களின் வழி வந்தவர்களே அதன் கொண்டாட்டத்திலும், ஜாரிசத்தை எதிர்ப்பதிலும் லெனினும், ஸ்டாலினும், மார்க்ஸியமும்

---

1 உலகைக் குலுக்கிய பத்து நாட்கள் ஜான் ரீடு

மாற்றுக் கருத்துகளைக் கொண்டிருக்க வாய்ப்பில்லை என்பதே உண்மை. அதன் அடிப்படையில் பார்க்கும் போதும், 1917 ஆம் ஆண்டின் மார்ச் புரட்சியின் போது ஜார் அரசன் தூக்கியெறியப்பட்டு ஒரு இடைக்கால அரசாங்கம் உருவாக்கப்பட்டபோது அதன் தலைமையை ஏற்ற கேரன்ஸ்கி நரோத்னிக்குகளின் தரப்பிலான தலைவராக இருந்துதான் அந்தக் காலகட்டத்தின் டூமாலில் அந்த ஆட்சியை வழியேற்று நடத்தத் தேர்ந்தெடுக்கப்பட்டார் என்பதை நாம் கூர்ந்து கவனிக்க வேண்டும். ஜார் அரசனைக் கொன்றதும் அந்த இயக்கத்தைச் சேர்ந்தவர்களால் தான் நடைபெற்றது. ஜார் அரசாங்கத்தைத் தூக்கியெறிந்து உருவான புதிய அரசாங்கத்தின் தலைமைப் பொறுப்பும் அந்த இயக்கத்தின் தலைவராக இருந்தவருக்குத்தான் கொடுக்கப்பட்டிருக்கிறது என்பதிலிருந்து நாம் ஒன்றைத் தெளிவாகப் புரிந்துகொள்ள முடியும். அவ்வியக்கம் எவ்வளவு வலுவானதாக இருந்திருக்கிறது என்பதையும் அதே நேரம் ஜாரிசத்தை ரஷ்யாவில் அழித்ததில் அவர்களின் பங்களிப்பும் கூட நாம் நினைவில் கொள்ள வேண்டும். ஆனால், இந்த நரோத்கனிக்குகளை 1906 மற்றும் 1907-இல் ஸ்டாலின் எழுதிய அராஜகவாதமா? சோசலிசமா? என்னும் கட்டுரைகளில் ஸ்டாலின் நரோத்கனிக்குகளை அராஜகவாதிகளாகக் கூறி அவர்களின் போக்கு தேசத்துக்கு உகந்தது அல்ல என்கிறார். 1880 களில் ஜார் அரசன் இரண்டாம் அலெக்ஸாண்டரை நரோத்னிக்குகள் கொன்ற பிறகுதான் இத்தகைய குற்றச்சாட்டுகள் ஸ்டாலினால் முன் வைக்கப்பட்டது என்பதும் கூட இங்கே கவனம் பெறுகிறது. நாம் சென்ற கட்டுரையில் நரோத்னிக்குகள் குறித்து ஸ்டாலின் அதே கட்டுரையில் கூறியதைப் பார்த்தோம் அதில்

“ரஷியாவை விடுவிக்கும் கடமைக்குத் தோள் கொடுக்கக் கூடிய வர்க்கம், கிராமப்புறத்திலும் நகர்ப்புறத்திலும் உள்ள குட்டி முதலாளி வர்க்கம்தான் என்று நரோத்னிக்குகள் அடித்துக் கூறினர். அது ஏன்? என்று வினா எழுப்பினர் ரஷிய மார்க்சியவாதிகள். நரோத்னிக்குகளோ பின்வரும் பதிலைக் கூறினர். ஏனென்றால், கிராமப்புற மற்றும் நகர்ப்புறக் குட்டி முதலாளிகள் சமுதாயத்தில் பெரும்பான்மையினராக அமைகின்றனர். மேலும் இத்துடன் அவர்கள் ஏழைகளாகவும் ஏழ்மையில் உழல்பவர்களாகவும்

இருக்கின்றனர் என்று நரோத்னிக்குகள் காரணம் காட்டினர் என்று ஸ்டாலின் கூறியிருந்ததைப் பார்த்தோம். அதற்கு ஸ்டாலின் அவர் தரப்பான பதிலை அளித்ததைப் பார்க்கவில்லை அதற்கு ஸ்டாலின் இவ்வாறு பதிலளித்திருக்கிறார்.

"இதற்கு மார்க்சியவாதிகள் என்ன பதிலளித்தனர்? கிராமப்புற மற்றும் நகர்புறக் குட்டி முதலாளிகள் இப்போது பெரும்பான்மையினராக இருப்பதும், அவர்கள் உண்மையிலேயே ஏழைகளாக இருப்பதும் உண்மையே. ஆனால், இதுவா பிரச்சனை? குட்டி முதலாளி வர்க்கம் வெகு நீண்ட காலமாகவே பெரும்பான்மையாக இருந்துகொண்டுதான் இருக்கிறது. ஆனால், இதுவரையிலும் விடுதலைக்கான போராட்டத்தில் அது முன்முயற்சியை எப்போதும் காட்டியதில்லை. பாட்டாளி வர்க்கத்தின் உதவியின்றி அது எதையும் செய்ததில்லை. இது ஏன்? ஏனென்றால், ஒரு வர்க்கம் என்ற முறையில் அது வளர்ச்சி அடைந்துகொண்டு இருக்கவில்லை. இதற்கு மாறாக நாள்தோறும் அது உருக்குலைந்து வருவதுடன், முதலாளிகளாகவும் பாட்டாளிகளாகவும் அது நொறுங்கிக் கொண்டு இருக்கிறது. இன்னொரு பக்கத்திலோ, புரட்சியை நடத்துவது என்பதைப் பொறுத்தவரையில், ஏழ்மை என்பது தீர்மானகரமான முக்கியத்துவம் வாய்ந்ததல்ல. உள்ளவாறே பார்த்தால் நாடோடிகள் குட்டி முதலாளிகளை விடவும் ஏழைகளாக இருக்கின்றனர். ஆனால், இதை வைத்து ரசியாவை விடுவிக்கும் கடமைக்கு அவர்கள் தோள் கொடுப்பார்கள் என்று யாரும் சொல்லத் துணிய மாட்டார்கள்" என்கிற ஸ்டாலினின் இந்த முடிவான கருத்து இரண்டு விஷயங்களுக்குப் பதிலளிப்பதாக கருதுகிறோம். முதலாவதாக ஜான் ரீடுவின் உலகைக் குலுக்கிய பத்து நாட்கள் நூலில் நரோத்னிக்குள் பெரும்பான்மையினராக இல்லை என்பதை ஸ்டாலின் கூற்றுப்படி உண்மையில்லை அறிந்து கொள்ளலாம். ஆனாலும், அது ஜான் ரீடுவின் மீதான குற்றமும் இல்லை. ஏனென்றால் ஜான் ரீடு ஸ்டாலின் இக்கருத்தை கூறியதற்குப் பிறகு பத்து வருடங்களுக்குப் பிறகு ரஷ்யாவைப் பார்த்திருக்கிறார். அப்போதோ, இந்த அமைப்பின் கட்டுமானத்தில் பயணம் செய்த பலரும் போல்ஷிவிக்குகளாக மாறிவிட்டனர். அவர்கள் மட்டுமா மாறினார்கள். ஸ்டாலினே கூட அக்கட்டுரையில் நரோத்னிக்குகளை

எதன் காரணத்தால் அராஜகவாதியாகப் பிரித்தெடுத்தாரோ அந்தக் காரணத்தையே 1917 மார்ச் புரட்சியின் போது ஸ்டாலின் அவர் இயக்கத்தின் சார்பிலான கொள்கையாகப் பிரகடனம் செய்ய வேண்டிய மாற்றமும் ஏற்பட்டது. இத்தகைய மாற்றங்கள்தான் அனைத்துவிதமான பிரச்சனைக்கும் அடிப்படைக் காரணமானது என்பதைத் தொடர்ந்து பார்ப்போம்.

64

இடதுசாரியத்தின் உண்மையான பொருள் என்ன?

*மு*ரண்பாடுகளை அதிகரித்துக்கொண்டே சென்றதின் விளைவே, இடதுசாரியம் குறித்த தவறான போக்குகளுக்கு வழிகாட்டியது என்பதே நமது வாதம். அதே வகையில்தான். ரஷ்யாவும் கூட அதன் புரட்சிகளும் தலைவர்களும் மாறி மாறி ஒரே காரணங்களின் இருகோணத்தில் இடதுசாரியர்களாகவும், வலதுசாரிகளாகவும் வகைப்படுத்தப்பட்டதே தொடர்ந்து உலக வரலாற்றிலும் பிரதிபலிக்கச் செய்தது. ரஷ்யப் புரட்சிக்கு முன்பு வரை குறைந்தபட்சமேனும், நவீன முதலாளிகளும், குட்டி முதலாளிகளும், புரட்சிகர எழுத்தாளர்களும், சோஷலிட்டுகளாக வகைப்படுத்தப்பட்டிருந்தனர். 1700களில் ஏற்பட்ட பிரன்ச் புரட்சியைக் கூட முதலாளித்துவப் புரட்சி என்றே வகைப்படுத்தித் தெளிவுபடுத்தியிருந்தனர். ஆனால், இவைகளிலெல்லாம் மிகப்பெரிய மாற்றத்தைக் கொண்டு வந்தது ரஷ்யப் புரட்சி. அடிப்படையில் அப்புரட்சி ஜார் அரசுக்கெதிராகக் கிளர்ந்தெழுந்த போதும், 1917 நவம்பர் புரட்சிக்கு முன்பு அமைந்த அனைத்துவிதமான ஜார் அரசுக்கு எதிரான புரட்சிகளையும் பாட்டாளி வர்க்கப் புரட்சியின் வகைப்பாட்டில் அமைந்ததாக அமைத்துக்கொண்டது. ஆனால், நவம்பர் புரட்சியின் காரணகர்த்தாக்கள் அனைவரும், 1917 க்கு முன்பு வரை ஏற்பட்ட ஜார் அரசுக்கு எதிரான தீவிரமான சில புரட்சிகளுக்கு எதிராகவும், சில புரட்சிகளுக்கு ஆதரவாகவும் இருந்திருக்கின்றனர். ஆனால், விஷயத்தின் கூர்மை எதுவெனில், அவர்களின் வகைப்பாட்டில் சார்ந்ததை மட்டுமே அவர்கள் உண்மையான மார்க்ஸியம் என்று

வகைப்படுத்தினார்கள். அதையே இடதுசாரியத்தின் வரலாற்றுக்கும் உண்மையான ஆதாரமாகக் கொண்டு சேர்த்தார்கள்.

முதலில், ரஷ்யாவில் மார்க்ஸிய சோஷலிசவாதிகளாக இருந்தவர்கள் சமூக ஜனநாயகவாதிகளாகச் செயல்பட்டனர். சோஷலிசப் புரட்சியாளர்கள் அராஜகவாதிகளாக அறியப்பட்டனர். இவர்கள் இருவருக்கும் உள்ள வேறுபாடுகளையே ஸ்டாலின் சோஷலிசமா அராஜகவாதமா என்னும் தலைப்பில் ஆய்வு செய்திருக்கிறார். பொதுவில் அந்தக் கட்டுரையில் அவர்களுக்குள்ள வேறுபாடுகள் எவை என்பதைக் கூறுவதைக் காட்டிலும், இந்த இருவருக்கும் உள்ள ஒப்புமைகளை வெற்றிகரமாக நிரூபிக்கும் ஆர்வம் ஸ்டாலினிடம் இருப்பதையே காணமுடியும். அராஜகவாதிகளிடம் தென்படும் குற்றங்கள் எவையெல்லாம் என்பதைப் பட்டியலிடுவதைக் காட்டிலும், அவையனைத்துக்கும் மார்க்ஸிஸம் கூட வழி ஏற்படுத்துகிறது என்பதை நிரூபிக்கவே ஸ்டாலின் போராடியிருக்கிறார். அராஜகவாதிகள் குறித்து அக்கட்டுரையின் ஓரிடத்தில் இவ்வாறு ஸ்டாலின் கூறுகிறார்.

"[1]அராஜகவாதிகள் ஏதோ மனநோயினால் பாதிக்கப் பட்டவர்களாகத் தெரிகிறது. தமக்கு எதிரான கட்சிகளை 'விமர்சிப்பதில்' அவர்கள் இன்பம் காணுகின்றனர். ஆனால், இந்தக் கட்சிகளைப் பற்றித் தெரிந்துகொள்வதில் கிஞ்சிற்றும் அக்கறையற்றவர்களாகவே அவர்கள் இருக்கின்றனர். சமூக ஜனநாயகவாதிகளின் இயங்கியல் முறையையும் பொருள் முதல்வாதத் தத்துவத்தையும் 'விமர்சிக்கையில்' துல்லியமாக இதே மாதிரிதான் அராஜகவாதிகள் நடந்து கொள்கின்றனர் என்பதை நாம் கண்டுள்ளோம். சமூக ஜனநாயகவாதிகளினுடைய, விஞ்ஞான சோசலிசக் கோட்பாட்டைக் கையாளும்போதும், இதே மாதிரிதான் அவர்கள் நடந்துகொள்கின்றனர்.

எடுத்துக்காட்டாக, பின்வரும் விசயத்தையே நாம் எடுத்துக் கொள்ளலாம். சோசலிஸ்டு புரட்சியாளர்களுக்கும் சமூக ஜனநாயகவாதிகளுக்கும் இடையில் அடிப்படையான கருத்து வேறுபாடுகள் உள்ளன என்பதை யார்தான் அறியார்? சோசலிஸ்டு

---

1 அராஜகவாதமா சோஷலிசமா ஸ்டாலின்

புரட்சியாளர்கள் மார்க்சியத்தையும், மார்க்சியப் பொருள் முதல்வாதக் கோட்பாட்டையும், மார்க்சிய இயங்கியல் முறையையும். மார்க்சியத் திட்டத்தையும் வர்க்கப் போராட்டத்தையும் மறுக்கிறார்கள் என்பது யாருக்குத்தான் தெரியாது? ஆனால், அதே நேரத்தில், சமூக ஜனநாயகவாதிகள் முழுமையாக மார்க்சிய அடிப்படையில் நின்றுதான் தமது நிலைப்பாடுகளை எடுக்கின்றனர் என்பது யாருக்குத்தான் தெரியாது?

சோசலிஸ்டுப் புரட்சியாளர்களின் பத்திரிக்கையான ரெவலூஷனயா ரொஸ்ஸியாவுக்கும் சமூக ஜனநாயகவாதிகளின் பத்திரிகையான 'இஸ்க்காரா'வுக்கும் இடையே நடக்கும் வாக்குவாதங்களைப் பற்றிக் கேள்விப்பட்டுள்ள எவருக்கும், அரைகுறையாகவாவது கேள்விப்பட்டுள்ள எவருக்கும், இந்த அடிப்படையான வேறுபாடுகள் நன்றாகவே தெரிந்திருக்கும். ஆனால், இந்த இரு கட்சிகளுக்கும் இடையிலான வேறுபாட்டைப் பார்க்கத் தவறி, சோசலிஸ்டுப் புரட்சியாளர்கள், சமூக ஜனநாயகவாதிதள் ஆகிய இருவருமே மார்க்சியவாதிகள்தாம் என்று ஒரேயடியாகக் கூச்சலிடும் இந்த 'விமர்சகர்களைப்" பற்றி நீங்கள் என்ன சொல்வீர்கள்? இவ்வாறாக, ரெவலூஷனயா ரொஸ்ஸியா, இஸ்க்காரா ஆகிய இரு பத்திரிகைகளுமே மார்க்சியப் பத்திரிகைகள் என்று அராஜகவாதிகள் வல்லடியாகக் கூறுகின்றனர்" என்கிற ஸ்டாலினின் இந்தக் கூற்றில் ஸ்டாலின் தெரிவிக்க விரும்புவது எது? அராஜகவாதிகள், சமூக ஜனவாதிகளிடமிருந்து முற்றிலும் வேறுபட்ட சிந்தனை கொண்டுள்ளனர் என்கிறார். அதுமட்டுமில்லாமல் அவர் தொடர்ந்து கூறும்போது அராஜகவாதிகளின் பத்திரிகையும், சமூக ஜனநாயகவாதிகளின் பத்திரிகையும் வெவ்வேறான திசையில் இருந்தும், இவையிரண்டும் ஒன்றே என்று அராஜகவாதிகள் வேண்டுமென்றே கூறுவதாக ஸ்டாலின் கூறுகிறார். அவ்வாறு அதைக் கூறிய பிறகு அதற்கான ஆதாரங்களாகக் கூறுவதுதான் மிகவும் விசித்திரமான எண்ணங்களை உருவாக்குவதாக இருக்கிறது. ஸ்டாலின் அதே கட்டுரையின் தொடர்ச்சியில் இவ்வாறு கூறுகிறார்.

இவ்வாறாக, அராஜகவாதிகளின் வாதங்களிலிருந்து பெறப்படு பவை இவைதான்

1. "சமூக ஜனநாயகவாதிகளின் கருத்துப்படி. அரசாங்கமொன்று இல்லாமல், சோசலிச சமுதாயம் சாத்தியமில்லை.

முதன்மையான எசமான் என்ற தகுதியிலிருந்து, அது தொழிலாளர்களை வேலைக்கு அமர்த்தும். இந்த அரசாங்கமானது, 'அமைச்சர்கள் தண்டப்படைகள் உளவாளிகளையும் வைத்திருக்கும்.'

2. சமூக ஜனநாயகவாதிகளின் கருத்துப்படி, 'உயர்வான', மற்றும் 'தாழ்வான, வேலைகளுக்கு இடையிலான வேறுபாடு அப்படியே வைத்துக்கொள்ளப்படும் 'ஒவ்வொருவருக்கும், அவரவர் தேவைக்கு ஏற்ப என்ற கோட்பாடு கைவிடப்படும்? இதற்குப் பதிலாக. அவருடைய வேலைக்கு ஏற்ப ஊதியம் என்ற கோட்பாடு நடைமுறையிலிருக்கும்.

சமூக ஜனநாயகவாதிகளுக்கு எதிரான, அராஜகவாதிகளின் குற்றச்சாட்டுக்கு அடிப்படையாக இருப்பது இந்த இரண்டு விசயங்கள்தாம்.

அராஜகவாதக் கனவான்களால் முன்வைக்கப்படும் இந்தக் குறறச்சாட்டுக்கு ஆதாரம் உண்டா?

இந்த விசயப் பொருள் அராஜகவாதிகள் கூறும் ஒவ்வொன்றும், இகழத்தக்க அல்லது மடத்தனமான சோடிப்பாகவே இருக்கும் என்பதை நாம் அறுதியிட்டுக் கூறுகிறோம்.

இதற்கான ஆதாரங்கள் இதோ,

நீண்ட காலத்துக்கு முன்னரே, 1846-ஆம் ஆண்டிலேயே கார்ல் மார்க்ஸ் கூறினார்.

'தொழிலாளர் வர்க்கமானது, தனது முன்னேற்றத்தின் போக்கில், பழைய முதலாளித்துவ சமுதாயத்துக்குப் பதிலாக, வர்க்கங்களும் வர்க்க மோதல்களும் இல்லாத புதியதொரு கூட்டமைவை நிலைநாட்டும், அப்போது சரியான அர்த்தத்தில் அரசியல் அதிகாரம் இப்போது சொல்லப்படும் அர்த்தத்தில் எதுவும் இராது...

ஓராண்டுக்குப் பின்னர் இதே கருத்தை மார்க்சும் எங்கெல்சும் கம்யூனிஸ்டு அறிக்கையில் தெரிவித்தனர் (கம்யூனிஸ்டு அறிக்கை, அத்தியாயம் 2). "

1877ஆம் ஆண்டில் எங்கெல்ஸ் பின்வருமாறு எழுதினார்.'

சமுதாயத்தின் பெயரால் உற்பத்திச் சாதனங்களை கைப்பற்றிக் கொள்வதானது, அரசானது சமுதாயம் முழுமைக்கும் பிரதிநிதி

என்ற முறையில் மேற்கொள்ளும் முதல் நடவடிக்கையாக அமைகிறது. அதே நேரத்தில், அரசு என்ற முறையில் அதன் கடைசி நடவடிக்கையாகவும் அமைகிறது. சமூக உறவுகளில் ஒன்றன் பின் ஒன்றான அரங்குகளில், அரசினுடைய தலையீடு என்பது மேலும் மேலும் தேவையற்றதாகிவிடுகிறது. பின்னர் அரசே இல்லாமல் போய்விடுகிறது. அரசு 'ஒழிக்கப்படுவது' இல்லை, அது உலர்ந்து உதிர்ந்து விடுகிறது. (டூரிங்குக்கு மறுப்பு)'

1884ஆம் ஆண்டில், அதே எங்கெல்ஸ் எழுதினார்:

'அரசு என்பது ஏதோ காலங்காலமாக இருந்து வந்துள்ள ஒன்றல்ல. அரசு என்பதே இல்லாதிருந்த சமுதாயங்கள் இருந்திருக்கின்றன. அரசைப் பற்றியும் அரசு அதிகாரம் பற்றியும் எந்தக் கருத்தோட்டமும் இல்லாதவையாக அவை இருந்திருக்கின்றன, பொருளாதார வளர்ச்சியின் குறிப்பிட்டதொரு கட்டத்தில், சமுதாயமானது வர்க்கங்களாகப் பிளவுண்டு போவது தவிர்க்க முடியாமல் போன நிலையில், அரசு என்பது அவசியமான ஒன்றாகிவிட்டது. இப்போது, உற்பத்தியின் வளர்ச்சிப் போக்கில், நாம் ஒரு கட்டத்தை விரைவாக நெருங்கிக்கொண்டு இருக்கிறோம். இந்தக் கட்டத்தில், இந்த வர்க்கங்கள் நீடித்து நிலவுவது அவசியமில்லாமல் போய்விட்டது மட்டுமல்லாமல், அவை நீடித்து இருப்பது உற்பத்தியின் வளர்ச்சிக்கே தடையாகி விட்டது. ஒரு குறிப்பிட்ட முந்தைய கட்டத்தில், வர்க்கங்கள் எப்படித் தவிர்க்க இயலாமல் தோன்றினவோ, அதேபோல, அவை தவிர்க்க முடியாமல் வீழ்ந்தே தீரும். வர்க்கங்களின் வீழ்ச்சியுடன் அரசு இயந்திரமும் தவிர்க்க இயலாமல் வீழ்ச்சியுற்றே தீரும். சுதந்திரமும் சமத்துவமும் உடைய உற்பத்தியாளர்களின் கூட்டமைவாக சமுதாயம் உற்பத்தியை ஒழுங்கமைக்கையில், அரசு இயந்திரம் முழுவதுமே அதற்குறிய இடத்தில் வைக்கப்படும். அதாவது, பழம் பொருட்களின் அருங்காட்சியகத்தில், இராட்டையையும் வெண்கலக் கோடாரியையும் போலவே வைக்கப்படும்.

அராஜகவாதிகளின் குற்றச்சாட்டு எந்த அடிப்படையும் அற்றதான பயனற்ற வெறும் உளறலாக இருப்பதை நீங்கள் காண முடியும்.

அதாவது, அராஜகவாதிகள், சமூக ஜனநாயகவாதிகள் மீது முன்வைக்கும் குற்றச்சாட்டுகளாக ஸ்டாலின் முன்னிறுத்துவதில்

முதன்மையானதாக அதிகாரங்கள் கொண்ட ஒரு அரசு உருவாக்கப்படுவதையே அவர்கள் குற்றமெனக் கருதி சமூக ஜனநாயகவாதிகளின் கம்யூனிச மார்க்ஸிய சித்தாந்தத்தின் மீது குற்றம் காணுகின்றனர் என்கிறார். ஆனால், ஸ்டாலின் அதற்கான மறுப்பு வாதமாக அதையே நியாயப்படுத்தியிருந்தால் இவர்களுக்குள் வேறுபாடுகள் இல்லை என்கிற முடிவிற்காகவது நாம் வந்திருக்கலாம். ஆனால், ஸ்டாலின் அதன் விளக்க உரையில், மார்க்சும், எங்கெல்சும் கூட அக்கருத்தைத்தான் வலியுறுத்துகின்றனர். ஆனால், அதற்கான காலத்தை நாம் அமைக்க வேண்டும் என்கின்றார். அதுவரை ஒரு அரசாங்கம் தேவைப்படுகிறது என்கிற கருத்தையே தெரிவித்துள்ளதாக ஸ்டாலின் கூறுகிறார். இதன் விஷயச் சுருக்கம் இதுவாகத்தானிருக்க முடியும். சோஷலிசப் புரட்சியாளர்கள் இன்றைக்கே தனிமனித சுதந்திரமே சிறந்த சோசலிசம் என்று கேட்பதை சமூக ஜனநாயகவாதிகள் கட்டமைப்பை ஏற்படுத்திய பிறகு எதிர்காலத்தில் அமைத்துக் கொள்ளலாம் என்கின்றார்கள். ஆனால், வேண்டிய பொருளை மறுக்கவில்லை என்கிறபோது இங்கே வித்தியாசம் எங்கேயிருக்கிறது. இதைப் போன்ற புரிந்து கொள்ள முடியாத பிரச்சனைகள் என்பதைக் காட்டிலும் இடதுசாரியம் குறித்து ஒவ்வொருவரும் ஒரு நிலைப்பாட்டில் இருந்துகொண்டு அல்லது அவ்வப்போது மாற்றத்தின் அடிப்படையிலும் கூட வெவ்வேறான நிலைப்பாட்டில் ஆதரவையும் எதிர்ப்பையும் அமைத்துக் கொள்கின்றனர். அதன் வகையில் நவீன முதலாளித்துவம் இடதுசாரியத்தில் இருந்து மிக நீண்ட தூரம் பிரிக்கப்பட்டதை நாம் அறிய வேண்டும். இதைப்போன்ற முன்னுக்குபின் முரணான சில செயல்பாடுகள் இடதுசாரியத்தின் இருப்பிடத்தையே கேள்விக்குறியாக்குகின்றன இதன் உண்மையான ஆழத்தை யார்தான் அறிந்திருக்க முடியும். ரஷ்ய சமூக ஜனநாயகவாதிகள், அவர்களின் தீவிர எதிர் முகாம்களாக அங்கே கருதிய அராஜகவாதிகளின் கருத்துக்கு எதிரான கருத்தியலை எடுத்துரைப்பதாக ஸ்டாலின் அந்நூலில் கூறினாலும், அவரின் இறுதி வாதம், இரு தரப்பினரும் ஏதோ நேர்கோட்டில் அமைவுபெறுவதாகவும், ஆனால், அதற்கான கால அவகாசம் மட்டுமே வேறுபாடுகளுக்குரியதாக இருப்பதாகவும் மட்டுமே இறுதியாக முடிகிற வகையில் இருக்கிறது.

அதுமட்டுமல்லாமல், அரசு ஏற்படாத காலத்தில் வர்க்கங்கள் ஏற்படவில்லையென்றும் ஸ்டாலின் அதில் குறிப்பிடுகிறார். ஆனால், இந்தியாவிலோ பிறப்பின் அடிப்படையில் உருவான வர்க்கப் பிரிவினையே அரசு ஏற்படுவதற்குக் காரணமாயிருந்தது என்கிற வேறுபாட்டையும் இதனுடன் ஒப்பிட்டும் பார்க்க வேண்டும். ஓரிடத்தில் நரோத்களிக்களுடன் ரஷ்ய சமூக ஜனநாயகவாதிகள் வேறுபடுகிறார்கள். மற்றோர் இடத்தில் ரஷ்யத் தீவிரப் புரட்சியாளர்களான அராஜகவாதிகளுடன் சமூக ஜனநாயகவாதிகளின் வேறுபாட்டையும் ஸ்டாலின் குறிப்பிடுகிறார். ஆனால், இவை அனைத்தும் பெரும் பேதங்களுக்கு வழிகாட்டுகிறதா என்றால் அதற்கான விடை இல்லையென்றே வரும். இந்த வாதம் முழுவதும் ஸ்டாலின் இவர்களுக்கிடையேயான முரண்களைப் பேசினாலும், அடிப்படைக் கூறுகள் ஒன்றுதான் என்பதையே இறுதியாக எடுத்துரைக்க விருப்பப்படுகிறார். ஆக ஸ்டாலினின் இந்தக் கூற்றுகளின்படி பார்த்தால் இடதுசாரியத்தின் பொருள் அல்லது இருப்பிடம் எதுவென்று நாம் இறுதியாக ஒரே முடிவுக்கு வரமுடியும் என்பது ஐயமே? ஆனாலும் மனித சமூகத்தின் மிக இன்றியமையாத தேவையான இடதுசாரியத்தின் உண்மையான பொருளை நாம் ஓரளவுக்காகவது அறிந்து கொள்வதற்கு இன்னும் மிக நீண்ட தூரம் செல்ல வேண்டியிருக்கிறது.

65

பொதுவுடைமை தத்துவம் இந்தியாவை பூர்விகமாக கொண்டது.

இடதுசாரியத்துக்கான உண்மையான பொருளைத் தேடுவதில் மிகுந்த சிரமமிருக்கிறது. ஒரு வேளை மார்க்ஸியம் இதிலிருந்து வேறுபட்டதா என்பதாக எவராவது கேட்டால், நாம் அதையும் இல்லையென்றுதான் கூற முடியும். மார்க்ஸியம், இடதுசாரியத்திலிருந்து வேறுபட்ட கூறு அல்ல. ஆனால், மார்க்ஸியம் மட்டுமே இடதுசாரியம் என்கிற வாதமே இங்கே பரிசீலிக்கப்பட வேண்டிய பொருளாகிறது. இருந்தபோதிலும், உலகின் அத்தனை காலத்துக்குமான இடதுசாரியத்தின் தன்மைகளை மார்க்ஸியம் பெற்றிருந்தும் கூட மார்க்ஸியம் ஒரு குறிப்பிட்ட வகையினருக்கான சொந்தப் பொருளாக மாற்றப்பட்டதில் இதன் மொத்தமான முரண்பாடுகள் ஏற்பட்டிருக்கலாம். இடதுசாரியம் என்பது, மகாபாரதத்தின் கர்ணனும், ஏகலைவனும் இராமாயணத்தின் படகோட்டி குகனும், ஈசனுக்குப் பன்றிக்கறி படைத்திட்ட வேடவனையும், பிராமணனுக்குக் காட்சி தராத கடவுள் சாதாரண பக்தனுக்குக் காட்சியளித்ததையும் கதாநாயக வரிசையில் அப்பாத்திரங்கள் உருவானபோதே இடதுசாரியத்தின் வெற்றி சமீப காலங்களில் ஏற்பட்டதல்ல என்கிற முடிவுக்கு வருவதற்குக் காரணமாக இருக்கிறது. இதைப் போன்ற நிலைகள் கிறிஸ்துவத்தின் சமாரிய பெண்ணிடம் இயேசு கிறிஸ்து காட்டிய அன்பு போன்ற நிகழ்வுகள் ஒவ்வொரு தேசத்தின் கலாச்சார வாழ்விலும் இருப்பதை நாம் காணமுடியும். அடிப்படையில் இடதுசாரியத்தின் தோன்றுதல்கள் அங்கிருந்துதான் ஆரம்பித்திருக்கின்றன.

1917 நவம்பர் புரட்சி ரஷ்யாவில் ஏற்படுவதற்கு முன்புவரை கூட இடதுசாரியம் தற்போதைய நிலையில் புரிந்து கொள்ளப்பட்டதா என்கிற ஐயம் இருக்கிறது. ஏனெனில், மார்க்ஸியம் ரஷ்யப் புரட்சியில் ஏற்பட்ட விளைவுகளின் கருத்துகளை மட்டும் வெளிப்படுத்தவில்லை. அது மிக ஆதி காலம் தொட்ட இடது சாரியத்தின் தேடலாக இருந்தபோதும் கூட 1917க்குப் பிறகு ரஷ்யப்புரட்சியின் விளைவுகளை மட்டுமே சார்ந்ததாக வகைப்படுத்தப்பட்டதே அதன் தோல்விக்குக் காரணமாக மாறிவிட்டது. ஆனாலும் கூட ரஷ்யப் புரட்சி வெறும் தொழிலாளர்களால் மட்டுமே சாத்தியமானதும் நிச்சயமாக இல்லை. விவசாயக் குடியானவர்கள் மற்றும் போர்ப்படை வீரர்கள் ஆகியோரின் முன்னெடுப்பாலும் அதற்கடுத்து இவர்களுக்கு அடுத்த எண்ணிக்கையில் இருந்த தொழிலாளர்களால் அவை சாத்தியமாயிற்று. இருந்தபோதும் அப்புரட்சி தொழிலாளர் புரட்சியாக எவ்வாறு உருவானது என்பதை ஆ.ரைஸ்வில்லியம்ஸ் என்கிற அமெரிக்க இடதுசாரிய எழுத்தாளர், ரஷ்யப் புரட்சி நடந்த காலகட்டத்தில் அங்கே தங்கியிருந்து நேரில் கண்டவற்றை பின்னாளில் "நேரில் கண்ட ரஷ்யப் புரட்சி" என்னும் நூலாக எழுதி இருக்கிறார். இந்நூல் ஜான்ரீடு-வின் உலகைக் குலுக்கிய பத்து நாள்கள் நூலுக்கு இணையானதுதான். அந்நாளில் ரைஸ் வில்லியம்ஸ் புரட்சி தீவிரமான காலகட்டத்தில் அப்புரட்சி எவ்வாறு தொழிலாளர்களுக்கானது என்பதை இவ்வாறு கூறுகிறார்.

"[1]இந்தப் பல்குரல் குழப்பத்தில் பின்னர் ஆர்த்தது இன்னொரு குரல் - புரட்சியின் தெளிவான, வற்புறுத்தும் குரல், தனது ஆர்வமுள்ள பக்தர்களான பெத்ரோகிராத் தொழிலாளர்களின் வாய்மொழியாகப் பேசியது புரட்சி. இவர்கள் விரல் விட்டு எண்ணிவிடக்கூடிய சிறு தொகையினரே. வாடி வதங்கிய சிறு மேனியர் இவர்கள். எனினும் பேருருவினரான குடியான மற்றும் படைவீரர்களின் வரிசைகளுக்குள் அவர்கள் பாய்ந்து புகுந்து, 'எதையும் எடுத்துக் கொள்ளாதீர்கள். புரட்சி அதைத் தடை செய்கிறது. கொள்ளை அடிக்கக் கூடாது. இது மக்களின் உடைமை' என்று கத்தினார்கள்.

---

1 நேரில் கண்ட ரஷ்ய புரட்சி ஆ. ரைஸ்வில்லியஸ்

சூறாவளிக்கு முன் கூவும் குழந்தைகள், அரக்கர் சேனையை எதிர்த்துத் தாக்கும் குள்ளர்கள். வெற்றிப் பெருமிதம் நிறைந்த, சூறையாடுவதில் நாட்டம் கொண்ட படைவீரர்களின் தாக்குதல்களைச் சொற்களால் தேக்கி நிறுத்த முயன்ற இந்த எதிர்ப்பாளர்கள் அவ்வாறே தோற்றம் அளித்தார்கள். கூட்டம் கொள்ளையைத் தொடர்ந்தது. ஒரு சில தொழிலாளர்களின் எதிர்ப்பை எதற்காகப் பொருட்படுத்த வேண்டும் என்றும் கருதினர்.

ஆனாலும் இந்தத் தொழிலாளர்களின் குரல்கள் பொருட் படுத்தப்பட்டன. தங்களுடைய சொற்களின் பின்னே புரட்சியின் விருப்பாற்றல் இருப்பதை அவர்கள் உணர்ந்தார்கள். இந்த உணர்ச்சி அவர்களை அச்சமற்றவர்கள் ஆக்கியது. முன்னேறித் தாக்கும் வலிமையை அவர்களுக்கு அளித்தது. பேருடலினரான படைவீரர்கள் மீது சீற்றத்துடன் பாய்ந்து, வசவுகளை அவர்கள் மீது பொழிந்து, கொள்ளைப் பொருள்களை அவர்கள் கைகளிலிருந்து பிடுங்கினார்கள் தொழிலாளர்கள். சற்று நேரத்துக்கெல்லாம் படைவீரர்கள் தற்காப்பை மேற்கொள்ள வேண்டியதாயிற்று.

கனத்த கம்பளிப் போர்வை ஒன்றை எடுத்துப் போய்க் கொண்டிருந்த பெரிய குடியானவன் ஒருவனைச் சிறு கூடான ஒரு தொழிலாளி வழிமறித்தான். கம்பளிப் போர்வையைப் பற்றி அதன் ஒரு முனையைப் பிடித்து இழுத்தவாறு குழந்தையைக் கண்டிப்பது போல அந்தப் பெரிய குடியானவனைக் கடிந்து கொண்டான்.

கடுஞ்சினத்தால் முகம் கோண, கம்பளியை விடு அது என்னுடையது என்று உறுமினான் குடியானவன்.

இல்லை இல்லை இது உன்னுடையது அல்ல. இது எல்லா மக்களுக்கும் சொந்தமானது. இன்று இரவு அரண்மனையிலிருந்து எதுவும் வெளியே போகாது என்று கத்தினான் தொழிலாளி.

சோஷலிசம், புரட்சி, மக்களின் உடைமை, இந்த சூத்திரத்துடன் தன் கம்பளி தன்னிடமிருந்து எடுத்துக் கொள்ளப்பட்டதைக் குடியானவன் கண்டான். இந்த அருவக் கருத்துகள் எப்போதுமே தன்னிடமிருந்த பொருள்களைக் கவர்ந்து செல்வதை அவன் உணர்ந்தான். ஒரு காலத்தில் ஜாராட்சி, ஆண்டவனின் பெருமை என்ற பெயரால் இவ்வாறு செய்யப்பட்டு வந்தது. இப்போது

சோஷலிசம், புரட்சி, மக்களின் உடைமை என்ற பெயரால் இவ்வாறு செய்யப்பட்டது.

எனினும் இந்தக் கடைசிக் கருதுகோளில் குடியானவனுக்குப் புரியக்கூடிய ஏதோ ஒன்று இருந்தது அவனுடைய பஞ்சாயத்துப் பயிற்சிக்குப் பொருந்துவதாக இருந்தது. அது. அது அவன் மூளையை ஆட்கொண்டதும் கம்பளி மீது அவன் பிடி தளர்ந்தது. விலைமிக்க இந்த அரும்பொருளைத் துயரம் தேங்கிய விழிகளால் கடைசி முறையாக நோக்கி விட்டு அவன் அப்பால் நகர்ந்தான். அவன் மற்றொரு படைவீரனுக்கு விளக்கிக்கொண்டிருந்ததைப் பின்னர் நாம் கண்டேன். மக்களின் உடைமை பற்றிப் பேசிக் கொண்டிருந்தான் அவன்.

தங்களது சாதக நிலைமையைப் பயன்படுத்திக் கொண்டு தொழிலாளர்கள் விடாப்பிடியாக முன்னேறினார்கள். மன்றாடு வதும் விளக்குவதும், அச்சுறுத்துவதுமாக எல்லாச் செயல் தந்திரங் களையும், அவர்கள் கையாண்டார்கள். ஒரு மாடப் பிறையில் நின்றான் போல்ஷெவிக் தொழிலாளி ஒருவன். அவன் ஒரு கையை மூன்று படை வீரர்களை நோக்கிக் கடுங்கோபத்துடன் ஆட்டிக் கொண்டிருந்தான். அவனுடைய மற்ற கை ரிவால்வர் மேல் இருந்தது.

அந்த மேஜையை நீங்கள் தொட்டால் உங்களைப் பொறுப் பாளிகள் ஆக்குவேன் என்று அவன் கத்தினான்.

எங்களைப் பொறுப்பாளிகள் ஆக்கேன் என்று நொடித்தார்கள் படைவீரர்கள். நீ யார்? எங்களைப் போலவே நீயும் அரண்மனைக்குள் பலவந்தமாக நுழைந்தாய். எங்களைத் தவிர வேறு யாருக்கும் நாங்கள் பொறுப்பாளிகள் அல்லோம். என்றார்கள்.

புரட்சிக்குப் பொறுப்பாளிகள் நீங்கள் என்று சூடாகக் கொடுத்தான் தொழிலாளி. அவனுடைய குரலில் உளமார்ந்த தீவிரம் தொனித்தது. எனவே புரட்சியின் அதிகாரத்தை இந்தப் படைவீரர்கள் அவனிடம் உணர்ந்தார்கள். அவன் குரலுக்குச் செவிசாய்த்து அதற்குப் பணிந்தார்கள் அவர்கள் என்று அந்நூலில் ஆ.ரைஸ் வில்லியம்ஸ் விளக்கிச் செல்கிறார்.

இதிலிருந்து நாம் அறிய முடிவது எது? புரட்சி நடந்தபோது நேரிடையாகக் கண்டதாக ஆசிரியர் இவ்வாறு விளக்கி கூறுவதிலிருந்து நாம் தீர்மானமாக அறிந்து கொள்ளமுடிவது இதுதான். பலதரப்பட்டவராலும் ஏற்பட்ட புரட்சி, சில தவிர்க்க முடியாத காரணங்களால் தொழிலாளர்கள் பக்கம் சாய்ந்ததிலிருந்து அல்லது வேறொரு கோணத்தில் கூறுவதென்றால், மிகவும் நற்செயல்கள் மூலம் அப்புரட்சி தொழிலாளர்களைத் தலைமையேற்கக் காரணம் ஏற்பட்டது. ஆனால், நிச்சயமாக அப்புரட்சிக்கு அவர்கள் மட்டுமே உரிமையானவர்கள் இல்லை என்பது நிதர்சனமாகத் தெரிகிறது. அக்கருத்து உண்மையாகும்போது அக்கருத்து முற்றிலும் உண்மை என்கிற நிலைமைக்கு நாம் வந்து விட்ட பிறகு 1917 நவம்பர் புரட்சிக்குப் பிறகு இடதுசாரியமும் மார்க்ஸியமும் தொழிலாளர் வகையை மட்டுமே சார்ந்தது என்பதை நாம் எவ்வாறு ஒப்புக் கொள்ள முடியும். ஆனால், இங்கிருந்துதான் நமது மிக முக்கியமான கேள்வியும், ஆய்வும் தொடங்குவதாக நாம் உணர்கிறோம். சரி. அவை தொழிலாளர்களை மட்டுமே சார்ந்ததல்ல என்றால், இடதுசாரியம் முழுமையாக எந்தக் கூற்றைச் சார்ந்ததாகக் கருதமுடியும் என்கிற கேள்வி எழும். நிச்சயமாக நாம் கூறுவோம். இந்த உலகமே பின்பற்றக் கூடிய நீண்ட நெடிய இடதுசாரியத்தின் கொள்கைகள் ரஷ்யாவில் உருவாக்கப்படவில்லை. இந்தியாவில் உருவானவை ஆனால், உலகுக்கே அக்கருத்தைப் பரப்புரை செய்யவேண்டிய இந்திய அறிஞர்கள் ஒதுங்கி நின்றார்கள். ரஷ்யாவோ, அவர்களின் வெற்றிக் கதைகளை மட்டுமே இடதுசாரியத்தின் வேர்களாக அகிலம் அனைத்திலும் பரப்பி வந்தார்கள்.

66

பிராந்தியங்களின் தேவைகளுக்கேற்ற இடதுசாரியத்தை வலியுறுத்திய மார்க்ஸ்

நாம் இடதுசாரியத்தின் வேர்களை அந்நிய தேசத்தில் தேடுவதில் என்ன நியாயமிருக்க முடியும் என்பதை நோக்கிச் செல்வதாகவே நினைக்கிறேன். அதே நேரம், அந்நிய தேசம் என்கிற உணர்வுகள் இடதுசாரியத்தின் இதயப்பூர்வமான கருத்தாக முடியுமா என்கிற கேள்வியை இங்கே எழுப்பலாம்? ஒரு முடிவுக்கு வந்து ஒரு கருத்தினை முழுமையாக்கிவிட்ட பிறகு இக்கேள்வி அர்த்தம் வாய்ந்த நியாயமான கேள்வியாகத்தானே இருக்க முடியும். ஆனால், நம் வாதம் அதைப் போன்ற கருத்துகளைத் தாங்கி பிடித்து வரவில்லை. ஆனால், அந்த நியாயமான கேள்வி எழுப்பும் உண்மையான வலிமையை அதாவது உலகைப் பொதுவுடைமையோடு பார்த்தது லெனினின் ரஷ்யா கொண்டிருந்ததா? அல்லது இந்தியாவில் உருவான ஆரம்பகால இந்திய தேசிய காங்கிரஸ் உருவாக்கிய இந்தியா கொண்டிருந்ததா? என்பதற்கான தேடலாக அமையப் போகிறது என்கிற போது அந்தக் கேள்வியைக் கண்டு நாம் அச்சமேதும் அடையத் தேவையில்லை. இடதுசாரியம் தேசியம் சார்ந்த உணர்வுகளுக்கு அப்பாற்பட்ட மனித நேயத்தை விரும்பியது என்கிறபோது நாம் கொள்ளப்போகும் கருத்து இன்னும் வலிமையானதாகத்தானே இருக்கப் போகிறது. ஒருவேளை நாம் மறந்துபோன மார்க்ஸின் இந்த தத்துவங்களிலிருந்து இந்த முடிவுக்கு வந்திருக்கலாம். மார்க்ஸ் - எங்கெல்ஸ் நூல்களின் தொகுப்பு என்னும் இருபது தொகுதிகள் கொண்ட சமீபத்திய வெளியீட்டின் 5ஆவது தொகுதியில் இந்தியா, சீனா, இந்தோனேசியாவைப்பற்றி மார்க்ஸ் கூறிய கருத்துகளைக் கொண்டு அதன் முன்னுரையில் மார்க்ஸ் கூறியதாக ஒரு கருத்து வெளிவந்திருக்கிறது. அக்கருத்து அந்நூலில் இவ்வாறு கூறப்பட்டிருக்கிறது.

“[1]நூலில் பேசப்படும் இந்த இரண்டு பிரச்சனைகளும் மார்க்சியம் குறித்த புதிய வெளிச்சங்களைப் பாய்ச்சுகின்றன என்று கெவின் ஆண்டர்சன் கூறுகிறார். உலகின் எல்லா நாடுகளுக்கும் எல்லாச் சூழல்களுக்கும் பொருந்தக்கூடிய ஒற்றையான முன்மாதிரி ஒன்றை மார்க்ஸ் முன்வைத்தாரா என்ற கருத்தை இந்நூல் மறுக்கிறது. மற்றொரு புறம், உலக மூலதனத்துக்கு எதிரான போராட்டங்களில் பாட்டாளி வர்க்கத்தின் கூட்டாளிகளைப் பற்றிய தேடல் மார்க்சிடம் எப்போதுமே இருந்து வந்திருக்கிறது என்று இந்நூல் வாதிடுகிறது. முதலாளியம், காலனியம் ஆகியவற்றின் ஊடுருவலால் ரஷ்யா, இந்தியா, சீனா போன்ற நாடுகளின் பழஞ்சமூக அமைப்புகள் சிதைவுறும்போது, அச்சிதைவுகளின் ஊடாகப் புரட்சிகர அரசியலுக்கான புதிய வாசல்கள் திறந்து கொள்ளும் என்பதை மார்க்ஸால் கண்டறிய முடிந்தது. ரஷ்யா, இந்தியா, அயர்லாந்து போன்ற நாடுகளில் கிராமப்புற விவசாயிகளின் கூட்டு அடையாள வடிவங்கள் முதலாளிய எதிர்ப்பின் வேர்களாக முடியும் என்று மார்க்ஸ் கருதியிருக்கிறார். நீக்ரோ மக்களின் நிறவெறி எதிர்ப்பியக்கங்களும் உலக முதலாளியத்தை மிக அடிப்படையாக அச்சுறுத்தும் என மார்க்ஸ் கணக்கிட்டுள்ளார்.

மேற்கல்லாத நாடுகளின் வரலாற்றுப் பாதையில் காலனிய எதிர்ப்பு, தேசியம், இன உணர்வு சார்ந்த இயக்கங்களுக்கும், நிறவெறி எதிர்ப்பியங்களுக்கும் முக்கியப் பாத்திரம் இருக்குமென மார்க்ஸ் கருதினார். போலந்து, அயர்லாந்து, அமெரிக்காவில் கறுப்பினப் பிரச்சனை ஆகியவற்றைப் பற்றிய மார்க்சின் கவனம் கூர்மையடைந்தபோது, அவர் ஒடுக்கப்பட்ட தேசியங்கள், இனங்கள் ஆகியோரின் சனநாயக உரிமைகளுக்கான போராட்டங்களை முன்னிலைப்படுத்தினார். வளர்ச்சியடைந்த முதலாளிய நாடுகளின் தொழிலாளர் வர்க்கம் தேசிய, இன, நிற வெறி ஒடுக்குமறைகளுக்கு எதிரான போராட்டங்களை ஆதரிக்கத் தவறியதை மார்க்ஸ் கண்டிக்கிறார்” என்று அந்நூலில் மார்க்ஸின் கருத்துகளின் சுருக்கங்களாகக் கூறப்பட்டிருக்கிறது.

மார்க்ஸ் தொழிலாளர்களுக்குக் கூறுவதாகக் கூறப்படும் கருத்தில் அவர்கள் இவ்வுலகின் பல்வேறு தேசங்களில் இருக்கும் வர்க்கப் பிரிவினை, சுதந்திரப் போர், கறுப்பின நீக்ரோக்களின்

---

1 மார்க்ஸ் எங்கெல்ஸ் நூல்களின் தொகுப்பின் 5ஆவது தொகுப்பில்

அடிமைத்தனம் ஆகியவற்றின் மீது அதிகம் கவனம் செலுத்த வேண்டும் என்கிறார். அத்துடன் உலகம் முழுவதும் இடதுசாரியம் ஒரே அளவு கோலில் இருக்கமுடியாது என்கிறார். முக்கியமாகத் தொழிலாளர்களுக்குத் துணைகளைத் தேடுகிறார் மார்க்ஸ் என்கிறது அந்நூல். ஆனால், இவற்றை மார்க்ஸின் இடது சாரியத் தத்துவங்களிலிருந்து முக்கியமான செய்திகளாக நாம் ஏன் ஏற்றுக் கொள்ளவில்லை. ஒரு வேளை இவற்றைத் தொழிலாளர்களின் கவனத்துக்கு மார்க்ஸ் விட்டுச் சென்றதாலும், ரஷ்யப் புரட்சியில் தொழிலாளர்கள் தலைமையேற்க வாய்ப்பு கிடைத்தாலும் மார்க்ஸின் தத்துவம், ஒரு குறிப்பிட்ட வகையினருக்கு சொந்தமானதாக நீங்கள் கருதியிருந்தால், அதில் தவறிருப்பதாக நாம் நினைக்கிறோம். அதையும் நாம் நமது சொந்தக் கருத்திலிருந்து கொள்ளவில்லை. ஆய்வுகளும், ஆதாரங்களும் மட்டுமே அதனை உறுதிசெய்திருப்பதாகவே நம்புகிறோம். மார்க்ஸ், ஜெர்மனியில் இருந்தவரை அவரின் இடதுசாரியப் படைப்புகள் பெரும்பாலும் கருத்து முதல்வாதத்திலும், நிலவுடைமை ஆதிக்கத்துக்கு எதிராகவும், சமயப்பற்று ஏற்படுத்தும் சுரண்டலை, மையப்படுத்தியுமே மட்டுமே இருந்து வந்தது என்பதை எவரேனும், ஆதாரத்துடன் மறுக்க முடியுமா? ஜெர்மனியில் அவர் வசித்த காலத்தில் அவர் தொழிலாளர் குறித்து அதிக முக்கியத்துவம் உள்ள கருத்துகளை வெளியிட்டு வந்திருந்தாரா? நிச்சயமாக இல்லை. ஆனால், மார்க்ஸ் இங்கிலாந்துக்கு குடிபெயர்ந்த பிறகு, இடதுசாரியத்தின் கூர்மையான ஆயுதமாகத் தொழிலாளர் வர்க்கங்களை கண்டார். இதன் அடிப்படைக் காரணம் எது?

ஜெர்மனியில் வர்க்கச் சுரண்டல், வேறு வடிவத்திலும், இங்கிலாந்தில் அதன் வடிவம் வேறு உருவத்திலும் இருந்ததே இதன் அடிப்படைக் காரணம். இதைப் போன்றுதான் இந்தியாவில் அதன் உருவம் வேறு வடிவத்தில் இருந்தபோது அந்த வடிவத்துக்கு எதிராகச் சுரண்டலை வன்மையாகக் கண்டித்துத் தீர்வு கண்ட இந்திய தேசிய காங்கிரஸ் இடது சாரியத்தின் ஆகச் சிறந்த ஒரு போராட்டக் களத்தின் வெற்றி, இடதுசாரியத்தின் வகையில் இல்லை என்று மறுப்பதில் நியாயமிருக்க முடியுமா என்பதிலிருந்துதான் நாம் இதனை தொடங்க விருப்பப்படுகிறோம்.

67

மார்க்ஸியத்தின் குடும்ப வகையைச் சார்ந்ததே காந்தியமும், காங்கிரஸியமும்

இடதுசாரியம் குறித்த தெளிவான விளக்கங்களுக்கு இன்னும் ஒரு நூற்றாண்டை நாம் கடந்தாலும் தெளிவுபடுத்திக் கொள்ள முடியுமா என்பதை இங்கே எவரும் அறிந்திருக்க முடியாது. அதனால் தான் மார்க்சும், எங்கெல்சும் தமது ஆரம்ப காலங்களிலேயே தமது கருத்துகள் எதிர்காலத்தில் விமர்சிக்கப்படலாம் என்று கூறியிருந்தனர். ஆனால், என்ன ஒரு ஆச்சர்யம் என்றால், மார்க்ஸின் கருத்துகளை இந்த இரண்டு நூற்றாண்டுகளுக்கு அப்பாலும் கூ மிகத் தெளிவாக எதிர்த்தாளப்பட்டிருக்கிறதா என்றால் பதில் இல்லையென்று வரும். அதன் எதிர்ப்பு நிலை என்பதை இங்கே இரண்டு வகையாகப் பிரிக்கலாம். ஒன்று மார்க்ஸின் ஒரு குறிப்பிட்ட கருத்தினை மட்டுமே இடது சாரியமாகக் கொண்டவர்களை எதிர்த்தவர்களின் நிலைப்பாடு. மார்க்சியத்துக்கு எதிரானதாக அவர்களுக்குள்ளாக வகுத்துக் கொண்டதால் அதன் எதிர்கருத்து மார்க்ஸின் மீதான விமர்சனங்களாக உருவாக்கப்பட்டது. உதாரணமாக ரஷ்யாவில் ஜார் அரசுக்கு எதிராக 1917-இல் இரண்டு புரட்சிகள் ஏற்பட்டன. முதலாவதான புரட்சி மார்ச் மாதத்திலும், இரண்டாவதான புரட்சி நவம்பர் மாதத்திலும் ஏற்பட்டது. ஆனால், வரலாறு நவம்பர் புரட்சியை மட்டும் மார்க்ஸ் கருத்தினை ஏற்புடையதாக உருமாற்றிக் கொண்டதால் மார்ச் புரட்சி மார்க்ஸிய சித்தாந்தத்துக்கு எதிர்நிலையாக மாறிவிடுமா? ஆனால், வரலாறு அவ்வாறுதான் மார்ச் புரட்சியை மார்க்ஸ் மீதான விமர்சனமாகப் பதிவு செய்து கொண்டது. இரண்டாவது எதிர்ப்பு நிலை என்ற

வரையறைக்குள் வருவது இன்னும் அதிகக் கவனம் பெறுவதாக உணர்கிறோம்.

மார்க்ஸின் சித்தாந்தங்களின் மீதான நேரிடையான தாக்குதல்களாக இதனைப் பார்க்கலாம். ஆனால், அத்தாக்குதல்கள் அனைத்தும், மார்க்ஸின் சித்தாந்தங்களுடன் ஒப்பீட்டு அளவிலான வெளியீடுகளாக வெளிவந்திருப்பதை நாம் காண முடியும். ஆனால், இதைப் போன்ற காரணங்களால் அந்த ஒப்பீடுகள் மார்க்ஸின் சிந்தனையிலிருந்து வேறுபட்டதாக நாம் எவ்வாறு கொள்ள முடியும். கொஞ்சம் புரியாதது போல்தான் இருக்கும். அநேகமாக அதற்கான உதாரணங்களைப் பார்க்கும்போது நாம் புரிந்து கொள்ள முடியும் என்று நம்புகிறேன். இந்தியாவில் இந்திய தேசிய காங்கிரஸின் கொள்கைகளும், அதன் தலைவர்களின் செயல்பாடுகளும், இந்த இரண்டாம் நிலை எதிர்ப்புப் பக்கத்தில் இருந்து பார்க்கப்பட்டதனால், உலகின் பெரும்பாலோர்க்கு இந்திய தேசிய காங்கிரஸின் இடதுசாரியத் தீவிரத்தன்மை புரியாமல் போய்விட்டதாகக் கருதுகிறோம். அநேகமாக காங்கிரஸின் உள்ளீடுகள் என்பதை நாம் காந்தியிலிருந்துதான் தொடங்க முடியும். அவ்வாறு தொடங்கும் போது மகாத்மாவை இங்கே எத்தனை பேர் இடதுசாரியராக ஒப்புக் கொள்வர் என்பதில் ஐயமிருக்கத்தான் செய்கிறது. ஆனால், இதற்கான நேரிடையான ஒப்புதல் மூலம் வரலாற்றாசிரியர் ராமச்சந்திர குஹா காந்தியின் நினைவு நாளன்று இந்து தமிழ் நடுப்பக்கத்தில் "லெனின் - காந்தி" ஒரு ஒப்பீடு என்கிற தலையங்கக் கட்டுரையில் ஒரு விஷயத்தைத் தெளிவாகக் குறிப்பிட்டிருப்பார் அதில்,

"[1]1869 அக்டோபரில் காந்தி பிறந்தார். லெனின் அதற்கு ஆறு மாதங்களுக்குப் பிறகு பிறந்தார். இருவரும் சமகாலத்தவர்கள். அவர்கள் இருவரும் ஏன் ஒப்பிடப்பட்டார்கள் என்பதற்கு இதுவும் ஒரு காரணம். மிகப் பாரம்பரியமான கலாச்சாரப் பின்னணியும் வரலாறும் கொண்ட இரு பெரும் நாடுகளின் இணையற்ற தலைவர்கள் இருவர். இருவருமே அரசியல் அடக்குமுறைக்கும் பொருளாதாரத் தேக்கநிலைக்கும் எதிராகப் போராடியவர்கள். மக்களுக்காக வாழ்ந்தவர்கள்.

---

1 லெனின் காந்தி ஒப்பிடு கட்டுரை ராமசந்திர குஹா

இந்தியாவும் உலகமும் இப்போதுதான் காந்தியின் 150-ஆவது பிறந்த நாளைக் கொண்டாடியுள்ளன. காந்திக்குப் புகழாரங்கள் சூட்டப்பட்டன. சில நேர்மையான பாராட்டுகள் சில உள்நோக்கமுள்ளவை. சிலர், காந்தி அந்தக் காலத்தில் செய்தது அல்லது செய்யத் தவறியதைக் குறிப்பிட்டு அவரைக் குறை கூறவும் இந்த நேரத்தைப் பயன்படுத்திக்கொண்டனர். லெனினின் 150-ஆவது பிறந்த நாளை ரஷ்யாவும் உலகமும் எப்படிக் கொண்டாடப்போகிறது என்று பார்க்க வேண்டும்.

படித்தவர்கள் - பாமரர்கள் என்று அனைவரிடையேயும், இறப்புக்குப் பிறகு காந்தியின் புகழ், லெனினுடைய புகழைவிட அதிகம். தார்மீக, அரசியல் முன்னோடி, வெவ்வேறு மதங்களுக்கிடையே ஒற்றுமையை ஏற்படுத்தியவர் யார் என்றால், அது அகிம்சையைப் போதித்த காந்தியாகத்தான் இருக்க முடியுமே தவிர, ‘ஆயுதம் எடுத்துப் போரிடுங்கள், வர்க்கங்களுக்கிடையே போர் நடக்கட்டும்’ என்று கூறிய லெனின் அல்லர் என்பது என்னுடைய கருத்து. ஆயிரம் ஆண்டுகளாகத் தழைத்து வளர்ந்த மனித குலத்துக்கே வழிகாட்டும் துருவ நட்சத்திரம் காந்தி மட்டுமே என்று நான் நம்புகிறேன்” என்கிறார் குஹா.

இக்கட்டுரையில் அவர் லெனினை விட காந்தியே சிறந்த கம்யூனிஸ்ட் என்று கூறுவதைக் காட்டிலும், மார்க்ஸியவாதி என்ற வார்த்தை பொருத்தமானதாக இருக்கும் என்று நம்புகிறேன். மற்றவர்களின் ஒப்பீட்டை விட இங்கே முக்கியமானதாக ஒரு ஒப்பீட்டைக் கொள்ளலாம். மகாத்மாவே அவர் நடத்திய ஹரிஜன் பத்திரிக்கையில் *31.03.1946* அன்று இவ்வாறு எழுதியிருக்கிறார்.

“[1]அனைவரிடமும் உண்மையிலேயே ஒரேயளவு தொகை இருக்குமென்பதை நாம் கருதுகின்ற பொருளாதாரச் சமத்துவம் குறித்திடாது. அவரவருக்கும் தேவையானது கிடைத்திடும் என்பதையே இது குறிக்கிறது. எறும்பைவிட ஆயிரம் மடங்கு அதிகமான உணவு யானைக்குத் தேவைப்படுகிறது. ஆனாலும் அது சமத்துவமின்மையின் அடையாளம் அல்ல. ஒவ்வொருவருக்கும் அவருடைய தேவைக்குத் தகுந்த அளவு என்பதே பொருளாதாரச்

---

1 *31.03.1946* ஹரிஜன் மகாத்மா

சமத்துவத்தின் உண்மையான அர்த்தமாகும். மார்க்ஸ் விளக்கமும் இதுவே. மனைவியும் நான்கு குழந்தைகளும் உள்ளவனுக்கு தேவையான அளவை ஒரு தனி நபர் கோரினால் அது பொருளாதாரச் சமத்துவத்தை மீறுவதாகும்.

உயர்குடி வகுப்பினருக்கும் பாமர மக்களுக்கும், கோமகனுக்கும், ஏழைகளுக்கும், இடையே நிலவிவரும் பொல்லாத வேறுபாடுகளை முன்னவர்களுக்குத் தேவைகள் அதிகமாயிற்றே, ஆகவே அதற்கேற்ற செல்வம் படைத்தவர்களாக இருக்கின்றனர் என்று யாரும் நியாயப்படுத்த முற்பட வேண்டாம். அது குதர்க்கமே ஆகும். அவரவர் தேவைக்குத் தகுந்த அளவு என நாம் கூறிய வாதத்தைப் பரிகசித்துப் போலி செய்வதாகும்.

பணக்காரனுக்கும் ஏழைக்குமிடையே இன்றுள்ள முரண்பாடு துக்ககரமான காட்சியாகும். ஏழைக் கிராமத்தவர்கள் அந்நிய அரசாங்கத்தால் சுரண்டப்படுகின்றனர். சொந்த நாட்டவராலும், அதாவது நகரவாசிகளாலும் சுரண்டப்படுகின்றனர். நமக்கு வேண்டிய உணவை உற்பத்தி செய்பவர்கள் கிராமவாசிகளே. ஆயினும் அவர்கள் பட்டினி கிடக்க வேண்டியுள்ளது. பால் உற்பத்தி அவர்களுடையது. ஆயினும் அவர்களுடைய குழந்தைகளுக்குப் பால் கிடைப்பதில்லை. இந்நிலை வெட்கக் கேடானது. ஒவ்வொருவருக்கும் சத்துள்ள உணவும், வசிப்பதற்கு நடுத்தரமான வீடும், குழந்தைகளின் கல்விக்கான வசதிகளும், போதிய மருத்துவ உதவியும் கட்டாயம் வேண்டும். இதுதான் நாம் சித்தரிக்கும் பொருளாதாரச் சமத்துவம். அதி அத்தியாவசியமான தேவைக்கு மேல் ஏதுமே கூடாது எனத் தடைக்கட்டு விதிக்க விரும்பவில்லை. ஆனால், ஏழைகளின் அடிப்படைத் தேவைகள் பூர்த்தி செய்யப்பட்ட பின்னரே மற்றவற்றைக் கவனித்திட வேண்டும். முதலாவதாக எது முக்கியமோ அதற்கே முதலிடம் தரப்பட வேண்டியது அவசியமாகும்” என்று அதில் மகாத்மா குறிப்பிட்டிருக்கிறார்.

சரிசமமான பங்கீட்டின் உண்மையான நிலையை எடுத்துரைக்கும் மகாத்மா அதனைத்தான் மார்க்சும் வலியுறுத்துகிறார் என்கிறார். தன்னுடைய கருத்தினை மார்க்ஸின் கருத்துடன் ஒப்பிட்டு ஒரு தேடலைத் தொடங்கும் மகாத்மாவின் முயற்சி உண்மையாகும்

போது இந்திய தேசிய காங்கிரசும், மகாத்மாவும், மார்க்ஸின் நேர் எதிர் துருவங்களாக உருவாக்கப்பட்டால் அதில் நியாயமிருக்க முடியுமா? என்பதே நம் கேள்வி? நமது கேள்விகள் இத்துடன் மட்டுமா முடியப் போகிறது மார்க்ஸியத்தின் குடும்ப வகையைச் சார்ந்ததே காந்தியமும், காங்கிரஸியமும் என்பதிலிருந்துதான் தொடங்கப்போகிறது.

68

இடதுசாரியத்தின் புதிய தேடலில் இந்திய தேசிய காங்கிரஸ்

இந்த உலகில் இடதுசாரியக் கொள்கையில் உண்மையில் வெற்றி கண்டவர்கள் எவரெல்லாம் என்று கணக்கிடுவதைக் காட்டிலும், அந்த வெற்றியை மிக நீண்ட காலத்துக்கு தக்க வைத்துக் கொண்டவர்கள் யார் என்பதில்தான் இடதுசாரியத்தின் உண்மையான வெற்றி அடங்கியிருப்பதாகக் கருத முடியும். அதிலும் அத்தகைய உண்மையான வெற்றியும் கூட அப்பகுதிகளைச் சார்ந்த மக்களின் சுதந்திர ஜனநாயக உரிமையை எவ்வாறு அவ்வெற்றி பெற்று அளித்திருக்கிறது என்பதைப் பொறுத்துத்தான் அந்த வெற்றி தனது பூரணத்துவத்தை அடைய முடியும் என்பதே நிஜம். அவ்வகையில் உலகின் எந்த தேசம், இடதுசாரியக் கொள்கையில் உண்மையான வெற்றியைப் பெற்றிருக்கிறது என்பதையும், அடைந்த வெற்றியை அதன் உண்மையான பூரணத்துவத்தை அடையச் செய்திருக்கிறது என்பதையும் பார்த்தால் இவ்வுலகில் இறுதியாக எஞ்சி நிற்கும் நாடு இந்தியாவைத் தவிர வேறெந்த நாடும் இருக்க முடியாது என்பதை இறுதியாக நாம் உணரமுடியும். ஒரு சில நாடுகள் இடதுசாரியக் கொள்கைப் போரில் வெற்றி பெற்றிருப்பார்கள், ஆனால், நீண்ட காலத்துக்கு அவ்வெற்றியில் இருக்க முடியாமல் இடையில் மாற்றத்தைப் பெற்றிருப்பார்கள் இவர்கள். ஒரு வகையினர், மற்றொரு வகையினரோ பெற்ற வெற்றியை நூற்றாண்டுகள் கடந்தும் கொண்டு வந்திருப்பார்கள். ஆனால், இந்தியா மட்டுமே இவ்வுலகில் அவ்வெற்றியை மிக நீண்ட தூரம் கடந்து வந்திருந்தும் கூட அந்த மக்களுக்குத் தனி மனித அதிகாரத்தையும், அதே நேரம் தொடர்ந்து சமத்துவத்தை நோக்கிய பயணத்தையும் தொடரச் செய்திருக்கிறது என்பதே நிஜம்.

இவ்வகையில் வட அமெரிக்காவை நீங்கள் சேர்ப்பதற்கு வாய்ப்பில்லையா என்கிற கேள்வி எழும்? அங்கே தனிமனித சுதந்திரமும், ஜனநாயக மரபுகளும் பின்பற்றப்பட்டாலும், அவர்கள் ஆரம்ப கால வரலாற்றில் இடதுசாரியக் கொள்கைப் போரில் பங்கெடுத்தவர்களாகக் கருதுவதற்கு வாய்ப்பில்லையென்றே கருத முடிகிறது. ஏனெனில், அவர்கள் சுதந்திரம் பெறுவதற்காகப் போராடினார்கள். ஆனால், அந்த வெற்றியைக் கொண்டாடும் மக்கள் அந்த மண்ணிலிருந்த செவ்விந்தியர்களையும், வந்தேறிகளான கறுப்பின மக்களையும் அவர்களுடன் சேர்ந்து வெற்றிக் கொண்டாட்டச் சமத்துவப் படுத்தலில் ஈடுபடவில்லை. இத்தனைக்கும் அவ்வெற்றியைக் கொண்டாடும் மக்கள், அம்மண்ணின் பூர்வ குடிகளான செவ்விந்தியர்களுக்கும், இறுதியாகக் குடியேறிய கறுப்பின மக்களுக்கும், இடையில் வந்தேறிய மக்கள்தாம் என்கிறபோது அவர்களின் வரலாற்றில் நிச்சயம் இடது சாரிய வெற்றி எப்போதும் இருக்கப் போவதில்லை. ஆனால், இந்தியாவிலோ சுதந்திரத்தை வேண்டிய அதே தருணத்தில் பொருளாதார மற்றும் சமூக ஏற்றத்தாழ்வுகளையும் ஒரே நேரத்தில் சீரமைத்து ஒரு வெற்றியைப் பெற வேண்டிய கட்டாயம் இருந்தது. அவ்வாறான சமத்துவ வெற்றியே, பெறப்போகும் சுதந்திரத்தைச் சிறப்படையச் செய்யும் என்று இந்திய தேசிய காங்கிரஸ் கருதியதால், காங்கிரஸ் ஆரம்பிக்கப்பட்ட காலத்திற்கானது. இவ்வுலகின் அனைத்து தேசங்களிலும் நடந்த இடதுசாரியப் புரட்சியைக் காட்டிலும், இந்திய தேசிய காங்கிரஸின் இந்திய இடதுசாரிய புரட்சிப் போர் முக்கியத்துவம் பெறுவதாகக் கருதமுடியும்.

அதே நேரம், இத்தகைய பக்குவப்பட்ட பொறுப்புணர்வுடன் கூடிய புரட்சியின் தாக்கமும், அதன் காரணமும் மாத்திரமே, இந்திய இடதுசாரியப் புரட்சியை மிக நீண்ட காலத்துக்கு உயிர்ப்புடன் வைத்திருந்தது என்பதற்கும் காரணமானது. அதற்கு முக்கியமாக இந்தியாவின் புரட்சிக்கு வித்திட்ட இந்திய தேசிய காங்கிரஸின் இரண்டு பெரும் தலைவர்கள் மகாத்மா காந்தி, ஜவகர்லால் நேரு கொண்டிருந்த அடிப்படைக் காரணங்களே அத்தகைய கட்டமைப்பை உலகுக்கு கொடுத்தது. உதாரணமாக மகாத்மா ஹரிஜன் பத்திரிகையில் 23.03.1947இலும் 28.01.1939இலும் கூறியவற்றைப் பாருங்கள்.

“[1] உலகிலேயே பேரளவுக்குத் தொழில்மயநாடு அமெரிக்கா. இருப்பினும் அது வறுமையையோ, இழிவான நிலையையோ அறவே நீக்கிடவில்லை. இதற்குக் காரணம் ஒட்டு மொத்த மானிடத் திறன்களைப் புறக்கணித்ததும், பலர் உழைப்பில் செல்வங்களைக் குவித்திடும் சிலரின் கரங்களில் அதிகாரத்தை ஒருமுகப்படுத்தியதுமே ஆகும். (ஹரிஜன் 23.03.1947 பக்கம் 79)

தொழில்மயமாக்குதல் என்கிற கொள்கை வழிபாட்டை உயரளவில் எட்டிவிட்ட ரஷ்யாவைக் காணுகின்றபொழுது அங்குள்ள வாழ்க்கை நாம் போற்றும்படியாக இல்லை என்பேன். பைபிள் மொழி வாயிலாய்ச் சொல்லப்போனால் உலக முழுவதையும் ஆதாயப்படுத்திக் கொண்டு ஆன்மாவை இழந்த மானிடனுக்கு அதனால் பயன் என்ன? நவீன காலப் பேச்சுப்பாணியில் கூறுவதென்றால், ஒருவர் தன் தனித்தன்மையை இழந்துவிட்டு இயந்திரச் சக்கரத்தின் வெறும் பல்லாக மட்டும் இருப்பது மானிடத்தின் மாண்புக்குத் தாழ்வானது என்பதாகும். சமுதாயத்திலுள்ள ஒவ்வொரு தனிநபரும் ஊக்கமிகுந்தவராகவும் நிறைவான வளர்ச்சி கொண்டவராகவும் உருவாக வேண்டுமென நாம் விரும்புகிறேன்.” (ஹரிஜன் 28.01.1939, பக்கம் 438) என்கிற இரு வேறு காலகட்டங்களில் உலகில் இரு எதிர் துருவ நாடுகளுக்கு எதிரான மகாத்மாவின் இத்தகைய கருத்துகளின் மூலம் நாம் அறிவது எதுவென்றால், மிகவும் வளர்ச்சியடைந்த தேசமான அமெரிக்கக்காவைப் பார்த்து அதைப்போன்ற வளர்ச்சியை இந்தியா அடையவேண்டும் என்றும் அவர் விரும்பவில்லை, ஏனெனில், அவர்கள் பல தரப்பட்ட மக்களின் உணர்வுகளைப் புறக்கணித்து, சுரண்டி வளர்ச்சியை ஒரு சில கரங்களில் சேர்ப்பதை மனித குலத்துக்கு விரோதமானதாக மகாத்மா பார்க்கிறார். அதே நேரம், இதிலிருந்து மாறுபட்ட ஒரு கோணத்தில் தனி மனிதப் பொருளாதாரச் சமத்துவத்தை எய்தும் நோக்கில் வெற்றி கண்ட ரஷ்யாவில் தனிமனிதரின் ஊக்கமும் நிறைவான மனித இயல்பின் வளர்ச்சியின்மையையும் கூட மகாத்மா அமெரிக்காவை வெறுத்த அளவுக்கான காரணங்களாகவே கருதுகிறார். அத்தகைய தேடல்தான் இந்தியாவின் நவீன இடதுசாரியப் பாதையாக உருவானது. அவ்வாறு

---

1. 23.03.1947 மற்றும் 28.01.1939 ஹரிஜன் மகாத்மா

உருவான ஒரு கருத்தினை மிக நீண்ட காலத்துக்கு செயல்வடிவில் கொண்டு செல்வதற்கான குணாதிசயங்களைக் கொண்ட தலைவராக ஜவகர்லால் நேரு இருந்தார் என்பதனை அவரின் சுயசரிதையின் 39-ஆவது அத்தியாயத்தில் ஐக்கிய மகாணத்தில் விவசாய நெருக்கடி என்னும் பகுதியில் கூறியிருப்பதைக் கொண்டு தெரிந்துகொண்டுவிட முடியும். அதில் அவர் 1930 ஆம் ஆண்டு விவசாய உற்பத்திக் குறைவால் வரிகொடா இயக்கம் ஆரம்பித்து விவசாயிகள் வரி கொடுப்பதை நிறுத்திவிட முடிவு செய்த ஒரு நிகழ்ச்சியைக் குறிப்பிடும் இடத்தில் இவ்வாறு கூறுகிறார்.

"[1]குடியான உறுப்பினர்கள் மிகுதியாக இருந்த அலகாபாத் மாவட்ட காங்கிரசுக் குழு போராட்டத்தில் இறங்கத் தீர்மானித்தது. குத்தகை செலுத்துமாறு யோசனை கூறக்கூடாதென்று முடிவு செய்தது. எனினும் மாகாண நிர்வாகசபை, அகில இந்தியக் காங்கிரசுக் குழு ஆகியவற்றின் உத்தரவில்லாமல் போராட்டத்தில் இறங்கக்கூடாதென முடிவாயிற்று. ஆகையால் இந்த விஷயம் செயற்குழுவுக்கு அறிவிக்கப்பட்டது. மாகாண, மாவட்டக் குழுக்களின் சார்பில் இதைப்பற்றி விளக்கி கூற தஸதுக் ஷர்வானியும், புருஷோத்தம தாஸ் தாண்டனும் செயற்குழுக் கூட்டத்தில் கலந்து கொண்டனர். இப்பிரச்சனை அலகாபாத் மாவட்டத்தை மட்டும் பற்றியதாக இருந்தது. அதுவும் பொருளாதாரப் பிரச்சனை. அன்றைய நெருக்கடியான அரசியல் நிலைமையில் போராட்டத்தைத் தொடங்கினால் எதிர்பாராத விளைவுகள் பல நேரக்கூடும் என்பதை உணர்ந்தோம். மேலும் பேச்சு நடந்து அதிக நன்மை கிடைக்கும் வரையில் குத்தகையைத் தற்காலிகமாகக் கொடுக்காமல் நிறுத்தி வைக்குமாறு அலகாபாத் மாவட்டக்குழு குடியானவர்களுக்கு யோசனை சொல்ல அனுமதிக்கப்படலாமா? இதுதான் அங்கு எழுந்த கேள்வி. இது மிகவும் சிறிய கேள்விதான். ஆனால், இந்த அளவோடு நின்று விடவே விரும்பினோம். ஆனால், அப்படிச் செய்யமுடியுமா? காந்தியடிகள் வருமுன்னர் அரசாங்கத்துடன் உறவு முறியாமலிருக்குமாறு எப்படியாவது பார்த்துக்கொள்ள வேண்டும் என்று செயற்குழு விரும்பியது. குறிப்பாக, பொருளாதாரப் பிரச்சனை வர்க்கப் பிரச்சனையாக மாறுவதைத் தடுக்க வேண்டும் என்பதுதான்

---

1 சுயசரிதை ஜவஹர்லால் நேரு

அதன் நோக்கம். செயற்குழு அரசியலில் முன்னேறியிருந்தாலும் சமூகத் துறையில் முன்னேறவில்லை. குத்தகைதாரர் - ஜமீன்தாரர் என்ற பிரச்சனை தோன்றுவதை அது விரும்பவில்லை.

சோஷலிசப் போக்குள்ளானவனான என்னைப் பொருளாதார, சமூக விஷயங்களில் யோசனை கேட்பது அவ்வளவு சரியல்ல என்று கருதினார்கள். போராட்டத்தை விரும்பாவிட்டாலும் மிதவாத உறுப்பினர்களும் வலதுசாரியினர்களுங்கூடப் போராட்டத்தில் ஈடுபடும்படியாக நிலைமை அவ்வளவு மோசமாகி விட்டது என்பதைச் செயற்குழு உணரவேண்டும் என்பது என் எண்ணம். எனவே எங்கள் மாகாணத்திலிருந்து ஷர்வானியும் மற்றவர்களும் செயற்குழுக் கூட்டத்துக்கு வந்ததை வரவேற்கிறேன். ஷர்வானி எங்கள் மாகாணத் தலைவர். அவர் அதிர் வேட்டுக்காரரன்று. அரசியல், சமூகம், இரண்டிலும் அவர் வலதுசாரி. ஆண்டுத் தொடக்கத்தில் ஐக்கிய மாகாணக் காங்கிரசுக் குழுவின் விவசாயக் குழுவின் விவசாயக் கொள்கையைக் கண்டித்தார். ஆனால், அக்குழுவுக்கே தலைவராகிப் பொறுப்பை ஏற்கவேண்டி வந்ததும் அதைத் தவிர வேறு வழியில்லை என்பதை உணர்ந்தார். அதன் பின்னர் அக்குழு மேற்கொண்ட நடவடிக்கைகள் யாவும் அவருடைய ஒத்துழைப்பின் பேரில் பெரும்பாலும் அவராலேயே எடுத்துக் கொள்ளப் பட்டவையாகும்.

ஆகையால் ஷர்வானி செயற்குழுவில் பேசியதால் பெரும்பயன் ஏற்பட்டது. நாம் பேசியிருந்தால் அவ்வளவு பயன் ஏற்பட்டிராது மெல்லவும் முடியாமல் விழுங்கவும் முடியாமல் செயற்குழு எந்த இடத்திலும் வரியையும், குத்தகையையும் நிறுத்தி வைக்க யோசனை கூற ஐக்கிய மாகாணக் குழுவுக்கு அதிகாரம் வழங்கியது. ஆனாலும் கூடுமான வரையில் இந்த நடவடிக்கையை மேற்கொள்ளாமல் மாகாண அரசாங்கத்துடன் சமாதானப் பேச்சு நடத்துமாறு வற்புறுத்தியது". என்று நேரு அதில் குறிப்பிட்டிருக்கிறார்.

இதன் சுருக்கம் இதுதான். நேரு தான் ஒரு சோஷலிஸ்டு என்று அறியப்பட்டதைத் தெளிவுபடுத்துகிறார். ஆனால், ஒரு பொருளாதாரப் பிரச்சனையை சமூகப் பிரச்சனையாக மாற்றுவதற்கு விருப்பப்படவில்லை என்பதில் அவரது முழுமையான பொறுப்புணர்வு வெளிப்படுகிறது. ஆகையால்,

ஒரு சோஷலிஸ்டாக தனது முடிவின் வெற்றியைத் தீர்மானிப்பதற்கு சோஷலிசக் கருத்தினை ஒரு வலது சாரிய ஷர்வானி மூலம் வெளிப்படுத்துவதில் ஈகோ கொண்டிருக்கவில்லை. இத்தகைய தலைவர்களின் போக்கும் செயல்பாடுகளும்தாம் இந்திய இடதுசாரியப் புரட்சியின் போக்குகளை எவ்வகையிலும் நிலை குலையச் செய்யாமல் இன்னும் பல நூற்றாண்டுகளுக்குக் கொண்டு செல்லும் வகையில் அமைத்தது.

இந்தியாவில் மக்களின் பிரச்சனைகளுக்குத் தீர்வுகாணப்பட வேண்டுமென்றால், அதில் வேறுபட்ட கருத்துடையவர்களும், தங்களின் போக்குகளை மாற்றிக்கொண்டு அந்தப் பிரச்சனைகளுக்கான தீர்வுகளை நோக்கி நகரச்செய்யும் ஒரு செயல்முறை வடிவத்தை இந்திய சுதந்திரப் போராட்டத்தின் முன்னணி இயக்கங்கள் ஏற்படுத்தி இருந்தன. இந்தியா என்கிற ஒருமித்த தேசம் உருவான போதே இத்தகைய உருவாக்கம் செய்யப்பட்டிருக்கிறது. அவ்வெண்ணங்கள் மாத்திரமே மக்களின் விருப்பத்துக்கு இணங்கிய செயல்பாடாகவும் அக்காலத்தில் உருவாக்கப்பட்டதின் காரணமாக இந்தியாவில் ஏற்பட்ட அனைத்து ஆட்சி மாற்றத்தின் மூலம் உருவாக்கப்பட்ட புதிய அரசின் செயல்பாடுகள் அனைத்தும் மக்களின் விருப்பத்துக்கு ஏற்ற வகையில் அமையப் பெற்றது. அதாவது, ஜனநாயகக் கட்டமைப்பில் சமத்துவத்தை நோக்கி மட்டுமே இருக்குமாறு அமையப்பெற்றுவிட்டது. அத்தகைய சீரமைப்பு எத்தகைய இயக்கங்கள் அல்லது தலைவர்கள் ஆட்சிக்கு வந்தால், இந்தியாவில் ஒரு குறிப்பிட்ட பிரிவினருக்கும் அல்லது கோட்பாட்டுக்கும் பெரும் ஆபத்து நேரிடும் என்று இந்தியாவிலோ அல்லது வெளி தேசத்திலோ பல நேரங்களில் அச்சங்கள் வெளிப்படுத்தப்பட்டிருக்கிறது. அவ்வச்சங்களுக்குக் காரணமான ஆட்சிகள் உருவானபோதும் அவர்கள் நினைத்தவாறு அச்சப்படும் செயல்கள் ஏதும் இந்தியாவில் நடைபெறவில்லை என்பதைக் காட்டிலும் அவ்வாறு செயல்பட முடியாது என்கிற அமைப்பை இந்திய சுதந்திரப் போராட்டக் காலத்திலிருந்து இந்திய மக்களின் அனைவருக்குமான பொதுவுடைமை எண்ணங்களாகச் சிலவற்றை நல்மதிப்பீடாகக் கொள்ளும்படி அக்காலகட்டத்தின் இயக்கங்கள் உருவாக்கி மக்களிடம் அமைத்திருக்கின்றன. ஆக எத்தகைய

ஆபத்தான கோட்பாடு உடைய இயக்கத்தின் அல்லது தலைவரின் ஆட்சிகள் இந்திய தேசத்தில் ஏற்பட்டாலும் உலகம் வியக்கும் எந்தக் கெடு செயலும் ஏற்படாதவாறு இந்தியாவின் மக்கள் இயற்கையான இடதுசாரியப் போக்குள்ளவர்கள் என்பதை எந்தப் புதிய ஆட்சியாளர்களும் அறிவுறுத்தச் செய்திருக்கிறார்கள் மக்களின் மீதான அத்தகைய நல் மதிப்பீடுகளை எத்தகைய ஆட்சியாளர்களும் மதிப்பீடு செய்வதின் பொருட்டுதான் இந்தியா எப்போதும் அதன் இடதுசாரியத் தன்மையை விட்டுவிடாது என்பதை இதன் இறுதியான விடையாக நமக்குக் கொடுக்கிறது.

69

நேருவின் இடதுசாரியம்

இறுதியாக இந்தியாவில் இடதுசாரியம் என்னும் இந்த ஆய்வின் மையக் கருத்து இதுவாகத்தான் இருக்க முடியும் என்பதே நமது ஆய்வின் முடிவு, இடதுசாரியம் வெவ்வேறு வகையான கருத்துகளை உள்ளடக்கி இருக்கிறது. அநேகமாக அது உலகம் முழுவதற்கும் பொதுவான ஒரு நேர்க்கோட்டில் அமைந்த தத்துவத்தைக் கொண்டிருக்கவே முடியாது என்பதுதான் எந்த ஒருவர் ஆய்வு செய்தாலும் இறுதியாக வரும் முடிவு எனக் கருதலாம். ஆனால், நாம் இந்த உலகம் முழுவதற்குமான தேடலை இந்தத் தலைப்பில் தேடவில்லை. இந்தியாவில் அதன் கருத்தாக்கம் எப்படி இருக்க முடியும் என்பதை இறுதியாக வரையறுத்துக் கூறுவதுதான் இந்த ஆய்வுக்குச் சிறந்ததாக இருக்க முடியும் என்ற நிலைக்கே இறுதியாக வரமுடிகிறது. அவ்வாறு வரும் போது ஆரம்பகால இந்திய தேசிய காங்கிரசே நிச்சயமாக இந்தியாவின் இயற்கையான இடதுசாரியக் கோட்பாட்டைத் தாங்கி நிற்கிறது என்பதே பெரும்பான்மையான உண்மையைப் பெற்றிருக்கிறது. அந்நிய தேசங்களுக்கான இடது சாரியக் கோட்பாட்டையே நூறு சதவிகிதம் தாங்கி நின்று இந்தியாவில் போராடுவது என்பது அதன் இயற்கையான அமைப்புக்கு எதிராகத்தான் இருக்க முடியும். அதே நேரம் ஆரம்பகால இந்திய தேசிய காங்கிரஸ் உண்மையான இடது சாரியப் பயணத்தில் பயணித்தது என்பது ஆதாரங்களின் அடிப்படையில் நிரூபணமாகிற போது அது பெரும்பாலும் எதன் அடிப்படையில் தீர்மானிக்கப்படுகிறது என்பதும் இங்கே முக்கியத்துவம் பெறுகிறது. நாம் இந்த ஆய்வில் மகாத்மா, நேரு, அம்பேத்கர், இந்திராகாந்தி இன்னும் எண்ணற்ற தலைவர்களின் சிந்தனைகளை இதனுடன் ஒப்பிட்டு

பார்த்து ஆய்வு செய்திருக்கிறோம். ஆனால், ஆரம்பகால இந்திய தேசிய காங்கிரஸில் இவர்களில் எவரின் ஆதிக்கம் அதிகமாக இருந்திருக்கிறது என்று கருதுவதைக் காட்டிலும், எவரின் போக்கு தீவிரமாக படர்ந்திருக்கிறது என்பது இங்கே முக்கியமானதாகத் தெரிகிறது.

அதன் அடிப்படையிலான தேடலில் சுதந்திரத்திற்கு முன்பிருந்தும் அல்லது அதன் தொடர்ச்சியான பிறகு சுதந்திர இந்தியாவின் 17 ஆண்டுகால ஆட்சியின் மீதும் அதிகம் ஆதிக்கம் செலுத்திய ஜவகர்லால் நேருவின் கோட்பாட்டுச் சிந்தனைகளே இந்திய தேசிய காங்கிரஸின் அப்பட்டமான முகமாகத் தெரியும் என்பதுதான் நிஜம். இந்த உண்மை இன்னும் வலுவானதாகப் புரிந்து கொள்ளப்பட வேண்டுமென்றால், இன்றைக்கு மிகவும் எழுச்சியாக மேலெழுந்து வந்திருக்கும் இந்து மகா சபையின் வேர்களான ஆட்சியாளர்கள் பெரும்பாலும் குறிவைத்துத் தாக்குவது நேரு என்பதிலிருந்து இதன் முழுமையான காரணத்தை அறிய முடியும் என்று நம்பலாம். ஆனால், அவர்களின் பொய்யான குற்றச்சாட்டை முறியடிக்கும் அனைத்து ஆதாரங்களும் நமது ஆய்வில் இதுவரை தெளிவாக்கப்பட்டிருந்தாலும் கூட முக்கியமாக மதம் தொடர்பான கருத்துகள் இந்த இடதுசாரிய சித்தாந்தத்தோடு நேரு தொடர்புபடுத்திப் பார்த்திருப்பது மிக முக்கியமானதாக நாம் கருதுகிறோம். நேருவின் கண்டறிந்த இந்தியா நூலில் வாழ்வின் தத்துவம் என்னும் தலைப்பில் அவர் எழுதியிருப்பதில் இவ்வாறு கூறுகிறார்.

"[1] இந்து மதமோ, இஸ்லாமோ, பௌத்தமோ, கிறித்துவமோ... சிந்திக்கும் மக்களால் கூட ஏற்கப்பட்டுக் கடைபிடிக்கப்பட்ட எந்த மதமும் என்னை ஈர்க்கவில்லை. மூடநம்பிக்கையான நடைமுறைகளோடும், வறட்டுப் பிடிவாதமான நம்பிக்கைகளோடும் அவை நெருக்கமாகத் தொடர்புகொண்டிருப்பதாக எனக்குத் தோன்றியது. அவற்றுக்கு முன்பு இருந்த வாழ்க்கையின் பிரச்சனைகளுக்கான அணுகுமுறை வழிமுறைகள் விஞ்ஞானத்துக்கு உட்பட்டதாகத் தோன்றவில்லை. அவற்றில் தந்திரமான விமர்சனமற்ற நம்பிக்கையுடனான, இயற்கைக்கு மீறிய சார்புத் தன்மையுடனான அம்சங்கள் இருக்கின்றன.

1 கண்டறிந்த இந்தியா நேரு

இருந்தபோதிலும், (மானுட இயல்பின் உள்ளார்ந்த ஆழமாகத் தேவைப்பட்ட சிலவற்றை மதம் வழங்கியது என்பதும், உலகெங்கிலும் உள்ள மிகப்பெரிய பெரும்பான்மை மக்களுக்கு ஏதோ வடிவில் மதம் இல்லாமல் முடியாது என்பதும் தெளிவானது. பல உன்னத வகை ஆண்களையும், பெண்களையும் அவை உற்பத்தி செய்துள்ளன. வெறியர்களையும், குறுகிய மனத்தினரையும், கொடூரமான கொடுங்கோலர்களையும் அவை உருவாக்கியுள்ளன. மானுட வாழ்வுக்கு விழுமியங்களின் வகைகளை வழங்கியுள்ளன. இந்த விழுமியங்களின் வகைகளில் சில இன்று நடைமுறையில் இல்லை என்றாலும் அல்லது தீங்காகவும் கூட உள்ளன என்றாலும்கூட, மற்றவை இன்னும் நீதி மற்றும் தர்ம நெறிகளுக்கான அடித்தளமாக உள்ளன") என்று அந்நூலில் நேரு கூறுகிறார்.

இந்தக் கருத்து எதனை வலியுறுத்துவதாகக் கருதமுடிகிறது. இன்றைய பாஸிஸக் கருத்துள்ளவர்கள் நேருவின் மீது முன்வைக்கும் குற்றச்சாட்டு என்ன? அவர் ஏதோ இந்து மதத்துக்கு மட்டுமே எதிராகச் சிந்தித்தவர் என்றே அநேகமாகக் கூறுகிறார்கள். ஆனால், அவரோ உலகின் அனைத்து மதத்தின் குறைகளையும் சமரசமின்றித்தான் குறைபட்டுக் கொள்கிறார். ஆனாலும், ஆன்மிக நீதிநெறிகள் மீதும் கூட நேர்மை தவறாமல் சுயசார்பில் நன் மதிப்பீட்டையும் கொள்ளத்தான் செய்கிறார். இதில் அவர் மீதான இன்றைய கால கட்டக் காழ்ப்புணர்ச்சியான குற்றச்சாட்டுகளுக்கு அவர் சரியான மதிப்பீட்டை மிக நீண்ட காலத்துக்கு முன்பே வழங்கி விட்டதாகத்தான் தெரிகிறது. உடன் இங்கே எவராவது, இடதுசாரிய இந்த ஆய்வில் அரசியல் விமர்சனங்களுக்குப் பதில் வருவது தேவையில்லாத ஒன்றல்லவா எனக் கேட்கலாம். நிச்சயமாக இந்தியாவின் இடதுசாரியத்துக்கு இது தேவையான ஒன்று மட்டுமல்ல. இதன் அடிப்படையே இந்தத் தலைப்புக்கு ஆதாரத் தேடலாகவும் அமைகிறது. அதனால், பாஸிச சித்தாந்த விமர்சனங்களுக்கு அது இயற்கையான பதிலாகவும் அமைந்து போகிறது. இன்னும் கூடுதல் கவனம் செலுத்திப் பார்த்தால் இதே கட்டுரையின் மற்றோர் இடத்தில் இடது சாரியத்தின் வேராக நாம் கருதும் மார்க்ஸ் மற்றும் லெனின் கோட்பாடுகளை நேரு இவ்வாறு கூறுகிறார்.

"[1]மார்க்ஸ் மற்றும் லெனினைப் படித்தது எனது மனத்தில் சக்தி மிக்க தாக்கத்தை உருவாக்கியது. வரலாற்றையும், நடப்பு விவகாரங்களையும் புதிய வெளிச்சத்தில் பார்க்க எனக்கு உதவியுள்ளது. வரலாறு மற்றும் சமூக வளர்ச்சியின் நீண்ட சங்கிலித் தொடருக்குச் சில அர்த்தங்கள், சில இடைவிடா வரிசைகள் இருக்கின்றன எனத் தோன்றுகிறது. எதிர்காலம் அவற்றின் மறைவுத் தன்மைகளில் சிலவற்றை இழந்திருக்கிறது. சோவியத் ஒன்றியத்தின் செயல்வழிச் சாதனைகளும் மகத்தான விதத்தில் குறிப்பிடத்தக்கவை. அங்கு நிகழ்ந்த சில நிகழ்வுகளை அடிக்கடி நாம் விரும்பவில்லை அல்லது புரிந்து கொள்ளவில்லை. அந்தத் தருணத்தின் சந்தர்ப்பவாதம் அல்லது குறிப்பிட்ட நாளின் அதிகார அரசியல் ஆகியவற்றோடு அவை அக்கறை கொண்டிருந்தன என்று எனக்குத் தோன்றுகிறது. ஆனால், இந்த நிகழ்வுகள் மற்றும் மானுட மேன்மைக்கான மூல ஆர்வத்தின் சாத்தியமான திரிபு ஆகியவற்றையும் மீறி, சோவியத் புரட்சி மானுட சமூகத்தைப் பெரும்பாய்ச்சலில் முன்னேற்றியுள்ளது என்பதிலும், உலகம் எதை நோக்கி முன்னேற முடியுமோ அந்தப் புதிய நாகரிகத்திற்கு அடித்தளம் அமைத்துள்ளது என்பதிலும் எனக்கு எந்தச் சந்தேகமும் இல்லை. நாம் மிகவும் தனிமனிதத் தன்மைக்கு ஆதரவாளன், அதிகமான படையமைப்பை விரும்பாத அளவுக்குத் தனிமனித சுதந்திரத்தில் நம்பிக்கை உள்ளவன். இருந்தபோதிலும், சிக்கலான சமூகக் கட்டமைப்பில், தனி மனித சுதந்திரம் வரையறுக்கப்பட வேண்டும் என்பது தெளிவு என்று எனக்குத் தோன்றுகிறது. அநேகமாகத் தனிமனித சுதந்திரத்தை அத்தகைய வரையறைகள் வழியாக மட்டுமே சமூகத் தளத்தில் படிக்கலாம். மேலதிக சுதந்திரத்தின் நலனுக்காக, முக்கியக் குறைவான சுதந்திரங்களின் வரையறை அடிக்கடி தேவைப்படும்.

எந்தச் சிரமங்களும் இல்லாமல், மார்க்சிய தத்துவார்த்தக் கண்ணோட்டத்தை என்னால் ஏற்க முடியும். அதன் ஏகான்ம வாதம் மற்றும் பொருள்மனம் ஆகியவை வெவ்வேறானவை அல்ல என்ற தத்துவம், பொருள்களின் இயக்கம், பரிணாமம் மற்றும் பாய்ச்சல் மூலம் தொடர்ந்த மாற்றம் என்ற இயக்கவியல், நடவடிக்கை மற்றும் இடையேயான நடவடிக்கை, காரண விளைவுக்

---
1   கண்டறிந்த இந்தியா நேரு

கோட்பாடு, எதிர்க்கோட்பாடு மற்றும் சேர்க்கை ஆகியவை. அது எனக்கு முழுமையான திருப்தியைத் தரவில்லை. எனது மனத்தில் உள்ள அனைத்துக் கேள்விகளுக்கும் அது பதிலளிக்கவில்லை. கிட்டத்தட்ட அறியாத வகையில் மங்கலான கற்பனாவாத அணுகுமுறை போன்ற ஒன்று எனது மனத்திற்குள் கசியும். அது மனத்திற்கும் பொருளுக்கும் ஆன வேறுபாடு அல்ல. ஆனால், மனத்தைத் தாண்டி இருக்கும் ஏதோ ஒன்று. நீதிநெறிப் பின்னணியும் இருக்கிறது. தார்மீகநெறி அணுகுமுறை மாறுகிற ஒன்று என்றும், வளர்ந்து வரும் மனது மற்றும் முன்னேறி வரும் நாகரிகத்தைச் சார்ந்து நிற்பது என்றும் நாம் உணர்ந்தேன்" என்று நேரு அந்நூலில் நேரு கூறுகிறார்.

இதன் கருத்துகளின் படி நேரு உலகின் பொதுமறை இடதுசாரியக் கருத்துகளோடு எவ்வாறு உடன்பட்டிருந்தார் என்பதைத் தெளிவுபடுத்தியிருப்பதாகவே அறிய முடிகிறது. அவர் மார்க்ஸ் மற்றும் லெனின் மீது தீவிரப் பற்று கொண்டிருந்தாலும் சில இடங்களில் இருக்கிற சிக்கல்கள் மீது இந்திய மண்ணுக்குரிய தொடர்புகளைப் பொறுத்து வேறுபட்டு நிற்பதையே சுட்டிக் காட்டுகிறார். ஆன்மிகக் கருத்தின் நீதிநெறி முற்றிலும் தவிர்க்க வேண்டியது என்பது விஞ்ஞானத்தின் பணியாக இருக்க முடியாது என்கிறார். இறுதியாக அவர் இதே கட்டுரையின் இன்னொரு இடத்தில் கூறுவதுதான் மிக முக்கியத்துவம் வாய்ந்தது என்று கருதுகிறேன். நமது இந்தத் தொடருக்கான மூலாதாரத்தையும் இறுதி வடிவத்தையும் அதில் அவர் வழங்கியிருப்பதாக அறிய முடியும் அளவில் இவ்வாறு கூறுகிறார்.

"[1]சோசலிசக் கோட்பாட்டின் அடிப்படை அம்சங்களை நாம் ஏற்றுக்கொண்டபோதும், பல்லெண்ணிக்கையிலான அதன் உட்புற சர்ச்சைகள் தொடர்பாக என்னை வருத்திக் கொள்ளவில்லை. பரஸ்பர மோதல்களிலும், கோட்பாட்டின் துல்லிய அம்சங்கள் மீதான சர்ச்சைகளிலும், தங்களது சக்தியைச் செலவழிக்கும், இந்தியாவில் உள்ள இடதுசாரிக் குழுக்களிடம் எனக்குச் சிறிதளவும் பொறுமை இல்லை. அவை எனக்கு ஆர்வமூட்டுவதில்லை. வாழ்க்கை மிகவும்

1 கண்டறிந்த இந்தியா நேரு

சிக்கலானது. நாம் புரிந்து கொள்ள முடியாதவரை நமது தற்போதைய அறிவுமட்ட நிலையில், ஒரு குறிப்பிட்ட கோட்பாட்டின் நான்கு மூலைக்குள் அடைப்பது என்பது தர்க்கரீதியானது அல்ல” என்று அந்நூலின் அதே கட்டுரையில் நேரு இவ்வாறு குறிப்பிடுகிறார்.

இதன் உண்மையான கருத்தியல் இந்திய இடதுசாரியர்கள் இந்த மண்ணுக்கே உண்டான விழுமியங்களை அவர்களின் கோட்பாட்டுடன் பொருத்திப் பார்க்கத் தவறிவிட்டதையே அவர் குறிப்பிடுவதாகத்தான் நாம் உணர்கிறோம். ஏனெனில், அவர் அக்கட்டுரையின் முடிவாகக் கூறி முடிப்பது மிகவும் முக்கியத்துவம் பெறுகிறது. இடதுசாரியத்தின் மிகத் தீவிரமான போக்கு என்பது விஞ்ஞானத்துடன் தொடர்பு கொண்டது. ஆனால், நேரு இக்கட்டுரையின் இறுதியில் அந்த விஞ்ஞானம் உலகின் பழைமையான தத்துவத்தில் இருந்து முற்றிலும் மாறுபட்ட ஒன்றல்ல என்று அதே கட்டுரையில் இவ்வாறும் கூறுகிறார்.

“[1]விஞ்ஞானத்தின் முன்னேற்றம் காரணமாக ஏற்பட்ட இந்தச் சிந்தனையின் கொந்தளிப்பு, புதிய பகுதிகளுக்கு விஞ்ஞானிகளை இட்டுச் சென்றுள்ளது. மெய்ப்பொருளியலின் விளிம்புக்குக் கொண்டு வந்துள்ளது. அவர்கள் மாறுபட்ட, பெரும்பாலும் முரண்பட்ட முடிவுகளுக்கு வந்துள்ளனர். சிலர் இதைப் புதிய ஒன்றாக - எதேச்சையானதின் எதிர்க்கோட்பாடாகப் பார்க்கின்றனர். பெர்டிராண்ட் ரஸல் போன்ற மற்றவர்கள் கூற்றுப்படி, பாராமெனிடிஸ் காலத்திலிருந்து கல்வியியல் தத்துவவாதிகள் உலகம் என்பது ஒன்று என்று நம்புகின்றனர். இது அபத்தமானது என்பது எனது நம்பிக்கைகளில் ஆக அடிப்படையானது அல்லது மீண்டும் கூறுகிறபடி அவர்கள் எய்தவுள்ள முடிவு தொடர்பாக முன்பார்வை இல்லாத காரணங்களின் உற்பத்தி மனிதன், அவனது மூலம், அவனது நேசிப்புகள் மற்றும் நம்பிக்கைகள் அவனது அச்சங்கள், அவனது நேசிப்புகள் மற்றும் நம்பிக்கைகள் ஆகியவை அனைத்து அணுவின் எதேச்சையான ஒழுங்குபடுத்தல்களின் விளைவாகும். இயற்கையின் அடிப்படை ஒற்றுமையை நிரூபிக்க இயற்பியலின் அண்மைக்கால வளர்ச்சிகள் பெருமளவில் உதவும்.

---

1 கண்டறிந்த இந்தியா நேரு

எல்லாப் பொருட்களும் ஒற்றை மூலப் பொருளின் உற்பத்தி என்ற நம்பிக்கை, சிந்தனை போன்றே பழைமையானது. ஆனால், அடிப்படை இல்லாத கோட்பாடாக இல்லாமல், அல்லது நம்பிக்கையற்ற பெருவிருப்பமாக அல்லாமல், நன்கறியப்பட்ட எந்தப் பொருள் போலவும் கூர்மையாகவும், தெளிவாகவும் இருக்கும் நிரூபணத்தின் அடிப்படையிலான விஞ்ஞானக் கொள்கையாக, இயற்கையின் ஒப்பற்ற தன்மை என்பதை ஏற்க முடிந்த முதல் தலைமுறை நமது தலைமுறை.

ஆசியாவிலும் ஐரோப்பாவிலும் இந்த நம்பிக்கை பழைமையானது என்றாலும் விஞ்ஞானத்தின் அண்மைக்கால முடிவுகள் சிலவற்றை அத்வைத - வேதாந்தக் கோட்பாட்டின் அடிநாதமாக உள்ள அடிப்படை எண்ணங்களோடு ஒப்பிடுவது சுவரசியமானது. வடிவத்தில் நிரந்தரமாக மாறிக் கொண்டே இருக்கும் ஒற்றை மூலப்பொருளால் இந்தப் பிரபஞ்சம் உருவாக்கப்பட்டது என்பதும், சக்திகளின் ஒட்டுமொத்தக் கூட்டுத்தொகை எப்போதும் சமமாகவே இருக்கும் என்பதும் இந்த எண்ணங்கள் (பொருள்களின் விளக்கம்) அவற்றின் சொந்த இயல்பிலேயே காணப்பட வேண்டும், பிரபஞ்சத்தில் என்ன நிகழ்கிறது என்பதை விளக்க எந்த வெளிப்புற இருப்போ, இருப்புகளோ தேவையில்லை என்பது சுயமாகப் பரிணமித்த பிரபஞ்சம் என்ற இணையான கொள்கையோடு ஒப்பிடப்பட வேண்டும்" என்று நேரு அந்நூலில் மீண்டும் கூறுகிறார்.

ஜவகர்லால் நேருவின் இந்தக் கோட்பாடு அநேகமாக இன்றைய அவர்மீதான விமர்சனங்களுக்கு முற்றுப்புள்ளி வைக்கும் என்பது ஒருபுறமிருந்தாலும் இந்தியாவின் இயற்கையான இடதுசாரியத் தீர்வினை அவர் கண்டெடுத்தார் என்பது எவரும் மறுக்க முடியாத அளவுக்கு உண்மை. இதனை இன்னும் மிகத் தீவிரமாக உணரவேண்டும் என்றால், இந்தியாவில் இடதுசாரியப் புரட்சியின் தீவிரத்தன்மைக்குத் தன்னை உட்படுத்திக் கொண்ட அம்பேத்கர், இந்தியாவில் இடதுசாரியத்தின் சமநிலை என்பதை ஏதாவது ஒரு மதத்தின் உதவியில் இருந்துதான் மீட்டெடுக்க முடியும் என்று நம்பிக்கைகொண்டிருந்ததுடன் தொடர்புபடுத்திபார்க்கலாம். ஆக ஆன்மிகம் என்பது இங்கே முற்றிலும் இடதுசாரியத்தின்

எதிர்நிலைக் கோட்பாடு என்று மட்டுமே கருத முடியாது என்பதை தெய்வ நம்பிக்கை அற்றவராக அனைவராலும் கருதப்பட்ட ஜவஹர்லால் நேருவிடம் இருந்த உள்ளுணர்வின் எண்ணங்களைக் கொண்டும் அதைப்போன்றே சாதியச் சமத்துவத்துக்கு மதத்தைத் தேடிய அம்பேத்கரிலிருந்தும் நாம் அறிந்துகொள்ள முடியும் என்றால் அந்த ஆன்மிகம் இடதுசாரியத் தன்மையை உண்மையில் கொண்டிருந்ததா என்பதை இனிமேல் பார்க்கலாம்.

70

ஆன்மிக இடதுசாரியம்

இடதுசாரியம் என்பதற்கான முழு அர்த்தத்தை நாம் எந்த நிலையில் ஒழுங்குமுறைப்படுத்துவது என்பது இயலாத காரியம் என்றே கருதுகிறோம். அது குறித்து இன்னும் ஆயிரம் கட்டுரைகளுக்கு மேல் ஆய்வு செய்து எழுதினாலும் அதனை ஒரு நிலையில் அடக்கி வைப்பதற்கான வாய்ப்புகள் மிக மிகக் குறைவு. ஆனால், அதற்கான தெளிவு மிக்க பாதையை நாம் கண்டெடுத்ததாக உணரலாம். அதன் அடிப்படைத் தத்துவம் நல்லதொரு மனிதப் பண்புகளைக் கொண்டிருப்பது என்பதில் முழுமை பெறுகிறது. இதில் எந்த மாற்றுக் கருத்தும் எந்நிலையிலும் அல்லது எக்காலத்திலும் ஏற்பட முடியாது. லெனின் இடதுசாரியக் கருத்துகளை ஜனநாயகத்தில் இருந்து ஏன் பிரித்தெடுத்தார் என்பது ஜனநாயகம் இடதுசாரியத் தன்மையைப் பெற்றிருக்கவில்லை என்பதை உறுதிப்படுத்தும் கருத்தாக எடுத்துக்கொள்ளும்படியான வலிமையைப் பெற்றிருப்பதற்கான சாத்தியக்கூறுகள் அற்ற நிலையை நமக்கு விளக்குகிறது.

அரசும் புரட்சியும் என்னும் நூலில் முதலாளித்துவத்திலிருந்து கம்யூனிசத்துக்கு மாறிச் செல்லுதல் என்னும் தலைப்பிலான பகுதியில் லெனின் ஜனநாயகம் ஏன் இடதுசாரியக் கூறுகளைப் பெறவில்லை என்பதற்கான விளக்கத்தினை அந்நூலில் இவ்வாறு கூறுகிறார். "¹மிகச் சொற்பமான சிறுபான்மையோருக்கு ஜனநாயகம், செல்வந்தர்களுக்கு ஜனநாயகம் - இதுதான் முதலாளித்துவ சமுதாயத்தில் நிலவும் ஜனநாயகம். முதலாளித்துவ ஜனநாயகத்தின் கட்டமைவை மேலும் நெருங்கிச் சென்று பார்த்தோமாயின்,

---

1   அரசும் புரட்சியும் லெனின்

வாக்குரிமையின் அற்ப - அற்பமானவை என்று சொல்லப்படுகிற -விவரங்களிலும் (குடியிருப்புத் தகுதி, பெண்களின் விளக்கம் முதலானவை), பிரதிநிதித்துவ உறுப்புகளின் செயல்முறையிலும், கூட்ட உரிமைக்கு நடைமுறையில் இருந்து வரும் தடங்கல்களிலும் (பொதுக் கட்டிடங்கள் ஓட்டாண்டிகளுக்கு உதவாதவை) நாளேடுகளின் முற்றிலும் முதலாளித்துவ முறையிலான ஏற்பாட்டிலும், இன்ன பிறவற்றிலும் எங்கும் ஜனநாயகத்துக்குக் கட்டுக்குமேல் கட்டு போடப்பட்டிருப்பதைத்தான் காண்கிறோம். ஏழைகளுக்கு இடப்பட்டுள்ள இந்தக் கட்டுகளும் விலக்குகளும் ஒதுக்கல்களும் தடங்கல்களும் அற்பசொற்பமாகவே தோன்றும், முக்கியமாய் இல்லாமையை நேரில் அறிந்திராதோருக்கும் (முதலாளித்துவ நூலாசிரியர்களிலும் அரிசியல்வாதிகளிலும் பத்தில் ஒன்பது பேர், ஏன் நூற்றில் தொண்ணூற்று ஒன்பது பேர் என்று கூடச் சொல்லலாம். இப்படித்தான் அற்பசொற்பமாகவே தோன்றும். ஆனால், "ஒட்டுமொத்தத்தில் இந்தக் கட்டுகள் ஏழைகளை அரசியலிலிருந்து, ஜனநாயகத்தில் நேரடியாய்ப் பங்கு கொள்வதிலிருந்து ஒதுக்கி வெளியே தள்ளிவிடுகின்றன" என்று அந்நூலில் கூறுகிறார் லெனின்.

இதில் மிக நீண்ட காலத்துக்கு முன்பிருந்த ஜனநாயக முறைகளையே அவர் குறைகளெனக் கூறுகிறார். அதாவது மிக நீண்ட காலத்துக்கு முன்பு ஒரு குறிப்பிட்ட பிரிவினருக்கு மட்டும் வாக்குரிமை இருந்ததைப் போன்ற குறைகளை ஜனநாயகத்தின் குறைகளெனக் கூறுகிறார். ஆனால், காலப்போக்கில் ஜனநாயக முறை அதனை மாற்றித் தன்னை நவீனப்படுத்திக் கொண்டது. ஆனால், கம்யூனிசம், கடந்த இருநூறு ஆண்டுகளில் தன்னில் எதனை மாற்றியமைத்திருக்கிறது என்பது இங்கே மிக முக்கிய வினாவாக முன்னெழுகிறது. இவ்வாறு நாம், ஜனநாயகத்துக்கும், இடதுசாரியத்துக்குமான வேறுபாடு என்று லெனின் பார்வையில் பார்ப்பதால் நிச்சயமாக ஜனநாயகம், இடதுசாரியத்திலிருந்து வேறுபட்ட ஒரு அமைப்பாகக் கருதுவதற்கான இடத்தை ஏற்படுத்தக்கூடும். ஆனால், ஜனநாயகத்தின் உண்மைத் தன்மை மாறிப்போன காலப்பழக்கத்தில் லெனினின் குற்றச்சாட்டுகள் அநேகமாய் மறைந்துபோய் ஜனநாயகம் அனைவருக்கும் உள்ள உரிமையை அளித்ததின் மூலம் சோஷலிசத்தின் ஒரு பகுதியாகவும்

நாம் கொள்ளலாம். அதனால்தான் லெனின் அதே புத்தகத்தின் மற்றோர் இடத்தில் பிரச்சனையை மார்க்ஸ் எடுத்துரைத்தல் என்னும் பகுதியில் கம்யூனிசமே முதலாளித்துவத்தின் குழந்தை என்கிறார்.

"[1]கம்யூனிசமானது முதலாளித்துவத்திலிருந்து தோன்றுவதாகும். வரலாற்று வழியில் முதலாளித்துவத்திலிருந்து வளர்வதாகும். முதலாளித்துவம் பெற்றெடுத்த ஒரு சமுதாய சக்தியின் செயலால் விளைந்த பலனாகும் என்ற உண்மையை அடிப்படையாகக் கொண்டுதான் இப்பிரச்சனையைப் பரிசீலிக்க முடியும். கற்பனைப் படைப்பை உருவாக்கும் முயற்சியினைத் தெரிந்துகொள்ள முடியாத ஒன்றைப் பற்றிய பயனற்ற ஊகங்களில் இறங்கும் முயற்சியினை மார்க்சிடம் இம்மியும் காண முடியாது. உதாரணமாய் ஒரு புதிய உயிர்வகை குறிப்பிட்ட இந்த வழியில்தான் தோன்றியது, திட்டவட்டமான இந்தத் திசையிலேதான் மாறுதலடைந்து வந்தது என்பது தெரிந்ததும் உயிரியல் விஞ்ஞானி ஒருவர் இந்த உயிர் வகையின் வளர்ச்சியைப் பற்றிய பிரச்சனையை எப்படி ஆராய்வாரோ அதே முறையில்தான் மார்க்ஸ் கம்யூனிசத்தைப் பற்றிய பிரச்சனையை ஆராய்ந்தார்" என்று அந்நூலில் கூறுகிறார் லெனின்.

ஒரு குழந்தையைப் பெற்றெடுத்த பெற்றோர்களின் ஜீனுக்கும், குழந்தையின் ஜீனுக்குமுள்ள வேறுபாடுகள் ஏதாவது இருக்குமானால், நிச்சயமாக முதலாளித்துவத்திற்கும், கம்யூனிசத்துக்குமான வேறுபாடுகள் கூட எந்த அளவில் இருக்கக் கூடும் என்பதில் மாற்றுக் கருத்து இருக்க முடியாது. ஆனால், இறுதியான அதன் முடிவு எத்தகைய விஞ்ஞான ஆய்வுகளுக்கு உட்படுத்தினாலும் சோஷலிசம், கம்யூனிசம், அராஜகவாதம், முதலாளித்துவம் ஜனநாயகம் அனைத்தும் இடதுசாரியத்தின் வெவ்வேறு வகையிலான சிற்சில வேறுபாடுகளைக் கொண்டிருக்கும் கூறுகளே அன்றி வேறல்ல என்பதே அதன் இறுதி முடிவாக இருக்கும். இவ்வாறு நாம் விஞ்ஞானப் பூர்வ ஆய்வுகளின் முடிவுகள் முன்வைக்கிறது என்று பேசும்போது, இந்தியாவிலோ இடதுசாரிகளால் விரும்பப்படாமல் இருந்த ஒரு ஞானி ஆன்மிகத்தில் இடதுசாரியத்தைத் தேடினார். அவர் இந்திய தேசத்தின் தந்தை என்றும் போற்றப்பட்டார். அவர்

---

1   அரசும் புரட்சியும் லெனின்

*18.01.1948*இல் பக்கம் *517* அரிஜன் பத்திரிகையில் இவ்வாறு எழுதுகிறார்.

"[1]நமது கனவான பஞ்சாயத் ராஜ்ஜியத்தை, அதாகில் மெய்யான ஜனநாயகத்தை நனவாக்க வேண்டுமாயின் மிகச் சாமானிய, மிகத்தாழ்மட்டத்திலுள்ள இந்தியனும் இந்நாட்டின் மிக உயர்ந்தோருக்குச் சரிநிகராக இந்தியாவின் மன்னன் என்று நாம் கருத்தில் கொள்ள வேண்டும். அனைவருமே தூய்மையானவர்கள் அல்லது அவ்வாறில்லையெனில் தூய்மை பெறக் கூடியவர்கள் என்கிற முன்னூகத்தின் பேரிலேயே இது சாத்தியப்படும். தூய்மை என்பது விவேகத்துடன் கைகோர்க்க வேண்டும். அவ்வாறாயின் சமூகத்தின் ஒரு பிரிவினருக்கும் இன்னொரு பிரிவினருக்கும் ஜாதியினருக்கும் தாழ்த்தப்பட்டோருக்கும் இடையே யாரும் எவ்வித வித்தியாசமும் பாராட்டமாட்டார்கள். எல்லோருமே தமக்குச் சமமானவர்கள் என ஒவ்வொருவரும் கருதுவர். அனைவரும் அன்பு எனும் பட்டு வலையில் பின்னிக் கிடப்பர். எவரும் யாரையும் தீண்டத்தகாதவர் என்று கருதமாட்டார்கள். உழைக்கும் தொழிலாளியும் செல்வம் மிக்க முதலாளியும் சரி நிகரானவர்களே என்பதை வலியுறுத்துவோம். நெற்றி வேர்வை நிலத்தில் சிந்தப் பாடுபட்டு நேர்மையுடன் வாழ்க்கை நடத்துவது எங்ஙனம் என்று ஒவ்வொருவரும் அறிந்திருப்பர். அறிவு ஜீவிகளுக்கும் உடலுழைப்பாளிகளுக்கும் இடையே வேறுபாடு கற்பிக்க மாட்டோம். இத்தகைய முழுநிறை நிலையை விரைவில் எட்டுவதற்கு நாம் தன்னிச்சையாக நம்மைத் தோட்டிகளாக மாற்றிக் கொள்வோம். அறிவுள்ள எவரும் கஞ்சாவையோ, மதுவகைகளையோ அல்லது வேறு லாகிரி வஸ்துகளையோ ஒரு போதும் தொட மாட்டார்கள். எல்லாருமே சுதேசியை வாழ்க்கை நியதியாக அனுசரிப்பார்கள். ஒவ்வொருவரும் தன் மனைவியைத் தவிர மற்ற பெண்களை அவரவர் வயதுக்கேற்ப தாயாகவோ, சகோதரியாகவோ அல்லது மகளாகவோ பாவிப்பார்கள். சந்தர்ப்பம் நிர்ப்பந்தித்தால் ஒருவன் தனது உயிரையே தியாகம் செய்யத் தயாராக இருப்பானே தவிர, வேறொருவரின் உயிரைப் பறிக்க மாட்டான்" என்று அந்நூலில் மகாத்மா கூறுகிறார்.

---

1 *18.01.1948*ல் பக்கம் *517* அரிஜன் பத்திரிகை மகாத்மா

இதைவிடச் சிறந்த ஒரு இடதுசாரியக் கோட்பாடு இருக்க முடியுமா. தன்னை வருத்தி தனிமனித சுதந்திரத்தை காப்பதில்தான் உண்மையான இடதுசாரியம் இருப்பதாக மகாத்மா கூறுகிறார். மேற்கண்ட இதே கூற்றுடன் 1940-இல் (20.04.1940 பக்கம் 97) அரிஜன் பத்திரிகையில் அவர் எழுதியதையும் நாம் ஒப்பிட்டுப் பார்க்க வேண்டும். அதில் மகாத்மா இவ்வாறு கூறுகிறார்.

"[1]இந்தியாவில் எனக்குத் தெரிந்தவர்கள் பலர் சோஷலிஸ சித்தாந்தத்தை ஏற்றுக் கொள்வதற்கு நெடுநாட்கள் முன்பாகவே நாம் என்னை ஒரு சோஷலிஸ்ட் என உரிமைகொண்டாடியுள்ளேன். ஆனால், எனது சோஷலிஸம் என் இயல்பானது; எந்தப் புத்தகங்களிலிருந்தும் மேற்கொண்டதன்று. அகிம்சையில் எனக்குள்ள அசைக்கவொண்ணா நம்பிக்கையிலிருந்து அது எழுந்தது. தீவிர அகிம்சாவாதியாக இருப்பவர் சமூக அநீதியை – அது எங்கு நிகழ்ந்தாலும் சரி – எதிர்த்துக் கிளர்ந்து எழாமல் வாளாவிருக்க மாட்டார். துரதிருஷ்டவசமாக, மேற்கத்திய சோஷலிஸ்டுகள், நாம் அறிந்தவரை சோஷலிஸத் தத்துவக் கோட்பாடுகளை அமல் செய்வதற்கு வன்முறையின் அவசியத்தில் நம்பிக்கை கொண்டிருந்தனர்" என்றே மகாத்மா அதில் குறிப்பிடுகிறார்.

மகாத்மா தன்னை ஒரு சோஷலிஸ்டாக அறிவித்துக் கொள்கிறார். ஆனால், அதனைத் தன்னியல்புக்குச் சொந்தம் என்கிறார். தன் கருத்துகளையே சோஷலிச சித்தாந்தமாகத்தான் அவர் கருதினார். அதில் ஆன்மிக கருத்தியலும் உள்ளடக்கியதாக அவர் கருதினார். அதனால்தான் இந்தக் கருத்துகளை எல்லாம் கூறுவதற்கு முன்பே 20.02.1937 பக்கம் 12- அரிஜன் பத்திரிக்கையில் இவ்வாறு கூறுகிறார்.

"[2]முதலாளிகள் தமது முதலீட்டைத் தவறான முறையில் பயன்படுத்துவதைப் பிறர் கண்டுகொண்டதனால் சோஷலிஸம் பிறக்கவில்லை. சோஷலிஸமோ, ஏன் கம்யூனிஸமும் கூடத்தான் ஈசோபநிஷத்தின் முதல் செய்யுளில் தெளிவுபடக் காணப்பெறுகிறது என்று நாம் வற்புறுத்தி வந்துள்ளேன். உண்மை என்னவெனில், சமூக சீர்த்திருத்தவாதிகளில் சிலர், மக்களைத் திருத்துவதற்கான முயற்சியில் நம்பிக்கை இழக்கவே, விஞ்ஞான ரீதியான சோஷலிஸம்

1 (20.04.1940 பக்கம் 97) அரிஜன் பத்திரிகை மகாத்மா

2 20.02.1937 பக்கம் 12 அரிஜன் பத்திரிக்கை மகாத்மா

என்ற உத்தி பிறந்தது. விஞ்ஞான ரீதியான சோஷலிஸ்டுகளை எதிர்கொள்ளும் அதே பிரச்சனைக்குத் தீர்வு காண்பதில்தான் நானும் ஈடுபட்டுள்ளேன். எனது அணுகுமுறை எப்போதுமே கலப்படமற்ற அகிம்சை வழி மட்டுமே என்பது என்னவோ உண்மைதான். அது தோல்வியுறலாம். அவ்வாறு தோல்வியடைந்தால் அதற்கான காரணம் அகிம்சை உத்தியைப் பற்றிய எனது அறியாமையே அன்றி வேறல்ல. எனது அகிம்மை வழிமுறை சார்ந்த கோட்பாட்டினை விளக்குவதில் நாம் அசமர்த்தனாக இருக்கக் கூடும். ஆயினும் அதன் மீதான என் உறுதிப்பாடு நாள்தோறும் அதிகரித்து வருகிறது" என்றே மகாத்மா அதில் கூறுகிறார்.

இந்திய ஆன்மிக இடதுசாரியத்துக்கும், மார்க்ஸின் விஞ்ஞான இடதுசாரியத் தேடலும், ஒரே பயணத்தைதான் முன்னெடுக்கிறது என்கிற அறிவியல் பூர்வமான முடிவுக்கும் கூட மகாத்மா வருகிறார். ஆனால், ஆன்மிக வழித்தேடலில் ஏற்பட்ட சிலசில தோல்விகளையும் அவர் ஒப்புக் கொள்கிறார். அதற்கான இந்திய ஆன்மிகம் இடதுசாரியத்தை எவ்வாறு வலியுறுத்துகிறது என்பதை "கலக்டர் வொர்க்கீஸ் ஆப் மகாத்மா காந்தி" என்னும் நூலில் பக்கம் 264, 271-272-இல் உள்ள கருத்தியலைப் பாருங்கள்.

"[1]ஈசாவாஸ்ய உபநிஷத்து என்றும் ஈசோபநிஷத்து என்றும் சாதாரணமாக வழங்கப்பெறும் உபநிடத்தின் முதல் சூத்திரம் இதுதான்.

ஈசாவாஸ்யமிதம் ஸர்வம் யத்கிஞ்ச ஜகத்யாம் ஜகத்

தேன த்யக்தேன புஞ்ஜீதா மாக்ருத கஸ்யஸ்வித் தனம்

(பிரபஞ்சமெங்கும் காணப்பெறும் யாவற்றிலும் ஆண்டவன் ஊடுருவி நிற்கிறான். அனைத்தையும் துறந்து விடுக. அதன்பின் அவற்றை அளவோடு துய்த்து மகிழ்க. பிறர் பொருளுக்கு ஆசைப்படலாகாது.

இதற்கு காந்திஜியின் கருத்தாக அவர் தெரிவித்திருப்பது, ஈசா என்றால் ஆளுபவன், பிரபஞ்சத்தைப் படைத்த ஆண்டவனே அனைத்தையும் ஆளுபவனும் ஆகிறான். அனைத்திலும் ஊடுருவி நிற்கிறான். அவன் பாதாரவிந்தத்தில் அனைத்தையும் சமர்ப்பித்து

---

1 கலக்டர் வொர்க்கீஸ் ஆப் மகாத்மா காந்தி" என்னும் நூலில் பக்கம் 264, 271272ல்

விடுங்கள். அல்லது கீதையின் மொழியில் அனைத்தையும் துறந்து விடுங்கள். துறப்பது என்றால் எல்லாவற்றையும் இழந்து தற்கொலை செய்து கொள்வதல்ல. ஆகவேதான் அந்த உபநிடத ரிஷி மேலும் கூறுகிறார். துறந்து விடுக அல்லது அர்ப்பணித்து விடுக. அதன்பின் அவற்றை அளவோடு பயன்படுத்துக அல்லது அனுபவியுங்கள். தவிர ஒரு குழந்தை கூடப் புரிந்து கொள்ளும் வண்ணம் அந்த ரிஷி மற்றவர்களின் செல்வம் அல்லது உடைமைகள் மீது தவறான விருப்பம் கொள்ளாதீர்கள் என்ற வரியையும் சேர்க்கிறார். தாத்பரியம் என்னவென்றால், நாம் உண்பது, உடுப்பது நமது இருப்பிடம் முதலிய தேவைகளைப் பூர்த்தி செய்து கொள்ளும்போது நமது அன்றாட வாழ்வுக்குத் தேவையான அளவோடு நிறுத்திக் கொள்ள வேண்டும். இந்நுகர்பொருள்கள் யாவுமே நமக்குச் சொந்தமானவை அல்ல, கடவுளுக்குச் சொந்தமானவை. பாகவத புராண ஆசிரியர் கூறியுள்ளது போன்று ஸர்வம் கிருஷ்ணார்ப்பணமஸ்து என்ற இயல்பில் இழைந்து அவற்றை நுகர வேண்டும்” என்கிறார் மகாத்மா. மகாத்மாவின் இந்த கருத்தியலே சோஷலிசத்துக்கும் மாரக்ஸியத்துக்கும் அதன் இறுதி வடிவத்தை எடுத்த ரஷ்ய கம்யூனிஸப் புரட்சியால் ஏற்படுத்திய மாற்றங்கள், அனைத்தும் மகாத்மாவின் இந்த ஆன்மிக கருத்தியலின் உட்பொருளை விஞ்ஞான வடிவில் தேடியதாகத்தான் கொள்ள வேண்டும். மகாத்மாவின் பார்வையில் அனைத்தையும் ஆண்டவனிடம் சேர்த்துவிட்டுத் தேவையான பொருள்களுடன் மட்டுமே அனைவரும் வாழவேண்டும் என்பதற்கும் அனைத்தையும் அரசாங்கத்திடம் கொடுத்துவிட்டுத் தேவையானவைகளை மட்டுமே பெற்றுக் கொண்டு வாழ வேண்டும் என்று ரஷ்ய கம்யூனிசப் புரட்சியும் வலியுறுத்தியது. ஓரிடத்தில் ஆன்மிகம் இருந்த இடத்தில் மற்றோர் இடம் அரசாங்கம் இருந்தது என்பது மாத்திரமே இதன் வேறுபாடாக இருந்தது.

மகாத்மாவின் இந்த ஆன்மிகத் தேடலில் இடதுசாரியம், இறுதியான வடிவம் எடுத்ததுதான் நாம் ஆச்சார்யம் கொள்ளத்தக்க வகையில் அமைந்தது. இதுவரை மகாத்மா ராமராஜ்யம் வேண்டும் என்று கூறியதைத்தான் பெரும்பாலும் இடதுசாரியர்களின் விமர் சனமாக அவர் மீது முன்வைக்கப்பட்டது. ஆனால், மகாத்மாவோ

சுதந்திரம் பெறும் தறுவாயில் இருந்த இந்தியாவில் 1.6.1947 அன்று பக்கம் 172ல் அரிஜன் பத்திரிகையில் இவ்வாறு கூறுகிறார்.

"[1]பொருளாதாரச் சமத்துவமே சோஷலிஸத்தின் அடிப்படை தற்போது நிலவும் அநீதியான உயர்வு - தாழ்வுகள் நிறைந்த நிலைமையில் ஒரு சிலர் பணத்தில் புரளுகிறார்கள். பாமர மக்களோ போதுமான சாப்பாட்டுக்கே வழியில்லாமல் அல்லல்படுகின்றனர். இத்தகைய நிலையில் ராமராஜ்யம் சாத்தியமே அல்ல. நாம் தென்னாப்பிரிக்காவில் இருந்தபோதே சோஷலிஸத் தத்துவத்தில் உடன்பாடு கண்டேன். சோஷலிஸ்ட்களுக்கும் அவர்கள் போன்ற மற்றவர்களுக்கும் நாம் தெரிவிக்கும் எதிர்ப்பு, நிரந்தரச் சீர்திருத்தம் எதனையும் நிறைவேற்றுவற்கு வன்முறையை வழிமுறையாகக் கையாளுவதை நாம் என்றும் எதிர்ப்பதே ஆகும்."

இதைவிட இடதுசாரியத்தைத் தேடிய ஒரு தலைவரைக் கண்டெடுக்க முடியாது சோஷலிசச் சமன்பாடு கிடைக்கவராத வரையில் ராமராஜ்யம் தேவையில்லாதது என்று இறுதியாகக் கூறுகிறார் மகாத்மா.

உடன் இங்கு எவராவது, சோஷலிசம் எதன் அடிப்படையை ஆதாரமாகக் கொண்டது என்கிற கேள்வியை முன்னெழுப்பலாம்.

சோஷலிசம், பேசும் நம்மில் அநேகர் சாதியத்தையோ அல்லது பிராந்தியம், மொழி, இனம், நிறம், மதம், தேசியம் இவற்றில் ஏதாவது ஒன்றினைப் பின்பற்றுவர்கள் மற்ற கோட்பாடுகளை சோஷலிசத்துக்கு எதிரானதாகக் கூறுகின்றனர். அதை இல்லையென்று மறுக்க முடியுமா? அவை அப்படி இல்லாமல் போனால் அவை உண்மையான சோஷலிசத்தைக் கொண்டு இருப்பதற்கான சாத்தியக் கூறுகள் அற்றவையாகத்தானே கருத வேண்டியுள்ளது. என்றால் உண்மையான சோஷலிசம் எது? இவை எவற்றிலும் பற்றில்லாமல் உலகம் மொத்தத்தையும் சமன் நிலையில் பார்க்கத் தெரிந்ததுதான் உண்மையான சோஷலிசம் அவ்வாறெனில் ஆன்மிகம் சார்ந்த காந்தியம் அதைத்தானே வலியுறுத்துகிறது என்று நாம் கூறினால் உடனே இங்கே அனைவரும் ஒப்புக்கொள்வார்களா? நிச்சயம் முடியாது. ஆனால், அதனை அடுத்தடுத்த கட்டுரைகளின் ஆய்வுகளின் முடிவுகள் தெளிவாக எடுத்துரைக்கும்.

---

1 *1.6.1947 பக்கம் 172ல் அர்ஜன் பத்திரிகை - மகாத்மா*

71

இடதுசாரியத்தில் மதத்துக்கும் ஆன்மிகத்துக்குமான வேறுபாடு

இடதுசாரியம் எதைத்தான் இறுதியாகக் கூறி முடித்திருக்கும் என்று இங்கு எவராவது உறுதியாகக் கூற முடியுமா? கார்ல்மார்க்சும், பிடரிக் எங்கெல்சும் “உலகத் தொழிலாளர்களே ஒன்றுகூடுங்கள்” என்றார்கள். அவர்கள், இங்கிலாந்துத் தொழிலாளர்களே ஒன்றுகூடுங்கள் என்று கூறியிருந்தாலோ அல்லது ஜெர்மனித் தொழிலாளர்களே ஒன்றுகூடுங்கள் என்று கூறியிருந்தாலோ அது இடதுசாரியத்தின் கூறை நிறைவு செய்திருக்க முடியாது? ஆனால், அவர்களின் கூற்றையும் கூட டால்ஸ்டாயும், மகாத்மாவும் இன்னும் கூர்மையாக்கி விட்டார்கள் என்பதையே அவர்களின் ஆன்மிக இடதுசாரியம் வரையறுப்பதாக உறுதியாக நம்பலாம்.

இதில் ஆகப்பெரும் முரண் எதுவாக இருக்க முடியும் என்றால், கார்ல் மார்க்சும் எங்கெல்சும் எந்த ஆன்மிகம் இடதுசாரியப் பாதைக்கு எதிராக இருப்பதாக வரையறுத்தார்களோ, அதே ஆன்மிகம் இடதுசாரியத்தின் ஆகப்பெரும் கருவியாக இருப்பதாக டால்ஸ்டாயும், மகாத்மாவும் நம்பிக்கைகொண்டிருந்ததுதான் விந்தையிலும் விந்தையான வினோதம். ஆனால், இவ்வரையறுப்பை முழுவதுமாக நம்மால் ஒதுக்கி விட முடியுமா. வேறுபாடுகள் அற்ற சமத்துவ உலகம் என்பதைத் தவிர இடதுசாரியம் வேறு எந்த வகையிலாவது பூர்த்தி அடைய முடியுமா? அவ்வாறு இருப்பதுதான் உண்மையான இடதுசாரியம் என்றால் மனிதர்களை நேசிப்பதிலிருந்துதானே அதனைத் தொடங்க முடியும். அந்த நேசிப்பு இல்லாமல் எவ்வாறு சாத்தியமாகும்.

ஆன்மிகம் என்பது வெறும் மூட நம்பிக்கையின் கூறை மட்டும் சார்ந்தது அல்ல. மனிதன் நம்ப மறுக்கும் மனித நேயத்தின் உண்மையான தன்மைகளையும் கொண்டது தான். இது குறித்து நாம் தீவிரமாக உணரவேண்டும் என்றால், மகாத்மா காந்திக்கு ருஷ்யாவிலிருந்து டால்ஸ்டாய் செப்டம்பர் மாதம் 2-ஆந்தேதி 1910-ஆம் ஆண்டில் எழுதிய ஒரு கடிதத்தை மகாத்மாவின் சுயராஜ்யம் நூலில் அவர் கூறியவற்றுடனும் மார்க்ஸ் மற்றும் லெனினின் கருத்துகளுடனும் பொருத்திப் பார்ப்பதில் தீவிரமாக அறிய முடியும் என்று நம்புகிறேன். அந்தக் கடிதத்தின் ஓரிடத்தில் என்ன கூறப்பட்டிருக்கிறது என்பதைப் பார்ப்போம்.

“[1]இந்தியர்கள், கிறிஸ்தவர்கள், ஹீப்ரூக்கள், கிரேக்கர், ரோமனியர் ஆகிய எல்லோருடைய சமயத் தத்துவங்களும் அன்பு நியதியையே பிரகடனம் செய்துள்ளன. அன்புத் தத்துவத்தை ஏசுநாதர் மிக மிகத் தெளிவாக எடுத்துக் காட்டியிருக்கிறார்.

உலக சம்பந்தமான நலன்களைப் பலாத்காரத்தினால் பாதுகாக்க முற்படும்போதுதான், அன்பு நியதியை உருக்குலைக்கும் பேரபாயம் ஏற்படுகிறது. அதாவது, அடிக்குப் பதிலாக அடிகொடுப்பது, நம்மிடமிருந்து அபகரிக்கப்பட்ட பொருள்களைப் பலாத்காரமாகத் திருப்பி எடுத்துக் கொள்ள முற்படுவது போன்ற செய்கைகள்தாம் அத்தகைய பேரபாயம் என்று குறிப்பிட்டிருக்கிறார். அன்பே வாழ்க்கையின் மூலாதாரமான விதியாகும். பலாத்காரத்தை உபயோகிப்பது அன்புக்கு முரணாகும். இதை ஏசுநாதர் அறிந்திருந்தார். நியாய புத்தி படைத்த எல்லா மனிதர்களுமே இதை அறிந்துகொள்ள வேண்டும். பலாத்காரத்தை ஒரு தடவை ஒப்புக்கொண்டால் கூட, அன்பு விதி பலனற்றதாகி விடுகிறது. அந்த விதி மறைந்து விடுகிறது. வெளிப்பார்வைக்கு பிரமாதமாகத் தோன்றும் கிறிஸ்தவ நாகரிகம், மனம் அறிந்தும் அறியாமலும் இந்த முரண்பாட்டை அடிப்படையாகக் கொண்டே வளர்ந்திருக்கிறது. உண்மையில், பலாத்காரம் அங்கீகரிக்கப்படும் இடத்தில் அன்பு இராது. அங்கே வாழ்க்கையின் விதியாக அன்பு இருக்க முடியாது. அன்பு விதி இருக்க முடியாதெனில், அந்த இடத்தில் பலாத்கார விதியைத் தவிர வேறு எதற்கும் இடமில்லை. அதாவது

1 1910ஆம் ஆண்டு டால்ஸ்டாய் மகாத்மாவுக்கு எழுதிய கடிதம் டால்ஸ்டாய்

வலிமைதான் நீதி என்ற விதிதான் இருக்க முடியும். சென்ற பத்தொன்பது நூற்றாண்டுகளாக கிறிஸ்தவர் சமூகம் அவ்விதம்தான் வாழ்ந்து வளர்ந்து வந்திருக்கிறது.

உலகின் அனைத்து ஆன்மிக தத்துவங்களும் அன்பைத்தான் பிரதிபலிக்கின்றன என்கிறார் டால்ஸ்டாய். அவர் கூறியதில் மிக முக்கியத்துவம் பெற்றதாக நாம் கருதுவது உலகாயதமான நலன்களுக்காக மட்டுமே வாழ்வர் அன்பு நியதியை உருக்குலைத்து விடுவர் என்பதாகத்தான் கருதமுடியும். அநேகமாக டால்ஸ்டாய் ருஷ்யாவில் இரண்டு காலகட்டங்களில் வாழ்ந்திருக்கிறார். நரோத்னிக்குகள் என்று அழைக்கப்படும் அராஜகவாதிகளையும் அவர் பாத்திருக்கிறார். அதற்குப் பிறகு லெனின் ஆட்சியமைத்தபோது இக்கடிதத்தை எழுதியிருக்கிறார். இதில் யாரை டால்ஸ்டாய் இவ்வாறு குறிப்பிட விரும்புகிறார் என்பதை நாம் அறிய முடியாவிட்டாலும் கூட பொதுவான புரிந்துணர்வில் இடதுசாரியத்தின் கூறுகளைக் கொண்டவர்களை என்று நாம் உறுதியாக எடுத்துக்கொள்ளலாம். இவ்வாறு, ஆன்மிகத்தின் பார்வையில் இடதுசாரியத்தின் குறைகளைச் சுட்டிக்காட்டும் டால்ஸ்டாய் அதற்கு பிறகு அதே ஆன்மிகத்தைப் பலாத்காரத்தை வளர்த்தெடுப்பதற்கான வழிமுறைகளைக் கொண்டிருப்பதையும் சுட்டிக்காட்டி கிறிஸ்துவ மதத்தைக் குறை கூறுகிறார். இதில் மிகுதியான முரண் எதுவெனில், மார்க்சும் எங்கெல்சும் எந்த கிறிஸ்துவ மதத்தைச் சுட்டிக்காட்டி முதலாளித்துவத்தை வளர்த்தெடுக்க உதவுகிறது என்று கூறினார்களோ, அதே மதத்தை டால்ஸ்டாய் உலகாயதமான நலன்களுக்காகப் பலாத்காரத்தை அனுமதித்து மனித சமூகத்தில் வளர்ந்து வந்திருக்கிறது, அன்பு நெறிக்கு மாறானவைகளுக்கும் அது வழி காட்டுகிறது என்கிறார். இந்த முரண்பாட்டைத் தவிர உலகின் விசித்திரமான கருத்துத் தேடல் இருக்கவே முடியாது எனலாம். அதாவது உலகின் எந்த ஒரு கோட்பாடும் உலகாயதமாக வளர வேண்டும் என்று விரும்பினாலும், அது பலாத்காரத்தைத் தனது ஆயுதமாக தேர்ந்தெடுத்தே ஆக வேண்டும் என்பதே அதன் அறிவியல் கோட்பாடு என்கிறார். அதனால்தான் அன்பை மட்டுமே போதித்த கிறிஸ்துவமும், உலகப் பொதுமறையாக ஆக முயற்சி செய்தபோது பலாத்காரத்தைத் தேர்ந்தெடுத்தது என்கிறார் டால்ஸ்டாய்.

இதே கருத்தைத்தான் மகாத்மாவும் இந்தியாவில் மிகத் தெளிவாய் உணர்த்தினார். ஆன்மிகம் மனித சமூகத்தின் சமநிலைப்பாட்டுக்கு வழிகாட்டுகிறது என்றார். அதே நேரம் அது சாதியம் என்னும் வேறுபாட்டை வளர்த்தெடுப்பதையும் வன்மையாகக் கண்டிக்கிறார். இந்த இருவருக்கும் உள்ள ஒற்றுமையை நாம் தெளிவாக அறிந்து கொண்டாலே, ஆன்மிக இடது சாரியம் எத்தனை சரியென்பதையும் நாம் அறிந்து கொள்ளலாம். அதாவது இதன் இறுதியான முடிவாக இதனை இவ்வாறு கொள்ளலாம். மார்க்சும், எங்கெல்சும் ஆன்மிகம் முதலாளித்துவத்தின் ஆகப்பெரும் கருவியாக இருப்பதாக கூறினார்கள். ஆனால், டால்ஸ்டாயும், மகாத்மாவும் ஆன்மிகம் மனிதகுலச் சமன்பாட்டுக்கு விருப்பு வெறுப்புகளற்ற மனித வாழ்வு முறைக்கு வழிகாட்டுகிறது என்கிறார்கள். ஆனால், மார்க்ஸ் வேண்டும் இடதுசாரியச் சமன்பாட்டுக்கு எதிரான பலாத்காரத்தை மிக நீண்ட காலமாக இந்த உலகில் மதம் பாதுகாத்து வந்திருப்பதையும் டால்ஸ்டாயும், மகாத்மாவும் மற்றொரு முகமாகச் சுட்டிக்காட்டுகிறார்கள். எனவே, இதைப் பொறுத்த ஆய்வுகள் இத்துடன் முடிந்துவிடுவதற்கான வாய்ப்புகள் குறைவு என்றே கருதுகிறோம். இதற்கு மேலும், இன்னும் வலுவானதாக இவர்களின் கருத்தை அறிய அதே கடிதத்தின் தொடர்ச்சியை நாம் பார்க்க வேண்டும் அதில் டால்ஸ்டாய் இவ்வாறு கூறுகிறார்.

“[1]அன்பு விதியை கிறிஸ்தவ உலகம் ஒப்புக் கொண்டிருக்கிறது. அதே சமயம் அது பலாத்காரம் உபயோகிக்கப்படுவதையும் அனுமதித்திருக்கிறது. அந்தப் பலாத்காரத்தின் மீதே கிறிஸ்தவ உலகம் நிர்மாணிக்கப்பட்டிருக்கிறது. எனவே, கிறிஸ்தவ மக்களின் வாழ்க்கை, அவர்களுடைய பேச்சுக்கும், செயலுக்கும் அதாவது அவர்களுடைய வாழ்க்கையின் அடிப்படைக்கு முற்றிலும் முரணாக இருக்கிறது. வாழ்க்கையின் விதியாக அன்பு அங்கீகரிக்கப்பட்டிருக் கிறதெனினும், அரசாங்கங்கள், நீதிமன்றங்கள், இராணுவம் போன்ற வாழ்க்கையின் பல்வேறு இலாக்காக்களிலும் பலாத்காரம் தவிர்க்க முடியாததாயிருக்கிறது, அந்த இலாக்காக்கள் பாராட்டப்பட்டும் வருகின்றன. இந்த சந்தர்ப்பத்தில் ஒரு கேள்வி எழுகின்றது. மத சம்மந்தமான, தார்மீக ரீதியான எத்தகைய கட்டுதிட்டத்தையும் நாம்

---

1 1910ஆம் ஆண்டு டால்ஸ்டாய் மகாத்மாவுக்கு எழுதிய கடிதம் டால்ஸ்டாய்

அங்கீகரிக்கவில்லை என்றும், பலாத்கார விதியை அடிப்படையாகக் கொண்டே நாம் வாழ்க்கையைப் பின்பற்றி வருகிறோம் என்றும் ஒப்புக் கொள்ளவேண்டும். அல்லது நாம் பலாத்காரமாக வசூலிக்கும் வரிகள், நிதி நிர்வாகம், போலிஸ் இலாக்காக்கள், எல்லாவற்றுக்கும் மேலாக இராணுவம் ஆகியவை இரத்து செய்யப்பட வேண்டும்" என்கிறார் டால்ஸ்டாய் அக்கடிதத்தில்.

இதன் சுருக்கமான கருத்து இப்படித்தான் இருக்க முடியும் என்று கருதுகிறேன். கிறித்துவ மதம் அன்பைத்தான் போதிக்கிறது என்றால் அந்த மதம் வளர்வதற்குண்டான பலாத்கார அமைப்புகளை ஊக்குவிப்பதில் இருந்து அம்மதம் எந்நாளிலாவது பின்வாங்கியிருக்கிறதா என்ற பொருளைத்தான் டால்ஸ்டாய் வினவுகிறார். இந்த விளக்கத்தினால் இங்கே எவராவது ஒரு கேள்வியை முன்னெழுப்பலாம். அதனால்தானே மார்க்சும், எங்கெல்சும் மதமே அனைத்துக்கும் அடிப்படைக்காரணமான குற்றமிழைத்திருக்கிறது என்ற அவர்களின் வாதத்தை முன்னெடுக்கலாம். ஆனால், அதன் உட்பொருள் அதனுடன் உள்ளடக்கியது அல்ல. ஆனால், நிச்சயமாக எங்கெல்ஸின் ஆரம்பகாலக் கருத்துகளையும் உள்ளடக்கியதும்தான் என்பதை டால்ஸ்டாய் அறிந்து கூறியிருக்கிறாரா அல்லது பொருளை மறைத்துக் கூறியிருக்கிறாரா என்பது தெரியவில்லை. என்ன குழப்பமாக இருக்கிறதா? அடிப்படையில் இடதுசாரியத்தின் முக்கியக் கூறுகளாக மார்க்சும், எங்கெல்சும் குறிப்பிட்டது அரசு, இராணுவம் முதலிய அரசு இயந்திரங்களை மனிதக் குல சமன்பாட்டுக்கு எதிரானதாகக் கருதினர். அதையே அதன் மையக் கருத்தாகவும் முன்வைத்தனர். மகாத்மாவும் கூட தனது சுயராஜ்ய நூலில் 7 லட்சம் கிராமங்களும் தன்னாட்சி பெற வேண்டும். அரசு, இராணுவம் முதலியவை தேவையில்லை என்பதையே வலியுறுத்தினார். ஆக, இவர்களின் இந்தக் கருத்தும் டால்ஸ்டாயின் கடிதத்தில் குறிப்பிட்டிருக்கும் கருத்தும் ஒரே நேர்க்கோட்டில் அமைகின்றபோது மதம் நம்மை மிகவும் குழப்பமடையச் செய்கிறதல்லவா? குழப்பமடையவும் செய்யலாம். ஆனால், மதம் என்பதற்கும், ஆன்மிகம் என்பதற்குமான வித்தியாசத்தை நாம் இந்த மையப்புள்ளியிலிருந்துதான் தொடங்க வேண்டும். தொடர்ந்து பார்க்கலாம்.

72

காந்தியம் ஆன்மிக இடதுசாரியத்தைத் தேடியதா?

நாம் ஆன்மிகத்துக்கும் மதத்துக்குமான வேறுபாடுகள் எவை என்பதைக் கூறும் போது ஒவ்வொருவரும் ஒரு கருத்தின் பக்கம் நின்று விடுகிறார்கள். இதன் உண்மையான பொருள் எதுவாக இருக்க முடியும். மனித நேயத்தை விட சிறந்த சமன்பட்ட சமுதாயத் தேவையை எதுவாகக் கொள்ள முடியும். அவ்வாறு சமத்துவம் கொடுப்பதில் மனித நேயமே சிறந்ததாக இருக்கின்ற போது அதற்கு ஏதாகிலும் உருவம் கொடுக்க முடியுமா? நாம் பிறந்த ஊர் அல்லது வீடு என்று ஆரம்பிக்கின்ற போதே அங்கே மனிதநேயத்துக்கான இடங்கள் அற்றுப்போய் விடுகின்றது அல்லது அக்கருத்து முற்றிலும் இடதுசாரியத்தின் தேவைக்கு எதிரானதாக இருந்து விடுகிறது. ஆனால், இந்த நிலையில் நாம் இடது சாரியத்தைத் தேடமுடியுமா என்றால் சற்றுச் சிரமம்தான். மிக நீண்ட நாட்கள் தூய்மையான இடதுசாரியம் பின்பற்றப்பட்டால் அதன் இறுதியில் இந்த நிலையை நாம் அடையக் கூடலாம். மார்க்ஸியத்தின் ஆரம்பகாலக் கருத்துகள் கம்யூனிஸ்ட் கட்சி அறிக்கையின் வெளிப்பாடுகள் எல்லாம் ஏறக்குறைய இதனையே முன்னிறுத்தித்தான் எழுதப்பட்டிருக்கிறது. குடும்ப உறவுகளுக்கே அவை முக்கியத்துவம் அளிக்க விரும்பவில்லை. இதன் உட்பொருள் ஏறக்குறைய நம்முடைய கருத்தின் தாக்கத்தைப் பெற்று இருந்தாலும் கூட பெண்களை அது உற்பத்திச் சாதனமாகப் பாவித்தது அதன் அத்தனை வலிமைகளையும் ஆரம்ப காலத்திலேயே அடித்து நொறுக்கி விட்டதாகவும் கருத இடமிருக்கிறது. மார்க்ஸியமும், கம்யூனிச சித்தாந்தமும், இடது சாரியத்தின் சில உண்மையான தேடல்களை முன்னிறுத்தி இருந்தாலும்கூட அதன் அடுத்த

பக்கம் மிகத் தீவிரமாக ஒரு குழப்பத்தை விளைவித்து விட்டதால் இன்றளவிலும் இடதுசாரியம் தவறான கண்ணோட்டத்தில் புரிந்து கொள்ளப்பட்டிருக்கிறதா என்பதை இந்த ஆன்மிக இடதுசாரியம் நமக்கு உணர்த்தலாம். இந்த உலகின் அனைத்து பகுதியிலும் டால்ஸ்டாயைப் போன்ற ஆன்மிக இடதுசாரியத் தேடலாளிகள் இருந்து இருக்கின்றனர். இந்தியாவில் மகாத்மாவைப் போல் அவர்கள் உண்மையில் மார்க்ஸ், எங்கெல்ஸ், லெனின் போன்றவர்களின் தேடலையும் தாண்டிய இடதுசாரியத்தின் உண்மைத் தன்மையைத் தொட்டுப் பார்க்க விருப்பப்பட்டிருக்கிறார்கள். ஆனால், எதன் பொருட்டோ, அவர்களின் தேடல் மென்மையானதாகவும், மதத்துடன் தொடர்புடையதாகவும் பரிசீலிக்கப்பட்டதின் காரணமாக அவை அதன் உண்மையான கூறுகளைப் பெற்றிடவில்லை என்பதே உண்மை. மார்க்சும், எங்கெல்சும், லெனினும் இன்னும் உள்ள அனைத்து அறியப்பட்ட இடதுசாரிய அறிஞர்களும் மதத்தை வெறுத்து ஒதுக்கி அதில் உள்ள குற்றங்களே சமத்துவத்துக்கு எதிராக உள்ளதாக கூறுகின்றனர். ஆனால், மகாத்மாவும், டால்ஸ்டாய் போன்றவர்களும் இதில் எங்கே மாறுபட்டிருக்கிறார்கள் என்பதுதான் நமது கேள்வி? டால்ஸ்டாய் என்ன கூறுகிறார். ஏசுநாதர் அன்பை போதித்தார். ஆனால், அவர் போதித்ததை கிறித்துவமாக ஆளுமைகொள்ளச் செய்ய அதற்கு பிறகான அரசாங்கங்கள் பலாத்காரத்தையும், அரசுகளையும்தானே உபயோகித்தது என்கிறார். இதில் நாம் டால்ஸ்டாய் ஏசுநாதர் குறித்துக் கூறியதை முதன்மையாக எடுத்துக்கொள்கிறோம். அதன் தொடர்ச்சியான கருத்துகளை இடதுசாரியத்தின் தன்மைகளோடு பொருத்திப் பார்க்கத் தவறிவிடுகிறோம். மகாத்மா என்ன கூறுகிறார் என்பதுதான் இங்கே இந்திய இடதுசாரியத்தின் இந்த ஆன்மிக இடதுசாரியத்துக்கு பொருத்தமானதாக இருக்க முடியும். ஆன்மிக இடதுசாரியம் என்பது காந்தியம் என்றும்கூடக் கொள்ளலாம். அல்லது இந்தியாவில் அதைவிட அதனை வேறு எவ்வாறும் வரையறுக்க வாய்ப்பும் இல்லை. அதனை முழுமையாக அறிந்து கொள்ள 31.12.1931 யங் இந்தியாவில் பக்கம் 427 மற்றும் 428 ஆகியவற்றில் இன்னும் சற்றுப் பெரிதான அதன் கருத்தைப் பாருங்கள்.

"¹ஆண்டவன் அநேக ஸ்வரூபம் கொண்டவன். அதனாலேயே அவனை ரூபமற்றவன் என்கிறோம். அவன் ஆயிரக்கணக்கான பாஷைகள் பேசுகிறான். இதனால் அவனைப் பேச்சற்றவன் என்கிறோம். நாம் இஸ்லாம் மதத்தை ஆராய்ந்தேன். அதிலும் ஆண்டவனுக்கு அநேகம் பெயர்கள் உண்டு என்று அறிந்தேன். அன்பே கடவுள் என்பார்கள். அதற்கும் நாம் ஆமென்று சொல்லுவேன். ஆயினும் என்ன காரணமோ என் மனத்தில் சத்தியமே கடவுள் என்கிற கருத்து உறுதிப்பட்டு வந்திருக்கிறது. மற்ற எல்லாக் குணங்களையும் விட இதுவே அவனுடைய முக்கிய இலக்கணம் அல்லது பண்பு என்பது என்னுடைய எண்ணம். நம் அறிவைக் கொண்டு நாம் கடவுளை விளக்க முடியுமானால், உண்மையே கடவுளின் முழு விளக்கம் என்று சொல்ல வேண்டும். இரண்டு வருஷத்துக்கு முன் வரையில் இது என் அபிப்பிராயமாக இருந்து வந்தது. பிறகு அதற்கும் ஒரு படி மேலே சென்று விட்டேன். சத்தியமே கடவுள் என்கிற முடிவுக்கு வந்தேன். சத்தியமே பகவானுடைய உருவம் என்பது என்னுடைய கொள்கையாயிற்று.

அன்பை ஏன் அவனுடைய வடிவமாக வைத்துக் கொள்ளக் கூடாது என்று கேட்கலாம். அன்புக்கு உலகத்தில் பல பொருள் கொள்வார்கள். ஒரு பொருளில் அன்பு காமவேகம் ஆகிறது. உண்மையில் அன்பு வெறும் காமவேகம் ஆகுமா? இல்லை சத்தியம் இம்மாதிரிப் பல பொருள்களில் அடிபடுவதில்லை. நாஸ்திகர்களும் கூட சத்தியத்தை வழிபடுகிறார்கள். ஏன், சத்தியத்தில் அவர்களுக்குள்ள தீவிரப் பற்றினால் அவர்கள் உள்ளத்தில் எழும் சந்தேகத்தை வைத்து, கடவுளே இல்லை என்ற அளவுக்குச் சொல்கிறார்கள். சத்தியத்தில் அவர்களுக்குள்ள அபார மதிப்பும் பற்றும் இவ்வளவு தூரம் செல்கிறது. இவற்றையெல்லாம் ஆராய்ந்து பார்த்தால் உலகத்தில் அனைவரும் ஆராதிக்கும் பொருள் சத்தியமானபடியால் அதுவே கடவுளின் சரியான வடிவம் என்று என் கருத்தில்பட்டது.

ஆனாலும் ஒன்றை உறுதியாகச் சொல்வேன். கடவுளுக்கு, அதாவது சத்தியத்துக்கு, எது நேர்வழி என்று பார்த்தால் அன்பு ஒன்றே

---

1   யங் இந்தியா 31.12.1931 மகாத்மா

சரியான நேர்வழி. சத்தியத்தைப் பற்றி யாரும் விவாதிப்பதில்லை. அதைக் குறை கூறுகட்டுரைரே இல்லை. நாஸ்திகர்களுங்கூடச் சத்தியம் என்றால் அதற்குத் தலை வணங்குகிறார்கள்.

தம்மை ஒரு நாத்திகன் என்று கூறிக் கொள்வதில் மகிழ்வு கொண்ட சார்லஸ் பிராட்லாவின் பெயர் நினைவுக்கு வருகிறது. ஆனால், அவரைப்பற்றி ஓரளவு அறிந்துள்ள நாம் அன்னாரை நாத்திகன் என்று சொல்ல மாட்டேன். உண்மையான சமயப்பற்றுள்ளவர் என்றே கூறுவேன். அந்தத் தகுதியை அவர் மறுத்து விடுவார் என்றும் எனக்குத் தெரியும். மிஸ்டர் பிராட்லா நீங்கள் உண்மையை வழிபடுபவர். ஆகவே, கடவுள் வழிபாட்டாளரே ஆவீர் என்று நாம் அவருக்கெதிரில் கூறினால் அவர் முகம் கோபத்தால் சிவக்கும். தொடர்ந்து நாம் இயல்பாகப் பேருண்மையைக் கடவுள் என்று கூறி அவரைச் சாந்தப்படுத்துவேன்.

ஹிந்து சாஸ்திரத்தில் இன்னொரு விஷயம் சொல்லப்படுகிறது. கடவுள் உண்டு என்பதைத் தவிர கடவுள் ஒன்றே உண்மை. வேறு ஏதும் இல்லை என்பது ஹிந்து ஞானிகளின் கொள்கை. இஸ்லாமிய மதத்திலும் இப்படியே சொல்லப்படுகிறது. ஆண்டவன் ஒருவனே மெய்ப்பொருள் வேறு ஏதும் உண்மையல்ல என்று இஸ்லாத்தில் சொல்லப்படுகிறது. ஸம்ஸ்கிருத பாஷையில் சத்தியம் என்கிற பதத்தைச் சோதித்துப் பார்த்தால் அதன் பொருள் உள்ளது என்பதுதான் தமிழிலும் அவ்வாறே உண்மை என்றால் உளது என்பதுதான் பொருள். இதனாலும் இன்னும் சில காரணங்களினாலும் நாம் கடவுளை விளக்கும் பல பெயர்களில் மெய்மை, உண்மை, சத்தியம் என்கிற பெயரே உத்தமமான பெயர் என்கிற முடிவுக்கு வந்தேன். இந்தப் பெயரே என் உள்ளத்துக்குத் திருப்தியும் தருகிறது.

சத்தியம் என்கிற வடிவத்தில் ஆண்டவனைக் காண வேண்டுமானால் அதற்கு வழி அன்பு ஒன்றே என்று சொன்னேன் அல்லவா? எந்த ஜீவனையும் இம்சை செய்யாமல் இருப்பது, அதாவது அஹிம்சை -இது என்னுடைய வாழ்க்கைத் தத்துவம் என்பது உங்களுக்குத் தெரியும். அடையக் கருதும் பயனும் அடையச் செல்லும் வழியும் இரண்டும் ஒன்றே ஆகும் அல்லவா?

எனவே சத்தியமே தெய்வம் என்பதும், அன்பே தெய்வம் என்பதும் இரண்டும் ஒன்றே வைத்துக் கொள்ளலாம்" என்று அதில் மகாத்மாவால் கூறப்பட்டிருக்கிறது.

இதில் மகாத்மா கூறுவதை உற்று நோக்கினால் பல விஷயங்களில் அவர் இடதுசாரியத்துடன் தொடர்பு கொண்டிருப்பதைப் பார்க்கலாம். ஆனால், மேலோட்டமாகப் பார்த்தால் இது ஒரு இந்து மதக் கருத்தாக மட்டுமே புலப்படும்? இதில்தான் நாம் மதத்துக்கும் ஆன்மிகத்துக்குமான தொடர்புகளை முற்றாக அறிய முடியும் என்று நம்புகிறேன். எவ்வாறெனில்? மதம் கூறுகின்ற உருவம், மொழி, ஆகிய அனைத்தையும் தீவிரமாக எதிர்க்காதபோதும் மகாத்மா அன்பை விட சத்தியமே அதாவது உண்மையே கடவுள் என்கிறார். சத்தியமே கடவுளின் உருவம், மொழி என்கிறார். இடதுசாரியத்தின் இன்றைய அடையாளமாகப் பார்க்கப்படுகின்ற நாத்திகம் கூட சத்தியத்தைத் தான் கொள்கையாகக் கொண்டிருக்கிறது என்கிறார். இடதுசாரியர்கள் அதற்கு மட்டுமே தலைவணங்கவும் செய்கிறார்கள் என்கிறார். இந்து சாஸ்திரம் கூறும் கடவுள் ஒன்றே உண்மை என்பது கூட சத்தியத்தின் வழிப்படிதான் என்கிறார். இறுதியாக அந்த சத்தியம் அன்பின் வழிதான் வெற்றிபெற முடியும் என்கிறார். அந்த சத்தியமே கடவுள் என்கிறார். எந்த இடதுசாரிய வல்லுநராவது இதை மறுக்க முடியுமா? இல்லையென்று கூறமுடியுமா? இதிலிருந்து மாறுபட்ட ஒன்று என்று இடதுசாரியத்தை வரையறுக்க முடியுமா? என்றாலும் மகாத்மாவின் இந்தக் கருத்தின் மீது மதத்தைத் திணிக்க முயன்றால் அதனை நாம் ஆன்மிக இடதுசாரியம் என்பதைத் தவிர வேறு எப்படி அழைக்க முடியும். அவ்வாறு இல்லையென்றால் இதனை முழுமையான இடதுசாரியமாக நாம் ஒப்புக்கொள்வதில் தவறும் இருக்க முடியாது. அது குறித்த ஆய்வுகளை மேலும் தொடரலாம்.

73

காந்தியவழியில் காங்கிரஸ் இடதுசாரியத்தைத் தேடியது?

இடதுசாரியம் அதன் அறிவியல்பூர்வ தேடல்களின் மூலம் இறுதியாகக் கண்டெடுத்த விஷயங்கள் என்பது அநேகமாக மார்க்ஸின் மூலதனம் மற்றும் அவருடன் எங்கெல்சும் சேர்ந்து உருவாக்கிய கம்யூனிஸ்ட் கட்சி அறிக்கை இவைதாம் உலகின் இன்றைய அடையாளப்படுத்தப்பட்ட இடதுசாரிகளாகக் கருதிக் கொள்பவர்கள் பின்பற்றும் நடைமுறைகளை எடுத்துரைக்கிறது. அல்லது அவர்களின் காலத்துக்குப் பிறகு அநேகமாக இடதுசாரியத்தைப் பின்பற்றுபவர்கள் இவர்களின் ஆதாரத் தொகுப்பைத் தவிர வேறெதையும் பின்பற்றுவதாக உறுதியாகக் கூறமுடியாது. அவ்வாறு உள்ள நிலையில் மார்க்ஸ் மற்றும் எங்கெல்ஸின் கருத்துகளில் இடதுசாரியக் கோட்பாட்டின் முக்கியத்துவம் பெற்ற ஒரு வரையறுப்பை கடந்து சென்று இதுவரை நாம் செய்திருக்கும் ஆய்வுகளினால் நியாயப்படுத்த முடியாது என்று நம்புகிறேன். அரசு என்பது மார்க்ஸிய இடதுசாரியம் ஏற்றுக் கொள்ளும் ஒரு விஷயமாக இருக்க முடியுமா என்பதே அதன் முக்கியத்துவம் பெற்ற கேள்வியாகும். ஏனெனில் எந்த ஒரு ஆளுமையின் கீழும் அடிபணியாமல் வாழ்வதுதான் உண்மையான மார்க்ஸிய இடதுசாரியம் என்கிற போது அரசு அமைப்பை இவர்கள் இருவரும் எவ்வாறு கூறியிருக்கிறார்கள் என்பதின் அறிவியல் பூர்வ முடிவு காந்தியத்துடனும், அதைச் சார்ந்த இந்திய தேசிய காங்கிரசுக்கும் எவ்வாறு பொருந்துகிறது என்பதே இந்திய இடதுசாரியத்தின் அறிவியல் பூர்வ இறுதி முடிவாக இருக்க முடியும் என்று நம்புகிறோம்.

லெனின் எழுதிய அரசும் புரட்சியும் என்னும் நூலில் மார்க்ஸ் மற்றும் எங்கெல்ஸ் கருத்துகளை முன்வைத்து தாம் அமைத்த அல்லது அமைக்கப்போகும் அரசுக்கு வாதம் செய்யும் லெனின் அரசு உலர்ந்து உதிர்வதும் என்னும் சிறப்பு மிக்க மார்க்ஸ் மற்றும் எங்கெல்ஸின் சொற்களின் அர்த்தத்தை லெனின் அப்புத்தகத்தில் இவ்வாறு கூறுகிறார்.

"[1] பாட்டாளி வர்க்கம் அரசு அதிகாரத்தைக் கைப்பற்றி உற்பத்திச் சாதனங்களை முதலில் அரசு உடைமையாக்குகிறது. ஆனால், இதன் மூலம் அது பாட்டாளி வர்க்கம் என்ற தனது நிலைக்கே முடிவு கட்டிக்கொள்கிறது. எல்லா வர்க்க வேறுபாடுகளுக்கும் வர்க்கப் பகைமைகளுக்கும் முடிவு கட்டுகிறது. அரசு அரசாய் இருப்பதற்கே முடிவு கட்டுகிறது. இதுவரை சமுதாயம் வர்க்கப் பகைமைகளின் அடிப்படையில் அமைந்திருந்ததால் அதற்கு அரசு தேவைப்பட்டது. அதாவது குறிப்பிட்ட சுரண்டும் வர்க்கத்துக்கான ஒழுங்கமைப்பு ஒன்று தேவைப்பட்டது. இந்தச் சுரண்டும் வர்க்கத்துக்குரிய பொருளுற்பத்திப் புறநிலைமைகளை நிலைநாட்டுவதற்காகவும், இதன் பொருட்டு இன்னும் முக்கியமாய், சுரண்டப்படும் வர்க்கத்தை அந்தந்தப் பொருளுற்பத்தி அமைப்பாலும் (அடிமை முறை, பண்ணையடிமை முறை, கூலி உழைப்பு முறை) நிர்ணயிக்கப்படும் ஒடுக்குமுறை நிலைமைகளில் வலுக்கட்டாயமாய் இருத்தி வைப்பதற்காகவும் இந்தச் சமுதாயத்துக்கு அரசு தேவைப்பட்டது. சமுதாயம் அனைத்தின் அதிகாரபூர்வமான பிரதிநிதியாக, கண்கூடான அதன் உருவகத் திரட்சியாக அரசு விளங்கிற்று. ஆனால், எந்த வர்க்கம் தன்னுடைய காலத்தில் சமுதாயம் முழுவதுக்கும் தானே பிரதிநிதியாக இருந்ததோ அந்த வர்க்கம் அரசாய் இருந்த அளவுக்குத்தான், அதாவது புராதன காலத்தில் அடிமையுடைமைக் குடிகளின் அரசாகவும், இடைக்காலத்தில் பிரபுக்களின் அரசாகவும், நாம் வாழும் இக்காலத்தில் முதலாளித்துவ வர்க்கத்தின் அரசாகவும் இருந்த அளவுக்குத்தான், அரசால் இவ்வாறு விளங்க முடிந்தது. இறுதியில் அரசானது சமுதாயம் முழுமைக்கும் மெய்யான பிரதிநிதியாகிவிடும்போது, அது தன்மைத் தேவையற்றதாக்கிக் கொள்கிறது. இனி கீழ்ப்படுத்தி வைக்க வேண்டிய சமூக வர்க்கம் எதுவும் இல்லாமற் போனதும்" என்று நீண்டு செல்லும் லெனினின் வாதம்.

---

1 அரசும் புரட்சியும் லெனின்

இதற்கு மேலும் கூட இன்னும் விரிவாகப் போனாலும் கூட இத்துடனேயே நாம் பார்ப்போம். லெனின் இந்தக் கருத்தை நியாயப்படுத்திப் பேசுவதற்கு அடிப்படைக் காரணம், அன்றைய காலகட்டத்தில் ரஷ்யாவில் அராஜகவாதிகள் என்பவர்கள் தீவிர இடதுசாரியத்தை நிறுவ வேண்டி அரசு என்பதே இருக்க கூடாது என்று வலியுறுத்தியதற்காக லெனின் இவ்வாறு வாதிட்டிருக்கிறார். லெனின் கூட அரசு உலர்ந்து உதிர்வதை ஓரளவுக்கு ஒப்புக் கொள்கிறார். அது நடைமுறைப்படுத்தப்படத்தான் வேண்டும் என்கிறார். அதனால் அதே பகுதியில் பிறிதோர் இடத்தில் லெனின் இவ்வாறு கூறுகிறார்.

"[1]அரசு உலர்ந்து உதிர்வது பற்றியும், இன்னுங் கூடப் பளிச்சென விளங்கும் வண்ணம் கவர்ச்சிகரமாய் அமைந்த தானகவே தணிந்து அணைந்து விடுவது பற்றியும் பேசுகையில் எங்கெல்ஸ், பொருளுற்பத்திச் சாதனங்களைச் சமுதாயம் அனைத்தின் உடைமையாக்கிக் கொண்டதற்கும் பிற்பட்ட காலத்தையே, அதாவது சோசலிசப் புரட்சிக்குப் பிற்பட்ட காலத்தையே மிகத் தெளிவாகவும் திட்டவட்டமாகவும் குறிப்பிடுகிறார். இக்காலத்தில் அரசின் அரசியல் வடிவம் முழு அளவிலான முழுநிறைவான ஜனநாயகமாகும் என்பதை நாம் எல்லோரும் அறிவோம். ஆகவே எங்கெல்ஸ் இங்கு ஜனநாயகம் தானகவே தணிந்து அணைந்து விடுவது அல்லது உலர்ந்து உதிர்ந்து விடுவது பற்றிப் பேசுகிறார். வெட்கங்கெட்ட முறையில் மார்க்சியத்தைத் திரித்துப் புரட்டும் சந்தர்ப்பவாதிகள் யாருடைய மண்டையிலும் இது நுழைவதே இல்லை. முதல் பார்வைக்கு இது மிக்க வினோதமாகவே தோன்றுகிறது. ஆனால், ஜனநாயகம் என்பதும் ஒரு அரசே ஆகும். ஆதலால் அரசு மறையும்போது அதுவும் மறைந்தே ஆக வேண்டும் என்பது பற்றி ஆலோசிக்காதவர்களுக்குத்தான் இது புரியாததாய் இருக்கும். புரட்சியால் மட்டுமே முதலாளித்துவ அரசை அழிக்க முடியும். பொதுவாக அரசு எனப்படுவது, அதாவது முழு அளவிலான முழு நிறைவான ஜனநாயகம் எனப்படுவது உலர்ந்து உதிரவே முடியும்" என்று மீண்டும் அதுகுறித்த கருத்துகளை லெனின் பதிவு செய்திருக்கிறார்.

---

1 அரசும் புரட்சியும் லெனின்

இதன் உட்கருத்து ஒரு புரட்சியால் அரசு ஒன்று அமையப் பட்டாலும், சிறிது காலத்துக்குப் பிறகு அந்த அரசு ஜனநாயக அரசாக மாறினாலும் கூட அந்த அரசும் கூட உலர்ந்து உதிர வேண்டும் என்பதையே லெனின் வரையறுக்கிறார். இதே கருத்தைதான் மகாத்மா கொண்டிருந்தார். பிரபல அமெரிக்கப் பத்திரிகையாளர் லூயி பிஷர் இந்தியா சுதந்திரம் பெறப்போகும் தறுவாயில் இருந்த 1942-ஆம் ஆண்டுகளில் இந்தியாவுக்கு வந்து மகாத்மாவிடம் ஒரு பேட்டி எடுத்தார் அதில் சுதந்திரமடைந்த இந்தியா எப்படியிருக்க வேண்டும் என்று லூயி பிஷர் கேட்ட கேள்விக்கு மகாத்மா இவ்வாறு பதிலளிக்கிறார்.

“[1]இப்பொழுது மத்திய அதிகாரம் பெரிய நகரங்களாகிய புதுடில்லியிலோ, கல்கத்தாவிலோ, பம்பாயிலோ இருக்கின்றது. இந்தியாவின் ஏழு லட்ச கிராமங்களுக்கும் அதைப் பிரித்துக் கொடுப்பேன். இதன் அர்த்தம் மத்தியில் அதிகாரமேயில்லை என்பதுதான். வேறுவிதமாகக் கூறினால் இங்கிலாந்தின் இம்பீரியல் பாங்கியில் இப்பொழுது சேமித்து வைக்கப்பட்டுள்ள ஏழு லட்சம் டாலர்களைத் திரும்பப் பெற்று ஏழு லட்சம் கிராமங்களுக்கும் அவற்றைப் பிரித்துக் கொடுக்க விரும்புகிறேன். இதனால் ஒவ்வொரு கிராமமும் தன்னுடைய ஒவ்வொரு டாலரைப் பெறும். அதை அக்கிராமம் இழந்து விடாது. இங்கிலாந்தின் இம்பீரியல் பாங்கியில் சேமித்து வைக்கப்பட்டுள்ள ஏழு லட்சம் டாலர்களும், ஜப்பானிய விமானங்கள் போடும் குண்டுகளால் அழிக்கப்படக்கூடும். அப்படியின்றி அவை ஏழு லட்சம் பங்குதாரர்களிடையே பிரித்துக் கொடுக்கப்பட்டால் யாரும் அவர்களுடைய ஆஸ்தியைக் கவர முடியாது. இதனால் அவ்வேழு லட்சம் பங்குதாரர்களுக்குமிடையே ஒத்துழைப்பு தானாகக் கிடைக்கும். தானகவே ஒத்துழைப்பது என்பது நாஸிஸ வழிகளால் வற்புறுத்தப்படும் ஒத்துழைப்பு அல்ல. தானாகவே ஒத்துழைக்கும் தன்மையானது, உண்மையான சுதந்திரத்தையும், சோவியத் ருஷ்யாவில் உள்ள புதிய அமைப்பை விட மகோன்னதமான புதிய ஏற்பாடொன்றையும் உண்டாக்கும். ருஷ்யாவிலே கொடுரமான காரியங்கள் செய்யப்படுகின்றன என்று சிலர் சொல்லுகின்றனர். ஆனால், அவை, தாழ்த்தப்பட்டவர்கள், ஏழைகளுடைய

---

1 1942 இல் லூயி பிஷர் மகாத்மாவை எடுத்த பேட்டிகளிலிருந்து

நன்மைக்காகச் செய்யப்படுவதால் அவை நல்லவையே என்றும் சொல்லுகிறார்கள். என்னைப் பொறுத்தவரையில், இரக்கமற்ற அடக்குமுறையில் எவ்வித நன்மையையும் நாம் காணவில்லை. என்றாவது ஒரு நாள் இக்கொடூரச் செய்கை நாம் இதுவரை கண்டிராத அவ்வளவு மோசமான அராஜகத்தை உண்டாக்கும். இங்கே அப்படிப்பட்ட அராஜகத்திலிருந்து நிச்சயமாகத் தப்பித்துக் கொள்ளுவோம்.

இந்தியாவின் எதிர்கால சமுதாயத்தைப் பற்றிய விஷயம் என் அறிவுக்குப் பூரணமாகப் பிடிபடாதது என்பதை ஒப்புக் கொள்ளுகிறேன். ஆனால், நாம் உங்களுக்கு விவரித்ததைப் போன்ற அரசியல் ஏற்பாடு ஒன்று நடைமுறையில் இருந்திருக்கின்றது. அதிலிருந்த ஏதோ சில குறைகளின் காரணமாகத்தான் பிரிட்டிஷ் மொகலாய ஆட்சிகளுக்குமுன் அது தலைபணிய நேரிட்டதென்பதில் சந்தேகமில்லை. அதன் சில அம்சங்கள் இன்னும் தப்பிப் பிழைத்திருக்கின்றன. பிரிட்டிஷ் ஆட்சியின் கீழ் அக்கிரமங்கள் இருந்தபோதிலும் அதனுடைய வேர்கள் பிழைத்திருந்தன என்றே நாம் நினைக்கின்றேன். அவ்வேர்களும் தண்டும் இந்தியர்கள் கையில் அதிகார மாற்றம் ஏற்பட்டால் தழைத்து ஓங்கும். அது எம்மாதிரியான செடியாயிருக்குமென நாம் அறியேன். ஆனால், இப்பொழுது நம்மிடமுள்ள எதினும் அது மிக மிக உயர்ந்ததாகவேயிருக்கும். துரதிருஷ்டவசமாக அஹிம்மைக்கு வேண்டிய மனோபாவம் இங்கே இப்பொழுதும் இல்லை. ஆனால், ஒரு புதிய அமைப்பைச் சிருஷ்டிப்பதற்குச் சென்ற 25 வருடங்களாகச் செய்த கடுமையான வேலைகள் எல்லாம் வீணாயின என்றுதான் நம்ப முடியாது. புதிய அமைப்பை உருவகப்படுத்துவதில், காங்கிரஸ் கட்சிக்கு முக்கிய பங்கிருக்கும், முஸ்லீம் லீகுக்கும் கூட அப்பங்கு உண்டு என்று காந்திஜீ நீண்ட பிரசங்கமொன்று செய்தார்" என்கிறார் லூயி பிஷர் அப்புத்தகத்தில்.

மகாத்மாவைவிட ஒரு சிறந்த இடதுசாரியச் சிந்தனையுள்ளவரை நாம் பார்க்க முடியுமா என்பதற்கு இதைவிடச் சிறந்த உதாரணம் ஏதும் நாம் தேடி அலையத் தேவையில்லை என்றே கருதுகிறோம்.

1850களில் மார்க்ஸ் மற்றும் எங்கெல்ஸ் உருவாக்கும் இடதுசாரியத் தத்துவத்தில் அரசு உலர்ந்து உதிரும் என்று கூறுகிறார்கள் அவர்கள் வழி வந்த லெனின் ஒரு சோஷலிச அரசினை

நிறுவுகின்றபோது, அங்கிருக்கும் இன்னும் தீவிரத்தன்மையுடைய சோஷலிச சித்தாந்தமுடையவர்கள் அரசு என்பதும் தேவையில்லை என்கிறார்கள். அக்கருத்தினை லெனினும் ஸ்டாலினும் வாதம் செய்து அரசு தானாகவே உலர்ந்து உதிரும் என்றே மார்க்ஸ் கூறியதாக எடுத்துரைக்கின்றனர். ஆனால், அந்நிலை 1942 வரை ரஷ்யாவில் ஏற்படவில்லை அங்கே சுரண்டலை எதிர்ப்பதாகக் கூறி கொடூரமான காரியங்கள் நடைபெறுவதாக எடுத்துரைக்கும் மகாத்மாவின் கருத்தில் நாம் மற்றொன்றையும் கவனத்தில் கொள்ள வேண்டும். ரஷ்யாவில் அரசு உலர்ந்து உதிரவில்லை. ஆனால், சர்வதிகார அரசின் தன்மை இன்னும் கூடுதலாக உருவாக்கம் பெற்றிருக்கிறது என்பதை நாம் உணரும் அதே வேளையில் மகாத்மா லூயி பிஷருக்கு அளித்திருக்கும் பேட்டியில், சுதந்திர இந்தியாவில் ஒரு அரசு ஏற்படாது என்கிற மகாத்மாவின் கருத்து மார்க்ஸ் மற்றும் எங்கெல்ஸின் கருத்துகளையும் அதனை ரஷ்யப் புரட்சிக்குப் பிறகு நடைமுறைப்படுத்தத் தவறிய லெனின் காலத்தில் நடைபெற்ற நிகழ்வுகளையும் கணக்கில் கொண்டு லெனினுக்குப் பிறகும் ஸ்டாலினுக்குப் பிறகும் கூட அங்கு அரசு உலர்ந்து உதிரவில்லை. மாறாக சர்வாதிகாரம் மேலோங்கியிருக்கிறது என்பதையும் கணக்கில் கொண்ட மகாத்மா ரஷ்யாவில் 1900-இல் ஏற்பட்ட அராஜகவாதிகளின் அரசு தேவையற்றது என்கிற கருத்தை சுதந்திர இந்தியாவில் உடனடியாகப் பின்பற்ற வலியுறுத்துகிறார். இதைவிடச் சிறந்த அறிவியல்பூர்வ இடதுசாரியத் தத்துவத்தை உலகில் நடைமுறைப்படுத்தத் தயாராக இருந்த தலைவர்கள் உண்டா? இதனை காங்கிரஸ் நடைமுறைப்படுத்தும் என்கிறார் மகாத்மா. உடன் இங்கு எவராவது அவ்வாறு இந்தியாவில் முதன்முதலில் அரசு இல்லாமல் ஒரு நிலை ஏற்பட்டதா அல்லது காங்கிரஸ் எப்போதாவது அதைச் செய்திருக்கிறதா என்று கேட்கலாம். ஆம் காங்கிரஸ் காந்திய வழியில் அதைச் செய்திருக்கிறது. அரசு உலர்ந்து உதிர்வதும் என்கிற மார்க்சியக் கோட்பாட்டை உலகில் நிலைநிறுத்திய எந்த அரசையும் நீங்கள் காண முடியாது. ஆனால், காங்கிரஸின் ஜனநாயக அரசில் அது நடந்தேறியது எவ்வாறு என்பதை அடுத்த கட்டுரையில் பார்ப்போம்.

74

இந்தியாவில் உலர்ந்து உதிர்ந்த அரசின் அதிகாரம்

மகாத்மா முதன்முதலாக சுதந்திர இந்தியா எவ்வாறு அழைக்கப்பட வேண்டும் என்று விரும்பிதைக் கூறியதாகட்டும் அல்லது சோஷலிசமா – அராஜகவாதமா என்ற நூலில் ஸ்டாலின் என்ன கூறினார் என்பதாகட்டும் அல்லது ரஷ்யாவில், லெனினுக்கும் ஸ்டாலினுக்கும் அவ்வளவு ஏன் சோஷலிசத்துக்கும் மாற்றான ஒரு கருத்தினை முன்வைத்த அராஜகவாதிகளாகட்டும் இவர்கள் அனைவரும் அரசு என்பது குறித்து முன்வைத்த முற்போக்கான சிந்தனைகள் அனைத்திலும் கூறப்பட்டது அரசு என்பது அதிகாரக் குவியலின் மையம் என்பதாகும். எனவே அவ்வாறான ஒன்றை அங்கீகரிப்பது என்பது சமத்துவ உலகுக்கு அர்த்தமற்ற அர்த்தத்தைக் கொடுத்துவிடும் என்பதே அதன் இறுதியான மூலமாக இருக்கும் என்று கருதுகிறோம். அதனால்தான் அரசு உலர்ந்து உதிரும் என்கிற பிரபலமான வார்த்தைகள் உருவாகின. ஆனால், அவற்றை இன்று வரையிலும் கம்யூன் அரசுகள் இயங்கும் ரஷ்யாவிலோ அல்லது சீனத்திலோ கியூபாவிலோ நடைமுறையில் இருந்திருக்கிறதா என்றால் இல்லை என்று உடனே கூறலாம். இன்னும் ஆழமாகச் சொல்வதென்றால் அந்நாடுகள் எல்லாம் இரும்புத்திரை நாடுகளாகவே உள்ளன.

இவற்றைத் தவிர்த்து விட்டு மேலைநாடுகளாக உள்ள ஜனநாயக அரசுகளாகக் கூறப்படும் அமெரிக்கா, இங்கிலாந்து முதலிட்ட ஐரோப்பிய தேசங்களிலாவது அரசு உலர்ந்து உதிர்வதின் நிகழ்வு நடந்திருக்கிறதா என்றால் அதுவும் மிகப்பெரும் கேள்விக்குறியே அல்லது அங்கொன்றும், இங்கொன்றுமாகச் சிற்சில சிறிய தேசங்களில் இவை நடந்திருக்கலாம். அவை இந்தியா போன்ற

உலகின் முதன்மையான ஜனநாயக தேசத்தில் உருவான அனைத்து மைய அரசுகளும் இந்தியாவின் அரசு பலத்தை உலர்ந்து உதிரச் செய்திருக்கிறது என்று நம்பிக்கையுடன் நாம் கூறலாம். அதற்கு முன்பு அரசு உலர்ந்து உதிர்வது என்பதின் உண்மையான அர்த்தத்தை மார்க்சும், எங்கெல்சும் சேர்ந்து கூறியிருப்பதை 'அரசும் புரட்சியும்' என்னும் நூலில் லெனின் எடுத்துரைக்கும் எடுத்துக்காட்டில் தெளிவாய் இருக்கிறது "அரசு பற்றி மார்க்ஸ், எங்கெல்ஸ் நூல்களிலேயே மிகச் சிறப்பானதென இல்லையேல் மிகச் சிறப்பானவற்றுள் ஒன்றெனக் கொள்ளத்தக்க கருத்துரை 1875 மார்ச் 18-28 தேதியிட்டு பெபெலுக்கு எங்கெல்ஸ் எழுதிய கடிதத்தின் பின்வரும் வாசகத்தில் காணப்படுகிறது. நமக்குத் தெரிந்த வரை இந்தக் கடிதம் பெபெலால் 1911-இல் வெளிவந்த தமது நினைவுக் குறிப்புகளின் இரண்டாம் தொகுதியில்தான் வெளியிடப்பட்டது என்று கூறும் லெனின் அதில் மார்க்ஸ், எங்கெல்சின் கருத்தை இவ்வாறு பதிவிடுகிறார்.

"[1]சுதந்திர மக்கள் அரசு என்பது சுதந்திர அரசாய் மாற்றப் பட்டிருக்கிறது. அதன் இலக்கணவழிப் பொருளில், சுதந்திர அரசு என்பது தனது குடிமக்கள் சம்பந்தமாய் சுதந்திரமாயுள்ள அரசாகும். ஆகவே எதேச்சதிகார அரசாங்கத்தைக் கொண்ட அரசாகும். அரசு பற்றிய வெறும் பேச்சையே – குறிப்பாய் அரசெனும் சொல்லின் சரியான பொருளில் அரசாய் இருக்காத கம்யூனுக்குப் பிற்பாடு – விட்டுவிட வேண்டும். சோசலிசச் சமுதாய அமைப்பு தோற்றுவிக்கப்பட்ட பிறகு அரசு தானாகவே தேய்ந்து.. மறைந்து விடுமென்று புருதோனுக்கு எதிரான புத்தகமும் பிற்பாடு கம்யூனிஸ்டு அறிக்கையும் தெள்ளத் தெளிவாய்க் கூறிய போதிலும் அராஜகவாதிகள் மக்கள் அரசு என்பதனைக் குறிப்பிட்டு சலிப்பும் அருவருப்பும் ஊட்டத்தக்க அளவுக்கு ஓயாது அதனை நம் முகத்திலே எறிந்து வருகிறார்கள். அரசு என்பது இடைக்காலத்துக்கு மட்டுமே உரிய அமைப்பாகையால், போராட்டத்தில், புரட்சியில் வன்முறை மூலம் எதிராளிகளை அடக்கி வைப்பதற்குரிய அமைப்பாகையால், சுதந்திர மக்கள் அரசு என்பதாய்ப் பேசுவது கிஞ்சித்தும் பொருளுடையதாகாது.

---

1   பெபெலுக்கு எங்கெல்ஸ் எழுதிய கடிதம்

பாட்டாளி வர்க்கத்துக்கு அரசு தேவையாயிருக்கும் வரையில் தனது எதிராளிகளை அடக்கி வைக்கும் பொருட்டே அல்லாமல் சுதந்தரத்தின் நலன்களுக்காக அதற்கு அரசு தேவைப்படவில்லை. சுதந்திரம் குறித்துப் பேசுவது சாத்தியமானதுமே அரசு அரசாய் இல்லாதொழிகிறது. ஆகவே, எல்லா இடங்களிலும் அரசு என்பதற்குப் பதிலாய் கம்யூன் என்னும் பிரெஞ்சுச் சொல்லுக்குப் பிரதியாய் அமையக்கூடிய மக்கட் சமுதாயம் என்கிற நல்லதொரு பழைய ஜெர்மானியச் சொல்லை உபயோகிக்கலாமென நாங்கள் ஆலோசனை கூற விரும்புகிறோம்". (ஜெர்மானிய மூலத்தில் பக்கங்கள் 321-22) இதுவரை மார்க்ஸ் மற்றும் எங்கெல்சின் கருத்துகளை பதிவு செய்த லெனின் அதற்குப் பிறகு அவரது விளக்கத்தினை இவ்வாறு கூறுகிறார்.

"[1]அவ்வமயம் எங்கெல்ஸ் லண்டனில் மார்க்சுடன் வசித்து வந்தார் என்பதையும் மனதிற்கொள்ள வேண்டும். ஆகவே கடைசி வாக்கியத்தில் எங்கெல்ஸ் நாங்கள் என்று குறிப்பிடுவதன் மூலம் தன் சார்பிலும் மற்றும் மார்க்சின் சார்பிலும் ஜெர்மன் தொழிலாளர் கட்சியின் தலைவருக்கு அரசு என்னும் சொல்லை வேலைத்திட்டதிலிருந்து எடுத்துவிட்டு அதற்கு பதில் மக்கட் சமுதாயம் என்னும் சொல்லைக் கையாளும்படி ஆலோசனை கூறுகிறார் என்பதில் ஐயமில்லை என்று அந்நூலில் லெனின் கூறுகிறார்.

மிகத்தெளிவாக மார்க்சும், எங்கெல்சும் அரசு என்பது எவ்வாறு மறையவேண்டும், ஏன் மறைய வேண்டும் மக்கட் சமுதாயம் உருவாக்கப்பட வேண்டும் என்கிற முக்கியத்துவத்தை அந்நூலில் எடுத்துரைத்திருக்கிறார்கள். இதையே மகாத்மா சுதந்திரப் போரட்டத்தின் முடிவில் அமையவேண்டிய அரசு எவ்வாறு இருக்க வேண்டும் என்பதுடனும் ஒப்பீடு செய்து பார்க்கலாம். அரசு உலர்ந்து உதிர்வது என்னும் சொற்றொடர் இவ்வுலகின் தத்துவங்களில் முதன்மையான அறிவியல் கண்டுபிடிப்பு. அதன் அர்த்தத்தை மகாத்மா முழுவதுமாகப் பின்பற்றும் வகையில் லூயி பிஷரிடம் கூறிய கருத்துகளின் உள்ளடக்கமான கருத்தில் இந்தியாவின் ஏழுலட்சம் கிராமங்களுக்கும் அதிகாரம்

---

1 அரசும் புரட்சியும் லெனின்

பிரித்தளிக்கப்பட்ட வேண்டும் என்பதில் இருக்கிறதா என்பதை நாம் காண முடியவில்லை. ஆனால், அவரின் வழிவந்த இந்திய அரசுகளின் அனைத்து அதிகார மையங்களும் மார்க்ஸ் மற்றும் எங்கெல்சின் அரசு உலர்ந்து உதிர்வது என்பதின் உண்மையான முடிவுநிலை நோக்கி இந்தியாவை அழைத்துச் சென்றது என்பதினை இங்கே எவரும் மறுக்க முடியாது.

சுதந்திர இந்திய அரசில் பெண்கள், தாழ்த்தப்பட்டோர், தொழிலாளர்கள் ஆகியோரின் நிலை மிகவும் மோசமாக இருந்தது. இவற்றுக்கு எதிரான செயல்திட்டங்களை நேரு அரசு கொண்டு வந்தது. அப்போதைய காலகட்டத்தில் நேருவை எதிர்த்தவர்கள் இத்தகைய பழைமைவாதத்திற்கு எதிராகவே அவரைக் குறை கூறியதால் அதனை நிறைவேற்றி முடிக்க நேருவுக்கு ஒரு அரசு தேவைப்பட்டது.

அதற்குப் பிறகு நேருவாலும் சில மாற்றங்களைக் கொண்டு வரமுடியாத நிலையில் ஜமீன்தார் முறையை அழித்தொழிக்கப் பல துறைகளை அரசுடைமையாக்க இருபது அம்சத் திட்டங்களைக் கொண்டு வருவதற்கு இந்திராகாந்திக்கும் ஒரு அரசு தேவைப்பட்டது. ஆம், அது சற்றேறக்குறைய ஒரு சர்வாதிகார அரசாக இருந்திருக்கலாம். மார்க்ஸ் மற்றும் எங்கெல்சின் கருத்துப்படி குறிப்பிட்ட வகையினரின் அரசியல் அதிகாரம் கிடைப்பதற்காக? ஆனால், அதற்கு பிறகான அரசுகளை நீங்கள் உற்று நோக்குங்கள். ஓரளவுக்குப் படிநிலை மாற்றங்கள் நிகழ்ந்த பிறகு இந்திய மைய அரசுகள் மக்களுக்கான அதிகாரத்தை ஊக்குவித்தன. நீதிமன்றங்களின் தலையீடுகளையும், குறுக்கீடுகளையும் அரசுகளின் மீது அனுமதிக்கத் தொடங்கியது. அதன் உச்சமாகத் தகவல் அறியும் உரிமைச் சட்டத்தை கொண்டு வந்து அரசின் செய்கைகளையும் மக்களின் கரங்களுக்கு ஒளிவு மறைவின்றிக் கொண்டு சேர்த்தது. அரசு மக்கட் சமுதாயத்துக்கு கட்டுப்பட்ட ஒரு அமைப்பாக மாறத் தொடங்கியது. அதன் அடுத்த பரிமாற்றமாக மக்கள் அரசுகளுக்கு எதிராகச் சின்னஞ்சிறு பிரச்சனைகளுக்குக் கூடப் பெருமளவில் ஒன்று கூடிப் போராட்டம் நடத்தினார்கள். அந்தப் போராட்டங்களின் உணர்வுகளுக்கு மதிப்பளித்து மைய அரசுகள் பல நேரங்களில் தனது கொள்கை முடிவில் பின்வாங்கத் தொடங்கின.

மக்கட் சமுதாயம் அரசின் முடிவுகளையே மாற்றியமைக்கும் அதிகாரம் பெற்றவர்களாக மாறினார்கள். மார்க்ஸ் மற்றும் எங்கெல்ஸ்சின் அரசு மெல்ல மெல்ல உலர்ந்து உதிர்வது என்கிற கோட்பாட்டை இந்தியா எட்டிப்பிடிக்கும் வகையில் அமைந்த ஒரு மக்கட் சமுதாயத்திற்கான நிர்வாகத்தை இந்திய அரசு உருவாக்கியது. உலகத்தின் இடதுசாரியத்தின் தத்துவங்கள் அல்லது செயல்பாடுகள் இவை அனைத்தும் கம்யூனிச இயக்கங்களுக்கு மட்டுமே உரித்தானதாக ஒரு கருத்து மோதல் மிக நீண்ட காலமாக நடந்தேறி வந்திருக்கிறது. அத்தகைய கருத்து மோதல்களில் ஈடுபட்டோர் அனைவரும் ஒரு சித்தாந்தத்தின் வடிவில் பார்க்கப்பட்டனர், அங்கீகரிக்கவும்பட்டனர். சில நேரங்களில் அவர்கள் தத்துவவாதிகளாகவும் கொண்டாடப்படவும் ஆட்படுத்தபட்டிருக்கிறார்கள். ஆனால், துரதிஷ்டவசமாக இந்தியாவின் ஆரம்பகாலப் போராட்ட வாழ்க்கை முறையும் அல்லது அது அதிகாரத்தைக் கைப்பற்றி நிர்வாகத்தை நடத்திச் சென்ற முறையிலும் ஒரு புதிய சித்தாந்தத்தை, இல்லை, இல்லை பாரதத்திற்கே உரிய அதன் மரபியல் சார்ந்த இடதுசாரியத்தையும் ஒரு கோட்பாடாக, தத்துவமாகக் கொண்டிருந்து வந்திருக்கிறது. ஆனால், உலகின் கம்யூனிச சித்தாந்தங்களைத் தாங்கிப்பிடித்த தத்துவவாதிகளை அரசியல் சார்பற்றுக் கோட்பாடு சார்பாகக் கொண்டாடிய உலகம், ஏன் அந்த அடையாளத்தை இந்தியப் போராட்டக்காரர்களுக்குக் கொடுக்க மறுத்தது. எவ்வளவு ஆழமாக ஆய்வுகள் செய்தாலும் இன்னும் எத்தனை நூற்றாண்டுகள் ஆய்வு செய்தாலும் இந்தியாவின் ஆன்மிகம் அரசியல் சித்தாந்த போராட்டம் சாதாரண மனிதனின் வாழ்வியல் முறை என்று அனைத்திலும் இடதுசாரியம் மட்டுமே உலகின் மற்றவர்களைக் காட்டிலும் சிறந்ததாக இருக்கிறது என்பதையே இந்த ஆய்வு முடிவு தெளிவாக எடுத்துரைக்கிறது.

இந்தியாவில் இடதுசாரியம் எவ்வாறு அதன் சாதாரண மனிதனிடமிருந்து அதன் ஆளுமை மிக்கவர்களிடம் வரை பரவி இருக்கிறது என்பதை மிகத் தெளிவாக நாம் அறிந்துகொள்ள ஒரு வாய்ப்பை உலகுக்கு இந்தியா அளித்திருக்கிறது. அநேகமாக

உலகம் அந்த வாய்ப்புகளை புறந்தள்ளவே முடியாது. உலகில் இருந்த ஒட்டுமொத்தமானவர்களின் கருத்தியலின் படியும், அநேகமாக இந்த ஆய்வும் கூட ஓரிரு இடங்களிலும் இந்தியாவின் பிரதான இயக்கமாக இருந்த பா.ஜ.க.வையும், அதன் ஆளுமை மிக்க தலைவர் மோடியையும் வலதுசாரியக் கோட்பாட்டை சார்ந்தவர்களாகவே அறிவிக்கச் செய்திருக்கிறது. வெகு சிலருக்கு இந்த இரண்டு தரப்பும் ஒருமித்த பாதையில் ஆட்சியில் அமரும் போது இந்தியாவில் நடக்ககூடாத நிகழ்வுகள் நடக்கலாம் என்கிற ஐயப்பாட்டையும் கூட உருவாக்கி இருக்கிறது.

ஆனால், பா.ஜ.க ஆட்சியைப் பிடித்தவுடன் அதன் ஆளுமைமிக்க மோடி இந்திய நாட்டின் பிரதமராகவும் உருவானார். ஆனால், அதனால் இந்திய நாட்டின் ஜனநாயகம் எந்தப் பாதிப்புக்கும் உள்ளாகவில்லை. அனைவரும் பயந்ததற்கு மேலாக பிரதமர் மோடி தேர்தல் அரசியல் வெற்றிக்கு மிக முக்கியத்துவம் கொடுத்த ஜனநாயகவாதியாகத் தேர்தலைக் கொண்டாடச் செய்தார். அதன் பிரதான பிரச்சார நாயகராகத் தன்னை முன்னிலைப்படுத்துவதில் ஆர்வங்கள் கொண்டார். இந்திய அரசியல் களத்தில் ஆயிரம் முரண்பட்ட கருத்து மோதல்கள் இருந்தாலும் நீதிமன்ற அவமதிப்புக்கு ஆளாகக் கூடாது என்கிற எச்சரிக்கை உணர்வுகளைக் கொண்டவராகத் திகழ்ந்தார். மிகக் கடுமையான அரசியல் எதிரிகளைக் கூட நேரில் சந்திக்கும் போது உறவாடத் தயக்கம் காட்டியதில்லை. அவர் மீது கடுமையான ஊழல் குற்றச்சாட்டுகளை முன்வைத்த தலைவர்களின் பிறந்த நாளுக்குக் கூட வாழ்த்துகளைத் தெரிவித்திருக்கிறார்.

பா.ஜ.க.வும் மோடியும் இந்திய உயர் ஜாதியினருக்கான குறியீடு என்கிற விமர்சனம் இருந்திருக்கிறது. ஆனால், இந்தியாவின் உயர்மட்டப் பொறுப்பில் உச்ச அதிகரத்துக்கு இந்திய ஜனாதிபதியாக ஒரு தாழ்த்தப்பட்ட சமூகத்தைச் சார்ந்தவரை அங்கீகரிப்பதற்கு முன்வந்தார். இதில் அரசியல் லாபம் இருப்பதாக வாக்கு வங்கி அரசியல் இருப்பதாக, எத்தனை காரணங்கள் கூறினாலும் அவர்கள் மீது இதற்கு முன்பு உலகம் எத்தகைய குற்றச்சாட்டுகளை முன்வைத்திருக்கிறது என்பதுதான் இங்கே கவனத்தில் கொள்ளப்பட வேண்டிய ஒன்று.

இத்தகைய குற்றச்சாட்டுகளுக்கு உள்ளானவர்கள் உலகின் மற்ற பகுதிகளில் ஆட்சிக்கு வந்தபோது என்ன நடந்திருக்கிறது என்பதை இதனுடன் பொருத்திப் பார்க்கின்றபோது, இந்தியாவில் இடதுசாரியம் அதன் மண்ணுக்கே உரிய மகத்துவத்துடன் சொந்தம் கொண்டாடிக் கொண்டிருப்பதை நாம் அறிய முடியும். இன்னும் ஆழமாக இதனை அறியவேண்டும் என்றால், காலம் காலந்தொட்டே இந்திய அல்லது பாரத தேசத்தின் வரலாற்று நிகழ்வுகளை நாம் உலகத்துடன் ஒப்பீடு செய்து பார்க்கலாம். பழம்பெரும் பண்டைய நாகரிகங்கள் கொண்ட தேசங்கள் அனைத்திலும், அறியப்பட்ட கடந்த ஐந்தாயிரம் ஆண்டுகளின் வரலாற்றினை அல்லது இலக்கியங்களின் வாயிலாக அறிந்துகொள்ள முயற்சி செய்யும் போது இன்றைய இந்தியாவில் இருக்கின்ற பிரதேசங்களை ஆட்சி செய்த மன்னர்களின் அளவுக்கு ஜனநாயகப் போக்குகள் கொண்ட மன்னர்களை மற்ற நாடுகளில் காண்பது அரிது என்கிற வாதத்துக்கு எவரேனும், அங்கொன்றும் இங்கொன்றுமாய்ச் சில எடுத்துக்காட்டுகளோடு முன்வரலாம். ஆனால், இந்திய தேசத்தின் கலாச்சாரப் பழமைகொண்ட மற்ற பல தேசங்களில் உருவான சர்வாதிகார, கொடுங்கோல் ஆட்சியர்கள் எப்போதாகிலும் ஒரு முறையாகிலும் அதிகாரம் செலுத்திய உலகின் ஏனைய நாடுகளின் மன்னர்களைக் காண முடியும். ஆனால், இந்தியாவில் அவ்வாறான ஒரு அரசனைக் கூட அதன் இதிகாச காலந்தொட்டு இன்றுவரையிலும் கூட நிரூபிக்கச் சான்றுகள் ஏதுமில்லை.

மக்களுக்கு நீதி வழங்குவதில் ஆர்வம் கொண்ட ராஜ்ஜியங்களை மட்டுமே இராமாயண காலந்தொட்டு மனுநீதிசோழன் காலம் வரை காணமுடிகிறது. இந்திய இதிகாசங்கள் கூட அரக்கர்களின் அரசாங்கத்தைத் தெளிவுபடுத்தியிருக்கிறது. அவ்வசுரர்கள் கூட பொது மக்களுக்கு விரோதமான ஆட்சியை மேற்கொண்டதாக குறிப்பிடவில்லை. இதிகாச நாயகர்களின் எதிரிகளின் ராஜ்ஜியங்கள் கூடச் செல்வச் செழிப்புடன், மக்கள் மகிழ்ச்சியாக வாழ்ந்ததாகவே வரலாறு நமக்குச் சுட்டிக்காட்டுகிறது. அத்தகைய அசுரர்களின் கடவுள் மறுப்பு மட்டுமே, அக்காவியங்களில் அவர்களை கெட்டவர்களாகச் சுட்டிக்காட்டும் காரணமாக இருந்திருக்கிறது. மக்கள் விரோத ஆட்சி காரணமாக முன்வைக்கப்படவில்லை.

இந்தியாவில் சில காலம் இந்தியாவின் பூர்வீகக் குடியரல்லாத வேற்று மதங்களைச் சார்ந்தோரின் ஆட்சி நடைபெற்றிருக்கிறது. அவ்வாட்சியில் கூட அங்கொன்றும், இங்கொன்றுமாகச் சில சர்வாதிகார ஆட்சியாளர்கள் இருந்திருக்கலாம். ஆனால், அதைவிட அதில் நாம் முக்கியத்துவம் கொண்டு செய்ய வேண்டிய ஆய்வு எதுவெனில் அத்தகைய வேற்று தேசத்து, வேற்று மதத்துச் சில மன்னர்களைக் கூட ஜனநாயகவாதியாக மாற்றிய பெருமை இந்திய மண்ணுக்கே உரியது. இந்த மண்ணில் இன்று வரையிலும் ஒரு கொடுங்கோலன் அல்லது சர்வாதிகார ஆட்சியாளர் அதன் நீண்ட நெடிய வரலாற்றில் உருவாகவில்லை. இனியும் கூட எத்தனை நூற்றாண்டுகள் ஆனாலும் உருவாகவும் முடியாது என்பதிலிருந்து நாம் இறுதியாக அறிய வேண்டியது இடதுசாரியம் இந்திய மண்ணுக்கே உரிய இயற்கையான குணாதிசயம் என்பது மட்டுமாகவே இருக்க முடியும். என்பதோடு முடிவது மட்டுமே இந்தத் தலைப்புக்கான இறுதி ஆய்வின் வெற்றியாக இருக்க முடியும்.